ഗ്രീൻ ബുക്സ്

പക്ഷികളുടെ തമ്പുരാൻ

സി. റഹിം

നോവലിസ്റ്റ്, പത്രപ്രവർത്തകൻ.
1968ൽ ആലപ്പുഴ ജില്ലയിൽ നൂറനാട്
നെടിയത്തുവീട്ടിൽ ജനനം.
അച്ഛൻ: ചെല്ലപ്പൻ റാവുത്തർ.
അമ്മ: മുഹമ്മദ് അമ്മാൾ.
ഭൂമിയിലെ ചെറിയ ജീവികളുടെ ശബ്ദങ്ങൾ,
ഗച്ഛാമി (നോവൽ), തൂവൽക്കുപ്പായക്കാർ,
വീട്ടുവളപ്പിലെ പക്ഷികൾ, കുട്ടികളും കിളികളും,
കേരളത്തിലെ 21 പക്ഷികൾ, നമ്മുടെ വന്യജീവികൾ
തുടങ്ങിയ കൃതികളുടെ രചയിതാവ്.
പക്ഷികളെക്കുറിച്ച് കിളിവാതിൽ എന്ന പേരിൽ
നൂറിലധികം വരുന്ന എപ്പിസോഡുകളുടെ
രചനയും സംവിധാനവും നിർവഹിച്ചു.
സംസ്ഥാന സർക്കാരിന്റെ ഏറ്റവും നല്ല ഡോക്യുമെന്ററി
സംവിധായകനുള്ള സ്പെഷൽ ജൂറി അവാർഡ്,
ഏറ്റവും നല്ല സംവിധായകനുള്ള അറ്റ്ലസ് ഫിലിം
ക്രിട്ടിക്സ് അവാർഡ്, സംസ്ഥാന ബാലസാഹിത്യ
ഇൻസ്റ്റിറ്റ്യൂട്ട് അവാർഡ്, ഡോ.എൻ.എ. കരിം
പുരസ്കാരം, കേരള സംസ്ഥാന ശാസ്ത്ര സാങ്കേതിക
പരിസ്ഥിതി കൗൺസിലിന്റെ ജീവചരിത്ര രചനയ്ക്കുള്ള
അവാർഡ് തുടങ്ങിയ പുരസ്കാരങ്ങൾ.
Email: sricrahim@gmail.com

**ഗ്രീൻ ബുക്സ് പ്രസിദ്ധീകരിച്ച
ഗ്രന്ഥകാരന്റെ ഇതര കൃതികൾ**

തൈക്കാവിലെ പുരാണം (നോവൽ)
കുരുമുളകിന്റെ വീട് (നോവൽ)

നോവൽ

പക്ഷികളുടെ തമ്പുരാൻ

സി. റഹിം

ഗ്രീൻബുക്സ്

green books private limited
gb building, civil lane road, ayyanthole,
thrissur- 680 003, kerala, ph: +91 487-2381066, 2381039
website: www.greenbooksindia.com
e-mail: info@greenbooksindia.com

malayalam
pakshikalude thampuran
novel
by
c rahim

published december 2022

cover design : rajesh chalode

printed in india
manipal technololgies ltd

branches:
thrissur 0487-2422515
thiruvananthapuram 0471-2335301
calicut 0495 4854662

isbn : 978-93-93596-51-2

₹ 350.00
GBPL/1272/2022

മുഖക്കുറിപ്പ്

പക്ഷികളുടെ രാജാവ് എന്ന ഈ കൃതിയിൽ തൂവലുള്ള സഹജീവികളുടെ ഒരു മാസ്മരികലോകത്തിലൂടെ സി. റഹിം നമ്മളെ കൈപിടിച്ച് നടത്തുകയാണ്. ഭൗതികനേട്ടങ്ങളിൽ മാത്രമൂന്നിയ പ്രവർത്തനങ്ങളുമായി മുന്നേറുന്ന മനുഷ്യരാശിയുടെ കണ്ണു തുറപ്പിക്കുവാനായി എല്ലാ പക്ഷികളും ഒത്തുകൂടി ഭൂമിയുടെ സുരക്ഷയ്ക്കായി ഒരു രാജാവിനെ തിരഞ്ഞെടുക്കുവാൻ പോകുന്നു. ആരും അറിയപ്പെടാത്ത ഒരു പുണ്യതടാകക്കരയിൽ രാജാവിനായുള്ള ചർച്ചകൾക്കിടയിൽ ഓരോ പക്ഷികളുടെയും സ്വഭാവവിശേഷങ്ങളും അവരുടെ കഴിവുകളുമായി ബന്ധപ്പെട്ടും പൗരസ്ത്യ പാശ്ചാത്യ ഇതിഹാസങ്ങളിലും ഭാരതീയപുരാണങ്ങളിലും വിവരിച്ചിട്ടുള്ള കഥകളും കോർത്തിണക്കി മുന്നേറുന്ന ഈ നോവൽ ഒരു നവ്യമായ വായനാനുഭവമാണ് തരുന്നത്. ഈ നൂതന കഥാസാങ്കേതികവിദ്യയിലൂടെ പാരിസ്ഥിതിക പ്രാധാന്യമുള്ള വിഷയങ്ങളെ കുട്ടികളും മുതിർന്നവരും അറിഞ്ഞിരിക്കേണ്ട കഥകളുമായി സമ്മേളിപ്പിച്ച് ജനഹൃദയങ്ങളിലേക്കെത്തിക്കുന്ന ഈ കൃതി വായനക്കാർക്കായി അവതരിപ്പിക്കുവാൻ ഗ്രീൻ ബുക്സിന് സന്തോഷമുണ്ട്.

എഡിറ്റർ

സമർപ്പണം

കഥ കേൾക്കാനായി കൊതിച്ചിരുന്നവരുടെ
മുമ്പിലേക്ക് പക്ഷിക്കഥകളുടെ കെട്ടഴിച്ചുവിട്ട
ലോകമെമ്പാടുമുള്ള കഥപറച്ചിലുകാർക്കായി
'പക്ഷികളുടെ തമ്പുരാൻ'
ആദരപൂർവ്വം സമർപ്പിക്കുന്നു.

ആമുഖം

ഞാനന്ന് അഞ്ചിലോ ആറിലോ പഠിക്കുകയാകണം. ഒരു ദിവസം കാറ്റും കോളുമായി മാനമിരുണ്ടുവന്നു. കരിമേഘങ്ങൾ ഭൂമിയിലേക്ക് പുകഞ്ഞിറങ്ങാൻ തുടങ്ങി. ഭൂമിമുഴുവനിപ്പോൾ കരിങ്കടലാക്കുമെന്ന ഭീതിയുളവാക്കും വിധമാണവയുടെ ഇളകിമറിയൽ. ആകാശത്തേക്ക് നോക്കിനിന്നാൽ ഭയന്നുപോകും. പെട്ടെന്ന് ചുറ്റിലും കാറ്റ് വീശിയടിച്ചു. തെക്കേപറമ്പിലെ പറങ്കിമാവിന്റെ ചുവട്ടിലെ കരിയിലകൾ വാനിലുയർന്ന് പാറിക്കളിച്ചു. പിന്നെ ചുഴലിചുറ്റി. ചപ്പും ചവറും ചുഴലിക്കുള്ളിൽ കിടന്ന് പമ്പരംപോലെ കറങ്ങി. അക്കാലത്തെ മഴയുടെ വരവിങ്ങനെയൊക്കെയായിരുന്നു.

പെണ്ണുങ്ങൾ മഴവീഴും മുമ്പേ ഉണക്കാനിട്ടിരിക്കുന്നതൊക്കെ ചടപടാന്ന് പെറുക്കിയെടുക്കുന്ന തിരിക്കിലാണ്. പിള്ളേരും സഹായിക്കാനൊപ്പമുണ്ട്. പറമ്പിൽനിന്ന് ആടിനെയും പശുവിനെയും അഴിച്ചുകെട്ടാനാളുകൾ ഓട്ടമാണ്. അയ്യത്തുകിടന്ന് പശുക്കൾ ഭയപ്പാടോടെ അമറുന്നുണ്ട്. ആട് കിടന്ന് കീറുന്നു. കോഴികൾ പെനട്ടുന്നു. പൂവൻ കൊക്കരിക്കുന്നു. പാടത്തെ എളിതേമ്പിയതവളകൾ തൊള്ള തുറന്ന് കരയുന്നു. വീട്ടിൽ ആകപ്പാടെയൊരു വെപ്രാളമാണ്.

പറമ്പിൽ നിരനിരയായി നിൽക്കുന്ന അടയ്ക്കാമരങ്ങളൊക്കെ കാറ്റിലിളകി ആട്ടം തുടങ്ങി. പ്ലാവിലും മാവിലും കാറ്റ് പിടിച്ചിരിക്കുന്നു. ഏതോ മരങ്ങൾ ഒടിയുന്ന ഒച്ച കേൾക്കാം. ആകാശത്ത് കൊള്ളിയാൻ മിന്നിയതോടെ എല്ലാവരും വീട്ടിനുള്ളിലേക്ക് ഓടിക്കേറി. പിള്ളേർ തുറുവിന്റെ കീഴിലൊളിച്ചു. എന്നാൽ കൊള്ളിയാനെയും ഇടിയേയും പേടിക്കാതെ ചിലരൊക്കെ മഴ നനയാതെ എന്തൊക്കെയോ

പെറുക്കികൂട്ടി എരുത്തിലിന്റെ തിണ്ണയ്ക്കും ചായ്പ്പിലും വാരിയിടുന്നുണ്ട്. മരോട്ടിയരി ഉണക്കാനിട്ടതാകാം. വിറകാകാം. ചിക്കുപായിൽനിന്ന് നെല്ലുവാരികൂട്ടിയതാകാം.

അതൊരു തുലാമഴയുടെ വരവായിരുന്നു. കാലത്ത് തീവെയിൽ. ഉച്ചതിരിഞ്ഞു പെരുമഴ. ഇതാണ് പതിവുരീതി. ചിലപ്പോ നിനച്ചിരിക്കാതെ പെയ്യും. മാനത്തൂന്ന് തുള്ളിക്കൊരുകുടം വീതം വെള്ളം മറിച്ചു നടുമുറ്റം അന്നു നിറഞ്ഞു തൂകി. കണ്ടത്തിൽ നട്ട ഞാറൊക്കെ പെരുമഴയിലൊലിച്ചു പോകുമല്ലോയെന്ന് മൂക്കുവാളി പിടിച്ച് തിരിച്ചു തട്ടുപടിയിലിരുന്ന് അത്തമ്മ പുറുപുറുത്തു. മഴ പെയ്യിക്കുന്നത് മീഖായേൽ മലക്കാണെന്നാണ് അത്തമ്മായുടെ വിചാരം. ദേവേന്ദ്രൻതന്നെയാവാം ഈ മീഖായേൽ.

ഒന്നുരണ്ടു നാഴിക മഴ തിമർത്തുപെയ്തു. മാനത്ത് പറപറാന്ന് ഇടിവെട്ടി മാലോകരെ വിറപ്പിച്ചു. പിന്നെ മാനം തെളിഞ്ഞു. കാക്ക കരഞ്ഞു. തെക്കേ മുറ്റത്തുനിന്ന് ഈയലുകൾ പൊട്ടി മാനത്തേക്ക് ഒഴുകാൻ തുടങ്ങി. എവിടുന്നു നിന്നാണെന്നറിയില്ല ഇരട്ടവാലനും കാക്കകളും കാക്ക തമ്പുരാട്ടിയും അവിടേക്ക് പറന്നെത്തി. കണ്ണിൽകണ്ടതിനെയൊക്കെ കൊത്തിയകത്താക്കി. നേരമിരുട്ടാൻ ഇനിയും സമയമുണ്ട്. കൂരാപ്പ് മാറി മാനം തെളിഞ്ഞു.

പൂത്തിരിപോലെ സുവർണ്ണപ്രകാശം പടിഞ്ഞാറൻ ആകാശത്ത് പരക്കാൻ തുടങ്ങി. ചെമ്മാനം തെളിഞ്ഞു. ഈ തക്കം നോക്കി കണ്ടത്തിൽ പോയി ഞാറു നോക്കാൻ പണിക്കാരിറങ്ങി. കൂട്ടത്തിൽ ഞാനും കൂടി. കണ്ടത്തിൽ വെള്ളം നിറഞ്ഞിരിക്കുന്നു. ഞാറ് ഏതാണ്ട് പെയ്ത്ത് വെള്ളത്തിൽ മുങ്ങിപ്പോയിരിക്കുന്നു. വരമ്പ് മുറിച്ച് അവർ വെള്ളം തോട്ടിലേക്കൊഴുക്കാൻ തുടങ്ങി. പാടത്ത് വെള്ളക്കൊറ്റികളുടെ വലിയൊരു കൂട്ടം വന്നു നിറഞ്ഞിരിക്കുന്നു. അവയുടെ ദേഹത്ത് ആകാശത്തുനിന്ന് സുവർണ്ണനൂലുകൾ വീണ് ചിതറുന്നു. വെള്ളികലർന്ന സുവർണ്ണ പ്രകാശം പാടത്തെ അഭൗമമായൊരു ലോകമാക്കിയിരിക്കുന്നു.

പൂത്തിരിപോലെ മേഘങ്ങൾക്കിടയിൽനിന്ന് സൂര്യരശ്മികൾ ഭൂമിക്കുമേൽ ചിതറി വീണുകൊണ്ടിരുന്നു. എന്റെ മനസ്സ് ഈ മായക്കാഴ്ച കണ്ട് ആനന്ദത്താൽ പതഞ്ഞു തൂകിപ്പോയി. അറിയാതെ ഞാൻ പാടിപ്പോയി. അതൊരു കവിതയാണെന്ന് പിന്നീടാണെനിക്ക് മനസ്സിലായത്. കൊറ്റികളെന്നെ

കവിതയുടെ ലോകത്തേക്ക് കൂട്ടികൊണ്ടുപോയി. എന്റെ ആദ്യകവിതയുടെ പിറവി അങ്ങനെയായിരുന്നു. പക്ഷികളെന്നെ എഴുത്തുകാരനാക്കി. ആദ്യമായി ഞാനെഴുതിയ കഥയും പക്ഷികളെക്കുറിച്ചായിരുന്നു. എള്ളിൻപാടങ്ങളുടെ ഇടവഴിയിലൂടെ വൈകുന്നേരങ്ങളിൽ നടക്കാനിറങ്ങുമ്പോൾ മനുഷ്യരുടെ മുഖമുള്ള മൂങ്ങയെന്നെ തുറിച്ചുനോക്കുന്നതു കണ്ടിട്ടാണതെഴുതിയത്. അന്നുതൊട്ടിന്നോളം പക്ഷികളെന്നെ വിട്ടുപോയിട്ടില്ല.

ഞാനെവിടെപ്പോയാലും പക്ഷികളെന്റെ പിന്നാലെയുണ്ട്. നൂറനാട്ടിലെ വീട്ടിൽ ചിലപ്പൻകിളികളുടെ കൂട്ടം വന്നാണ് എന്നെ വിളിച്ചുണർത്തുക. കരമനസൗത്ത് ശാസ്ത്രിനഗറിലെ വീട്ടിലേക്ക് താമസം മാറ്റിയപ്പോൾ ഓലേഞ്ഞാലികൾ പതിവായി അവിടേക്ക് വരാൻ തുടങ്ങി. മൂന്നാലെണ്ണമുണ്ട്. ഒരു ഭയപ്പാടുമില്ലാതെ ഞങ്ങളുടെ കൈയിൽനിന്ന് കറുമുറ കറുമുറ തിന്നാനുള്ളതെന്തെങ്കിലും ദിവസവും വാങ്ങി കഴിക്കാനെത്തും.

കീരിയും മരപ്പെട്ടിയും പൂച്ചയും പട്ടിയുമൊക്കെയുള്ള പറമ്പിനോട് ചേർന്നാണ് എന്റെ താമസം. നഗരമാണെങ്കിലും ആറ്റിൻകരയായതുകൊണ്ടുള്ള സൗഭാഗ്യമാവാം. എല്ലാതരം പക്ഷികളും ജീവികളും തൊട്ടരികിലുണ്ട്. രണ്ടു ദിവസം മുമ്പ് തൊട്ടടുത്ത വീട്ടിൽനിന്ന് ഒരു മൂർഖനെ പൂജപ്പുരയിൽനിന്ന് പാമ്പുപിടിത്തക്കാർ വന്ന് പിടിച്ചോണ്ടുപോയി. ഒരു തെങ്ങിൽനിന്ന് സന്ധ്യമയങ്ങിയ തക്കം നോക്കി ഒരു മരപ്പെട്ടി ഇറങ്ങിവരുന്നത് ഭാര്യ പ്രിയ എനിക്ക് കാണിച്ചുതന്നിട്ട് കുറച്ചു ദിവസമേ ആകുന്നുള്ളൂ. രാത്രി ആറ്റിറമ്പിലേക്ക് നോക്കിയാൽ മരങ്ങളിൽ നിലാവ് വീണ് തിളങ്ങുന്നതു കാണാം. രാക്കൊക്കുകളുടെ കരച്ചിൽ കേൾക്കാം.

ഈ കുറിപ്പെഴുതുന്നത് ദേശിയപക്ഷി ദിനത്തിലാണ്. 2022 നവംബർ 12. സാലിം അലിയുടെ ജന്മദിനമാണിന്ന്. ഉച്ചവരെ മലയാളം പള്ളിക്കൂടത്തിലെ കുട്ടികൾക്കൊപ്പം വെള്ളായണിക്കായലിൽ പക്ഷികളെ നോക്കിനടക്കുകയായിരുന്നു. ചാരക്കൊക്കും നീലക്കോഴിയും തുടങ്ങി എത്രയെത്ര പക്ഷികൾ. നീലക്കോഴികളുടെ അൻപതോളം വരുന്ന കൂട്ടത്തെ കണ്ടു. സാലിം അലിയുടെ ജന്മദിനത്തിൽ കുട്ടികൾക്കൊപ്പം പക്ഷികളെ നോക്കിനടക്കുന്നതിൽപരം സന്തോഷം വെറെയെന്താണുള്ളത്?

പക്ഷികളെക്കുറിച്ച് മലയാളത്തിൽ ഏറ്റവും കൂടുതൽ പുസ്തകങ്ങളെഴുതിയത് ഞാനായിരിക്കുമെന്നാണെന്റെ വിചാരം. പലതിനും ഇംഗ്ലീഷ് പരിഭാഷയും വന്നിട്ടുണ്ട്. പക്ഷികളെക്കുറിച്ച് നിരവധി കഥകളെഴുതിയിട്ടുണ്ട്. എന്നാൽ പക്ഷികൾ കഥാപാത്രങ്ങളായി ഒരു നോവൽ എന്നത് എന്റെയൊരു സ്വപ്നമായിരുന്നു. ഞാൻ വായിച്ചറിഞ്ഞതും പറഞ്ഞുകേട്ടതുമായ പക്ഷിക്കഥകളൊക്കെ 'പക്ഷികളുടെ തമ്പുരാനി'ലുണ്ട്.

ലോകമെമ്പാടുമുള്ള കവിതകളിലും കഥകളിലും നോവലുകളിലും പക്ഷികളുടെ ചിറകടിയൊച്ച നിങ്ങൾ ശ്രവിച്ചിരിക്കും. എന്നാൽ പക്ഷികളുടെ തമ്പുരാൻ നിങ്ങൾക്ക് വേറിട്ട ഒരു വായനാനുഭവം തരുമെന്ന പ്രതീക്ഷയാണെനിക്കുള്ളത്. അങ്ങനെയാകട്ടെയെന്നാണെന്റെ പ്രാർത്ഥന. പക്ഷികൾ പാടാത്ത ഒരു വസന്തമെനിക്ക് സങ്കൽപ്പിക്കാനേ വയ്യ. മനുഷ്യരെ സ്വപ്നം കാണാൻ പഠിപ്പിച്ച പ്രകൃതിയുടെ പാട്ടുകാരായ പക്ഷികളെ നിരന്തരം ധ്യാനിച്ചതിന്റെ ഫലമായാണ് ഇങ്ങനെയൊരു നോവൽ പിറന്നത്. പ്രിയവായനക്കാർക്കായി നോവൽ സമർപ്പിക്കുന്നു.

എന്റെ തൈക്കാവിലെ പുരാണം, കുരുമുളകിന്റ വീട് എന്നീ നോവലുകളും ഗ്രീൻ ബുക്സിലൂടെയാണ് പുറത്തുവന്നത്. ഗ്രീൻ ബുക്സിന്റെ മാനേജിംഗ് എഡിറ്ററായിരുന്ന കൃഷ്ണദാസ് ചേട്ടന്റെ വേർപാട് ഒരു കണ്ണുനീർതുള്ളിയായി ഓർമ്മയെ നോവിക്കുന്നു. 'പക്ഷികളുടെ തമ്പുരാൻ' പ്രസിദ്ധീകരിച്ച ഗ്രീൻ ബുക്സിന്റെ പ്രവർത്തകരോട് നന്ദിയുണ്ട്. എല്ലാവർക്കും നന്മയുണ്ടാകട്ടെ എന്ന പ്രാർത്ഥനയോടെ,

സി. റഹിം

ഉള്ളടക്കം

സ്വർഗ്ഗവാതിൽ പക്ഷി

കൊടും ശൈത്യത്തെ കുടഞ്ഞെറിഞ്ഞ് കാലം തൂവൽ മിനുക്കാൻ തുടങ്ങി. ഭൂമിയിലെ പക്ഷികൾ ധ്യാനം വിട്ടുണർന്നു. വസന്തത്തിലേക്ക് പായുന്ന കാലചക്രവിടവിലൂടെ കൂട്ടം കൂട്ടമായി പക്ഷികൾ തങ്ങളുടെ വിശുദ്ധ പർവ്വതനിരകൾ നോക്കി പറന്നു.

വെൺമേഘങ്ങളെ ചുംബിച്ച് നിൽക്കുന്ന പർവ്വതനിരകൾക്കിടയിലെവിടെയോ ആണ് പക്ഷികൾ, പരമപവിത്രമെന്നു വിശ്വസിക്കുന്ന അവയുടെ പുണ്യ തീർത്ഥക്കരയുള്ളത്. സ്വർഗ്ഗലോകത്തുനിന്നുള്ള നീരുറവകളാണ് തടാകത്തെ പുണ്യതീർത്ഥമാക്കുന്നതെന്ന് പക്ഷികൾ വിശ്വസിക്കുന്നു.

അത്ഭുതമായ ഈ പുണ്യതടാക കരയിൽ ജീവിതത്തിലൊരിക്കലെങ്കിലും എത്തുകയെന്നത് ഓരോ പക്ഷിയുടെയും ജീവിതാഭിലാഷമാണ്. എന്നാൽ മഹാഭാഗ്യം സിദ്ധിച്ചിട്ടുള്ള പക്ഷികൾക്കു മാത്രമേ അതിനു കഴിയാറുള്ളൂ. കഠിനപ്രയത്നത്തിലൂടെ ആർജ്ജിക്കുന്ന ജീവശക്തിയൊന്നുകൊണ്ടു മാത്രമേ ഇക്കണ്ട ഉയരമൊക്കെ പക്ഷികൾക്ക് താണ്ടാനാകൂ. ചില മർമ്മപ്രധാനമായ കൂടിയാലോചനകൾ വേണ്ടിവരുമ്പോൾ പക്ഷിക്കൂട്ടങ്ങൾ വിശുദ്ധപർവ്വതം താണ്ടി പുണ്യതടാകക്കരയിൽ പറന്നിറങ്ങും. ഇത്തരത്തിലൊരു കൂടിയാലോചന ഇക്കഴിഞ്ഞ നൂറ്റാണ്ടുകളിലൊന്നും ഉണ്ടായതായി പക്ഷികളുടെ ഓർമ്മയിലില്ല.

ഭൂമിയിൽ ഒരുതരത്തിലും പക്ഷികൾക്ക് ജീവിക്കാൻ കഴിയാത്ത സാഹചര്യമെത്തിയിരിക്കുന്നു. പ്രപഞ്ചത്തിലെ ഈ മനോഹരമായ ജീവഗോളം നാൾകഴിയുംതോറും വാസയോഗ്യമല്ലാതാവുകയാണെന്ന് മറ്റേതൊരു ജീവിക്കും മുമ്പേ പക്ഷികൾ മനസ്സിലാക്കുന്നു. മലിനമാകാത്തതായി ഭൂമിയിൽ യാതൊന്നുമില്ലെന്ന സ്ഥിതിയാണ്. ഭൂമിയും കടലും ആകാശവും ഒരേ പോലെ മലിനമായി. മാരകവിഷവാതകങ്ങൾ ചുഴലിക്കാറ്റായി ഭൂമിക്കു മുകളിൽ വീശിയടിക്കുകയാണ്. ദുർഗന്ധപൂരിതമായ നദികളും തടാകങ്ങളും ഭൂമിയെ നരക

തുല്യമാക്കുന്നു. ഭൂമിക്കു കാവലായി നിന്ന ആകാശക്കോട്ടകളൊക്കെ തകർന്നുവീണു തുടങ്ങി. മാരകവിഷരശ്മികൾ ഭൂമിയെ കുത്തിമുറിപ്പെടുത്തുകയാണ്. മാരകമായ അണുക്കൾ ഭൂമിയുടെ മേൽ അടയിരിക്കുന്നു. ജീവമനസ്സുകൾ പാപപങ്കിലമാണ്. പ്രളയവും വരൾച്ചയും കൊടുങ്കാറ്റും പകർച്ചവ്യാധികളും സാധാരണമായിരിക്കുന്നു.

ഭൂമിയിൽ വിളയുന്ന പഴവർഗ്ഗങ്ങളൊക്കെ പൂതനയുടെ മുലഞെട്ടിൽ നിന്നിറ്റുവീഴുന്ന വിഷദ്രാവകം കണക്കെ മാരകമാണ്. മനുഷ്യർ എവിടെയും വിഷം പുരട്ടുന്നു. ഇങ്ങനെ പോയാൽ പക്ഷിവർഗ്ഗം തന്നെ ഭൂമിയിൽ നിന്ന് അപ്രത്യക്ഷമാകുന്ന ദിനം വിദൂരമല്ല. കൂട്ടവംശനാശത്തിൽനിന്ന് എങ്ങനെ രക്ഷപ്പെടാമെന്നതിനെക്കുറിച്ച് കൂടിയാലോചിക്കുന്നതിനുവേണ്ടിയാണ് പക്ഷികൾ ഒന്നാകെ തടാകക്കരയിൽ ഒത്തുകൂടുന്നത്. വസന്തകാലത്തിന്റെ സുഗന്ധം പുണ്യതടാകത്തിന്റെ പരിസരത്തെ ദേവലോകം കണക്കെ മനോഹരമാക്കിയിരിക്കുന്നു. മനുഷ്യർ തൊട്ടശുദ്ധമാക്കാത്ത ഭൂമിയാണിത്. കാട്ടുമരങ്ങളൊക്കെ പൂവിട്ടു നിൽപ്പുണ്ട്. ഇവയിൽ പലതിനെയും താഴ്വാരങ്ങളിൽ കാണാനാവില്ല. സുവർണ്ണപുല്ലുകൾ പർവ്വതമുകളിലെ വിശാലമായ താഴ്വാരത്തെ പ്രഭാപൂരിതമാക്കിയിരിക്കുന്നു. പല നിറത്തിലും വലുപ്പത്തിലുമുള്ള പുഷ്പങ്ങൾ നിറഞ്ഞ പർവ്വത താഴ്വാരങ്ങൾ കണ്ണിന് കുളിർമ്മ പകരുന്ന ദൃശ്യവിസ്മയങ്ങളാണ്.

ഇളംതെന്നലിൽ പൂക്കളൊന്നാകെ താഴ്വാരത്തേക്ക് ഒഴുകുന്നതുപോലെ ഇളകിയാടുകയാണ്. മരങ്ങളും പുഷ്പങ്ങളും കായ്കനികളും കൊണ്ട് അനുഗൃഹീതമാണ് വിശുദ്ധ പർവ്വതവും പുണ്യതടാകക്കരയുമെല്ലാം. ശിശിരത്തിൽ ഈ വിസ്മയക്കാഴ്ചകളൊക്കെ ഭൂമിക്കുള്ളിലേക്ക് ഉൾവലിയും. പാതാളലോകത്തെയവ വസന്തപൂരിതമാക്കും. വസന്തം പിറക്കുന്നതോടെ അവയൊക്കെ പുറത്തുവരും. ഓരോ വിത്തിനുള്ളിലും ഒരു വസന്തം ഒളിഞ്ഞിരിപ്പുണ്ട്. തടാകക്കരയാകെ വസന്തം കാഴ്ചയുടെ പൂരമാക്കി മാറ്റും. ഇങ്ങനെയൊരു അത്ഭുതലോകം ഭൂമിയുടെ മുകൾത്തട്ടിൽ ഉടയതമ്പുരാൻ ഒരുക്കിവച്ചിട്ടുണ്ടെന്ന് മനുഷ്യർക്കിനിയും മനസ്സിലായിട്ടില്ല. അറിവെന്നത് മുകളിൽനിന്ന് മനുഷ്യരുടെ ഉള്ളിലേക്ക് നിക്ഷേപിക്കപ്പെട്ടതു മാത്രമാണ്. വസന്തത്തിൽ മരങ്ങളും പുല്ലുകളും പൂക്കും പോലെ അതാതിന്റെ കാലമടുക്കുമ്പോൾ ഉള്ളിലെ ജ്ഞാനവും പുറത്തേക്ക് വിടരുന്നു. ഒരു ജ്ഞാനവും ആരുടേതുമല്ല. സൃഷ്ടികർത്താവിന്റേത് മാത്രമാണ്.

മനുഷ്യർ ഈ പുണ്യതീർത്ഥക്കര കണ്ടെത്തിയിരുന്നുവെങ്കിൽ എപ്പോഴേ അവരിവിടം മലീമസമാക്കിയേനേ. വിശുദ്ധ പർവ്വതങ്ങൾ മനുഷ്യരിൽനിന്ന് പുണ്യദേശത്തെ ഒളിച്ചുപിടിച്ചിരിക്കുകയാണ്.

എന്നാൽ ഇത് എത്രനാൾ കഴിയുമെന്ന് പ്രവചിക്കാനാവില്ല. മനുഷ്യർ ഏതു നിമിഷവും ഇവിടേക്കും വന്നുകൂടായ്കയില്ല. ആകാശ ഗോളങ്ങളിൽ പോലും മനുഷ്യരെത്തിക്കഴിഞ്ഞു. തടാകവും പരിസരവും സുവർണ്ണപ്രഭയിൽ കുളിച്ചുനിൽക്കുകയാണ്. തടാകത്തിന് മുകളിൽ വെൺമേഘം കുടപിടിച്ച് കുലീനമായൊരു ആഢ്യത്വം അതിന് നൽകുന്നുണ്ട്. മഞ്ഞുമൂടിയ പർവ്വതനിരകൾ കോട്ടപോലെ തടാകത്തെ പൊതിഞ്ഞു നിൽക്കുകയാണ്. വസന്തത്തിലും ഇവിടെ മഞ്ഞുവീഴ്ച സാധാരണമാണ്. കാലാവസ്ഥ പ്രവചനാധീതമാണ്. ആകാശത്തിന്റെ ഏതോ കോണിൽനിന്ന് പുകമഞ്ഞ് കണക്കേ സ്വർഗ്ഗീയ ജലധാര തടാകത്തിലേക്ക് ഇറ്റിറ്റു വീണുകൊണ്ടിരുന്നു. പക്ഷിക്കണ്ണുകൾ എത്തുന്നതിനു മുകളിൽ ആകാശഗംഗയ്ക്കും അപ്പുറത്തെ പാലാഴിയിൽ നിന്നാണീ പവിത്രജലം പുണ്യതടാകത്തിലേക്ക് എത്തിച്ചേരുന്നതെന്ന് പക്ഷികൾ വിശ്വസിച്ചു.

ഹരിതനീലിമയാർന്ന പുണ്യതടാകം കണ്ണെത്താദൂരത്തോളം പരന്നുകിടന്നിരുന്നു. ദൂരക്കാഴ്ചയിൽ അതൊരു നീലഗോളമായി പക്ഷികൾക്കു തോന്നി. മധ്യേഷ്യയിൽ നിന്നു വരുന്ന കൊറ്റികളുടെ പച്ചകലർന്ന നീലക്കണ്ണുകളുടെ നിറമായിരുന്നു പുണ്യതടാകത്തിന്റേത്. ഭൂമിയുടെ കണ്ണാണ് ഈ തടാകമെന്ന് പക്ഷികളുടെ പൂർവ്വികർ പാടിയതെത്ര ശരിയായിരുന്നുവെന്ന് ഇവിടെയെത്തുന്ന പക്ഷികൾ വാലുകുലുക്കി സമ്മതിച്ചുപോകും.

ഇണയുടെ നയനങ്ങളിലേക്ക് വികാരവായ്പോടെ നോക്കുമ്പോൾ അതിനുള്ളിലെ സ്ഫടിക വാതിലുകൾ ഒന്നൊന്നായി തുറന്ന് ആഴങ്ങളിലേക്ക് കൂപ്പുകുത്തും പോലത്തെ ഒരനുഭവമാണ് ഈ പുണ്യതടാകത്തിലേക്ക് നോക്കുമ്പോഴും പക്ഷികൾക്ക് അനുഭവപ്പെടുക. വിശ്വപ്രണയത്തിന്റെ നിത്യസ്മാരകമാണീ തടാകം. പുണ്യതടാകത്തിൽനിന്ന് ഒരു കൊക്കു വെള്ളം കുടിക്കാനാവുകയെന്നത് ഏതൊരു പക്ഷിയുടെയും ജീവിതാഭിലാഷത്തിൽപ്പെട്ടതാണ്. സ്വർഗ്ഗീയാനുഭൂതി നുകർന്ന് പുണ്യതടാകത്തിൽ ഒന്നു നീരാടാൻ കഴിയുകയെന്നതും പക്ഷികളുടെ ജീവിതധന്യതയാണ്.

ഭൂമിയിലെ പതിനായിരക്കണക്കിന് പക്ഷിജാതികളിൽ വളരെ കുറച്ചു പക്ഷികൾക്ക് മാത്രമേ ഈ അനുഗ്രഹം അനുഭവിക്കാനുള്ള മഹാഭാഗ്യം ലഭിച്ചിട്ടുള്ളൂ. എങ്കിലും ഓരോ പക്ഷിയും തങ്ങളുടെ നിത്യേനയുള്ള സന്ധ്യാപ്രാർത്ഥനകളിൽ ഈ ആഗ്രഹവും നീട്ടിപ്പാടും തങ്ങളുടെ ജീവിതത്തിൽ ലഭിക്കാവുന്ന നിർവൃതിദായകമായ അനുഭൂതിക്കായുള്ള പ്രാർത്ഥന. എല്ലാ പാപങ്ങളും കഴുകിക്കളഞ്ഞ് ദേവലോകപക്ഷിയായി പുനർജനിക്കാനുള്ള പ്രപഞ്ചത്തിന്റെ നിഗൂഢ ജാലകമാണീ പുണ്യതടാകമെന്ന് പക്ഷികൾ വിശ്വസിച്ചു.

ഭൂമിയുടെ സൃഷ്ടിക്കു മുമ്പേ അന്തരീക്ഷത്തിൽ ഈ പുണ്യ തടാകം സൃഷ്ടിക്കപ്പെട്ടിരുന്നു. പുണ്യതടാകത്തിന് ചുറ്റും പിന്നീട് പ്രപഞ്ചസ്രഷ്ടാവ് ഭൂമി സൃഷ്ടിക്കുകയായിരുന്നുവെന്നും പക്ഷികളുടെ വേദപുസ്തകം വെളിപ്പെടുത്തുന്നു. വിത്തിനെ പൊതിഞ്ഞ് അതിന്റെ മാംസളമായ കായ വളരുന്ന പോലെയാണിത്.

പുണ്യതടാകമില്ലാതെ ഭൂമിക്ക് നിലനിൽപ്പില്ല. ഭൂമിയുടെ ഉൺമ യാണ് പുണ്യതടാകം. പഞ്ചഭൂതനിർമ്മിതമായ ശരീരരൂപികൾക്ക് ഭൂമിയിൽ ജീവിക്കാം. സൂക്ഷ്മഭൂതരൂപികളായ ജീവികൾക്ക് ജീവി ക്കാൻ പ്രപഞ്ചത്തിൽ വേറെ നിരവധി ഗോളങ്ങളുണ്ടെന്നും പക്ഷി വേദത്തിലുണ്ട്. ഭൂമിയിലെ പക്ഷികൾ പരിണമിച്ച് ദേവലോകപക്ഷി കളായി മാറുന്നു. പാലും തേനും ഒഴുകുന്ന സ്വർഗ്ഗീയ ആരാമങ്ങളിൽ സ്വർഗ്ഗീയനാദം പൊഴിച്ച് പക്ഷികൾ പറന്നുല്ലസിക്കുന്നു. പൂമ്പൊ ടിയും പൂന്തേനും ഇഷ്ടംപോലെ ഭുജിച്ച് ജരാനരകളില്ലാതെ പക്ഷി കൾ അവർ ആഗ്രഹിക്കുന്ന കാലയളവത്രെയും അവിടെ കഴിയുന്നു. ഇങ്ങനെ മോഹിപ്പിക്കുന്ന വാഗ്ദാനങ്ങളാണ് പക്ഷിവേദം വാഗ്ദാനം ചെയ്യുന്നത്.

എന്നാൽ ജീവിതത്തിന്റെ പരീക്ഷണശാലയായ ഭൂമിയിൽ പക്ഷി കൾ നേരോടും നെറിയോടും ജീവിക്കണം. പക്ഷിവേദം അനുസരി ച്ചുള്ള ധർമ്മങ്ങളൊക്കെ നിറവേറ്റണം. എങ്കിൽ മാത്രമേ ദേവലോക പക്ഷികളായി പരിണമിക്കുകയുള്ളൂ. പക്ഷിവേദത്തെ നിഷേധിക്കുന്ന അവിശ്വാസികളായ പക്ഷികൾക്ക് കഠിനമായ ശിക്ഷകൾ പ്രകൃതി ഒരുക്കിവച്ചിട്ടുണ്ട്. പക്ഷികളെ ജീവനോടെ ചുട്ടുപൊള്ളിച്ചും മാരക മായി മുറിവേൽപ്പിച്ചും നിരന്തരം പീഡിപ്പിക്കുന്ന പക്ഷിനരകം ആകാശഗോളങ്ങളിലെവിടെയോ ഉണ്ട്.

ദേവലോകപക്ഷികളെ കണ്ടുമുട്ടാനുള്ള സുവർണ്ണാവസരമാണ് വിശുദ്ധപർവ്വതനിരകളിൽ ലഭിക്കുന്നത്. ചില പൗർണ്ണമി രാവുകളിൽ ദേവലോകപക്ഷികൾ വിശുദ്ധപർവ്വതത്തിൽ പറന്നിറങ്ങും. അപ്പോൾ ആകാശം മുഴുവൻ ഹൃദ്യമായ സുഗന്ധത്താൽ നിറയും. പുണ്യ തടാകത്തിൽ കൂട്ടംകൂട്ടമായി ദേവലോക പക്ഷികൾ നീരാടാനായി എത്തുന്നത് പൂർവ്വികരായ പക്ഷികൾ കണ്ടിട്ടുണ്ട്.

അഴകിലും നാദത്തിലും അവയെ കവച്ചുവെയ്ക്കാൻ ഭൂമിയിലെ ഒരു പക്ഷിക്കും കഴിയില്ല. പേർഷ്യയിലെ പക്ഷികൾ പണ്ട് തങ്ങളുടെ ആത്മീയ നേതാവായ സിമോർഗിനെത്തേടി യാത്ര പുറപ്പെട്ടില്ലേ? എല്ലാം തികഞ്ഞവനായ പക്ഷിരാജന്റെ സദസ്സിൽ അവ അന്ധാളിച്ചു നിന്നില്ലേ? പരലോക പക്ഷികളുടെ സാമീപ്യം പക്ഷികൾക്കതേ വിസ്മയമാണ് നൽകുന്നത്. നിലാവേത്, ദേവലോക പക്ഷിയേതെന്ന് പോലും സാധാരണ പക്ഷികൾ തിരിച്ചറിയണമെന്നില്ല. അത്ര കണ്ട്

നേർത്ത തൂവലുകളാണവയുടേത്. ദേവലോക പക്ഷികളെ ധ്യാനിച്ച് പുണ്യതടാകക്കരയിൽ കഴിയുന്ന ചില പക്ഷികൾക്ക് അവയെ കാണാനുള്ള ഭാഗ്യം ഉണ്ടായിട്ടുണ്ട്. ദേവലോകപക്ഷികളുടെ സാമീപ്യത്തിൽ തടാകമൊന്നാകെ അത്ഭുതമായ തേജസ്സിൽ ജ്വലിക്കും. രാവ് അസ്തമിക്കുവോളം നിലാവെളിച്ചത്തിൽ ദേവലോകപക്ഷികൾ പുണ്യതടാകത്തിൽ നീരാടും.

സ്വർഗ്ഗവാതിൽ തുറന്നുവരുന്ന ഈ പക്ഷികളൊക്കെ ആകാശത്ത് ഉറങ്ങി കിടക്കുന്ന മേഘങ്ങളിലാണ് കൂടൊരുക്കുന്നതെന്ന് വിശ്വസിക്കപ്പെടുന്നു. ഇങ്ങനെയുള്ള ദേവലോകപക്ഷികൾ നീരാടാനെത്തുന്ന പുണ്യനദിയിൽ ഒന്നു മുങ്ങിനിവരാൻ കഴിയുകയെന്നത് എത്രമാത്രം പുണ്യമാണ്. ഇതിൽപ്പരം ഒരു ആത്മനിർവൃതി ഭൂമിയിലെ പക്ഷികൾക്ക് വേറെ പ്രതീക്ഷിക്കാനുണ്ടോ?

വിശുദ്ധ തടാകത്തെ തഴുകി ഒഴുകുന്ന കാറ്റിൽ പറ്റിപിടിച്ച പുണ്യജലബിന്ദുക്കൾ മഞ്ഞുമായി കൂടിക്കലർന്ന് താഴ്‌വാരത്തേക്ക് പെയ്യുന്നുണ്ട്. പുണ്യനദിയായി അത് കുതിച്ചു ഭൂമിയിലേക്ക് പതിക്കുന്നു. ഈ പുണ്യനദിയിൽ മുങ്ങിക്കുളിച്ചാണ് മനുഷ്യർ ആത്മനിർവൃതി തേടുന്നത്. ജീവവാഹിനിയായ ഈ പുണ്യനദിയിന്ന് മരണവാഹിനിയായാണ് ഒഴുകുന്നത്. അതിനെ കാളകൂടവിഷമയമാക്കി മനുഷ്യർ മാറ്റിക്കഴിഞ്ഞു.

ഭൂമിയിൽ എത്രയെത്ര യുഗങ്ങൾ കടന്നുപോയിരിക്കുന്നു. പക്ഷികൾക്ക് ഇതുപോലൊരു ജീവിതപ്രതിസന്ധി ഈ അടുത്തകാലത്തൊന്നും ഉണ്ടായിട്ടില്ല. പക്ഷിവർഗ്ഗത്തിന്റെ നിലനിൽപ്പിനെക്കുറിച്ച് കൂടിയാലോചിക്കാനായാണ് ഭൂമിയുടെ നാനാഭാഗത്തുനിന്ന് പക്ഷികൾ ഈ പുണ്യതീർത്ഥക്കരയിൽ ഒത്തുചേർന്നിരിക്കുന്നത്. ഒന്നോർത്താൽ പക്ഷികൾക്കു മാത്രമായി ഈ ഭൂമിയിൽ ജീവിക്കാനാകുമോ?

പക്ഷികളുടെ സമ്മേളനം

ഭൂമിയുടെ സുസ്ഥിരമായ നിലനിൽപ്പിനെക്കുറിച്ചുള്ള കൂടിയാലോചനയ്ക്കായാണ് പക്ഷികളിവിടെ ഒത്തുചേർന്നിരിക്കുന്നത്. വിശുദ്ധ തടാകത്തിൽ നീന്തിതുടിക്കുകയായിരുന്ന അരയന്നങ്ങൾ കൂട്ടമായി കരയിലേക്ക് നീന്തിവന്നു. എന്നിട്ട് ചർമ്മബന്ധിതമായ വിരലുകൾ കുടഞ്ഞ് ഒരുവിധം കുണുങ്ങി കുണുങ്ങി കിള്കിള്ന്ന് ശബ്ദിച്ച് മറ്റ് പക്ഷികളുടെ ശ്രദ്ധയാകർഷിച്ചുകൊണ്ട് കുന്നിൻചരുവിലേക്ക് കയറി വന്നു.

ദേവലോക അരയന്നങ്ങളുടെ നേർപകർപ്പുകളാണ് തങ്ങളെന്ന അഹംഭാവത്തോടെ അവരുടെ നേതാവ് എല്ലാവരും കേൾക്കാൻ തലഉയർത്തി ഉറക്കെ വിളിച്ചുപറഞ്ഞു.

‘‘പക്ഷികുലത്തിലെ എന്റെ സഹോദരീ സഹോദരന്മാരേ...’’

പിന്നീട് എല്ലാവരും തന്റെ വാക്കുകൾ ശ്രദ്ധിക്കുന്നുണ്ടോയെന്ന് ചുറ്റും നോക്കി. എല്ലാപക്ഷികളുടെയും കണ്ണുകൾ തന്നിലേക്കാണെന്ന് ബോധ്യപ്പെട്ടപ്പോൾ സ്വരം പരമാവധി മൃദുവാക്കി അരയന്നം പറഞ്ഞു.

‘‘വളരെയധികം ത്യാഗങ്ങൾ സഹിച്ച് ഭൂമിയുടെ നാനാഭാഗത്തു നിന്നും നമ്മുടെ പുണ്യതടാകക്കരയിൽ എത്തിച്ചേർന്ന നിങ്ങളോരോരുത്തരെയും ഞാൻ സ്വാഗതം ചെയ്യുന്നു.’’

ഇത് കേട്ട് ചില കൊറ്റികൾ കൊക്കുകൾ കൂട്ടിയടിച്ചു ആരവം മുഴക്കി. വർണ്ണകൊക്കുകളുടെയും മറ്റും കൊക്കടിക്കുവേണ്ടി ഒരു നിമിഷം പ്രസംഗം നിർത്തിയിട്ട് തുടർന്നു

‘‘പക്ഷികൾ വിവിധ ഗോത്രങ്ങളും ജാതികളുമായി ലോകമെമ്പാടും ഭിന്നിച്ചുകഴിയുകയാണ്. ഒരേ പൂർവ്വമാതാവിൽ നിന്നും പിതാവിൽ നിന്നും ഉണ്ടായവരാണ് ഇക്കാണുന്ന പക്ഷികളെല്ലാംതന്നെ. എന്നാൽ ഈ സത്യം പക്ഷികൾ മറന്നിരിക്കുകയാണ്.’’

മരക്കൊമ്പിലിരുന്ന മൂങ്ങകൾ അത് കേട്ട് അർത്ഥംവെച്ചൊന്ന് മൂളി.'' ഗുംഗും...

''ഭാഷയിലും വേഷത്തിലും ആഹാരത്തിലും വിഭിന്നരായി പരസ്പരം കണ്ടാൽ തിരിച്ചറിയാൻ കഴിയാത്തവിധം പക്ഷികൾ മാറിക്കഴിഞ്ഞു.''

ഒരു നിമിഷം തന്റെ പ്രസംഗം നിർത്തി അരയന്നം ചുറ്റും കൂടിയിരിക്കുന്ന പക്ഷികളെയൊന്ന് കണ്ണോടിച്ചു. തൂലികവാലുകളുള്ള കറമ്പൻപക്ഷി മുന്നോട്ട് വന്ന് അരയന്നത്തിന്റെ പ്രസംഗം മറ്റ് പക്ഷികൾക്ക് മനസ്സിലാക്കാനായി തർജ്ജമ ചെയ്തു കേൾപ്പിച്ചു. പക്ഷികളുടെ ഇടയിലെ ഒട്ടുമിക്ക ഭാഷകളും പഠിച്ചിട്ടുള്ള ഭാഷാപണ്ഡിതവർഗ്ഗമാണ് കാടുമുഴക്കികളുടേത്. വിവിധജാതി പക്ഷികൾ ഒത്തുകൂടുമ്പോൾ അവയ്ക്കിടയിലെ പരിഭാഷകരായി വരാറുള്ളത് കാടുമുഴക്കികളാണ്.

''പക്ഷികൾക്ക് ഒരു പൊതുഭാഷ ഉണ്ടാകേണ്ടിയിരുന്നു. കാക്കത്തൊള്ളായിരം ഭാഷകളിലാണ് പക്ഷികളൊക്കെ ഇന്ന് സംസാരിക്കുന്നത്. കാക്കകളുടെ ഇടയിൽ ഒരു നിയമം, അരയന്നങ്ങളുടെ ഇടയിൽ മറ്റൊരു നിയമം. കഴുകനും ഉപ്പൂപ്പനും കടൽകാക്കകൾക്കും മയിലുകൾക്കും കുരുവികൾക്കും തുടങ്ങി ഇക്കാണുന്ന പക്ഷിജാതികൾക്കൊക്കെ അവരുടേതായ നിയമങ്ങളാണുള്ളത്. ഇതിനൊക്കെ ഒരു മാറ്റം ഉണ്ടാകേണ്ടതല്ലേ? നമ്മളൊന്നല്ലേ?'' എന്നിങ്ങനെ ഉച്ചത്തിൽ ചോദിച്ചുകൊണ്ട് അരയന്നം ചുറ്റും നോക്കി.

തർജ്ജമക്കാരനായ കാടുമുഴക്കി ഉച്ചത്തിൽ ചിലച്ചുകൊണ്ടിരുന്നു. പക്ഷികളിൽനിന്ന് പ്രതീക്ഷിച്ച പ്രതികരണമൊന്നും ഉണ്ടാകുന്നില്ലെന്ന് കണ്ട് അരയന്നം സംസാരം വീണ്ടും തുടർന്നു. ''ഭൂമിയിൽ പക്ഷികളുടെ അവകാശങ്ങൾ സംരക്ഷിച്ചു കിട്ടണമെങ്കിൽ നമ്മളെല്ലാവരും ഒന്നെന്ന് മറ്റ് ജീവിവർഗ്ഗങ്ങളെ ബോധ്യപ്പെടുത്തേണ്ടതുണ്ട്. നേതൃത്വമില്ലാതെ പക്ഷികളൊക്കെ തോന്നിയതുപോലെ ജീവിക്കുകയാണ്. ഇങ്ങനെ പോയാൽ പക്ഷികൾ ഭൂമുഖത്തുനിന്ന് അപ്രത്യക്ഷമാകുന്ന കാലം അതിവിദൂരമല്ല. ശത്രുക്കൾക്ക് നമ്മളെ വേഗത്തിൽ കീഴ്പ്പെടുത്തുവാൻ കഴിയും. നമുക്ക് ഒരു പൊതുവായ നേതാവ് ഉണ്ടാകണം. നമ്മളിവിടെ സമ്മേളിച്ചിരിക്കുന്നതുതന്നെ ഒരു നേതാവിനെ തെരഞ്ഞെടുക്കാനും ആ നേതാവിന് കീഴിൽ ഒരു പൊതുനിയമം അനുസരിച്ച് പക്ഷികൾ അടുക്കും ചിട്ടയോടുകൂടി ജീവിക്കാനുമാണ്. ഭൂമിയിൽ പക്ഷികൾക്ക് ജീവിക്കാനുള്ള അവകാശം നേടിയെടുക്കാനാണ്. മറ്റ് ജീവിവർഗ്ഗങ്ങളെ നോക്കൂ. അവയെല്ലാം സംഘടിതരാണ്. ലോകത്തെവിടെയുള്ള കടുവകളും ഒരേ ഭാഷ സംസാരിക്കുന്നു. ഒരേ നിയമം അനുസരിച്ചു ജീവിക്കുന്നു.

ഇങ്ങനെ ആനയ്ക്കും കുതിരയ്ക്കും മാനിനും മുയലിനും ഒരു പൊതുനിയമമുണ്ട്. മനുഷ്യർ സംഘടിതരാണ്. പൊതുവായ കാര്യങ്ങൾ അവർ ഒരുമിച്ചിരുന്നു ചർച്ച ചെയ്തു പരിഹരിക്കുന്നു.

എന്നാൽ ഭൂമിയുടെ യഥാർത്ഥ അവകാശികളായ പക്ഷികളെ അവർ നശിപ്പിക്കുന്നു. പക്ഷികളെ മാത്രമല്ല. മനുഷ്യരുടെ അതിക്രമത്തിനിരയാകാത്ത ജീവിവർഗ്ഗങ്ങളൊന്നും തന്നെയില്ലെന്ന് പറയാം. ഭൂമിയെ ഇങ്ങനെ നശിപ്പിക്കാൻ മനുഷ്യർക്കെന്ത് അവകാശമാണുള്ളത്. മറ്റൊരു ജീവിയും ഈ ഭൂമുഖത്ത് ജീവിക്കേണ്ടെന്നാണോ മനുഷ്യരുടെ വിചാരം? ഈ ഭൂമിക്കുമേൽ മനുഷ്യരേക്കാൾ അവകാശം പക്ഷികൾക്കുണ്ട്. മറ്റു ജീവിവർഗ്ഗങ്ങൾക്കുണ്ട്. മനുഷ്യർ ഈ ഭൂമുഖത്ത് പ്രത്യക്ഷപ്പെടുന്നതിനു എത്രയോ യുഗങ്ങൾക്ക് മുമ്പ് നമ്മളിവിടെയുണ്ട്. അതെത്ര സുന്ദരസുരഭിലകാലമായിരുന്നു. പക്ഷികളായിരുന്നു അന്ന് ഭൂമി അടക്കിവാണിരുന്നത്. മനുഷ്യൻ പക്ഷികളുടെ അധികാരമൊക്കെ കവർന്നെടുത്തു. എന്നിട്ട് പക്ഷികളെ നിർദ്ദാക്ഷിണ്യം നശിപ്പിച്ചുകൊണ്ടിരിക്കുന്നു. ഇതിനൊക്കെ ഒരറുതി ഉണ്ടാകാൻ നമുക്കൊരു നേതാവുണ്ടാകണം. ദേവകന്യകമാരെപ്പോലും നൃത്തം പഠിപ്പിക്കുന്ന നാട്യശാസ്ത്രത്തിന്റെ ആചാര്യരെന്ന നിലയിൽ പക്ഷികളുടെ നേതാവായിരുന്ന് നിങ്ങളെല്ലാവരെയും സേവിക്കാൻ എനിക്ക് സമ്മതമാണെന്ന് ഈ അവസരത്തിൽ എന്റെ രക്തത്തിന്റെ രക്തമായ പ്രിയസഹോദരങ്ങളെ അറിയിക്കാൻ ആഗ്രഹിക്കുന്നു.''

എല്ലാ പക്ഷികളും തന്റെ പ്രസംഗം ആസ്വദിക്കുകയും തന്നെ നേതാവായി അംഗീകരിക്കുകയും ചെയ്യുമെന്ന പ്രതീക്ഷയിൽ അരയന്നം തന്റെ സർവ്വപ്രൗഢിയും പുറത്തെടുത്ത് നെഞ്ചുവിരിച്ചു നിന്നു. കൂട്ടച്ചിറകടിക്കായി കാതോർത്തു, പ്രതീക്ഷിച്ച ആരവമൊന്നും പക്ഷിക്കൂട്ടത്തിൽനിന്നുണ്ടായില്ല.

''നേരെചൊവ്വേ നടക്കാൻപോലും കഴിവില്ലാത്ത, പൗരുഷം തീരെയില്ലാത്ത അരയന്നങ്ങൾക്കെങ്ങനെ പക്ഷിവർഗ്ഗത്തിന്റെ നേതാവായിരിക്കാൻ കഴിയും?'' ദേവദാരുവൃക്ഷക്കൊമ്പിലിരുന്നു കഴുകൻ ചോദിച്ചു.

തൂവൽ കൊഴിഞ്ഞുപോയ തന്റെ കഴുത്ത് ചുഴറ്റി കഴുകൻ ചുറ്റുപാടുമൊന്നു നോക്കി തന്റെ വാക്കുകളുടെ പ്രതികരണം ആരാഞ്ഞു കണ്ണു കൂർപ്പിച്ചു തലതാഴ്ത്തി കള്ളഭാവത്തോടെയായിരുന്നു.

കഴുകന്റെ വാക്കുകളെ പിന്തുണയ്ക്കുംപോലെ പരുന്തുകളുടെ കൂട്ടത്തിൽ നിന്നൊരാരവം ഉയർന്നു. കഴുകനത് ആവേശം പകർന്നു. അത് ശബ്ദം കാറി തുപ്പി പറഞ്ഞു.

''ഏതുയരത്തിൽ പറക്കാനും ഏതു വലിയ ശത്രുവിനെ കീഴ്പ്പെടുത്താനും കഴിവുള്ളവർ പക്ഷിക്കൂട്ടത്തിൽ ഞങ്ങൾ മാത്രമേയുള്ളൂ. പക്ഷികളുടെ നേതാവായിരിക്കാൻ ഞങ്ങൾക്ക് മാത്രമാണ് അവകാശമുള്ളത്.''

''ചത്ത മൃഗങ്ങളുടെ മാംസം തിന്നു കഴിയുന്ന നികൃഷ്ടപക്ഷികളായ കഴുകന് പക്ഷികളുടെ നേതാവായിരിക്കാൻ എന്തുയോഗ്യതയാണുള്ളത്?'' പരമപുച്ഛത്തോടെ അരയന്നം തിരിച്ചടിച്ചു.

അരയന്നത്തെ പിന്തുണച്ച് ഹംസവർഗ്ഗക്കാരായ പക്ഷികൾ ചിറകടിച്ച് ഒരാരവം മുഴക്കി. കഴുകനോട് ശത്രുതയുണ്ടായിരുന്ന ദുർബലരായ മറ്റ് ചില പക്ഷിവർഗ്ഗങ്ങളും അരയന്നത്തിന് പിന്തുണ നൽകി. കാവി പുതച്ച് ഒരു മരക്കൊമ്പിലിരുന്ന ഗരുഡൻ കൗശലപൂർവ്വം ചുറ്റുപാടുമൊന്നുഴിഞ്ഞു. എന്നിട്ട് വിളിച്ചു പറഞ്ഞു.

''നിങ്ങളെന്റെ കഴുത്തിലേക്ക് ഒന്നു നോക്കുക. ഈ വെൺപട്ട് തൂവലുകൾ കണ്ടോ? ഭൂലോകസംരക്ഷകനായ മഹാവിഷ്ണുവിന്റെ വാഹനമായ ഗരുഡന്റെ ബന്ധുവാണ് ഞാൻ. ദേവന്മാരുടെ ദേവനായ മഹാവിഷ്ണു തന്റെ വാഹനമായി ഞങ്ങളെ തിരഞ്ഞെടുക്കണമെങ്കിൽ പക്ഷിവർഗ്ഗത്തിൽ ഞങ്ങൾക്കുള്ള സ്ഥാനം ഞാനിവിടെ എടുത്തുപറയേണ്ടതില്ലല്ലോ. പണ്ട് ദേവന്മാരും അസുരന്മാരും ചേർന്ന് പാലാഴി കടഞ്ഞതോർമ്മയില്ലേ. ദേവന്മാർ ഒളിപ്പിച്ചുവച്ച അമൃത് അവരൊരുക്കിയ എല്ലാ പ്രതിബന്ധങ്ങളും തരണം ചെയ്ത് എടുത്തുകൊണ്ടുവരാൻ ഗരുഡനാണ് കഴിഞ്ഞത്. ശക്തികൊണ്ടു മാത്രം ആർക്കും നേതാവായിരിക്കാനാവില്ല. ജ്ഞാനവും ധീരതയും ത്യാഗവും ഒത്തുചേർന്നാൽ മാത്രമേ നല്ലൊരു നേതാവുണ്ടാകൂ. സന്ദർഭങ്ങളുടെ പ്രാധാന്യം അറിഞ്ഞ് പ്രവർത്തിക്കാൻ കഴിയണം.

സകലപക്ഷികളേയും തങ്ങളുടെ യജമാനന്മാരായി കണ്ട് സേവിക്കാനുള്ള കഴിവുള്ളവരാണ് യഥാർത്ഥ നേതാക്കൾ. ഒരിക്കൽ മഹാവിഷ്ണുവിന് അടിയന്തരമായി ദേവലോകത്തുനിന്നു മറ്റൊരു ലോകത്ത് എത്തേണ്ടതുണ്ടായിരുന്നു. മഹാവിഷ്ണു ഗരുഡനോടാണ് സഹായം അഭ്യർത്ഥിച്ചത്. മഹാവിഷ്ണുവിന്റെ മനസ്സറിഞ്ഞ് നിമിഷനേരംകൊണ്ട് അദ്ദേഹത്തെ എത്തേണ്ടിടത്ത് എത്തിച്ചു. ഇതിൽ സംപ്രീതനായ ഭഗവാൻ തന്റെ രണ്ടാം മുണ്ടെടുത്ത് ഗരുഡന്റെ തോളിൽ അണിയിച്ചിട്ടു അരുളി ചെയ്തു. ''ഈ സമ്മാനം തലമുറ തലമുറയായി ധരിച്ചുനടക്കാൻ അനുവദിച്ചിരിക്കുന്നു.'' അങ്ങനെയാണ് ഞങ്ങൾക്കീ വെൺതൂവലുകൾ മാറത്തുണ്ടായത്. ഞങ്ങളുടെ കഴിവിന് ഇതിൽപ്പരം ഒരു തെളിവ് വേണോ?'' ഗരുഡൻ ഉറക്കെ ചോദിച്ചുകൊണ്ട് തന്റെ കൂർത്ത് വളഞ്ഞ ചുണ്ടുകൾ ചുറ്റുമൊന്ന് ചുഴറ്റി.

കണ്ണുകൾ പമ്പരംപോലെ കറങ്ങി. എന്നിട്ട് ശബ്ദം പൗരുഷപ്പെടുത്തി പറഞ്ഞു. “മനുഷ്യരെ പക്ഷികളുടെ ശത്രുക്കളായി ഞാൻ കാണുന്നില്ല. അവരിലെ അജ്ഞതയാണ് പക്ഷികളുടെ യഥാർത്ഥ ശത്രു. മനുഷ്യരിൽനിന്ന് അജ്ഞത നീങ്ങുന്നതോടെ അവർ പക്ഷിവർഗ്ഗത്തിന്റെ മിത്രങ്ങളായിത്തീരും. മനുഷ്യരുടെ കണ്ണിലെ മറ നീക്കണം. അവരുടെ ഹൃദയത്തിലെ മതിൽ പൊളിക്കണം. പക്ഷികളെപ്പോലെ ആകാശത്തുനിന്ന് ഭൂമിയിലേക്ക് നോക്കാൻ മനുഷ്യരെ പഠിപ്പിക്കേണ്ടിയിരിക്കുന്നു. അവരിലെ സ്വാർത്ഥതയെ ആകാശനോട്ടം ചിലപ്പോൾ അലിയിച്ചുകളയാനിടയുണ്ട്. ആകാശത്തിൽ തൂങ്ങിക്കറങ്ങുന്ന ഒരു ജീവഗോളമാണ് ഈ ഭൂമിയെന്ന ചിന്ത മനുഷ്യർ മറക്കുന്നതാണ് എല്ലാ കുഴപ്പങ്ങൾക്കും കാരണം.

സർവ്വജീവികൾക്കും അഭയം ഈ ഭൂമി മാത്രമാണ്. ചന്ദ്രമണ്ഡലത്തിൽ ദേവലോകപക്ഷികൾക്ക് വേണമെങ്കിൽ പറന്നിറങ്ങാം. പഞ്ചഭൂതനിർമ്മിതമായ നമുക്കതിനുള്ള കഴിവില്ല. വായു, അഗ്നി, ജലം, മണ്ണ്, ആകാശം എന്നിവയിൽ നമ്മൾ ബന്ധിതരാണ്. ഇവയിൽ ഏതെങ്കിലും ഒന്നിന്റെ ശക്തിക്ഷയം പക്ഷികളുടെ ജീവനെ ബാധിക്കും. പഞ്ചഭൂതങ്ങൾ മലിനപ്പെട്ടാൽ ജീവജാലങ്ങൾ ചീയും. ഭൂമിയിലെ സർവ്വചരാചരങ്ങളും മനുഷ്യനുൾപ്പെടെ ഈ പഞ്ചഭൂതങ്ങളുടെ തടവിലാണ് കഴിയുന്നത്. പഞ്ചഭൂതങ്ങളെ ഉപാസിക്കാതെ അവയ്ക്കൊന്നും നിലനിൽപ്പില്ല. പഞ്ചഭൂതങ്ങളിൽ നിന്ന് എപ്പോൾ നമ്മൾ മോചിപ്പിക്കപ്പെടുന്നോ അപ്പോൾ മുതൽ നമ്മൾ പക്ഷികളല്ലാതായിത്തീരും. പഞ്ചഭൂതങ്ങളെ പരിവർത്തിപ്പിച്ച് നമുക്ക് ദേവലോകപക്ഷികളായി മാറാൻ കഴിയും. ഭൂതങ്ങളെ നിർമ്മിക്കാനാവില്ലെങ്കിലും അവയെ മാറ്റിമറിക്കാനാവും. നമ്മുടെ പിതാമഹന്മാരായ പക്ഷികൾക്ക് ഈ ജീവരഹസ്യത്തെക്കുറിച്ച് അറിവുണ്ടായിരുന്നു.

കഠിന വ്രതത്തിലൂടെ പദാർത്ഥത്തെ ഒരവസ്ഥയിൽ നിന്ന് മറ്റൊരവസ്ഥയിലേക്കവർ പരിവർത്തിപ്പിച്ചിരുന്നു. ഭൂമിയിലെ പക്ഷികൾ ദേവലോകപക്ഷികളായി മാറുന്ന അത്ഭുതവിദ്യയാണത്. ദേവലോകപക്ഷികളായി ഇങ്ങനെ പരിവർത്തനവിധേയമാക്കുന്ന രാസവിദ്യ എപ്പോഴോ പക്ഷികൾക്ക് കൈമോശം വന്നു. ലൗകികമായ ഭൂതാസക്തികൾ പക്ഷികളെ മണ്ണിലേക്ക് വലിച്ചു താഴ്ത്തിക്കൊണ്ടിരിക്കുന്നു. പറക്കാനുള്ള ശേഷിപോലും നഷ്ടപ്പെട്ട് മനുഷ്യരുടെ അടിമകളായിപോലും പക്ഷികൾ കഴിയുന്നുണ്ടെന്ന് ഓർക്കണം. നമുക്ക് പ്രകൃതി നൽകിയിരിക്കുന്ന സിദ്ധികൾ പരിപോഷിപ്പിക്കുമ്പോഴാണ് നമ്മൾ യഥാർത്ഥ പക്ഷികളായിത്തീരുന്നത്. വളർത്തുതാറാവുകളെയും കോഴികളെയും കണ്ടില്ലേ? അവയൊക്കെ പറക്കുന്നതെന്നേ

മറന്നുകഴിഞ്ഞു. അവയ്ക്കൊരിക്കലും ഈ പുണ്യഭൂമിയിൽ പറന്നെത്താനാവില്ല. ഇട്ടാവട്ടത്തിൽ കഴിയാനാണ് അവയുടെ വിധി. ഉപയോഗിക്കാത്ത അവയവങ്ങൾ പ്രകൃതി തിരിച്ചെടുക്കും. യന്ത്രങ്ങൾക്കടിമകളായിക്കൊണ്ടിരിക്കുന്ന മനുഷ്യരും താമസിയാതെ മാനുഷികഗുണമില്ലാത്തവരായി അധഃപതിക്കാൻ പോവുകയാണ്. അവരത് അറിയില്ലെന്നു മാത്രം. പ്രലോഭനങ്ങളെ അതിജീവിക്കുകയെന്നതാണ് ഓരോ പക്ഷിയും നേരിടുന്ന വെല്ലുവിളി.

അതിശയകരമായ മനോബലമുള്ള പക്ഷികൾക്ക് മാത്രമേ ഭൂമിയിൽ നിന്നു പരിണമിച്ച് വാനിലേക്ക് ഉയർന്ന് ദേവലോകപക്ഷിയായി രൂപഭേദം മാറാനാകൂ. പക്ഷികളുടെ വിദൂരചരിത്രത്തിൽ ഇങ്ങനെ വളരെക്കുറച്ച് പക്ഷികൾക്ക് മാത്രമേ ഈ മഹാപുണ്യം നുകരാൻ കഴിഞ്ഞിട്ടുള്ളൂ. ദേവലോകപക്ഷിയായി സ്വർഗ്ഗാരോഹണം നടത്തിയിട്ടുള്ളൂ. ഗരുഡൻ വർഗ്ഗക്കാരായ ഞങ്ങളുടെ പൂർവ്വികർക്ക് അതിനുള്ള ശേഷിയുണ്ടായിരുന്നു. അതുകൊണ്ടാണല്ലോ ദേവന്മാരുടെ വാഹനമായിരിക്കാൻ ഗരുഡന് സർവ്വതാ യോഗ്യതയുണ്ടായത്. പക്ഷികളുടെ നേതാവായിരിക്കാൻ ഞങ്ങൾക്ക് ശേഷിയുണ്ട്. മണ്ടന്മാരായ മനുഷ്യർ കരുതുന്നത് ആത്മാവെന്നത് അവർക്ക് മാത്രം അവകാശപ്പെട്ടതാണെന്നാണ്. എന്നാൽ ഞാനുറപ്പിച്ച് പറയുന്നു പക്ഷികളിലും സർവ്വചാരാചരങ്ങളിലും ആത്മാവ് കുടികൊള്ളുന്നുണ്ട്. അനശ്വരമായ സത്യമാണത്. ആത്മാവിന് നാശമില്ല.''

ഗരുഡൻ ഉച്ചത്തിൽ വിളിച്ചുപറഞ്ഞു. എന്നിട്ട് ങ്ങേ ങ്ങേന്ന് സ്ത്രൈണമായി കരഞ്ഞു. പക്ഷികളുടെ ചിറകടിക്കായി കാതോർത്തു. എന്നാൽ ഗരുഡവർഗ്ഗക്കാരായ ചില പക്ഷികൾ മാത്രമാണ് അതിന് പിന്തുണച്ച് ചിറകടിച്ച് കുരവ ഉതിർത്തത്.

ഗരുഡനതിൽ വലിയ നിരാശ തോന്നി. ഇതു ശ്രദ്ധിച്ചുകൊണ്ട് രണ്ട് കുരുവികൾ അടക്കം പറഞ്ഞു. ''പ്രജകളെക്കാൾ ഉയർന്ന കഴിവും ബുദ്ധിയും നേതാവിനാവശ്യമില്ല. മനുഷ്യരുടെ ഇടയിൽ പണ്ട് ഖലീഫ ഉമറെന്നൊരു നേതാവുണ്ടായിരുന്നു. ഖലീഫ ഉമർ ഒരിക്കൽ അതിബുദ്ധിമാനായിരുന്ന ഒരു രാജാവിനെ തൽസ്ഥാനത്തുനിന്നു നീക്കിയ കഥ നിങ്ങൾ കേട്ടിട്ടുണ്ടോ?''

ഇല്ലെന്ന ഭാവത്തിൽ മറ്റു കുരുവികൾ തല കുലുക്കി. ഖലീഫ ഉമർ രാജാക്കന്മാരുടെ രാജാവായിരുന്നു. ചക്രവർത്തി. തന്റെ സാമന്തനായ അതിമിടുക്കനായ ഒരു ഭരണാധികാരിയെ രാജസ്ഥാനത്തുനിന്ന് അദ്ദേഹം നീക്കി. ഭരണത്തിൽ യാതൊരു വീഴ്ചയും വരുത്താത്ത തന്നെ രാജസ്ഥാനത്തുനിന്ന് ഖലീഫ നീക്കിയതിന്റെ പൊരുൾ എത്രയാലോചിച്ചിട്ടും അദ്ദേഹത്തിന് മനസ്സിലായില്ല. ഖലീഫയെ തന്നെ ചെന്നു കണ്ട് രാജാവ് സങ്കടമുണർത്തിച്ചു.

‘‘എന്തു കാരണത്താലാണ് തന്നെ രാജസ്ഥാനത്തുനിന്നും അങ്ങ് നീക്കിയത്? രാജാവ് ചോദിച്ചു.

അതിന് ശാന്തസ്വരത്തിൽ ഖലീഫ ഉമർ മറുപടി നൽകി. ‘‘അതി ബുദ്ധിമാനായ താങ്കളുടെ ഭരണപരിഷ്കാരങ്ങൾ മൂലം ജനങ്ങൾ കടുത്ത കഷ്ടപ്പാട് അനുഭവിക്കുകയാണ്. താങ്കളോളം ഉയർന്ന ചിന്താ ഗതിക്കാരായി അവിടുത്തെ മനുഷ്യർ വളർന്നിട്ടില്ല. പ്രജകളുടെ പ്രതീക്ഷയിലും കവിഞ്ഞ മികവ് തന്നെയാണ് താങ്കളുടെ അയോ ഗ്യത.’’

ഖലീഫ ഉമറിന്റെ വാക്കുകൾ കേട്ട് രാജാവ് നിശ്ശബ്ദനായി മടങ്ങി.

സുവർണ്ണപുല്ലുകൾക്കിടയിൽ കിടന്നിരുന്ന ചാരത്തിലെ ഓരോ അണുവും കഥ കേട്ട് ധ്യാനിക്കാൻ തുടങ്ങി.

മയിൽ

"മ്യാവോ മ്യാവൂ വൂ..."

അന്തരീക്ഷത്തെ പ്രകമ്പനം കൊള്ളിച്ചുകൊണ്ട് ഉച്ചസ്ഥായിയിൽ ഒരു ശബ്ദം അവിടാകെ മുഴങ്ങി. ചിനാർ മരക്കൊമ്പിൽ നിന്നു ഒരു വർണ്ണ പ്രപഞ്ചം ഭൂമിയിലേക്ക് ഒഴുകി വീണു. ചുറ്റും വർണ്ണരാജികൾ പ്രസരിപ്പിച്ചുകൊണ്ട് മയിൽ തന്റെ സുന്ദരമായ പീലിത്തൂവലുകൾ വിരിച്ചു നൃത്തചുവടുകൾ വച്ചു. തലയിൽ കിന്നരികെട്ടിയ തൂവലുകൾ രാജപ്രൗഢിയോടെ ഉയർന്നുനിന്നു.

നിറയെ കണ്ണുകളുള്ള പീലികൾ കുടഞ്ഞു വിറപ്പിച്ചും പക്ഷികളുടെ ശ്രദ്ധ മുഴുവൻ തന്നിലേക്കാവാഹിച്ചുകൊണ്ട് ലാസ്യതയോടെ മയിൽ ഒരു പാറക്കെട്ടിനു മുകളിലേക്ക് നടന്നുകയറിനിന്നു. പക്ഷികളെയെല്ലാം ശ്രദ്ധാപൂർവ്വം മയിൽ വീക്ഷിച്ചു. തന്റെ തവിട്ടു നിറത്തിലുള്ള അടിത്തൂവലുകൾ വിറപ്പിച്ചു മയിൽ പറഞ്ഞു.

"ഇവിടെ വന്നിരിക്കുന്ന പക്ഷികൾ സ്വയം ഒന്നു നോക്കുന്നതു നന്നായിയിരിക്കും. മയിലുകളോളം ഭംഗി മറ്റൊരു പക്ഷിക്കും അവകാശപ്പെടാനാവുമെന്നു തോന്നുന്നില്ല. ഞങ്ങൾക്ക് ഗരുഡനെ പോലെ ഉയരത്തിൽ പറക്കാൻ കഴിവില്ലായിരിക്കാം. എങ്കിലും സാമാന്യം നല്ല നിലയിൽ ഞങ്ങൾക്കും പറക്കാൻ കഴിയും. മുരുക ഭഗവാൻ തന്റെ വാഹനമായി തെരഞ്ഞെടുത്തിട്ടുള്ളത് മയിലുകളെയാണ്. സാക്ഷാൽ ശ്രീകൃഷ്ണഭഗവാൻ തന്റെ തിരുമുടിയിൽ ചൂടിയിരുന്നത് മയിൽപീലിയുമാണ്.

മനുഷ്യർ ഒരു കാലത്ത് വിവിധ മത്സരങ്ങളിൽ വിജയികളാകുന്നവർക്ക് സമ്മാനിച്ചിരുന്നത് ഞങ്ങളുടെ പീലീകളാണ്. ഭാരതത്തിലെ മനുഷ്യർ എത്ര ആദരവോടെയാണെന്നോ ഞങ്ങളെ കാണുന്നത്. അവർക്ക് ഞങ്ങൾ ശുഭശകുനമാണ്. ഭാരതീയർ അവരുടെ ദേശീയ പക്ഷിയായി തെരഞ്ഞെടുത്തിരിക്കുന്നത് ഞങ്ങളെയാണ്. പുരാതന രാജ്യമായ ഭാരതത്തിന്റെ ദേശീയ പക്ഷിയായിരിക്കാൻ കഴിയുമെങ്കിൽ

ഞങ്ങൾക്ക് പക്ഷികളുടെ നേതാവായിരിക്കാനും സർവ്വതായോഗ്യത യുണ്ട്. മഹാത്മാക്കൾ സ്വന്തം കഴിവുകൾ പറഞ്ഞു നടക്കാറില്ല. മയിലുകൾ മയിലുകളെക്കുറിച്ച് പറയേണ്ടി വരുന്നത് വലിയ കഷ്ട മാണ്. സ്വയം പുകഴ്ത്തുന്നവർ യഥാർത്ഥത്തിൽ സ്വയം ഇകഴ്ത്തു കയാണ് ചെയ്യുന്നത്. എങ്കിലും ഇവിടെ ഞങ്ങൾക്ക് പറയാനുള്ളത് പറയാതിരിക്കുന്നത് ശരിയല്ലെന്ന് തോന്നുന്നു.

ഭാരതത്തിലെ മഹാനായിരുന്ന ചക്രവർത്തി ഷാജഹാൻ മയൂര സിംഹാസനത്തിലിരുന്നാണ് തന്റെ മഹാസാമ്രാജ്യം ഭരിച്ചിരുന്നത്. മറ്റൊരു പക്ഷിയുടെ പേരിലും ഇതുപോലൊരു സിംഹാസനം ലോക ത്തെവിടെയും ഉണ്ടാക്കപ്പെട്ടിട്ടില്ല. അമൂല്യങ്ങളായ രത്നങ്ങളും വജ്രങ്ങളും സ്വർണ്ണവും ഉപയോഗിച്ചാണ് ലോകത്തിലെ അതിവിശിഷ്ട മായ ആ കലാസൗധം ഷാജഹാൻ സൃഷ്ടിച്ചത്. എങ്ങനെയാണ് ഇന്ത്യക്കാർ മയിലുകളെ ആദരിച്ചിരുന്നത് എന്നതിന് ഇതിൽപ്പര മൊരു തെളിവ് വേണോ?''

എന്നിട്ട് വീണ്ടും മ്യാവൂ മ്യാവൂ വൂന്ന് ഒന്ന് കരഞ്ഞ് ചുറ്റുംനോക്കി പറഞ്ഞു ''നേതാവിന് ഏറ്റവും അനുഗുണമായതാണ് ഘനഗംഭീര മായ ശബ്ദം. കഴുത്തിൽ മിന്നിത്തിളങ്ങുന്ന പീലികൾ എല്ലാ പക്ഷി കളും ഒന്നും ശരിക്കു കാണട്ടെയെന്ന് കരുതി ഒന്നു ഞെളിഞ്ഞു നിന്നുകൊണ്ട് പറഞ്ഞു. സൗന്ദര്യം പൂർണ്ണതയാണ്. സമ്പൂർണ്ണമായ തൊക്കെ അതീവസുന്ദരമായിരിക്കും. സുന്ദരമായതിന് സുന്ദരമായ ഹൃദയം ഉണ്ടാകും. പക്ഷികളെ മുഴുവൻ സ്നേഹിക്കാനുള്ള വിശാ ലതയുണ്ടാകും.''

മയിലിന്റെ സ്വയം പ്രശംസിച്ചുള്ള വാക്കുകൾ നീണ്ടുപോകുന്നത് കണ്ട് അരയന്നങ്ങൾ കൂട്ടത്തോടെ കിള് കിള് കിള് എന്ന് ശബ്ദിക്കാൻ തുടങ്ങി. നിതംബം കുലുക്കി ചിറകുവീശി നൃത്തചുവടുകൾ വച്ചു.

''മൃദുലളിതം മദലുളിതം, ഗുണമിളിതം, സവിലാസം.'' അരയന്ന ങ്ങളുടെ സംഗീതം ശ്രദ്ധിച്ചുകൊണ്ട് മരപ്പൊത്തിലിരുന്ന് മൂങ്ങ സ്വയം ബും... ബും... ബും... എന്ന് കളിയാക്കി ചിരിച്ചു.

''മിക്ക നേരങ്ങളിലും മൂകരായിക്കഴിയുന്ന ഹംസങ്ങൾ സംഗീതം പൊഴിക്കുന്നത് അവയുടെ മരണസമയത്താണ്. ഇതവർക്കത്ര നല്ല തിനല്ല. സുകുമാരകലകളിൽ മുഴുകി ജീവിക്കുന്നവർക്ക് ഒരിക്കലും നല്ലൊരു ഭരണാധികാരിയാവാനാവില്ല.''

മൂത്ത മൂങ്ങയുടെ ആത്മഗതം ശ്രദ്ധിച്ചുകൊണ്ട് ഇളം തലമുറ യിലെ മൂങ്ങ ചോദിച്ചു.

''മൂങ്ങകൾക്ക് എന്തുകൊണ്ട് പക്ഷികളുടെ നേതാവായി ഇരുന്നു കൂടാ?''

ഇളംതലമുറയിലെ മൂങ്ങയുടെ ചോദ്യം മൂത്തമൂങ്ങയെ ഇരുത്തി ചിന്തിപ്പിച്ചു. മൂങ്ങവർഗ്ഗക്കാരെയൊക്കെ ചുറ്റും വിളിച്ചുവരുത്തി മൂത്ത മൂങ്ങ പറഞ്ഞു: "നമുക്ക് ലഭിക്കാനിടയില്ലാത്ത കാര്യം വെറുതെ ചോദിച്ചു പരിഹാസ്യരാകാതിരിക്കുന്നതാണ് നല്ലത്. നമ്മൾ മറ്റു പക്ഷികളെപോലെ വിഡ്ഢികളല്ല. ബുദ്ധിയുള്ള കൂട്ടരാണ്. അതു കൊണ്ട് എന്തു പറയുന്നതിനു മുമ്പും ചിന്തിച്ചുറപ്പിക്കണം. നല്ല തെളിഞ്ഞ ചിന്തയുണ്ടെങ്കിലേ നല്ല പ്രവർത്തനമുണ്ടാകൂ. ഒരു പക്ഷി പറയുന്നതുകേട്ട് അപ്പടി അത് വിശ്വസിക്കരുത്. ഒരു കാര്യവും വാചകാർത്ഥത്തിൽ എടുക്കരുത്. എന്തു ലക്ഷ്യത്തിനായാണ് അങ്ങനെ പറയുന്നതെന്നു വേണം ആലോചിക്കാൻ. ഓരോ വാക്കിനു പിന്നിലും ഒരുപാട് ഗൂഢാർത്ഥങ്ങൾകൂടി ഒളിഞ്ഞിരിപ്പുണ്ട്. അതൊക്കെ തിരിച്ചറിഞ്ഞ് വേണം മൂങ്ങവർഗ്ഗക്കാർ ജീവിക്കാൻ."

"ഗും... ഗും... ഗും..." മൂത്തമൂങ്ങയുടെ വാക്കുകൾകേട്ട് മറ്റു മൂങ്ങകൾ മുക്കി.

"നമ്മളും പക്ഷിവർഗ്ഗമാണെന്നതു നേര് തന്നെ. എന്നു കരുതി മറ്റ് പക്ഷികൾക്കെല്ലാം നമ്മളെ വലിയ ഇഷ്ടമാണെന്ന് ധരിച്ചു പോകരുത്. പകൽവെട്ടത്ത് മൂങ്ങകളെ കണ്ടാൽ മറ്റ് പക്ഷികൾ കൊത്തിക്കൊല്ലും. നമ്മൾ ഇരുളടഞ്ഞ മാളങ്ങളിൽ ഒളിച്ചു കഴിയണമെന്നാണ് അവയുടെയൊക്കെ ആഗ്രഹം. ബന്ധുക്കളെല്ലാവരും മിത്രങ്ങളാവണമെന്നില്ല. പലപ്പോഴും വേണ്ടപ്പെട്ടവരാവും ഏറ്റവും വലിയ ശത്രുക്കൾ. ബന്ധുക്കൾ ശത്രുക്കളെന്നൊരു പഴമൊഴിതന്നെയുണ്ട്. ഒരു പക്ഷിയുടെ കഴിവിനെ ഏറ്റവും അവസാനം അംഗീകരിക്കുന്നത് ആ പക്ഷിയുടെ ബന്ധുക്കളാകും. നാട്ടുകാരാകും. ഒരു പ്രവാചകനും അവന്റെ സ്വന്തം നാട്ടിൽ ബഹുമാനിക്കപ്പെടാറില്ലെന്ന് മനുഷ്യരുടെ ഇടയിൽ ഒരു വചനമുണ്ട്. അതു പക്ഷികളുടെ ഇടയിലും ശരിയാണ്.

ഞാൻ പറഞ്ഞുവന്നത്, നമ്മൾ ഏറ്റവും അധികം സൂക്ഷിക്കേണ്ടത് പക്ഷിവർഗ്ഗക്കാരെയാണ്. പക്ഷിവർഗ്ഗം എല്ലാം ഒന്നാണെന്ന് ആരെങ്കിലും ആണയിടുന്നുണ്ടെങ്കിൽ സൂക്ഷിച്ചോണം. അവർ നമ്മളെ അടിച്ചമർത്താൻ സൂത്രവിദ്യകളുമായി വരുകയാണെന്ന്. പക്ഷികളുടെ ഇടയിൽ ജാതിയില്ലെന്നവർ പറയും. എന്നാൽ ജാതിമാത്രമേ പക്ഷികളുടെ ഇടയിൽ സത്യമായുള്ളൂ. വീട്ടുകാക്കയും ബലിക്കാക്കയും കാക്കകൾ തന്നെയാണല്ലോ. എന്നാൽ അവർ തമ്മിൽ എന്നെങ്കിലും കല്യാണം കഴിച്ചതായി കേട്ടുകേഴ്‌വിയുണ്ടോ? അവ ഒരുമിച്ച് കൂടൊരുക്കി മുട്ടയിടുന്നത് കണ്ടിട്ടുണ്ടോ? മൂങ്ങവർഗ്ഗക്കാർ എത്രയോ തരമുണ്ട്. നമ്മുടെ കുലത്തിൽനിന്നല്ലാതെ നമുക്ക് കല്യാണമുണ്ടോ?

"മറ്റു പക്ഷികൾക്ക് മൂങ്ങകളോടെന്താണിത്ര വൈരാഗ്യം? നമ്മൾ വേറെ ജാതിയായതുകൊണ്ടാണോ? എന്തു കുറ്റം ചെയ്തിട്ടാണവർ നമ്മളെ കൊത്തിക്കൊല്ലാൻ വരുന്നത്?" ഒരു മൂങ്ങ ശബ്ദം താഴ്ത്തി മൂത്തമൂങ്ങയോടു ചോദിച്ചു.

"അതോ?" മൂത്തമൂങ്ങ മറ്റ് മൂങ്ങകളോട് കുറച്ചുകൂടി ചേർന്നിരുന്നു പറഞ്ഞു. "പറയാം പറയാം. ശ്രദ്ധിച്ചു കേൾക്കണം."

"പണ്ട് പണ്ട് നടന്നൊരു സംഭവമാണ്. പക്ഷികളിതുപോലെ മുമ്പൊരിക്കൽ ഒത്തുകൂടി. കാട്ടിൽ മൃഗങ്ങൾക്ക് രാജാവുണ്ട്, തങ്ങൾക്കും ഒരു രാജാവ് വേണമെന്ന് പക്ഷികൾക്കും തോന്നി. അടിമത്തം ജീവപ്രകൃതിയിലുള്ളതാണ്. ആരെയെങ്കിലും അനുസരിച്ച് ജീവിക്കാനാണ് ജീവികൾക്കിഷ്ടം. സ്വാതന്ത്ര്യത്തെ പക്ഷികളും ഭയക്കുന്നു. അതുകൊണ്ടല്ലേ തങ്ങൾക്കൊരു നേതാവ് വേണമെന്ന വയ്ക്കു തോന്നുന്നത്? നേതാവിനെ തെരഞ്ഞെടുക്കാൻ ഒത്തുകൂടിയപ്പോൾ എല്ലാ പക്ഷികൾക്കും നേതാവാകണം. രാജാവാകണം. കണ്ടില്ലേ? ഇവിടെ ഇപ്പോൾ നടക്കുന്നതെന്താണ്? ഏതെങ്കിലും ഒരു പക്ഷി അധികാരം വേണ്ടെന്ന് പറഞ്ഞ് സ്വയം മാറിനിൽക്കുമോ? ഇല്ല, അവസരം ലഭിച്ചാൽ അധികാരത്തിലെത്താൻ എല്ലാവരും ശ്രമിക്കും. ഒരിക്കൽ അധികാരം ലഭിച്ചുകഴിഞ്ഞാൽ അതു നിലനിർത്താനായി എന്തു കൊടുംചതിയും കൊലയും നടത്തും. തനിക്ക് ശേഷം തന്റെ മക്കൾക്ക് അധികാരം കിട്ടാനായി തന്ത്രങ്ങൾ മെനയും. ജീവിവർഗ്ഗത്തിന്റെ ഏറ്റവും വലിയ ലഹരികളിലൊന്നാണ് അധികാരം. മനുഷ്യരുടെയിടയിലെ ഔറംഗസീബ് എന്നൊരു ചക്രവർത്തിയെക്കുറിച്ച് നിങ്ങൾ കേട്ടിട്ടില്ലേ? സമ്രാട്ട് പദവി കൈക്കലാക്കാനായി സ്വന്തം പിതാവിനെ തടവറയിലടച്ചു. സമ്രാട്ടായി പിതാവ് അവരോധിച്ച തന്റെ മൂത്ത സഹോദരൻ ദാരാഷെക്കോവിന്റെ തലയറുത്ത് പിതാവിന് കാഴ്ചവച്ചു. അധികാരത്തിന് അവകാശമുന്നയിക്കാൻ സാധ്യതയുണ്ടെന്ന് കണ്ട് മറ്റ് സഹോദരരെ വധിച്ചു. സ്വന്തം മകനെപ്പോലും ആ അധികാരമോഹി തുറങ്കിൽ അടച്ചു. മനുഷ്യരോളം ഒരുപക്ഷേ പക്ഷികൾ ക്രൂരരല്ലായിരിക്കും. എങ്കിലും ക്രൂരതയുടെ കാര്യത്തിൽ അവരേക്കാൾ ഒട്ടും മോശക്കാരല്ല പക്ഷികളെന്ന് ഓർമ്മ വേണം."

"പക്ഷികൾ അന്ന് ഒത്തുകൂടി അവരുടെ രാജാവിനെ തെരഞ്ഞെടുത്തോ?" ആകാംക്ഷ മൂത്ത് മൂങ്ങകൾ ചോദിച്ചു.

അതിഷ്ടപ്പെടാത്തതുപോലെ ഗും... ഗും... ഗും... മൂത്ത മൂങ്ങ മൂളി. എന്നിട്ട് കഥയിലേക്കുതന്നെ മടങ്ങിവന്നു.

"ഇപ്പോൾ ഇവിടെ നടക്കുന്നതുപോലെ തനിക്കാണ് രാജാവാകാൻ യോഗ്യതയുള്ളതെന്ന് വാദിച്ച് അന്നും ഓരോ പക്ഷിയും

മുന്നോട്ടു വന്നു. ഒടുക്കം രാജാവിനെ കണ്ടെത്താൻ ഒരു മത്സരം വയ്ക്കാൻ തീരുമാനിച്ചു.

"പക്ഷികളെ മറ്റുജീവികളിൽ നിന്ന് വ്യത്യസ്താക്കുന്നതെന്താണ്?" മൂത്തമൂങ്ങ ചോദിച്ചു.

മറ്റു മൂങ്ങകൾ ആലോചന തുടങ്ങി.

"പക്ഷികൾക്ക് കൊക്കുകൾ ഉണ്ട്.

പക്ഷികൾക്ക് പറക്കാൻ കഴിയും.

പക്ഷികൾ കൂടൊരുക്കും..."

ഇങ്ങനെ പല പല ഉത്തരവും മൂങ്ങകൾ പറഞ്ഞു. "അതൊന്നുമല്ല. നമുക്ക് മാത്രമേ തൂവലുകളുള്ളൂ. തൂവലുള്ളവരൊക്കെ പക്ഷികളാണ് വവ്വാലുകൾ പറക്കും എന്നാൽ നമ്മളവയെ പക്ഷിവർഗ്ഗക്കാരായി കണക്കാക്കില്ല. വണ്ടുകൾ പറക്കും. പ്രാണികൾ പറക്കും. അവയൊന്നും പക്ഷികളല്ല. മനസ്സിലായോ? ഈ തൂവലുകളാണ് നമ്മെ പറക്കാൻ സഹായിക്കുന്നത്. ഏറ്റവും ഉയരത്തിൽ കൂടുതൽ നേരം പറക്കാൻ ശേഷിയുള്ള പക്ഷി തന്നെ പക്ഷിരാജാവായിരിക്കാൻ സർവ്വദാ യോഗ്യനെന്ന് പക്ഷിക്കൂട്ടം തീരുമാനിച്ചു.

അരയന്നങ്ങളും പരുന്തും വാത്തകളും മൂങ്ങകളും രാജഹംസങ്ങളും തത്തയും മൈനയും കുരുവികളും കാട്ടുകോഴികളും കൊറ്റികളും മയിലുകളും എരണ്ടകളും കൊതുമ്പന്നങ്ങളും ഉപ്പനും ഉപ്പൂപ്പൻ എന്നുവേണ്ട സകലമാന പക്ഷികളും ഉണ്ട്. രാജസ്ഥാനമോഹികളായ പക്ഷികളൊക്കെ ആകാശത്തേക്ക് പറന്നുയർന്നു. മൂങ്ങകളായ നമുക്ക് ശബ്ദമുണ്ടാക്കാതെ പറക്കാനുള്ള ശേഷിയുണ്ട്. മറ്റൊരു പക്ഷിക്കും അതില്ല. ആരുമറിയാതെ പറന്നകലാനും പറന്നിറങ്ങാനും മൂങ്ങകൾക്ക് കഴിയുന്നതുകൊണ്ടാണ് മനുഷ്യർ നമ്മളേതോ പിശാചുക്കളാണെന്നു കരുതി ഭയക്കുന്നത്."

അതുകേട്ട് അലസനായിരുന്ന മൂങ്ങ ഒരുപാട്ടുപാടി.

"നത്തേ മൂങ്ങേ ചേട്ടത്തി

കമ്പം കാണാൻ പോണില്ലേ

എങ്ങനെ എങ്ങനെ പോകും

തപ്പിതപ്പി പോകും."

മൂത്ത മൂങ്ങയതു കേട്ട് ശാസിച്ചു. "മിണ്ടാണ്ടിരി മൂശ്ശേട്ടെ."

എന്നിട്ട് കഥ പറഞ്ഞു.

"ഇതിനിടയിൽ ഒരു സംഭവമുണ്ടായി?"

"എന്താണത്?"

ആകാംക്ഷയോടെ മറ്റു മൂങ്ങകൾ ചോദിച്ചു.

“തല നാലുവശത്തേക്കും ചുറ്റാൻ നമുക്കു മാത്രമേ കഴിയുക യുള്ളൂവല്ലോ? നാലു ദിക്കും നമുക്കു കാണാം. എന്നിട്ടും നമ്മുടെ പോലും കണ്ണു വെട്ടിച്ച് ഒരു പൊടികുരുവി ഒരു പരുന്തിന്റെ ചിറകി നടിയിൽ കയറി ഒളിച്ചു. മത്സരത്തിന്റെ ബഹളത്തിൽ ഇതൊന്നും പരുന്തൊട്ടുമറിഞ്ഞതുമില്ല. ഇത്തരം സന്ദർഭങ്ങളിൽ മനസ്സ് ഒരു കാര്യത്തിൽ മാത്രം ശ്രദ്ധയൂന്നാതെ നോക്കണം. ചെയ്യുന്ന കാര്യ ത്തിൽ മാത്രമേ ചിലർക്ക് ശ്രദ്ധയുണ്ടാകൂ. ചുറ്റും എന്തു നടക്കുന്നു വെന്നവർ അറിയുകയേയില്ല. എന്നാൽ സൂക്ഷ്മജ്ഞാനികൾ ചുറ്റും നടക്കുന്നതൊക്കെ അറിയുന്നവരാകും. സമഗ്രബോധമാണ് പരമ മായ ബോധം. നിരന്തരപരിശീലനത്തിലൂടെ മാത്രമേ ഈ കഴിവ് ആർജിക്കാനാകൂ. ബകധ്യാനത്തിലൂടെയും ഇതാർജ്ജിക്കാവുന്ന താണ്. കൊറ്റികൾ ഇരയ്ക്കായി ധ്യാനിക്കുന്നത് ശ്രദ്ധിച്ചിട്ടില്ലേ. അവർ നിശ്ചലമായി ഉറക്കംതൂങ്ങുകയാണെന്നേ തോന്നൂ. എന്നാൽ പുറമെയ്ക്കു മാത്രമേയുള്ളൂ ഈ അലസത. അകം നിതാന്ത ജാഗ്രത യിലാവും. ഒരിര മണ്ണിൽ നിന്ന് തലപൊക്കിയാൽ കൊറ്റിയത് കൊത്തി വായിലിടും. ഇതേ ജാഗ്രതയാണ് മൂങ്ങകളും ആർജ്ജിക്കേണ്ടത്.

ഗ്രീക്കുകാർ വിജ്ഞാനദേവതയായ അഥീനദേവിയുമായാണ് മൂങ്ങകളെ ബന്ധപ്പെടുത്താറുള്ളത്. ആദരവോടെ അവിടുത്തെ മനു ഷ്യർ നമ്മളെ കാണുന്നു. മറ്റുള്ളവരുടെ മനസ്സിലാണ് നമ്മുടെ യഥാർത്ഥ സ്ഥാനമുണ്ടാവേണ്ടത്. അതു നിലനിർത്താൻ നമുക്ക് ബാധ്യതയുണ്ട്.”

മൂങ്ങകൾ കഥ കേൾക്കാനായി ആകാംക്ഷപ്പെടുന്നതു ശ്രദ്ധിച്ചു കൊണ്ട് മൂത്തമൂങ്ങ പറഞ്ഞു. “എല്ലാ പക്ഷികളും ആകാശത്തേക്കു പറന്നുയർന്നു. ശേഷികുറഞ്ഞവർ ഓരോരുത്തരായി വേഗത്തിൽ നിലത്തേക്കു പറന്നിറങ്ങി. ഒടുക്കം രണ്ടോ മൂന്നോ പക്ഷികൾ ആകാ ശത്ത് അവശേഷിച്ചു. അവയും നിലംപൊത്തി. ഇപ്പോ ആ കരുത്ത നായ പരുന്തുമാത്രം ആകാശത്ത് റാകിപ്പറക്കുകയാണ്. പരുന്തു കൾക്ക് റാകിപ്പറക്കാനുള്ള ശേഷിയുണ്ട്?”

“എന്താണ് മുത്തച്ഛാ ഈ റാകിപ്പറക്കൽ?” ഒരു ചെറിയ മൂങ്ങ ചോദിച്ചു.

“ചിറക് വീശാതെ ആകാശത്തെ കാറ്റിനനുസരിച്ച് ഒഴുകി പറ ക്കുകയാണത്. ആവശ്യത്തിന് ശക്തി ചെലവഴിക്കുകയാണ് വേണ്ടത്. അധികശക്തി ചിലവഴിയുന്നത് ദുർചിലവാണ്. അതു നമ്മെ ക്ഷീണി പ്പിക്കും. ഏറ്റവും കുറച്ച് ശക്തി ചെലവാക്കി ഏറ്റവും കൂടുതൽ പറക്കാൻ കഴിയുകയെന്നതാണ് പക്ഷികൾ അറിയേണ്ട വിദ്യ. രാജ്യ ങ്ങൾ താണ്ടി പക്ഷികൾ സഞ്ചരിക്കാറുണ്ട്. തങ്ങളുടെ നാട്ടിൽ മഞ്ഞ്

വീഴ്ചയുണ്ടാകുമ്പോൾ അവിടെ ജീവിക്കാൻ കഴിയാത്ത സാഹചര്യത്തിൽ മറ്റ് രാജ്യങ്ങളിലേക്ക് പക്ഷികൾ കൂട്ടമായി പറന്നുപോകും. പക്ഷികളുടെയിടയിൽ എല്ലാ കൊല്ലവും നടക്കുന്ന കാര്യമാണിത്. നമ്മുടെയെല്ലാം രക്തം ഉഷ്ണരക്തമാണ്. നമുക്ക് നിശ്ചിത അളവിലുള്ള തണുപ്പേ സഹിക്കാനാവൂ.'' കണ്ണു കൂർപ്പിച്ച് മൂങ്ങ ചുറ്റും നോക്കി പറഞ്ഞു.

''കണ്ടില്ലേ എരണ്ടക്കൂട്ടങ്ങളും വാത്തക്കൂട്ടങ്ങളുമൊക്കെയിരിക്കുന്നത്. അവറ്റകൾ വലിയ ദേശാടനം നടത്തുന്ന പക്ഷികളാണ്. മഹാസമുദ്രങ്ങൾപോലും താണ്ടിയാണവർ പറക്കുക. ഇതു സാധ്യമാകുന്നത് ശക്തി പരമാവധി സംരക്ഷിച്ച് പ്രയോജനപ്പെടുത്തിയാണ്. ഒരു പക്ഷി ഏറ്റവും മുന്നിൽ പറക്കും. അന്തരീക്ഷവായു കീറി പ്രതിരോധം കുറയ്ക്കാനാണവൻ മുന്നിൽനിന്ന് പറക്കുന്നത്. അതിന്റെ ഇരുവശത്തും വരിവരിയായി ഒരു പക്ഷിശരീരം പോലെ മറ്റ് പക്ഷികൾ പറക്കും. ഒരുകൂട്ടം പക്ഷികൾ ഒരൊറ്റ പക്ഷിയായി മാറുന്ന അത്ഭുത വിദ്യയാണവരെ സമുദ്രം താണ്ടാനുള്ള ശക്തിനൽകുന്നത്. സംഘം ചേർന്നാൽ അസാധ്യമായൊന്നുമില്ല. എല്ലാ പക്ഷികൾക്കും ഈ വിദ്യയറിയണമെന്നില്ല. അവനവന്റെ നില ഓരോ പക്ഷിയും മനസ്സിലാക്കണം. ഇല്ലെങ്കിൽ പണ്ട് കാക്കയ്ക്ക് പറ്റിയ പറ്റ് പോലിരിക്കും?''

''അതെന്താണ്?'' മൂങ്ങകൾ ചോദിച്ചു.

''ഹും... ഹും... പണ്ട് ഒരു കാക്ക അരയന്നത്തെ മത്സരപറക്കലിന് വെല്ലുവിളിച്ചു. അരയന്നം വെല്ലുവിളി സ്വീകരിച്ചു. നേരെ സമുദ്രത്തിലേക്ക് പറക്കാമെന്ന് അരയന്നം പറഞ്ഞു. മറിച്ചൊന്നാലോചിക്കാതെ കാക്കയത് സമ്മതിച്ചു. കാക്കയും അരയന്നവും സമുദ്രത്തിലേക്ക് പറന്നു. കുറേ കഴിഞ്ഞപ്പോൾ ചിറക് കുഴഞ്ഞ് കാക്ക സമുദ്രത്തിൽ വീണ് മരിച്ചു. അരയന്നം തിരികെ പോന്നു. നമുക്ക് ഇനി കഥയിലേക്ക് വരാം.'' മൂത്തമൂങ്ങ ഓർമ്മിപ്പിച്ചു.

മറ്റ് മൂങ്ങകൾക്കും സന്തോഷമായി.

''കുറെ പറന്ന് ചിറകു കുഴഞ്ഞപ്പോൾ പരുന്തും ഭൂമിയിലേക്കിറങ്ങി. ഈ തക്കം നോക്കി കുരുവി പരുന്തിന്റെ ചിറകിനിടയിൽ നിന്ന് മുകളിലേക്ക് കുതിച്ചുചാടി. ഒന്ന് പാറിപ്പറന്ന് ബഹളം വെച്ചു. പരുന്ത് നിലത്തിറങ്ങിക്കഴിഞ്ഞ് കുരുവിയെത്തി. ഒരു ചെറുകുരുവിക്ക് ഇത്രയധികം നേരം പറക്കാൻ കഴിയുമോയെന്നൊന്നും ചിന്തിക്കാതെ മറ്റ് പക്ഷികളെല്ലാവരും ചേർന്ന് അതിനെ രാജാവായി അവരോധിച്ചു.

സൂത്രത്താൽ ഒരു സ്ഥാനം പിടിച്ചുപറ്റാൻ ചിലപ്പോൾ ചിലർക്ക് കഴിഞ്ഞേക്കും. എന്നാൽ ആ സ്ഥാനം അലങ്കരിക്കാനുള്ള ശേഷിയില്ലെങ്കിൽ അധികകാലം ആ സ്ഥാനത്ത് തുടരാനാവില്ല. കഴിവുകേട് എപ്പോഴെങ്കിലും പുറത്തുചാടും.

വ്യത്യസ്ത ഗുണത്തിലാണ് ഓരോ ജാതി പക്ഷികളും ജീവിക്കുന്നത്. മൂങ്ങകളായ നമുക്കുള്ള കഴിവ് കാക്കകൾക്കുണ്ടാവില്ല. കാക്കകളുടെ കഴിവ് കുരുവികൾക്കുണ്ടാവില്ല. കുരുവികൾക്കുള്ള കഴിവ് ഓലേഞ്ഞാലികൾക്കുണ്ടാവില്ല. മരംകൊത്തികൾ സ്വയം കൂടു തുരന്നുണ്ടാക്കിയേ മുട്ടയിടൂ. അല്ലാതെ ഒരു മാളം കണ്ടാലവിടെ കയറി കൂടൊരുക്കണമെന്നില്ല. എന്നാൽ മൈനയും മണ്ണാത്തിപ്പുള്ളും എവിടെ മാളം കണ്ടാലും അവിടെ കയറി കൂടൊരുക്കും. ഇങ്ങനെ ഓരോ പക്ഷിയും ഓരോ സ്വഭാവക്കാരാണ്. ഇതൊന്നും മനസ്സിലാക്കാതെ എല്ലാ പക്ഷികളും ഒന്നാണെന്നും ഒരേപോലെ ജീവിക്കണമെന്നും പറയുന്നതിൽപരം വിഡ്ഢിത്തം വേറെ വല്ലതുമുണ്ടോ?

ഇരുമ്പു ചുട്ടുപഴുത്തിരിക്കുമ്പോൾ അടിക്കണം. ഒരു ദിനം തന്നെ ശക്തിക്ഷയങ്ങൾ പക്ഷികളിൽ മാറിമറിഞ്ഞുകൊണ്ടിരിക്കും. ശക്തിയുള്ളപ്പോഴാണ് നമ്മൾ എതിരാളികളെ നേരിടേണ്ടത്. ദുർബലർ ശക്തരായി അഭിനയിച്ചാൽ ചാവുകയേ ഫലമുള്ളൂ. അതുകൊണ്ടാണ് നമ്മൾ ശക്തി നേടുന്ന രാത്രിയിൽ ഇര തേടുന്നത്. പകൽ നമ്മൾ മറ്റ് പക്ഷികളിൽ നിന്ന് ഒളിച്ചു കഴിയും. കാരണം പകൽ നമ്മൾ ദുർബലരാണ്. ദുർബലരെ ആക്രമിക്കുകയെന്നത് ശക്തിമാന്റെ ഒരു ശീലമാണ്. ശക്തിയുള്ളവർ ശക്തിയുള്ളവരെ മാനിക്കും. നമ്മളെക്കാൾ ശക്തിയുള്ളവരോട് ഏറ്റുമുട്ടുമ്പോൾ ഒളിയുദ്ധമാണ് ഉത്തമം. കൗരവപാണ്ഡവ യുദ്ധത്തിൽ കൗരവർ ശക്തരായിരുന്നിട്ടും അവർ നശിച്ചു. ശക്തിക്കു മുകളിൽ തന്ത്രങ്ങൾ ഫലം ചെയ്തുകൊണ്ടാണത് സംഭവിച്ചത്. ഒടുക്കം മൂങ്ങകളിൽ നിന്ന് യുദ്ധതന്ത്രം പഠിച്ചാണ് കൗരവപക്ഷത്തുണ്ടായിരുന്ന അശ്വത്ഥാമാവ് പാണ്ഡവരോട് പ്രതികാരം വീട്ടിയത്.'' മൂത്തമൂങ്ങ പറഞ്ഞു

''അതെങ്ങനെയാണ്?'' മൂങ്ങകൾ ചോദിച്ചു.

''ഭീമൻ ഗദായുദ്ധത്തിൽ ദുര്യോധനനെ നിലംപരിശാക്കി. ഗദായുദ്ധനിയമം ലംഘിച്ച് തുടയ്ക്കടിച്ച് ദുര്യോധനനെ വീഴ്ത്തുകയായിരുന്നു. ചതിയാണത്. മരിക്കാറായി കിടന്ന ദുര്യോധനൻ തന്റെ വിശ്വസ്തനും ദ്രോണാചാര്യപുത്രനുമായ അശ്വത്ഥാമാവിനെ വിളിച്ചു വരുത്തി കൗരവ സൈന്യാധിപനായി വാഴിച്ചു. എന്നിട്ട് പാണ്ഡവരോട് പ്രതികാരം ചെയ്യണമെന്ന് ആവശ്യപ്പെട്ടു. എന്നാൽ അംഗബലം കുറഞ്ഞ കൗരവസേനയ്ക്ക് പാണ്ഡവരെ എതിരിടാനുള്ള ശേഷിയുണ്ടായിരുന്നില്ല. എങ്ങനെ പാണ്ഡവരെ വകവരുത്തും എന്നാലോചിച്ച് അശ്വത്ഥാമാവ് നടക്കുമ്പോൾ രാത്രിയുടെ മറവിൽ മൂങ്ങകൾ, ഒരു മരത്തിൽ ചേക്കേറിയിരിക്കുന്ന കാക്കകളെ ആക്രമിക്കുന്നതു കണ്ടു. ഇതോടെ അശ്വത്ഥാമാവിന് കാര്യം ബോധ്യപ്പെട്ടു.

അശ്വത്ഥാമാവും കൂട്ടരും രാത്രിയുടെ മറവിൽ പാണ്ഡവരുടെ സൈനിക തമ്പിൽ ആക്രമണം നടത്തി. പാണ്ഡവബന്ധുക്കളെ വധിച്ചു പാണ്ഡവർക്ക് വലിയ നാശനഷ്ടം വരുത്തി. തന്നെക്കൊണ്ടാകും വിധം പ്രതികാരം ചെയ്തു. കൗരവസേനപോലും മൂങ്ങകളിൽ നിന്നാണ് ഒടുക്കം യുദ്ധതന്ത്രം പഠിച്ചതെന്നതിൽ നമുക്കഭിമാനിക്കാം. ശക്തരായിരിക്കുക എന്നതുപോലെതന്നെ പ്രധാനമാണ് തന്ത്രശാലി കളായിരിക്കുക എന്നത്. ദുർബലരായിരിക്കുകയെന്നത് പാപിയാ യിരിക്കുന്നതിനു സമമാണ്. ദുർബലരാണ് സമൂഹത്തിന്റെ ഭാരം മുഴുവൻ താങ്ങേണ്ടി വരുന്നത് പലരും കരുതുംപോലെ ശക്തരല്ല. അതുകൊണ്ട് മൂങ്ങകൾ കൂടുതൽ ശക്തരാവുകയാണ് വേണ്ടത്. തന്ത്രശാലികളും.''

മൂത്ത മൂങ്ങ മറ്റ് മൂങ്ങകൾക്ക് ഒരു ഉപദേശരൂപേണ പറഞ്ഞു. എന്നിട്ട് എല്ലാവരെയും ചേർത്തുപിടിച്ച് പറഞ്ഞു. ''പരുന്തിനോളം ഉയരത്തിൽ നമുക്ക് പറക്കാനാവില്ല. അവരോളം ദൂരത്തിൽ കാണാ നുമാവില്ല. വെള്ളത്തിൽ മുങ്ങാൻ കോഴിയെപ്പോലെ മുങ്ങാൻ നമു ക്കാവില്ല. നീർക്കാക്കയെപ്പോലെ വെള്ളത്തിനടിയിലൂടെ നീന്താനാ വില്ല. പൊന്മാനുകളെപ്പോലെ അന്തരീക്ഷത്തിൽ കാറ്റ് ചവിട്ടി നിന്ന് വെള്ളത്തിലേക്ക് കൂപ്പുകുത്തി മീൻ പിടിക്കാനാവില്ല. കുരുവികളെ പ്പോലെ കൂടൊരുക്കാനാവില്ല. എന്നാൽ മൂങ്ങകൾക്ക് മാത്രം ചില കഴിവുകളുണ്ട്.

നമ്മെപോലെ വട്ടമുഖമുള്ള പക്ഷികൾ വേറെ എത്രയുണ്ട്? മനു ഷ്യരുടെ മുഖവുമായി ഒരു വിദൂരസാമ്യം നമുക്കുമുണ്ട്. മനുഷ്യരെ പ്പോലും പറ്റിക്കാനുള്ള സൂത്രവിദ്യയൊക്കെ നമ്മുടെ പക്കലുണ്ട്. കൂമനൊന്നു മൂളിയാൽ കൂമത്തി രണ്ടു മൂളുമെന്നാണ് ഈ മനുഷ്യർ ധരിച്ചുവച്ചിരിക്കുന്നത്. തല പല ദിശയിൽ തലതിരിച്ചു നമുക്ക് മൂളാൻ കഴിയുന്നതുകൊണ്ടാണ് ഇങ്ങനെ മനുഷ്യരെ പറ്റിക്കാൻ കഴിയു ന്നത്. മനുഷ്യരെ മാത്രമല്ല. നമ്മുടെ മറ്റ് ശത്രുക്കളെയും നമുക്കി തിലൂടെ പറ്റിക്കാൻ കഴിയുന്നു. നമ്മുടെ ഇരിപ്പിടം എവിടെയാണെന്ന് മനസ്സിലാക്കാതെയവ കുഴങ്ങും. ശത്രുക്കൾ കാട്ടിൽ വെറുതെ കിടന്നു വട്ടം ചുറ്റും. പ്രകൃതി തന്ന കഴിവുകൾ കൂടുതൽ പ്രോജ്ജ്വലിപ്പി ക്കുകയാണ് ഓരോ പക്ഷിയും ചെയ്യേണ്ടത്. അവരവരുടെ കഴിവേ തെന്ന് തിരിച്ചറിഞ്ഞ് അതിനെ ബലപ്പെടുത്തിയാൽ മറ്റൊരു പക്ഷിക്കും നമ്മെ കീഴ്പ്പെടുത്താനാവില്ല. മറ്റ് പക്ഷികളെപ്പോലെ ആകാനാണ് ശ്രമമെങ്കിൽ നന്മൾ അമ്പേ പരാജയപ്പെടുകയാവും ഫലം. പ്രകൃതി നിയമം അങ്ങനെയാണ്.''

''രാജാവായ കുരുവിക്ക് പിന്നെന്തു സംഭവിച്ചു?'' മൂങ്ങകൾ ചോദിച്ചു. ''ബ്ും ബും...''

“പ്രതീക്ഷതുപോലെ കുരുവിക്ക് രാജസ്ഥാനത്ത് ശോഭിക്കാനായില്ല. മറ്റ് പക്ഷികൾ നിയമങ്ങൾ അനുസരിക്കാതെയായി. പക്ഷികൾ രാജാവിനെ ധിക്കരിച്ചു. കഴിവുകെട്ട കുരുവിയെങ്ങനെ രാജസ്ഥാനത്തിന് അർഹനായെന്ന് പക്ഷികൾ അന്വേഷണം ആരംഭിച്ചു. ഒടുക്കം കള്ളം പുറത്തായി. പക്ഷികൾ കൂട്ടംകൂടി കുരുവിയെ തടവിൽ പാർപ്പിക്കാൻ തീരുമാനിച്ചു. മൂങ്ങകളെയതിനു ചുമതലപ്പെടുത്തി. എന്നാൽ പകൽസമയം മയക്കം മൂങ്ങകൾക്ക് ശീലമായിപ്പോയ കാര്യമാണ്. അതു നമ്മുടെ ദൗർബല്യമാണ്. മൂങ്ങകൾ മയങ്ങുന്ന നേരം നോക്കി കുരുവി തടവിൽനിന്ന് രക്ഷപ്പെട്ടു. മൂങ്ങകൾ കുരുവിയെ മോചിപ്പിച്ചതാണെന്ന് മറ്റു പക്ഷികൾ കരുതി. അവ കൂട്ടത്തോടെ മൂങ്ങകൾക്ക് നേരെ തിരിഞ്ഞു. നമ്മളെ എവിടെ കണ്ടാലും മറ്റ് പക്ഷികൾ കൊത്തി തുരത്താൻ തുടങ്ങി. ഇപ്പോഴും ഇതു തുടരുകയാണ്. നമ്മൾ നമ്മുടെ ശക്തി തിരിച്ചറിയുന്നതുപോലെ തന്നെ പരമ പ്രധാനമാണ് ദൗർബല്യം തിരിച്ചറിയുകയെന്നതും. നമ്മുടെ മുതുമുത്തച്ഛന്മാർക്ക് ഈ വീണ്ടുവിചാരമില്ലാതെ പോയതാണ് നമ്മൾ മറ്റു പക്ഷികളുടെ ശത്രുക്കളായി തീരാൻ കാരണം. ഗും...ഗും... ഗും...”

മൂങ്ങ കഥ പറഞ്ഞു നിർത്തി തന്റെ പരന്ന മുഖത്ത് മുന്നോട്ടു ചുണ്ടി നിൽക്കുന്ന വലിയ കണ്ണുകൾ ഉരുട്ടി ചുറ്റും നോക്കി. ഇനിയെന്താണ് സംഭവിക്കാൻ പോകുന്നതെന്നറിയാനായി കാത്തിരുന്നു. ഒരു മരക്കൊമ്പിലിരുന്ന ബുൾബുൾ പക്ഷികൾ വിഷാദമധുരമായി പാടുന്നുണ്ടായിരുന്നു. ലോലഹൃദയനായ ആ ഗന്ധർവ്വപക്ഷിയുടെ സംഗീതം ഏതോ വിരഹവേദനയിൽനിന്ന് ഉണ്ടാകുന്നതാണ്. തലയിൽ ഉയർന്ന് നിൽക്കുന്ന കറുത്ത ശിഖയും ഗുദത്തിനടയിലെ ചുവന്ന ത്രികോണവും ഈ കാമുകഹൃദയമുള്ള പക്ഷിയുടെ സൗന്ദര്യത്തിന് തിളക്കം കൂട്ടുന്നുണ്ട്.

മൂങ്ങ ആലോചിച്ചു. “പ്രണയം വേദനയല്ലാതെ മറ്റൊന്നുമല്ല.”

ഉപ്പൂപ്പൻ

"ഹുപ്പ്... ഹുപ്പ്... ഹുപ്പ്..."

എന്നൊരു ശബ്ദം അന്തരീക്ഷത്തിൽ മുഴങ്ങാൻ തുടങ്ങി. ചെറുതെങ്കിലും സുന്ദരരൂപിയായൊരു പക്ഷി വെള്ളാരംകല്ലുകൾക്കിടയിലൂടെ മുന്നോട്ടു വന്നു. രാജപ്രൗഢിയോടെയുള്ള അതിന്റെ വരവ് മറ്റ് പക്ഷികൾ കൗതുകപൂർവ്വം നോക്കി നിന്നു. ഉപ്പൂപ്പൻ പക്ഷിയുടെ തലയിൽ വിശറി പോലൊരു തലപ്പാവ് വിരിഞ്ഞു നിന്നിരുന്നു. തന്റെ ആഢ്യത്വം മാനിച്ച് മറ്റ് നികൃഷ്ടരായ പക്ഷിവർഗ്ഗങ്ങളൊക്കെ വഴിമാറാനായാണ് ഹുപ്പ്... ഹുപ്പ് എന്ന് കൂടെ കൂടെയതു ശബ്ദം മുഴക്കുന്നതെന്ന് തോന്നും വിധമായിരുന്നു അതിന്റെ നടപ്പ്.

മനുഷ്യരുടെ ഇടയിലെ പണ്ടെന്നോ രാജാവായിരുന്നതിന്റെ ശേഷിപ്പാണ് ഈ ഹുപ്പ് ഹുപ്പ് വായ്ത്താരി പോലും. മനുഷ്യരുടെ ഇടയിലെ ഉന്നതകുലജാതരും നാടുവഴികളും മറ്റും സഞ്ചരിക്കുമ്പോൾ ഇതുപോലൊരു ശബ്ദം അവരുടെ കിങ്കരന്മാർ മുഴക്കാറുണ്ട്. താഴ്ത്തപ്പെട്ട ജാതിക്കാരായ മനുഷ്യരെ വഴിയിൽനിന്ന് ആട്ടിയകറ്റാനാണിങ്ങനെ കിടന്ന് വിളിക്കുന്നത്. വിളിപ്പാട് ദൂരം മറികടന്ന് അവർ ഉന്നതകുലജാതരുടെ അരികിലെങ്ങാന്നും എത്തിയാൽ മൃഗീയമായി മർദ്ദിക്കും. ചിലപ്പോ തല്ലിക്കൊല്ലും.

ദുരാചാരങ്ങൾ നിറഞ്ഞ മനുഷ്യവർഗ്ഗത്തിൽ പിറന്ന് ശാപംകൊണ്ട് പക്ഷിയായവനാണ് ഉപ്പൂപ്പൻ. മനുഷ്യരുടെ പല ശീലങ്ങളും ഇന്നും ഉപ്പൂപ്പനിൽ നിന്ന് വിട്ടുപോയിട്ടില്ല. മറ്റ് പക്ഷികളെ തങ്ങളിൽനിന്ന് ആട്ടിയകറ്റി നിർത്തിയാലാണ് അവരിൽനിന്ന് പരമാവധി ആദരവ് തങ്ങൾക്ക് ലഭിക്കുക്കുകയെന്ന് ഉപ്പൂപ്പനും അറിയാം. സമത്വഭാവേന ഇടപഴകുന്നവരെ മനുഷ്യരിൽ ഒരാളും മാനിക്കില്ല. ഏറ്റവും വലിയ മർദ്ദകനും ഏകാധിപതിയുമാണ് അവരുടെ ഇടയിൽ ഏറ്റവും നല്ല ഭരണാധികാരിയായി വാഴ്ത്തപ്പെടുക. മനുഷ്യരുടെ ഇടയിലെ ഏകാധിപതികളൊക്കെ വലിയ ജനപിന്തുണയുള്ളവരായിരുന്നു. പക്ഷികളുടെ നേതാവായി ഉപ്പൂപ്പൻ വന്നാൽ മനുഷ്യരുടെ ഇടയിലെന്നപോലെ ഒരേകാധിപതിയാകുമെന്നുറപ്പ്. ഉപ്പൂപ്പൻ ഓരോ ചുവട് മുന്നോട്ടു

വയ്ക്കുമ്പോഴും തല മുന്നോട്ടും പുറകോട്ടും ഒരു പ്രത്യേക താള ത്തിൽ വെട്ടിച്ചുകൊണ്ടിരുന്നു. മങ്ങിയ കാവിനിറമുള്ള ഉപ്പൂപ്പന്റെ ദേഹാമാസകലം കറുപ്പും വെളുപ്പുമുള്ള വരകൾ നിറഞ്ഞു നിന്നി രുന്നു. നീണ്ടു വളഞ്ഞ കൊക്ക് അവയുടെ മുഖസൗന്ദര്യത്തിനും അത്ര നന്നാണോയെന്ന് സംശയം തോന്നാം. ഒരു പാറപ്പുറത്തേക്ക് കയറി നിന്ന് തന്റെ തലപ്പാവ് ഒന്നുവിടർത്തി ഹുപ്പ് ഹുപ്പ് എന്ന് ശബ്ദിച്ച് മറ്റ് പക്ഷികളുടെ ശ്രദ്ധ തന്നിലേക്കാർഷിച്ച് ഉപ്പൂപ്പൻ പറഞ്ഞു.

‘‘ഗ്രീസിലും പേർഷ്യയിലും ഈജിപ്റ്റിലും യൂറോപ്പിലുമൊക്കെ മനുഷ്യർ ഏറ്റവും വലിയ ആദരവോടെ വീക്ഷിക്കുന്ന പക്ഷിയായ ഉപ്പൂപ്പനാണു ഞാൻ. മനുഷ്യരുടെ പുരാതന കാവ്യങ്ങളിലും നാടക ങ്ങളിലും പുരാണങ്ങളിലും മിത്തുകളിലുമൊക്കെ ഞങ്ങളെ പ്രാധാ ന്യത്തോടെ പരാമർശിക്കുന്നുണ്ട്.

യൂഫ്രട്ടീസ്, ടൈഗ്രീസ് നദിതടങ്ങളിലെ ജ്ഞാനികളായ പക്ഷിക ളൊക്കെ ചേർന്ന് പക്ഷികളുടെ യഥാർത്ഥ നേതാവിനെ അന്വേഷി ച്ചൊരു യാത്ര പുറപ്പെട്ടിരുന്ന കാര്യം ഞാനിവിടെ ഓർക്കുകയാണ്. പക്ഷികളുടെ ആ യാത്രാസംഘത്തെ നയിച്ചിരുന്നത് ഞങ്ങളുടെ പൂർവ്വപിതാമഹനായിരുന്നു. ത്യാഗനിർഭരമായ യാത്രക്കൊടുവിൽ ‘സിമോർഗ്’എന്ന പക്ഷികളുടെ പരമോന്നത നേതാവിനെ കണ്ടെ ത്തുകതന്നെ ചെയ്തു. ഏതു പ്രതിസന്ധി ഘട്ടത്തിലും അചഞ്ചല മായി പക്ഷികളെ നേരായ വഴിയിലേക്ക് നയിക്കാൻ ഉപ്പൂപ്പനുകൾക്ക് മാത്രമേ കഴിയുകയുള്ളൂവെന്നതിന് ഇതിൽപരം ഒരു ദൃഷ്ടാന്തം നിങ്ങൾക്കാവശ്യമുണ്ടോ?’’

ചന്ദനം കൊണ്ട് വാലിട്ട് കണ്ണെഴുതി സുന്ദരിക്കോതകളായെത്തിയ നാട്ടുമൈനകൾ തമ്മിൽ അടക്കം പറഞ്ഞു.

‘‘മനുഷ്യർ പക്ഷിയായതാണുപോലും? ഈ ഉപ്പൂപ്പന് മനുഷ്യ രെപ്പോലെ നടക്കാൻ കഴിയുമോ? നമ്മുടെ പൂർവ്വികർ മനുഷ്യരായിരുന്നു വെന്നൊന്നും നമ്മൾ മേനി പറഞ്ഞു നടക്കാറില്ല. എന്നാൽ മനുഷ്യരെ പ്പോലെ കാലുപെറുക്കി പെറുക്കി വച്ചാണ് മൈനകളായ നമ്മൾ നടക്കുന്നത്. മനുഷ്യരെപ്പോലെ നമുക്കും സംസാരിക്കാൻ കഴിയും. മനുഷ്യരുടെ വീടുകളിൽ മൈനകളെയാണവർ കൂട്ടിലിട്ട് ഓമനിച്ചു വളർത്തുന്നത്. ഏതെങ്കിലും ഉപ്പൂപ്പൻ മനുഷ്യരെപ്പോലെ സംസാരി ച്ചതായി ആരെങ്കിലും കേട്ടിട്ടുണ്ടോ? പിന്നെങ്ങനെയാണ് ഈ ഉപ്പൂപ്പൻ മുമ്പ് മനുഷ്യരായിരുന്നുവെന്ന് പറയുന്നത്? അതിനു വല്ല തെളിവും ഹാജരാക്കാനുണ്ടോ? മൈനകൾക്ക് ഉപ്പൂപ്പനെപ്പോലെ കിരീടമില്ലെ ന്നേയുള്ളൂ. നമ്മുടെ ചില കൂട്ടർക്ക് തലയിൽ കിന്നരിതൂവലൊക്കെ യുണ്ട്. അല്ലെങ്കിൽതന്നെ നമുക്കെന്താണൊരു കുറവ്. ഉപ്പൂപ്പന്റെ കൊക്ക് കണ്ടില്ലേ? ക്ഷുരകന്മാരുടെ കത്തിപോലുണ്ട്. കാൽവിരലു കളിലെ നഖം മുറിക്കുന്ന ക്ഷുരകന്മാരുടെ കത്തി തന്നെയല്ലേയത്.

ക്ലളു കിക്ലി....." ഒരു പരിഹാസച്ചിരിയോടെ മൈനകൾ ശബ്ദിച്ചു. ഉപ്പൂപ്പൻ അപ്പോഴും തന്റെ വീരസ്യം പറഞ്ഞുകൊണ്ടേയിരുന്നു.

"ലോകത്തിലേക്കും ഏറ്റവും ശക്തിമാനും ബുദ്ധിമാനുമായിരുന്ന രാജാവ് സുലൈമാൻ നബിയായിരുന്നുവെന്നതിൽ ഒരു പക്ഷിക്കും ഒരു സംശയവും വരാനിടയില്ലല്ലോ? എത്ര വലിയൊരു സാമ്രാജ്യമായിരുന്നു സുലൈമാൻ ഭരിച്ചിരുന്നത്. പക്ഷികളുടെയും മൃഗങ്ങളുടെയും ഉറുമ്പുകളുടെയും എന്നുവേണ്ട സകലമാന ജീവിവർഗ്ഗങ്ങളുടെയും ഭാഷയറിയാമായിരുന്ന രാജാവായിരുന്നു അദ്ദേഹം.

സുലൈമാന്റെ സൈന്യത്തിൽ സകലമാന ജീവിവർഗ്ഗങ്ങളുമുണ്ടായിരുന്നു. ജിന്നും മലക്കും ഉണ്ടായിരുന്നു. എന്നിട്ടും തന്റെ രഹസ്യാന്വേഷണ വിഭാഗത്തിന്റെ തലവനായി സുലൈമാൻ നബി നിയോഗിച്ചത് ഉപ്പൂപ്പനെയായിരുന്നു. വിശ്വസ്തനെ മാത്രം ഏൽപ്പിക്കാവുന്ന ജോലിയാണിത്. ഭരണകൂടത്തിന്റെ കണ്ണും കാതും രഹസ്യാന്വേഷണ വിഭാഗമാണ്. സുലൈമാൻ നബി തങ്ങളുടെ വിശ്വസ്ത സേവകരായി തങ്ങളെ തിരഞ്ഞെടുത്തുവെങ്കിൽ പക്ഷികളുടെ നേതാവായി നിങ്ങൾക്കും ഞങ്ങളെ തിരഞ്ഞെടുക്കാവുന്നതേയുള്ളൂ. പൊങ്ങച്ചമായി നിങ്ങൾ തെറ്റിദ്ധരിക്കില്ലെങ്കിൽ ഒരു കാര്യം ഞാൻ പറയാം. വിശ്വസ്തയും കൂർമ്മബുദ്ധിയുമാണ് ഞങ്ങളുടെ പ്രത്യേകത. ഒരു നേതാവിന് വേണ്ട പ്രധാനഗുണങ്ങളാണിത്. സുന്ദരിയായിരുന്ന യെമനിലെ രാജകുമാരി ഷേബാ റാണിയും സുലൈമാനും തമ്മിലുള്ള പ്രണയസാക്ഷാത്കാരത്തിന് ചുക്കാൻ പിടിച്ചിരുന്നത് ഉപ്പൂപ്പനുകളായിരുന്നുവെന്ന രഹസ്യം ഞാനിവിടെ അറിയിക്കട്ടെ. സുഹൃത്തുക്കളേ, ദേ ഇരിക്കുന്ന കഴുകനറിയാം ഞങ്ങളുടെ സുലൈമാനോടുള്ള അനുസരണയുടെയും ഭക്തിയുടെയും ആഴം. ഞങ്ങൾക്ക് ഈ തലപ്പാവ് എങ്ങനെ കിട്ടിയെന്നും കഴുകനറിയാം."

ഉപ്പൂപ്പൻ കഴുകനു നേരെ കൊക്കു ചൂണ്ടുന്നതുകണ്ട് ഒരിളിഭ്യച്ചിരിയോടെ കഴുകൻ തന്റെ കഴുത്തു ചുരുക്കി തൂവൽ കൊഴിഞ്ഞ് വികൃതമായ മാംസഭാഗം മറച്ചുപിടിച്ചു.

"എങ്ങനെയാണ് കഴുകന്റെ കഴുത്തിലെ തൂവലുകളൊക്കെ കൊഴിഞ്ഞ് വികൃതരൂപിയായതെന്ന് കഴുകൻ തന്നെ പറയട്ടെ."

വീണ്ടും ഉപ്പൂപ്പൻ കഴുകനു നേരെ തന്റെ വളഞ്ഞു കൂർത്ത കൊക്കുകൾ ചൂണ്ടി. എന്നാൽ ഞാനൊന്നും അറിഞ്ഞില്ലേ രാമനാരായണ എന്ന ഭാവത്തിൽ ഉപ്പൂപ്പന്റെ വാക്കുകൾ കേൾക്കാത്ത ഭാവത്തിൽ കഴുകൻ മരക്കൊമ്പിലിരുന്നു. ഉപ്പുപ്പന്റെ വാക്കുകൾ കേട്ടഭാവമേ കഴുകൻ നടിച്ചില്ല. എല്ലാ സത്യവും നാട്ടുകാരോട് പറഞ്ഞുനടക്കാനുള്ളതല്ലെന്ന് കഴുകൻ സ്വയം പുറുപറുത്തു. എന്നിട്ട് തന്റെ കൂർത്ത മൂർത്ത കൊക്ക് ചില്ലയിൽ ഉരസി മൂർച്ചപ്പെടുത്താൻ തുടങ്ങി. ഇതു കണ്ടിട്ട് ഉപ്പൂപ്പൻ ആലോചിച്ചു. ചിലരങ്ങനെയാണ് നല്ലതു കണ്ടാൽ

മിണ്ടില്ല. ചീത്ത കാര്യങ്ങൾ പെരുപ്പിച്ചുപറയുകയും ചെയ്യും. നല്ലതു പറഞ്ഞാൽ ആർക്കെങ്കിലും എന്തെങ്കിലും ഗുണം കിട്ടുമോയെന്ന വർക്ക് ഭയം. ദുഷ്ടാത്മക്കളാണവർ. നന്മ കണ്ടാൽ അത് ഉച്ചത്തിൽ വിളിച്ചു പറയണം. മോശപ്പെട്ട കാര്യങ്ങൾ പറഞ്ഞു നടക്കരുത്. അത് കണ്ടില്ലെന്ന് നടിക്കണം.

തന്റെ വാക്കുകൾ ബധിര കർണ്ണങ്ങളിലാണ് ചെന്ന് പതിക്കുന്ന തെന്ന് മനസ്സിലാക്കി ഉപ്പൂപ്പൻ പറഞ്ഞു. ''കഴുകന് പറയാൻ മടിയാ ണെങ്കിൽ ഞാൻതന്നെ അക്കാര്യം വെളിപ്പെടുത്താം. ഒരിക്കൽ രാജാ ധിരാജനായ സുലൈമാൻ നബി ഒരു കമ്പളത്തിന്റെ മുകളിലിരുന്നു ആകാശസഞ്ചാരം നടത്തുകയായിരുന്നു. നമുക്ക് പറക്കാൻ ചിറകു കളുണ്ട്. മനുഷ്യർക്ക് പറക്കാൻ ചിറകുകളില്ലല്ലോ. സുലൈമാനെ പ്പോലെയുള്ളവർ കമ്പളം വിരിച്ചതിന് മുകളിലിരുന്നാണ് ആകാശ സഞ്ചാരം നടത്തിയിരുന്നത്. ഇന്നത്തെ മനുഷ്യർക്ക് സഞ്ചരിക്കാൻ വിമാനങ്ങളുണ്ടല്ലോ. വിമാനങ്ങൾ ആകാശത്തെ മലിനപ്പെടുത്തുന്നു. ആകാശത്തെ മലിനപ്പെടുത്തുന്നുവെന്ന് പറഞ്ഞാൽ ഭൂമിയെ മലിന പ്പെടുത്തുന്നു. ഭൂമിയെ മലിനപ്പെടുത്തുന്നുവെന്ന് പറഞ്ഞാൽ സകല മാന ജീവിവർഗ്ഗങ്ങളെയും മലിനപ്പെടുത്തുന്നു. എന്നാൽ കമ്പളങ്ങ ളുടെ സഹായത്തോടെയുള്ള വായുസഞ്ചാരം പ്രകൃതിയെ ദുഷിപ്പി ക്കുന്നില്ല. പക്ഷേ വെയിലും മഴയും നനയേണ്ടിവരും.

സൂര്യൻ ഭൂമിയെ നോക്കി കണ്ണുരുട്ടുന്ന ഒരു വേനൽകാലത്താ യിരുന്നു സുലൈമാന്റ ആകാശസഞ്ചാരം. സൂര്യതാപമേറ്റ് അദ്ദേഹം ആകെ വശംകെട്ടു. അപ്പോൾ ഒരുകൂട്ടം കഴുകന്മാർ ആകാശത്തു കൂടി പറന്നുപോകുന്നത് ശ്രദ്ധയിൽപ്പെട്ടു. അത് കണ്ട് ആശ്വാസ ത്തോടെ അദ്ദേഹം ''ഹാവൂ...''ന്നൊരു ആശ്വാസമുതിർത്തു.

എന്നിട്ട് കഴുകന്മാരുടെ നേതാവിനോട് തന്റെ തലയ്ക്കു മുകളി ലൂടെ പറന്ന് ഇത്തിരി തണൽ നൽകാൻ ആവശ്യപ്പെട്ടു. എന്നാൽ പ്രതീക്ഷിച്ചതുപോലെ കഴുകന്മാർ അദ്ദേഹത്തെ സഹായിക്കാൻ തയ്യാറായില്ല. തങ്ങൾക്ക് മറ്റൊരു ദിശയിലാണ് യാത്ര ചെയ്യേണ്ടതെന്ന് പറഞ്ഞ് അവ അദ്ദേഹത്തിന്റെ വാക്കുകൾ നിരാകരിച്ച് പറന്നകന്നു. കഴുകന്മാരുടെ പ്രവർത്തി സുലൈമാനെ വേദനിപ്പിച്ചു. എങ്കിൽ സൂര്യന്റെ കാഠിന്യം കഴുകന്മാരും ഒന്ന് അറിയട്ടെയെന്ന് മനസ്സിൽ പറഞ്ഞുകൊണ്ട് അവയുടെ കഴുത്തിലെ തൂവലുകളൊക്കെ കൊഴിഞ്ഞു പോകട്ടെയെന്ന് ശപിച്ചു. അതോടെ കഴുകന്മാരുടെ കഴുത്തുകൾ നഗ്നമായി. പ്രാർത്ഥനയ്ക്ക് ശക്തിയുള്ളതുപോലെ ശാപവചനങ്ങൾക്കും ശക്തിയുണ്ട്.

സുലൈമാന്റെ ശാപത്താൽ സൂര്യതാപമേറ്റ് കഴുകന്മാർ ഞെരി പൊരികൊള്ളാൻ തുടങ്ങി. എന്നിട്ട് ഉപ്പൂപ്പൻ കഴുകനെ നോക്കി പറഞ്ഞു. ''കണ്ടില്ലേ, ഞാനിത്രയൊക്കെ പറഞ്ഞിട്ടും കഴുകൻ

മിണ്ടാതിരിക്കുന്നത്? അവയുടെ കഴുത്തിലെ തൂവലുകൾ നഷ്ടമായത് സുലൈമാന്റെ ശാപം മൂലമാണ്. ഞാനീപ്പറയുന്നത് സത്യമാണ്. ആർക്കെങ്കിലും എന്റെ വാക്കുകളിൽ സംശയമുണ്ടെങ്കിൽ കഴുകനോടുതന്നെ നേരിട്ടു ചോദിക്കാവുന്നതേയുള്ളൂ.''

കഴുകനത് കേട്ട് മിണ്ടാട്ടമില്ലാതെയിരുന്നു. ഉപ്പൂപ്പൻ പറഞ്ഞു. ബാക്കി കഥയും ഞാൻതന്നെ പറയാം. സുലൈമാന്റെ വാക്കുകൾ കഴുകന്മാർ അനുസരിക്കാതെ പോയപ്പോൾ ഒരു കൂട്ടം ഉപ്പൂപ്പനുകൾ അതുവഴി പറക്കുന്നത് അദ്ദേഹം കണ്ടു. സുലൈമാൻ ഉപ്പൂപ്പനുകളോട് സഹായം അഭ്യർത്ഥിച്ചു. ഉപ്പൂപ്പൻകൂട്ടം സുലൈമാന്റെ തലയ്ക്ക് മുകളിലൂടെ പറന്ന് അദ്ദേഹത്തിന് തണൽ നൽകി. അദ്ദേഹത്തെ വെയിലേൽക്കാതെ എത്തേണ്ടിടത്ത് എത്തിച്ചു. ഇതിൽ സംപ്രീതനായ സുലൈമാൻ ഒരുവരം ചോദിക്കാൻ ഉപ്പൂപ്പനോടാവശ്യപ്പെട്ടു. ഉപ്പൂപ്പനുകൾ കൂടിയാലോചിച്ചു. ഏതൊരു ജീവിക്കും ഏറ്റവും പ്രധാനം ആത്മാഭിമാനമാണ്. രാജാവിന്റെ അംഗീകാരം ലഭിക്കുകയെന്നത് വലിയ കാര്യമാണ്. അന്തസ്സ് ഇല്ലെങ്കിൽ എന്തുണ്ടായിട്ടും ഫലമില്ല. ഒരു സുവർണ്ണകിരീടം ലഭിക്കുകയാണെങ്കിൽ ഉപ്പൂപ്പനുകൾക്ക് എക്കാലത്തും തലയിൽ ചൂടി മറ്റ് പക്ഷികളുടെ മുമ്പിൽ തല ഉയർത്തി നടക്കാനാവും. ഉപ്പൂപ്പനുകളുടെ നേതാവായ ഞങ്ങളുടെ മുതുമുത്തച്ഛൻ സുലൈമാൻ നബിയോട് ഭവ്യതയോടെ ഉണർത്തിച്ചു.

''ഞങ്ങൾക്കൊരു സ്വർണ്ണകിരീടം അനുവദിച്ചുതന്നാൽ നന്നായിരുന്നു. തലമുറകളായി അതു ധരിച്ചു നടക്കാനുള്ള അനുമതിയും അങ്ങ് തരുകയാണെങ്കിൽ നിസ്സാരരായ ഞങ്ങൾക്ക് അതൊരു വലിയ അനുഗ്രഹമാവും.''

അങ്ങനെ സംഭവിക്കട്ടെയെന്ന് സുലൈമാൻ നബി അരുളിചെയ്തു. ഉപ്പൂപ്പനുകളുടെ തലയിൽ സ്വർണ്ണത്തൂവലുകൾകൊണ്ടൊരു കീരിടം വളർന്നുവന്നു. സ്വർണ്ണത്തൂവലുകൾ തലയിൽ ചൂടി നടക്കുന്ന ഉപ്പൂപ്പനുകളോട് മറ്റ് പക്ഷികൾക്കെല്ലാം അസൂയ തോന്നി. അസൂയയെന്ന വികാരം ചുറ്റിലുള്ളവരെയും തന്നെത്തന്നെയും നശിപ്പിക്കും, ചിന്നകൊക്കും പാതിരാക്കൊക്കും സ്വർണ്ണകിരീടത്തെക്കുറിച്ച് ഓർത്ത് ഗൂഢമായി ചിരിച്ചു. ''തലയിൽ ഒരു കിന്നരിത്തൂവൽ മാത്രം ധരിച്ചു നടക്കുന്ന ഞങ്ങളെപ്പോലും മനുഷ്യർ വെറുതെ വിടാറില്ല. തരം കിട്ടിയാൽ മനുഷ്യർ തങ്ങളെ കൊലചെയ്തു കിന്നരിത്തൂവൽ പറിച്ചെടുക്കും. അവരുടെ തൊപ്പികളിൽ തുന്നിചേർക്കും. സ്വർണ്ണത്തൂവലുകൾ വിരിച്ചുനടക്കുന്ന ഉപ്പൂപ്പനുകളുടെ ഗതിയപ്പോൾ എന്തായിരിക്കു''മെന്ന് അവ ചിന്തിച്ചു. ഉപ്പൂപ്പനുകൾക്ക് സംഭവിക്കാൻ പോകുന്നതെന്ന കാര്യം ഞങ്ങൾക്ക് മുമ്പേയറിയാമെന്ന ഭാവത്തിൽ അവ കൊക്കിളക്കിയിരുന്നു.

ഉപ്പൂപ്പൻ കഥ പറഞ്ഞു. ''തലയിൽ സ്വർണ്ണത്തൂവലുകൾ ചൂടി നടക്കുന്ന ഉപ്പൂപ്പനുകൾ മനുഷ്യരുടെ ശ്രദ്ധയിൽപ്പെട്ടു അവർ സ്വർണ്ണ ത്തൂവലുകൾ കൈക്കലാക്കാൻ ഉപ്പൂപ്പനുകളെ ഒന്നൊന്നായി കൊന്നൊ ടുക്കാൻ തുടങ്ങി. സുലൈമാൻ നബി അനുഗ്രഹിച്ചു കൊടുത്ത സ്വർണ്ണകിരീടം ഉപ്പൂപ്പനുകളുടെ ജീവനു ഭീഷണിയായി മാറി. ഒടുക്കം സുലൈമാൻ നബിയെ തന്നെ ചെന്ന് കണ്ട് തങ്ങളുടെ ജീവന് ഭീഷണിയായി മാറിയ സ്വർണ്ണകിരീടം സാധാരണ തൂവലുകളാക്കി മാറ്റിത്തരാൻ ആവശ്യപ്പെട്ടു. 'അങ്ങനെ സംഭവിക്കട്ടെ'യെന്ന് അദ്ദേഹം പറഞ്ഞതോടെ ഉപ്പൂപ്പനുകളുടെ തലയിലെ കിരീടം ദേ ഇതു പോലെയായി.''

ഉപ്പൂപ്പന്റെ തലയിലെ വിശറി കിരീടം വിരിച്ചു കാട്ടി.

ഇതുകണ്ട് ഒരു മരക്കൊമ്പിലിരുന്ന് സിംഭൂകൻ എന്ന പക്ഷി ഒന്നൂറിച്ചിരിച്ചു. തന്റെ നിറമുള്ള തൂവലുകൾ പതിയെ വിടർത്തി ഒരു മൂളിപ്പാട്ടോടെ മന്ദം മന്ദം പറന്ന് തടാകക്കരയിലിറങ്ങി. വെള്ളാരം മണ്ണിലേക്ക് അവ വാലുപൊക്കി ചെറുമൺതരി കൂന കണക്കെ കാഷ്ഠിച്ചുവച്ചു. നിലത്ത് വീണ സിംഭൂകന്റെ മലം സുവർണ്ണശോഭ യോടെ വെട്ടിത്തിളങ്ങാൻതുടങ്ങി. സ്വർണ്ണതരികളുടെ ഒരു ചെറു കൂനയായത് വെള്ളാരം മണ്ണിനെ ചന്ദനം പൂശി.

ഇതൊന്നും കഥ കേട്ടിരിക്കുന്ന പക്ഷികൾ ശ്രദ്ധിക്കുന്നുണ്ടായി രുന്നില്ല. അവ കഥയിൽ ലയിച്ചിരിക്കുകയാണ്. ഉപ്പൂപ്പൻ പറഞ്ഞു കൊണ്ടിരുന്നു.

''മനുഷ്യരുടെ അതിക്രമം ഉണ്ടായില്ലായിരുന്നുവെങ്കിൽ സുവർണ്ണ തൂവലുകൾ തലയിൽ ചൂടി ഞങ്ങൾക്കിന്നും നടക്കാമായിരുന്നു. പക്ഷിവർഗ്ഗങ്ങൾക്കാകെ അതൊരു അഭിമാനമായിരുന്നു. ഞങ്ങളുടെ കിരീടം സ്വർണ്ണമല്ലാതായെങ്കിലും അതിന്റെ പകിട്ടിന് വലിയ മാറ്റ മൊന്നും സംഭവിച്ചില്ല'' എന്നു പറഞ്ഞ് ഉപ്പൂപ്പൻ തന്റെ കിരീടം പരമാവധി വിസ്താരത്തിൽ എല്ലാ പക്ഷികളും കാണാനായി ഒന്നു വിരിച്ചു.

''നമുക്ക് ഭരണാധികാരികളിൽ നിന്ന് ലഭിക്കുന്ന അംഗീകാര ത്തിനാണ് വില. അല്ലാതെ ലഭിക്കുന്ന സാധനങ്ങളുടെ കമ്പോള വിലയുമായി അതിന് യാതൊരു ചേർച്ചയുമില്ല. വലിയ കായിക മത്സരങ്ങളിൽ വിജയിക്കുന്നവർക്ക് മനുഷ്യർ പണ്ട് ഒലിവിന്റെ ഇല യാണ് നൽകിയിരിക്കുന്നത്. ഇലയുടെ വിലയല്ലല്ലോ വിജയിക്ക് ലഭിക്കുന്നത്? ഞങ്ങളുടെ തലപ്പാവിന്റെ കാര്യവും അങ്ങനെതന്നെ യെന്നു കരുതിയാൽ മതി.''

പക്ഷികളുടെ നേതാവായിരിക്കാൻ ഞങ്ങളാണ് പരമയോഗ്യർ എന്ന ഭാവമായിരുന്നു ഉപ്പൂപ്പന്റെ മുഖത്ത് അപ്പോൾ തുടിച്ചുനിന്നിരു ന്നത്.

ചിന്നകൊക്ക്

കഥ കേട്ടിരുന്ന തലയിൽ കിന്നരിത്തൂവലു ചൂടിയെത്തിയ ചിന്ന കൊക്കും പാതിരാകൊക്കും തമ്മിൽ തമ്മിൽ പറഞ്ഞു. "ഇക്കഥ യൊന്നും മനുഷ്യർ കേൾക്കണ്ട. ഉപ്പൂപ്പന്റെ ഈ തൂവലും അവർ പറിച്ചെടുക്കും."

"യഥാർത്ഥത്തിൽ ഉപ്പൂപ്പൻ മനുഷ്യരുടെ ഇടയിലെ രാജാവായി രുന്നോ?" ചിന്നകൊക്ക് പാതിരാകൊക്കിനോട് ചോദിച്ചു.

തന്റെ ചുവന്ന കണ്ണുകൾ വിടർത്തിയത് ഏതോ ഓർമ്മയിലാണ്ടു കൊണ്ട് പരുക്കൻ ശബ്ദത്തിൽ കരഞ്ഞു.

"ക്വാക് ക്വക്ക്..."

"അങ്ങനെയൊരു കഥ ഞാൻ കേട്ടിട്ടുണ്ട്." പാതിരാകൊക്ക് അത്ര താൽപര്യമില്ലാത്തതുപോലെ അലസമായി ഒന്നു കൊക്ക് പിളർത്തി കോട്ടുവായിട്ടു.

"ആ കഥയൊന്നു പറയാമോ?" ചിന്നകൊക്ക് താൽപര്യപൂർവ്വം ചോദിച്ചു.

"ക്വാക് ക്വാക് ഇക്കഥ എല്ലാവരും അറിയേണ്ടതു തന്നെയാ." പാതിരാകൊക്ക് തന്റെ ചുവന്ന കണ്ണികൾ വീണ്ടും ഉരുട്ടി പറഞ്ഞു.

"ദുഷ്ടനായൊരു രാജകുമാരനാണ് ഉപ്പൂപ്പൻപക്ഷിയായി മാറി യത്. ഗ്രീക്കിലെ ത്രേസിലെ രാജാവായ ഏറിസിന്റെ പുത്രനായിരുന്നു തെരിസ്. ആഥൻസിലെ രാജാവായിരുന്ന പാൻഡിയോണിന്റെ പെൺ മക്കളായിരുന്നു പ്രോക്നെയും ഫിലോമിനയും. തെരിസ് ഇവരിൽ പ്രോക്നെയെ വിവാഹം കഴിച്ചു. എന്നാൽ അയാൾക്ക് അവളുടെ സുന്ദരിയായ സഹോദരിയിലും ഒരു കണ്ണുണ്ടായിരുന്നു. പ്രോക്നെ കൊട്ടാരത്തിൽ ഇല്ലാത്ത നേരം നോക്കി തെരിസ് ഫിലോമിനയെ ബലാൽ പ്രാപിച്ചു. എന്നിട്ട് ഇക്കാര്യം പുറത്തു പറയാതിരിക്കാൻ അവളുടെ നാവ് മുറിച്ചു കളഞ്ഞു.

എന്നാൽ ബുദ്ധിമതിയായ ഫിലോമിന ഒരു തുണിയിൽ ചിത്ര പ്പണികൾ നടത്തി വിവരം തന്റെ സഹോദരിയെ അറിയിച്ചു. രോഷാ കുലരായ പ്രോക്ന തനിക്ക് തെരിസിൽ ഉണ്ടായ മകനെ കൊന്ന് കറിവച്ചു ഭർത്താവിനെ തീറ്റിച്ചു. എന്നിട്ട് സഹോദരിമാർ അവിടുന്ന് രക്ഷപ്പെട്ടു. ഇതറിഞ്ഞ തെരിസ് അവരെ പിന്തുടർന്നു. പ്രോക്നയെ പിടിക്കാനാവും മുമ്പ് അയാൾ ഉപ്പൂപ്പനായി മാറി. പ്രോക്നയാകട്ടെ, രാപ്പാടിയായിമാറി. കഥകേട്ട് ചിന്നകൊക്ക് പറഞ്ഞു. ''ദുഷ്ടൻ.''

കാട്ടുമരക്കൊമ്പിലിരുന്ന് മലമുഴക്കി വേഴാമ്പലുകൾ ഉപ്പൂപ്പന്റെ വാദങ്ങളൊക്കെ സശ്രദ്ധം കേൾക്കുന്നുണ്ടായിരുന്നു. അവ തന്റെ ഇമയുള്ള കൺപോളകൾ ഉയർത്തി ചുറ്റും നോക്കി. വേഴാമ്പലുകൾ തന്റെ കനപ്പെട്ട കിരീടം ഉറപ്പിച്ച കൊക്കുകൾ ആയാസപ്പെട്ട് ഉയർത്തി പരസ്പരം പറഞ്ഞു. ''ഉപ്പൂപ്പനുകൾ നമ്മുടെ ബന്ധുകളാണെന്ന് പറഞ്ഞിട്ടെന്താ. വേഴാമ്പലുകളുടെപോലെ കുലീനമായ കൂടും വൃത്തി യുള്ള പേറ്റുമുറിയും ഇല്ലാത്ത കൂട്ടരാണ്. സ്വന്തം കൂട് പോലും വൃത്തിയായി സൂക്ഷിക്കാൻ കഴിയാത്ത ഉപ്പൂപ്പനുകൾക്കെങ്ങനെയാണ് മറ്റ് പക്ഷികളുടെ കാര്യങ്ങൾ നോക്കി നടത്താൻ സമയം കിട്ടുക.

പക്ഷികളുടെ നേതാവിന് അനുഗുണമായ കൂടാണോ ഉപ്പൂപ്പൻ ഉണ്ടാക്കുന്നത്? കണ്ണിൽ കാണുന്നതൊക്കെ പെറുക്കിക്കൂട്ടിയാണ് ഈ ഉപ്പൂപ്പനുകൾ കൂടൊരുക്കുന്നത്. ദൂരെപ്പോയി കാഷ്ഠിക്കാൻ പോലുമുള്ള വിവേകമതിനില്ല. മലമുഴക്കി വേഴാമ്പലുകളെ കൂട്ടിൽ പോയി കാണണം. ഉപ്പൂപ്പനുകളെ വഴിയിൽ കാണണം. എന്നൊരു ചൊല്ലുതന്നെ പക്ഷികളുടെയിടയിൽ പ്രചരിച്ചിട്ടുണ്ട്. കിരീടവും പത്രാസമായി ഒരുങ്ങി നടക്കുന്ന ഉപ്പൂപ്പനെ കണ്ടാൽ അവ കൊട്ടാര ത്തിലാവും കഴിയുകയെന്നാവും മറ്റ് പക്ഷികൾ ധരിക്കുക. എന്നാൽ വെറും തൊഴുത്തിലാണവയുടെ ജീവിതം. വീടും വൃത്തിയുമില്ലാത്ത കൂട്ടർ...

ഉപ്പൂപ്പനുകളേക്കാൾ എന്തുകൊണ്ടും പക്ഷിവർഗ്ഗത്തിന്റെ നേതാവായിരിക്കാൻ യോഗ്യത മലമുഴക്കി വേഴാമ്പലുകൾമാണ്. നമുക്കെന്തുകൊണ്ട് ഇക്കാര്യം ഇവിടെ ഉന്നയിച്ചുകൂടാ. മലമുഴക്കി വേഴാമ്പലുകൾ കൂടിയാലോചിച്ചു. ചുവന്ന കണ്ണുകളുള്ള പൂവന് വെള്ളാരം കണ്ണുകളുള്ള പിട പിന്തുണ നൽകി. പൂവൻ വേഴാമ്പൽ തന്റെ വിസ്തൃതമായ ചിറകുകൾ വായുവിൽ അലസമായി വീശി ഹഫ് ഹഫ് ഹഫ് എന്നൊരു മൂളൽ ഉതിർത്തു. അന്തരീക്ഷത്തെ യത് പ്രകമ്പനം കൊള്ളിക്കാൻ തുടങ്ങി.

രാജകീയ എഴുന്നള്ളത്തിന്റെ പെരുമ്പറപോലെ ചിറകടിയുടെ അലയൊലി അന്തരീക്ഷത്തിൽ തങ്ങി നിന്നു. തലയിൽ വലിയൊരു

പാത്തി പിടിപ്പിച്ച് കഠാര പോലെയുള്ള കൊക്കുകളുള്ള ആ കൂറ്റൻ പക്ഷി പാറപ്പുറത്ത് പറന്നിറങ്ങി. അവയുടെ കറുത്ത വലിയ ചിറകുകളിൽ രണ്ടു വെള്ളപ്പട്ടുകൾ തെളിഞ്ഞു നിന്നിരുന്നു. വെള്ളത്തൂവലിൽ വീതിയുള്ള ഒരു കറുത്ത പട്ടയുണ്ട്. അവയുടെ വീതിയേറിയ മഞ്ഞകൊക്കുകൾ വെയിൽതട്ടി തിളങ്ങുന്നുണ്ടായിരുന്നു. പരന്ന കാലുകൾ പാറപ്പുറത്ത് ഉറപ്പിച്ചുകൊണ്ട് കൺപോളകളിലെ ഇമ വെട്ടിച്ചുകൊണ്ടു വേഴാമ്പൽ ഉറക്കെ പറഞ്ഞുതുടങ്ങി.

"മഹത്തായ പാരമ്പര്യമുള്ള വേഴാമ്പൽ കുടുംബത്തിലെ മഴമുഴക്കി വേഴാമ്പലുകളാണ് ഞങ്ങൾ. ലോകത്തിന്റെ നാനാഭാഗങ്ങളിൽ വേഴാമ്പലുകൾ ജീവിക്കുന്നുണ്ട്. അവിടങ്ങളിലൊക്കെ ഞങ്ങൾക്ക് അർഹിക്കുന്ന ആദരവ് ലഭിക്കുന്നതുതന്നെ സ്വഭാവമഹിമയിലുള്ള ഞങ്ങളുടെ നിഷ്ഠ ഒന്നുകൊണ്ടുമാത്രമാണ്. ഭാരതനാടിന്റെ തെക്കേറ്റത്ത് മനോഹരമായ ഒരു പച്ചതുരുത്തുണ്ട്. കേരളമെന്നാണതിന്റെ പേര്. ദൈവത്തിന്റെ സ്വന്തം നാടാണെന്ന് ഞങ്ങളും വിശ്വസിക്കുന്നു. അതീവസുന്ദരമായ ആ ഭൂപ്രദേശത്തു നിന്നാണ് ഞാൻ വരുന്നത്. കേരളം ഔദ്യോഗിക പക്ഷിയായി മലുമുഴക്കി വേഴാമ്പലുകളെയാണ് പ്രഖ്യാപിച്ചിട്ടുള്ളത്. അവിടെ അഞ്ഞൂറിലധികം ജാതി പക്ഷികൾ ജീവിക്കുന്നുവെന്നോർക്കണം. ഞങ്ങളുടെ ജീവിതം പക്ഷി കുലത്തിനാകമാനം അഭിമാനകരമാണ്. ഞങ്ങളുടെ കൂടൊരുക്കലും കുഞ്ഞുങ്ങളെ വളർത്തിയെടുക്കുന്നതുമൊക്കെ പക്ഷികളുടെയിടയിൽ മാത്രമല്ല മറ്റ് ജീവിവർഗ്ഗങ്ങൾക്കിടയിലും പ്രശസ്തമായ കാര്യമാണ്. അന്തസ്സും ആഭിജാത്യവും വിട്ട ഒരു പെരുമാറ്റവും ഞങ്ങളുടെ ഭാഗത്തു നിന്നുണ്ടാവാറില്ല. ശരിയായ ഒരു നേതാവിനു ചേരുന്ന ജീവിതശൈലിയാണ് ഞങ്ങളുടേതെന്ന് മറ്റ് പക്ഷികൾക്കൊക്കെ ബോധ്യമുള്ള കാര്യമാണ്.

ഒരു പക്ഷി കൂടൊരുക്കുന്നതു നോക്കിയാൽ അറിയാം അതെത്രമാത്രം സൂക്ഷ്മത പുലർത്തുന്ന പക്ഷിവർഗ്ഗമാണെന്ന്. മരച്ചില്ലകളിൽ കണ്ണിൽ കാണുന്നതൊക്കെ പെറുക്കി കൂട്ടിവച്ച് പല പക്ഷികളും കൂടൊരുക്കുന്നതു ഞങ്ങൾ കണ്ടിട്ടുണ്ട്. അങ്ങനെ കൂടൊരുക്കാൻ വലിയ ബുദ്ധിയോ കരവിരുതോ അധ്വാനമോ ഒന്നും ആവശ്യമായി വരുന്നില്ല. മലമുഴക്കി വേഴാമ്പലിന്റെ വർത്തമാനം അത്ര ഇഷ്ടപ്പെടാതെ ബലിക്കാക്കകൾ തൊള്ളതുറന്ന് കരഞ്ഞ് ബഹളം വച്ചു. ബലിക്കാക്കകൾക്ക് പിന്നാലെ വീട്ടുകാക്കകളുംകൂടി പരുക്കൻ ശബ്ദത്തിൽ കരഞ്ഞതോടെ അതൊരു കോലാഹലമായി. ഇതു ശ്രദ്ധിച്ചുകൊണ്ട് മലമുഴക്കി വേഴാമ്പലുകൾ പറഞ്ഞു. ഇവിടെ കൂടിയിരിക്കുന്ന ഏതെങ്കിലും പക്ഷികളെ കളിയാക്കാനോ വേദനിപ്പിക്കാനോ

ഉദ്ദേശിച്ചല്ല ഞാനത് പറഞ്ഞത്. എല്ലാ പക്ഷികളും മികച്ചതും ഭംഗി യുള്ളതുമായ കൂടുകളിൽ കഴിയണമെന്നാണ് ഞങ്ങളുടെ ആഗ്രഹം.''

മലമുഴക്കി വേഴാമ്പൽ ഇതു പറഞ്ഞതോടെ കാക്കകൾ ഒന്നാകെ വലിയ വായിൽ കരഞ്ഞ് വീണ്ടും കലപിലാരവം സൃഷ്ടിച്ചു. ഇതു ശ്രദ്ധിച്ചുകൊണ്ട് തൂക്കണാംകുരുവികൾ തമ്മിൽ പറഞ്ഞു. ''നമ്മളൊരു ക്കുന്ന കൂട് ഈ വേഴാമ്പലുകൾ ഇതുവരെ കണ്ടിട്ടില്ലേ. ഒരിക്കലെ ങ്കിലും കണ്ടിട്ടുണ്ടായിരുന്നുവെങ്കിൽ അവയുടെ കൂടിന്റെ മഹത്വം ഇവിടെ വന്നിങ്ങനെ എഴുന്നെള്ളിക്കില്ലായിരുന്നു.''

ബഹളത്തിനിടയിലും മലമുഴക്കി വേഴാമ്പലുകൾ അതത്ര കാര്യ മാക്കാതെ ഉറക്കെ പറഞ്ഞുകൊണ്ടിരിക്കുന്നു.

''വലിയ മരങ്ങളിലുള്ള സ്വഭാവികമായ പോടുകളിലാണ് ഞങ്ങൾ കൂടൊരുക്കുക. അല്ലാതെ ചില പക്ഷികളെപ്പോലെ മരത്തെ കൊത്തി മുറിപ്പെടുത്തി മാളം ഉണ്ടാക്കാറില്ല. മരങ്ങളും പക്ഷികളെപ്പോലെ ജീവനുള്ളവയാണ്. അവ പറക്കുന്നില്ലെന്നേയുള്ളൂ.'' മരംകൊത്തികൾ വേഴാമ്പലിന്റെ വാക്കുകൾ കേട്ട് അസ്വസ്ഥരായി. എന്നിട്ട് നീണ്ട ശബ്ദത്തിലൊരാട്ടുകൊടുത്തു.

എന്നാലവ കാക്കകളെപ്പോലെ പരസ്യമായ പ്രതികരിക്കാൻ നിന്നില്ല. വേഴാമ്പൽ പറഞ്ഞത് പല പക്ഷികളെയും ഉദ്ദേശിച്ചിട്ടാവാം. വെറുതെ പ്രതികരിച്ച് തങ്ങളെയാണെന്ന് വരുത്തി തീർക്കേണ്ട ഒരു കാര്യവുമില്ല. മൗനമായിരിക്കേണ്ടപ്പോൾ മൗനമായിരിക്കാനും പ്രതി കരിക്കേണ്ടപ്പോൾ മാത്രം പ്രതികരിക്കാനും പഠിക്കണം. പ്രതികരി ക്കേണ്ടപ്പോൾ മൗനമായിരിക്കുകയും മൗനമായിരിക്കേണ്ടപ്പോൾ പ്രതികരിക്കുകയും ചെയ്യുന്നത് ബുദ്ധിയുടെ ലക്ഷ്ണമല്ല. മൗനം വിദ്വാന് ഭൂഷണമെന്ന് പറഞ്ഞത് ആരായാലും അയാളൊരു വിദ്വാ നായിരിക്കില്ലെന്നുറപ്പാണ്.

ഒരാൾ മൗനം വെടിയുമ്പോൾ മാത്രമേ എത്ര കണ്ട് ജ്ഞാനി യാണെന്ന് മറ്റുള്ളവർക്ക് തിരിച്ചറിവുണ്ടാവുകയുള്ളൂ. അനുകൂലമായ സമയം എത്തുമ്പോൾ പ്രതികരിക്കാമെന്ന ധാരണയിൽ മരംകൊത്തി മിണ്ടാതെയിരുന്നു. അനീതി കണ്ടാൽ മൗനമായിരിക്കുന്നത് കൊടും പാപമാണ്. മരം കൊത്തികൾ ആലോചിച്ചുകൊണ്ട് നാക്ക് പുറ ത്തേക്ക് ചുഴറ്റി.

വേഴാമ്പൽ തന്റെ വാക്കുകൾ മറ്റ് പക്ഷികൾ ശ്രദ്ധിക്കുന്നുവെന്നുറ പ്പാക്കിക്കൊണ്ടു പറഞ്ഞു. ''ഞങ്ങൾ ഒരു മരപ്പോട് കണ്ടാൽ ആദ്യം ചെയ്യുക അതിന് അനുയോജ്യമായൊരു വാതായനം ഉണ്ടാക്കുക യാണ്. പോടിന്റെ പേരായ്മകളൊക്കെ പശമയാർന്ന ഞങ്ങളുടെ മലം കൊണ്ടുതന്നെ അടച്ച് വൃത്തിയുള്ളതാകും.''

വേഴാമ്പലിനെ കളിയാക്കാൻ വലിയൊരു അവസരമായി ഇതിനെ കണ്ട് മരംകൊത്തികൾ ട്രെ ട്രെ ട്രേന്ന് ഉറക്കെ ചിരിച്ചു.

''ക്രെ ക്ര് ക്ര്. മലംകൊണ്ട് ഓട്ടയടയ്ക്കുന്നോ? മ്ലേച്ഛം മ്ലേച്ഛം'' അവർ വിളിച്ചു പറഞ്ഞു.

''എന്താണതിനൊരു പോരായ്മ. മലം മരുന്നാണ്. അതിനിയും നിങ്ങൾക്ക് മനസ്സിലാകാത്തതുകൊണ്ടാണ്. പ്രകൃതി വിസർജ്ജ്യത്തിലും മരുന്ന് ഒളിപ്പിച്ചുവച്ചിരിക്കുന്നു.

മനുഷ്യർപോലും അവരുടെ വീടുകൾ കാലികളുടെ മലം കൊണ്ടാണല്ലോ മെഴുകി വൃത്തിയാക്കുന്നത്. അതിലും ഭേദമാണ് സ്വന്തം മലംകൊണ്ട് കൂട് മെഴുകുന്നത്. മലം വെറുതെ കൂട്ടിയിടുമ്പോഴാണത് അഴുകി നാറുന്നത്. ഞങ്ങളങ്ങനെ ഒരിക്കലും ചെയ്യാറില്ല. ഞങ്ങളുടെ കുഞ്ഞുങ്ങൾപോലും വിസർജ്ജിക്കുന്നത് കൂട്ടിനു പുറത്തേക്കാണ്. കൂട് പരമാവധി വൃത്തിയായി സൂക്ഷിക്കുന്നവരാണ് ഞങ്ങൾ. അടച്ചുറപ്പില്ലാതെ കൂട് തുറന്നിടുന്ന ശീലക്കാരുമല്ല. കൂട്ടിൽ അടയിരിക്കുന്ന കാലത്താണ് തള്ളപ്പക്ഷി തന്റെ പഴയ തൂവലുകളൊക്കെ പൊഴിച്ച് പുതുതൂവൽ ധരിക്കുന്നത്. കുഞ്ഞുങ്ങൾ വളർച്ച മുറ്റിയാൽ കൂട് പൊളിച്ച് ഞങ്ങൾ പുറത്ത് വരും. കൂട്ടിൽ കഴിയുന്ന അഞ്ചാറാഴ്ചക്കാലം തള്ളയേയും കുഞ്ഞുങ്ങളെയും തീറ്റിപ്പോറ്റുന്നത് ആൺപക്ഷിയാണ്. ഞങ്ങളുടെ കുടുംബജീവിതം എത്ര മാതൃകാപരമാണ്. മറ്റേതൊരു പക്ഷിക്കും അനുകരിക്കാവുന്ന ദാമ്പത്യജീവിതമാണ് വേഴാമ്പലുകൾക്കിടയിലുള്ളത്. കുടുംബം നന്നായി നോക്കുന്നവർക്ക് പൊതുകാര്യങ്ങളും നോക്കാനുള്ള ശേഷിയുണ്ടാകും. സ്വന്തം കുടുംബം നോക്കാത്തവർ എത്ര വലിയ പൊതുസേവകനായിട്ടും എന്തു ഫലം. അത്തരക്കാരെ ആർക്കും ഒരു മതിപ്പുമുണ്ടാകില്ല.'' വേഴാമ്പൽ അഭിമാനത്തോടെ പറഞ്ഞു.

താഴ്ന്ന ഒരു ചെടിയുടെ കൊമ്പിലിരുന്നുകൊണ്ട് തേൻകുരുവികൾ തമ്മിൽ തമ്മിൽ പറഞ്ഞു. ''ഈ വേഴാമ്പൽ പറയുന്നതിലെന്തു കാര്യമിരിക്കുന്നു. എത്ര ഭംഗിയായാണ് നമ്മൾ തേൻകുരുവികൾ കൂടൊരുക്കുന്നത്. വീട് വൃത്തിയായി സൂക്ഷിക്കാനും നമുക്കറിയാം. നമ്മുടെ കുഞ്ഞുങ്ങൾ വിസർജ്ജിക്കുന്നതുതന്നെ ഒരു സഞ്ചിയിലാക്കിയാണ്. നമ്മളത് അപ്പോഴേ കൊത്തി ദൂരെ കൊണ്ടുകളയും. സ്വന്തം കൂട് വൃത്തിയായി സൂക്ഷിക്കുന്നുവെന്ന കാരണംകൊണ്ടു മാത്രം ഒരു പക്ഷിയും നേതാവായിരിക്കാൻ യോഗ്യനല്ല. നല്ല കൂടൊരുക്കി കഴിയുക, നല്ല കുടുംബജീവിതം നയിക്കുക, വൃത്തിയോടും വെടിപ്പോടും കൂടി ജീവിക്കുക. എന്നതൊക്കെ ഓരോ പക്ഷിയുടെയും ഉത്തരവാദിത്വമാണ്. പക്ഷികളൊക്കെതന്നെ അങ്ങനെയാണ്

ജീവിക്കേണ്ടത്. അപൂർവ്വം ചില അപവാദങ്ങൾ പക്ഷികളുടെയിട യിലും ഉണ്ടാകാം.''

കാട്ടുമൈനകൾ തേൻ കുരുവികളുടെ വാക്കുകൾ ശ്രദ്ധിക്കുന്നു ണ്ടായിരുന്നു. ക്ലൂ... ക്ലൂ... ക്ലിക്ലൂയെന്ന് ചെവി തുളയ്ക്കുന്ന ഒരു ശബ്ദം അതു പുറപ്പെടുവിച്ചു. മറ്റ് പക്ഷികൾ കാട്ടുമൈനകളുടെ നേരെ തിരിഞ്ഞു.

''എന്തൊരൊച്ചയാണിവയ്ക്ക്. വായാടികൾ'' മണ്ണാത്തിപ്പുള്ളു കൾ പറഞ്ഞു.

''ശബ്ദം താളാത്മകമാകുമ്പോൾ അത് സംഗീതമാണ്. എന്നാൽ അതിനൊരു അടുക്കും ചിട്ടയുമില്ലെങ്കിൽ കോലാഹലമാകും. അസ ഹനീയമായ ശബ്ദം കേൾക്കുന്നത് രോഗമുണ്ടാക്കും. മനശ്ശാന്തി തകർക്കും. മധുരമായി സംസാരിക്കാൻ പക്ഷികൾക്ക് കഴിയണം. ശബ്ദമധുരിമയുള്ളവരെ എല്ലാവരും ഇഷ്ടപ്പെടും. ഒച്ചയുണ്ടാക്കുന്ന വരെ മറ്റ് പക്ഷികൾ വെറുക്കും. മണ്ണാത്തിപ്പുള്ളുകളായ ഞങ്ങൾ ജീവിതകാലം മുഴുവൻ മറ്റുള്ളവരെ സന്തോഷിപ്പിക്കാനായി പാടി നടക്കുന്നവരാണ്. പക്ഷികളുടെയിടയിലെ നല്ല ഗായകരാണ് ഞങ്ങൾ. മറ്റ് പക്ഷികൾ സന്തോഷിക്കുമ്പോൾ ഞങ്ങളുടെ മനസ്സിൽ ഒരു കുളിരുണ്ടാകും. അതാണ് ഞങ്ങളുടെ പാട്ടിന്റെ പ്രതിഫലം. സന്തോഷ മെന്നത് മനസ്സിന്റെ ഒരു സുന്ദര അവസ്ഥയാണ്. ഹൃദയവിശാലത യുള്ളവർക്കു മാത്രമേ ആ അവസ്ഥ അനുഭവിക്കാനാവുകയുള്ളൂ.''

കാക്ക

മണ്ണാത്തിപ്പുള്ളുകളുടെ കൊച്ചുവർത്തമാനം കേട്ട് കാട്ടുമൈനകൾ വീണ്ടും ഒച്ചയിട്ടു. എന്നിട്ടവ മനുഷ്യരെപോലെ ഉച്ചത്തിൽ സംസാരിക്കാൻ തുടങ്ങി.

''പക്ഷിവർഗ്ഗമേ, മനുഷ്യരുടെ ഭാഷ ഏറ്റവും നന്നായി അറിയാവുന്ന പക്ഷികളാണ് മൈനകൾ.''

ഇതുകേട്ട് കൊക്കിന്റെ മുകൾ പകുതി ചുവന്നതും കീഴ്പകുതി കറുത്തതുമായ ഒരു കൂട്ടം തത്തകൾ അവിടേക്ക് പറന്നിറങ്ങി. അവ കറുത്ത മാലയും അതിനോടു ചേർന്നു ഒരു ചുവപ്പുമാലയും ധരിച്ചിരുന്നു. നാട്ടുതത്തകൾ കൂട്ടത്തോടെ ചിലച്ചു ബഹളം കൂട്ടി.

''മനുഷ്യശബ്ദത്തിൽ സംസാരിക്കാൻ ഞങ്ങൾക്കാണ് ഏറ്റവും നന്നായി കഴിയുക. തത്തകളായ ഞങ്ങൾ പാടിക്കൊടുത്ത പാട്ടുകൾ എത്ര വേണമെങ്കിലുമുണ്ട്. കിളിപ്പാട്ടെന്ന പേരിൽ മനുഷ്യരുടെ ഇടയിലത് പ്രസിദ്ധമാണ്. ഞങ്ങളെയാണ് മനുഷ്യർ ഓമനിച്ചു വളർത്തി അവരുടെ ഭാഷയൊക്കെ പഠിപ്പിക്കുന്നത്. ആഫ്രിക്കക്കാരായ ഞങ്ങളുടെ ബന്ധു ചാരത്തത്തയാണ് ഏറ്റവും നന്നായി മനുഷ്യരുടെ ഭാഷ സംസാരിക്കുന്ന തത്തകൾ. കാട്ടുമൈനകൾക്കത് അറിയാത്തതാണോ?''

കഴുത്തിൽ കറുത്തതും നീല ഛായയുള്ള പച്ചമാല ധരിച്ച് നീലത്തത്തകൾ ഒരു കൂട്ടം അവിടെയിരുന്നു ചിലച്ചു നാട്ടുതത്തകൾക്ക് പിന്തുണ നൽകി. വ്യത്യസ്ത നിറങ്ങളിൽ മാല ധരിച്ചുപറക്കുന്നവരാണ് തത്തകൾ. ഗോത്രങ്ങളെ തിരിച്ചറിയാൻ വിവിധനിറത്തിലുള്ള തലപ്പാവ് ധരിച്ച് മരുഭൂമിവാസികളായ മനുഷ്യർ വ്യത്യസ്തരായി ജീവിക്കുന്നതുപോലെ.

''ഞങ്ങൾ നീലത്തത്തകളാണ്.'' കുറെ തത്തകൾ മുന്നോട്ട് വന്ന് പറഞ്ഞു.

''ബാബാബുഡാൻ എന്ന സൂഫി ഗുരു അറബിഭാഷയിൽ ഖുർആർ മുഴുവൻ ഞങ്ങൾക്ക് പഠിപ്പിച്ചു തന്നിട്ടുണ്ട്. അറബി ഭാഷയിൽ

പാണ്ഡിത്യം ഞങ്ങളോളം മറ്റൊരു പക്ഷിക്കുമില്ല. ഭാരതത്തിന്റെ തെക്കൻ ദേശത്ത് ഞങ്ങളെ ബാബാബുഡാൻ തത്തകളെന്നാണ് വിളിക്കുക.''

ഇതുകേട്ടു കാട്ടുമൈന പറഞ്ഞു. ''തത്തകൾക്കും മനുഷ്യരുടെ ഭാഷയറിയാമെന്ന് ഞങ്ങൾ സമ്മതിക്കുന്നു. എന്നാൽ ഞങ്ങൾക്ക് മാതൃഭാഷപോലെ മനുഷ്യഭാഷകൾ സംസാരിക്കാൻ കഴിയും. നല്ല ഉച്ചാരണശുദ്ധിയോടെതന്നെ. മനുഷ്യരുടെ ഇടയിലുള്ള റേഡിയോ കളിലും ടെലിവിഷനുകളിൽപോലും അവരുടെ ഭാഷയിൽ പരി പാടികൾ അവതരിപ്പിക്കാൻ കഴിഞ്ഞിട്ടുള്ളവരാണ് ഞങ്ങൾ. ഇനി മനുഷ്യഭാഷയിൽ ഞങ്ങൾ എത്രമാത്രം അറിവുള്ളവരാണന്ന് ഞാനി വിടെ എടുത്തു പറയേണ്ടതില്ലല്ലോ? തത്തകൾക്ക് മറിച്ചഭിപ്രായമു ണ്ടെങ്കിൽ അവർ ഇവിടെ വന്ന് അതൊക്കെ പറയട്ടെ. ഞങ്ങളുടെ വർത്തമാനം തടസ്സപ്പെടുത്തുന്നതു ശരിയല്ല. ഏതു പക്ഷികൾക്കും പ്രിയമുള്ളത് അവയുടെ മാതൃഭാഷയാണ്. മനുഷ്യരുടെ ഭാഷയ റിയാം എന്നതുകൊണ്ട് ഞങ്ങൾ മാതൃഭാഷയെ അപമാനിക്കുന്നവരല്ല. മാതൃഭാഷയിൽ സംസാരിക്കുന്നതിന്റെ സുഖം മറ്റേത് ശ്രേഷ്ഠഭാഷ സംസാരിച്ചാലും പക്ഷികൾക്ക് ലഭിക്കില്ല. അതുകൊണ്ട് ഞങ്ങൾ മാതൃഭാഷയിലേക്ക് മടങ്ങുകയാണ്.''

മനുഷ്യഭാഷ മനസ്സിലാകാതിരുന്ന പക്ഷികൾ ഉച്ചത്തിൽ കരഞ്ഞ് അതിനു പിന്തുണ പ്രഖ്യാപിച്ചു.

കാട്ടുമൈനകൾ മാതൃഭാഷയെ അംഗീകരിച്ചുകൊണ്ടും അതിന്റെ പ്രാധാന്യം ഉയർത്തിക്കാട്ടിയും സംസാരിച്ചത് പക്ഷികളിൽ ആവേശം ജനിപ്പിച്ചു. ചില പക്ഷികൾ അവയ്ക്ക് പിന്തുണ നൽകുന്നവിധം ഉച്ചത്തിൽ ചിറകടിച്ചു പ്രോത്സാഹിപ്പിച്ചു. പക്ഷികൾ സ്വന്തം ഭാഷ യിൽ ആരവം മുഴുക്കുകയും ചെയ്തു. കാടുമുഴക്കി തന്നെക്കൊ ണ്ടാകുംവിധം പരിഭാഷ ഉറപ്പാക്കി.

''പക്ഷിഭാഷയോളം വരുമോ മനുഷ്യഭാഷ? മനുഷ്യരുടെ ഭാഷ യുണ്ടായത് ഇന്നലെത്തേതുപോലെ തോന്നുന്നു. പക്ഷിഭാഷയോ ഭൂമിയോളം പഴക്കമുള്ളതാണ്.'' പച്ചിലക്കിളി വിളിച്ചുപറഞ്ഞു.

''ഞങ്ങൾ വിഷയത്തിലേക്ക് വരാം.'' കാട്ടുമൈന പറഞ്ഞു.

''കറുമ്പന്മാരായ ഞങ്ങൾ കാട്ടുവാസികളാണ്. കാട്ടുവാസിക ളായ ഞങ്ങൾ നിറമുള്ള ആഭരണം ധരിക്കുന്നവരാണ്. കണ്ടില്ലേ?'' കണ്ണിനു താഴെയും പിടലിയിലും ധരിച്ചിട്ടുള്ള മഞ്ഞ ആഭരണം ഉയർത്തിക്കാട്ടി കാട്ടുമൈന പറഞ്ഞു. കാട്ടുവാസികളൊക്കെ നിഷ് കളങ്കരാണ്. ഞങ്ങൾ ആരുടെയും അധികാരം കവരാനും ശ്രമിക്കു ന്നവരല്ല. ആരുടെ സ്വത്തും തട്ടിപ്പറിക്കില്ല. ഞങ്ങൾ സത്യമേ പറയൂ.

കാര്യം നേടാൻ സത്യം മറച്ചുപിടിച്ച് കാപട്യം കാണിക്കുന്നവരല്ല. നേരെ വാ നേരെ പോയെന്നതാണ് ഞങ്ങളുടെ തത്ത്വശാസ്ത്രം. അതുകൊണ്ട് ഞങ്ങളുടെ ഹൃദയം ശുദ്ധമാണ്. ഉള്ളിൽ കുശുമ്പും കുന്നായ്മയും നിറച്ചു നടക്കുന്നവർക്ക് ജീവിതത്തിൽ ഒരിക്കലും മനസ്സുഖം ഉണ്ടാവില്ല. സമ്പത്തിനേക്കാളും അധികാരത്തേക്കാളും എത്രയോ മേലെയാണ് മനസ്സുഖമെന്നത്. മലമുഴക്കി വേഴാമ്പൽ ഇവിടെ പറഞ്ഞതൊക്കെ ഞങ്ങൾ കേട്ടിരിക്കുകയായിരുന്നു. അവർ അവകാശപ്പെട്ടതൊക്കെ ശരിയായിരിക്കാം. എന്നാൽ കാട്ടുവാസികളായ പക്ഷികൾക്കിടയിൽ ഈ മലമുഴക്കി വേഴാമ്പലിനെക്കുറിച്ച് അത്ര വലിയ മതിപ്പൊന്നുമില്ല. കാട്ടുമൈനകളുടെ ഇടയിൽ ഇവ മലമുഴക്കി വേഴാമ്പൽ എന്ന പരിഷ്കാര പേരിലല്ല ഇവ അറിയപ്പെടുന്നത്.

“കട്ടോടം ചാത്തനെന്നാണ്” ഞങ്ങളുടെ അപ്പൂപ്പൻ മൈന ഞങ്ങൾക്ക് പറഞ്ഞു തന്നിട്ടുള്ളത്. ഈ കട്ടോടം ചാത്തൻ പശുക്കളുടെ ശാപത്താൽ പക്ഷിയായി തീർന്ന ഒരു മനുഷ്യനാണെന്നാണ്. കൃഷിക്കാരന്റെ വീട്ടിൽ പശുകൾക്ക് കാടി തിളപ്പിക്കാനും പുല്ലുപറിക്കാനുമായി ‘ചാത്തൻ’ എന്നൊരു പണിക്കാരനുണ്ടായിരുന്നു. പശുകളോട് ഒരു ദയയും ഇല്ലാത്തവനായിരുന്നു. പശുകൾക്ക് വെള്ളമോ തീറ്റയോ കൊടുക്കില്ല. പശുക്കൾ വെള്ളം കുടിക്കാതെ ദാഹിച്ചു വലഞ്ഞു. ഒടുക്കം അവ ശപിച്ചു. തങ്ങൾക്ക് വെള്ളം തിളപ്പിക്കുന്ന ‘കട്ടോടം’ ചുമന്നുകൊണ്ട് വെള്ളം കുടിക്കാനാവാതെ അലഞ്ഞു തിരിയുന്ന ഒരു പക്ഷിയായി ചാത്തൻ മാറട്ടെയെന്ന്! അങ്ങനെയാണ് കട്ടോടം തലയിൽ ചുമന്ന് പറക്കുന്ന കട്ടോടം ചാത്തനുണ്ടായത്. അവയുടെ തലയിലുള്ളത് അധികാരത്തിന്റെ കിരീടമല്ല. അടിമത്തത്തിന്റെ കട്ടോടമാണ്. ഇവയ്ക്ക് മഴ പെയ്യുമ്പോൾ മാത്രമേ വെള്ളം കുടിക്കാനാവുകയുള്ളൂ.”

കൂട്ടത്തിൽനിന്ന് ഏതോ ഒരു പക്ഷി വിളിച്ചുകൂവി. അതുകേട്ട് കാട്ടുമൈനകൾ കൂട്ടത്തോടെ ആരവം മുഴക്കി.

“ശുദ്ധ കളവാണത്.” മലമുഴക്കി വേഴാമ്പലുകൾ വിളിച്ചു പറഞ്ഞു. “ഞങ്ങളുടെ രക്തം പക്ഷിവർഗ്ഗത്തിന്റെ തന്നെയാണ്. ഞങ്ങൾ മഴ പെയ്യുമ്പോൾ മാത്രമേ വെള്ളം കുടിക്കാറുള്ളൂവെന്ന് വിഡ്ഢികളായ ചില മനുഷ്യർ പറഞ്ഞു പരത്തിയ നുണക്കഥയാണ്.”

“ദേ നോക്കൂ, ഞങ്ങൾ നമ്മുടെ പുണ്യതീർത്ഥത്തിൽ നിന്ന് വെള്ളം കുടിക്കുന്നത്.”

ആ കുന്നിൽചരുവാകെ വീണ്ടും ഹഫ് ഹഫ് ഹഫ് ശബ്ദത്തിൽ മുഖരിതമായി ഒരു കൂട്ടം മലമുഴക്കി വേഴാമ്പലുകൾ തടാകത്തിന്

അരുകിലേക്ക് പറന്നിറങ്ങി. തങ്ങളുടെ കഠാര കണക്കെ ഉയർന്നിരിക്കുന്ന കൊക്കുകൾ വെള്ളത്തിലേക്ക് താഴ്ത്തി കുടിക്കാൻ തുടങ്ങി.

''ക്രൂ ക്രൂ...'' കാട്ടുമൈനകൾ നാണം കൊണ്ടു മുഖം പൊത്തി.

''മഴവെള്ളമേ ഇവ കുടിക്കുള്ളൂവെന്നത് കഥയാണ്. കഥയിൽ എന്തുമാകാം.''

കാട്ടുമൈനകളിലൊന്നു സ്വയം ആശ്വസിക്കുംപോലെ പറഞ്ഞു.

നുണയെ സത്യംപോലെ അവതരിപ്പിക്കുമ്പോഴാണത് കഥയാവുന്നത്. സത്യത്തെ നുണ പോലെയും അവതരിപ്പിക്കാം. ഇതൊക്കെ കണ്ടും കേട്ടുമിരുന്ന കാക്കകൾ കാ....കാ.....ന്ന് ഉച്ചത്തിൽ കരഞ്ഞു. വീണ്ടും ഗ്രൂക്രൂ.....കാ...കാ എന്ന് മറ്റൊരു ശബ്ദത്തിൽ കരഞ്ഞു. എന്നിട്ട് സംഘമായി കുന്നിൻചരുവിലേക്ക് പറന്നിറങ്ങി പറഞ്ഞു.

''പക്ഷികൾക്കിടയിൽ ഏറ്റവും ബുദ്ധിയുള്ള കൂട്ടരാണ് കാക്കകൾ. മനുഷ്യരോടൊപ്പം ഇടപഴകിക്കഴിയുന്ന ഏകപക്ഷിവർഗ്ഗം ഞങ്ങളാണ്. ഞങ്ങളുടെ ഭാഷയും അത്രകണ്ട് വികസിച്ചിട്ടുണ്ട്. മറ്റ് പക്ഷികൾക്ക് പറയാൻ കഴിയാത്തതൊക്കെ കാക്കഭാഷയിലൂടെ പറയാനാവും. പക്ഷികളുടെ ഇടയിൽ ഏറ്റവും വികസിച്ച വർഗ്ഗവും കാക്കകളാണ്. ഞങ്ങളുടെ തൂവലുകൾ നോക്കൂ. ഇതൊരിക്കലും നരയ്ക്കാറില്ല. ബുദ്ധിമാന്മാരായ മനുഷ്യവർഗ്ഗം താമസിക്കുന്നയിടങ്ങളിലേ കാക്കകളുള്ളൂ. ഇത്രയുംകാലം മനുഷ്യരുമായി ഇടപഴകി ജീവിച്ചിട്ടും മനുഷ്യരുടെ സൂത്രപ്പണികളൊന്നും ഞങ്ങളുടെ അടുത്ത് ചിലവാകാറില്ല. സ്വന്തം സ്വാതന്ത്ര്യം സംരക്ഷിച്ചുകൊണ്ടു മാത്രമേ കാക്കകൾ മനുഷ്യരുമായി ഇടപഴകാറുള്ളൂ. മനുഷ്യരെ പറ്റിക്കാനുള്ള ബുദ്ധിയൊക്കെ ഞങ്ങൾക്കുണ്ട്. മനുഷ്യരുടെ കുട്ടികളെ കബളിപ്പിച്ച് അവരുടെ പലഹാരങ്ങളൊക്കെ ഞങ്ങൾ തട്ടിയെടുക്കാറുമുണ്ട്.'' കാക്കകൾ പറഞ്ഞു.

''മനുഷ്യരുടെ എച്ചിൽ തിന്നു ജീവിക്കുന്ന കാക്കകളും പക്ഷിവർഗ്ഗത്തിന്റെ നേതാവാകാനായി മുന്നോട്ട് വന്നിരിക്കുന്നോ?'' ഒരു കാട്ടുകോഴി സ്വയം ചോദിച്ചു.

''കഷ്ടം! ഏതെങ്കിലും പൊയ്കയിൽ പോയി സ്വന്തം രൂപം ഒന്നു കണ്ടിട്ടു വേണമായിരുന്നു നേതാവാകാൻ കാക്ക ഇവിടേയ്ക്ക് വരേണ്ടിയിരുന്നത്. കറുത്തു കരിക്കട്ടപോലെയിരിക്കുന്ന കാക്കകൾ പകലിനെപ്പോലും ഇരുട്ടാക്കും.''

കാട്ടുകോഴികൾ തന്റെ നിറമാർന്ന അങ്കവാൽ കുലുക്കി പറഞ്ഞു ചിരിച്ചു.

''കാക്കകളാണുപോലും ഏറ്റവും വികസിച്ച പക്ഷിവർഗ്ഗം. ഇത് കാക്കകളല്ലാതെ മറ്റേതെങ്കിലും പക്ഷി വിശ്വസിക്കുമെന്ന് തോന്നുന്നില്ല. ചുള്ളിക്കമ്പുകൾ വാലാകോലാ വച്ച് മുട്ടയിടുന്ന കാക്കളാണോ വികസിച്ച പക്ഷി? ഉച്ഛിഷ്ടം ഭുജിക്കുന്ന നാണംകെട്ടവർഗം.''

''തൂക്കണാംകുരുവികൾ എത്ര സുന്ദരമായാണ് കൂടൊരുക്കുന്നത്. പലപല അറകളിൽ കൂട്ടുകുടുംബങ്ങളായി ജീവിക്കുന്ന കുരുവികൾ തങ്ങളാണ് വികസിച്ച പക്ഷികളെന്ന് പറഞ്ഞാൽ ചിലപ്പോൾ പല പക്ഷികളും സമ്മതിച്ചേക്കും. കാട്ടുകോഴികളായ ഞങ്ങൾ അത്രകണ്ട് വികസിച്ചവരൊന്നുമല്ല. ഞങ്ങൾ കാട്ടുവാസികളാണ്. എന്നാൽ നാണവും മാനവും ഉള്ള കൂട്ടരാ. ആരുടെയും ഉച്ഛിഷ്ടം തിന്നാൻ പര്യമ്പുറത്ത് പോകാറില്ല? ഞങ്ങളുടെ ഒരു കൂട്ടർ മനുഷ്യരുടെ പിന്നാലെ പോയി. അതുകൊണ്ടവരിന്നും അടിമകളായി കഴിയുന്നു. പറക്കാനുള്ള ശേഷിപോലും നഷ്ടമായി.'' കാട്ടുകോഴികൾ ആത്മഗതം പോലെ പറഞ്ഞു.

കാട്ടുകോഴികൾ ഞങ്ങളെ ആക്ഷേപിച്ച് എന്തൊക്കെയോ പറയുകയാണെന്ന് കാക്കകൾക്ക് തോന്നി. മഹാനഗരങ്ങളെക്കുറിച്ച് കാട്ടുകോഴികളോട് പറഞ്ഞിട്ടു വല്ല കാര്യമുണ്ടോ? ലോകത്ത് സംഭവിക്കുന്ന മാറ്റങ്ങളൊന്നുമറിയാതെ കാട്ടിലെ ഇട്ടാവട്ടത്ത് കഴിയുന്ന കാട്ടുകോഴികളുടെ വാക്കുകൾക്ക് വലിയ വിലയൊന്നും കൊടുക്കേണ്ടതില്ല.

കാക്കകൾ മറ്റു പക്ഷികൾ കേൾക്കാനായി ഉറക്കെ പറഞ്ഞു.

''ഞങ്ങൾ കറുത്തവരാണ്. കറുപ്പ് മോശമായ നിറമാണെന്ന് ഞങ്ങൾ കരുതുന്നില്ല. കറുപ്പിന് ഏഴഴകുണ്ടെന്ന് തലയ്ക്ക് വെളിവുള്ളർക്ക് അറിയാം. കറുപ്പുണ്ടെങ്കിൽ മാത്രമേ വെളിച്ചം എന്തെന്ന് തിരിച്ചറിയാനാവൂ. പ്രപഞ്ചത്തിന്റെ നിറം തന്നെ കറുപ്പാണ്. കാക്കകൾക്ക് മരണമില്ലെന്നാണ് ഇന്ത്യക്കാരുടെ വിശ്വാസം. മരിച്ചുപോയ പൂർവ്വികരാണ് കാക്കകളെന്ന് മനുഷ്യർ വിശ്വസിക്കുന്നു. പിതൃക്കൾക്കായി അവരൊരുക്കി വയ്ക്കുന്നതൊക്കെ കാക്കകളാണ് തിന്നേണ്ടത്? ഈ ആദരവ് മറ്റേത് പക്ഷിക്ക് കിട്ടുന്നുണ്ട്?''

യൂറോപ്പിൽ നിന്നു വന്ന റോബിൻ പക്ഷികൾ പരസ്പരം കുശുകുശുത്തു. ''ഈ കാക്ക പറഞ്ഞതൊക്കെ ശരിയാണോ? ഇന്ത്യക്കാർ കാക്കകളെ ആദരിക്കാറുണ്ടോ? യൂറോപ്പിൽ കാക്കയെ കാണുന്നതു തന്നെ മനുഷ്യർക്ക് അപശകുനമാണ്. കാക്കകൾ കരയുന്നത് കേട്ടാൽ മനുഷ്യരവയെ എറിഞ്ഞു തുരത്തും. കാക്കയുടെ വർത്തമാനം കേട്ടിട്ട് രസം തോന്നുന്നു. എന്താണവ പറയാൻ ശ്രമിക്കുന്നത്?'' റോബിൻ പക്ഷികൾ ചെവിയോർത്തു.

കാക്ക പറഞ്ഞുകൊണ്ടിരുന്നു ''ഞങ്ങളുടെ ശബ്ദം കേട്ടിട്ട് വീട്ടിൽ വിരുന്നുകാർ വരുമോയെന്ന് മനസ്സിലാക്കാൻ മനുഷ്യർക്ക് കഴിയുന്നു. കാക്കകളിൽനിന്ന് മനുഷ്യർ ഒരു പാടുകാര്യങ്ങൾ പഠിച്ചിട്ടുണ്ട്. എന്തിന്, ഒരു മനുഷ്യൻ മരണപ്പെട്ടാൽ ശവം മറവ് ചെയ്യണമെന്ന് മനുഷ്യർ പഠിച്ചത് കാക്കകളിൽ നിന്നാണ്. ഭൂമിയിൽ ആദ്യമായി ഉണ്ടായ മനുഷ്യൻ ആദവും സ്ത്രീ ഹൗവ്വയുമാണല്ലോ. അവർക്ക് രണ്ടാൺമക്കളും രണ്ടു പെൺമക്കളുമുണ്ടായി. പെൺമക്കളിൽ സുന്ദരിയെ ഭാര്യയായി കിട്ടാനായി രണ്ടാൺമക്കൾ തമ്മിൽ ശണ്ഠയായി. ഖാബേൽ എന്ന ഇളയപുത്രൻ തന്റെ ജേഷ്ഠനായ ഹാബേലിനെ എല്ലിൻകഷണം കൊണ്ടടിച്ചു കൊന്നു. ഇതിനുമുമ്പ് ഭൂമിയിൽ മനുഷ്യർ ആരും കൊല്ലപ്പെട്ടിട്ടില്ല. തന്റെ സഹോദരന്റെ ശവശരീരം എന്തു ചെയ്യണമെന്നറിയാതെ ഖാബേൽ കുഴഞ്ഞു. അപ്പോൾ ചത്ത ഒരു കാക്കയെ മറ്റൊരു കാക്ക മണ്ണ് മാന്തി കുഴിയുണ്ടാക്കി അതിൽ മറവ് ചെയ്യുന്നതു കണ്ടു. ഖാബേൽ തന്റെ സഹോദരനെയും കാക്ക ചെയ്ത്തുപോലെ മറവ് ചെയ്തു. അങ്ങയൊണ് മനുഷ്യർ ശവം മറവ് ചെയ്യാൻ പഠിച്ചത്.

കാക്കകളുടെ ഇടയിൽ നിലനിൽക്കുന്നത്ര നിയമങ്ങൾ മറ്റൊരു ജാതി പക്ഷികളുടെയിടയിലും ഉണ്ടെന്നു തോന്നുന്നില്ല. കാക്കകളുടെയിടയിൽ ശക്തമായ കോടതിയും വിചാരണയും കുറ്റം ചെയ്യുന്നവർക്ക് ശിക്ഷയുമുണ്ട്. ഏതെങ്കിലും ഒരു കാക്കയുടെ കൂട് മറ്റേതെങ്കിലും കാക്ക തകർത്താൽ കുറ്റക്കാരനായ കാക്കയുടെ കൂടു കാക്ക കോടതി ചേർന്ന് പൊളിച്ചു കളയും.

ഏതെങ്കിലും കാക്കയെ മറ്റൊരു കാക്ക കൊത്തി കൊന്നാൽ കാക്കകൾ ഒത്തുചേർന്ന് കൊലയാളി കാക്കയെ പിച്ചിച്ചീന്തും. കണ്ണിന് പകരം കണ്ണ്. പല്ലിന് പകരം പല്ല്. കൊലയ്ക്ക് കൊല. വളരെ ശക്തമായ നിയമങ്ങളാണ് കാക്കകൾക്കിടയിലുള്ളത്. ഏതെങ്കിലും കാക്കയുടെ ഭർത്താവിനെയോ ഭാര്യയേയോ മറ്റേതെങ്കിലും കാക്ക തട്ടിയെടുത്താൽ അവയ്ക്ക് വധശിക്ഷയാണ് നൽകുക. വിശ്വാസവഞ്ചന കാക്കകൾ വച്ചു പൊറുപ്പിക്കില്ല. കാക്കയോളം സംഘബോധം മറ്റേതെങ്കിലും പക്ഷികൾക്കുണ്ടോ? നാടിന്റെ നാനാഭാഗത്തു ഇരതേടിയലയുന്ന കാക്കകൾ എല്ലാവരും ഒരേ മരത്തിൽ അല്ലെങ്കിൽ ഒരേ സ്ഥലത്ത് ആണ് രാത്രി ചേക്കയിരിക്കുക. എവിടെയെങ്കിലും ഭക്ഷണസാധനങ്ങൾ കണ്ടാൽ തന്റെ സഹോദരങ്ങളായ മറ്റ് കാക്കകളെ കൂടി വിളിച്ചു വരുത്തി ഒരുമിച്ചത് പങ്കുവച്ചു കഴിക്കും. ഒരു കാക്കയ്ക്ക് അപകടം പിണഞ്ഞാലും കാക്കകൾ ഒരുമിച്ചു കൂടും. ഒരു കാക്ക മരണപ്പെട്ടാൽ കാക്കകൾ ഒത്തുകൂടി വിലാപഗീതം പൊഴിക്കും.

ഇങ്ങനെ സംഘബലവും ബുദ്ധിയുമുള്ള കാക്കകൾക്ക് പക്ഷികളെ നയിക്കാൻ കഴിയും. ശത്രുകൾക്കെതിരെ ധീരതയോടെ പോരാടാൻ ശേഷിയുള്ളവരാണ് കാക്കകൾ.'' കാക്കകൾ തങ്ങളുടെ കഴിവുകൾ ഓരോന്ന് എണ്ണിയെണ്ണിപ്പറഞ്ഞ് മറ്റു പക്ഷികളുടെ അഭിപ്രായത്തിനായി കാതോർത്തു. എന്നാൽ വളരെ തണുത്ത പ്രതികരണം മാത്രമാണുണ്ടായത്.

മരക്കൊമ്പിലിരുന്ന് കുറുകികൊണ്ട് പ്രാവുകൾ പറഞ്ഞു. ''ഈ കാക്കകൾ ഭാഗ്യദോഷികളാണ്. അവയ്ക്ക് ധീരതയുണ്ടെന്നുള്ളതൊക്കെ ശരിയാണ്. ആരെയും വകവയ്ക്കാത്ത കൂട്ടരുമാണ്. കാക്കകളെ ആക്രമിച്ചാൽ അവ കൂട്ടത്തോടെ പക വീട്ടും. അതു മനുഷ്യരായാലും കൊള്ളാം. അവരെ വിടാതെ പിന്നാലെ കൂടി ആക്രമിച്ചുകൊണ്ടേയിരിക്കും. പക്ഷേ അതുകൊണ്ടന്തുഫലം? മഹാഭാരത കഥ കേട്ടിട്ടില്ലെ. ഗാന്ധാരിക്ക് വീരശൂരപരാക്രമികളായ നൂറുപുത്രന്മാരുണ്ടായിട്ടെന്തുണ്ടായി? അവർക്ക് നാടുഭരിക്കാൻ യോഗമുണ്ടായില്ല. ഭാഗ്യഹീനരായിരുന്നു. എന്നാൽ കുന്തിക്ക് അഞ്ചുമക്കളേയുണ്ടായുള്ളൂ. അവർ ഭാഗ്യശാലികളായിരുന്നു. മഹാഭാരതയുദ്ധം ജയിച്ച അവർ ഹസ്തിനപുരി ഭരിച്ചു. അതുകൊണ്ട് ഭാഗ്യമാണ് എല്ലാത്തിനും മുമ്പായി ഉണ്ടാകേണ്ടത്.

''ഈ കാക്കകൾ ഭാഗ്യഹീനരാണെന്നു പറയാൻ എന്താണ് കാരണം?'' ഒരു പ്രാവ് മറ്റേ പ്രാവിനോടു ചോദിച്ചു.

''അതോ. പണ്ട് പണ്ട് നോഹ പ്രവാചകന്റെ കാലത്തു നടന്ന കഥയാണ്. ഭൂമിയിൽ വലിയൊരു പ്രളയമുണ്ടായി. പ്രളയവും വരൾച്ചയും ഋതുചക്രങ്ങളുടെ ചുറ്റിത്തിരിയാൽ സംഭവിച്ചുകൊണ്ടേയിരിക്കും. പ്രളയവും വരൾച്ചയും പ്രകൃതിയുടെ നിലനിൽപ്പിന് ആവശ്യമാണ്. ജനനവും മരണവുംപോലെ തന്നെയാണിതും. നല്ലൊരു പ്രളയം മണ്ണിലെ ഉർവ്വരമാക്കും. നല്ല വിളവ് തരും. പ്രകൃതിയെ സ്ഫുടം ചെയ്തെടുക്കും. വരൾച്ചയും അതുപോലെതന്നെയാണ്. മണ്ണിന്റെ പോഷകം വർദ്ധിപ്പിക്കും. പ്രകൃതിപ്രതിഭാസങ്ങൾക്കൊക്കെ വ്യക്തമായ ഉദ്ദേശലക്ഷ്യങ്ങളുണ്ട്.

നാട്ടിൽ പ്രളയമുണ്ടാകുമെന്ന് മുൻകൂട്ടി മനസ്സിലാക്കിയ നോഹ പ്രവാചകൻ സിനായ് മലയിൽ ഒരു വലിയ പേടകം നിർമ്മിച്ചു. ജീവിവർഗ്ഗങ്ങളിലെ ഓരോ ജോഡിയെ അതിനുള്ളിൽ കയറ്റി നോഹ പ്രവാചകൻ ഭാവിക്കായി സംരക്ഷിച്ചു. പ്രളയജലം വറ്റിയോയെന്നറിയാൻ നോഹ പ്രവാചകൻ പക്ഷികളിലാരെങ്കിലും പോയി നോക്കി വരാൻ കൽപ്പിച്ചു. അനന്തമായി കിടക്കുന്ന ജലപ്പരപ്പ് കണ്ട് പക്ഷികളെല്ലാം അന്തം വിട്ടുനിന്നു. ആരും ഭാഗ്യപരീക്ഷണത്തിന് തയ്യാറായില്ല.

എന്നാൽ ധീരനായ കാക്ക മാത്രം അതിന് തയ്യാറായി. പക്ഷേ പ്രളയപരപ്പിലേക്ക് പറന്ന കാക്ക തിരിച്ചുവന്നില്ല. അത് മറ്റ് ജീവികൾക്കായി രക്തസാക്ഷിയായി. നോഹ പിന്നീട് പ്രാവിനെ അയച്ചു. പ്രാവുകളാണ് ഭൂമിയിൽ വീണ്ടും ജീവൻ തളിർത്തുവെന്നതിന്റെ തെളിവായി ഒലീവിലയും കൊത്തി പ്രവാചകന്റെ അരികിലെത്തിയത്. പ്രളയം ഒടുങ്ങിയെന്ന നല്ല വർത്തമാനം ലോകത്തെയറിയിക്കാനുള്ള ഭാഗ്യം പ്രാവുകൾക്കാണ് ലഭിച്ചത്. കാക്കകൾക്കല്ല. അതുകൊണ്ടാണ് ഞാൻ പറഞ്ഞത്, കാക്കകൾ നിർഭാഗ്യമുള്ളവരാണെന്ന്. ഒലീവില കൊത്തിവരുന്ന പ്രാവിനെയാണ് എല്ലാവരും കൊണ്ടാടുന്നത്. വിജയിച്ചവർ എക്കാലവും സ്മരിക്കപ്പെടും, പലരുടെ തോൽവിയിൽനിന്നുള്ള പാഠങ്ങളാണ് ഒരാളുടെ വിജയമായി മാറുന്നതെന്ന് എല്ലാവരും മറക്കും. ചിരിക്കുന്നവർക്ക് ഒപ്പം ചിരിക്കാൻ ധാരാളം പേരുണ്ടാകും. കരയുന്നവർക്ക് ഒപ്പം കരയാൻ ആരുമുണ്ടാകണമെന്നില്ല. ലോകം അങ്ങനെയാണ്. പ്രാവുകളാണ് ചരിത്രം സൃഷ്ടിച്ചവർ.

പ്രാവുകൾക്ക് ഇതിൽപ്പരം ഒരംഗീകാരം വേറെ കിട്ടാനുണ്ടോ? ഈ കാക്കകളേക്കാൾ എന്തുകൊണ്ടും പക്ഷികളുടെ നേതാവായിരിക്കാൻ അർഹതയുള്ളത് പ്രാവുകൾക്കാണ്. കാക്കകൾ കോങ്കണ്ണൻമാരാണ്. ഈ കാക്കകൾക്ക് ഈ കോങ്കണ്ണ് എങ്ങനെ വന്നുവെന്ന് നിങ്ങൾക്കറിയാമോ?''

മറ്റ് പ്രാവുകൾ പറഞ്ഞു. ''അറിയില്ല.''

''അതോ ത്രേതായുഗത്തിൽ നടന്നൊരു സംഭവമാണ്. ഭഗവാൻ ശ്രീരാമനും ഭാര്യ സീതയും കൂടി വനവാസകാലത്ത് കാട്ടിൽ വേട്ടയാടിപ്പിടിച്ച കാട്ടുമൃഗങ്ങളുടെ മാംസം ഉണക്കുകയായിരുന്നു. ശ്രീരാമൻ വല്ലാതെ ക്ഷീണിച്ച് സീതയുടെ മടിയിൽ തലവച്ചുറങ്ങിപ്പോയി. അപ്പോൾ ജയന്തൻ എന്നു പേരുള്ള ഒരു അസുരൻ കാക്കയുടെ വേഷം ധരിച്ചു വന്ന് സീതയെ ഉപദ്രവിച്ചു. ശ്രീരാമൻ ഉണരാതിരിക്കാൻ സീത വേദന കടിച്ചമർത്തിയിരുന്നു. രാമൻ ഉണർന്നപ്പോൾ സീതയെ കാക്ക ഉപദ്രവിക്കുന്നതാണ് കണ്ടത്. ക്ഷുഭിതനായ രാമൻ ഒരു പുല്ലു ജപിച്ച് കാക്കയ്ക്ക് നേരെയെറിഞ്ഞു. പുൽശരം ഏൽക്കാതിരിക്കാൻ കാക്ക ലോകമായ ലോകത്തെല്ലാം പറന്നു നോക്കിയെങ്കിലും രക്ഷ കിട്ടിയില്ല. ഒടുക്കം ശ്രീരാമന്റെ അടുക്കൽ വന്ന് മാപ്പ് അപേക്ഷിച്ചു. എയ്തുവിട്ട ശരം തിരികെയെടുക്കാൻ ശ്രീരാമനുപോലും കഴിയുമായിരുന്നില്ല. അതങ്ങനെയാണ് പറഞ്ഞപോയ വാക്കും എയ്തുവിട്ട അമ്പും തിരിച്ചെടുക്കാനാവില്ല. ഒടുക്കം പുൽ

ശരം കാക്കയുടെ കണ്ണിൽ വന്നു തറച്ചു. അന്നുമുതലാണ് കാക്കകൾ കോങ്കണ്ണുള്ളവരായി തീർന്നത്. നേരെ നോക്കാനവയ്ക്ക് കഴിയില്ല. ചാഞ്ഞും ചരിഞ്ഞുമാണ് നോട്ടം. കോങ്കണ്ണൻ! എന്നിട്ടും അവയ്ക്കും പക്ഷികളുടെ നേതാവാകണം പോലും.'' പ്രാവിന്റെ വാക്കുകൾ ശരിവയ്ക്കുംപോലെ മറ്റ് പ്രാവുകൾ കുറുകിക്കുറുകിയിരുന്നു.

പ്രാവ് മറ്റു പ്രാവുകളെ ചേർത്തുപിടിച്ചു പറഞ്ഞു. ''വലിയ മിടുക്കനാണെന്നാ കാക്കയുടെ ഭാവം. ഒരു മിടുക്കുമില്ല. അതിമിടുക്കന്മാർക്ക് ആനമണ്ടത്തരം പറ്റുമെന്ന് പറഞ്ഞു കേട്ടിട്ടില്ലേ? അതേ സ്ഥിതിയാണ് ഈ കാക്കകൾ അനുഭവിക്കുന്നത്.

കുയിലുകൾ കാക്കയുടെ കൂട്ടിലാണ് മുട്ടയിടുക. കുയിൽ മുട്ടകൾ സ്വന്തം മുട്ടകളാണെന്നു കരുതി കാക്കകൾ അടയിരുന്ന് വിരിയിച്ചിറക്കും. മുട്ട വിരിഞ്ഞു ആദ്യം പുറത്തുവരുന്ന കുയിൽ കുഞ്ഞുകൾ കാക്കമുട്ടകൾ കൂട്ടിൽനിന്ന് ഉന്തിയും തള്ളിയും പുറത്തുകളയും. ഇതിൽപരം ഒരു ദുരന്തം കാക്കകൾക്ക് അനുഭവിക്കാൻ വേറെ വല്ലതുമുണ്ടോ?

കുയിൽ കുഞ്ഞിനെ സ്വന്തം കുഞ്ഞായി കരുതി വളർത്തും. വളർച്ച മുറ്റുമ്പോഴാണ് കാക്കയുടെ ഭാഷയിലല്ല അവ സംസാരിക്കുന്നതെന്ന് തള്ളക്കാക്ക മനസ്സിലാക്കുക. കുയിലുകളെ കൂട്ടത്തിൽ നിന്ന് കൊത്തി തുരത്തും. കുയിൽകുഞ്ഞുങ്ങൾക്ക് നശിപ്പിക്കാൻ കഴിയാത്ത കാക്കമുട്ടകൾ ഉണ്ടെങ്കിൽ മാത്രം സ്വന്തം കുഞ്ഞുങ്ങളെ വളർത്താനുള്ള ഭാഗ്യം അച്ഛൻ കാക്കയ്ക്കും അമ്മ കാക്കയ്ക്കും കിട്ടുകയുള്ളൂ. പ്രാവുകൾക്ക് ഒരിക്കലും ഈ ഗതികേട് വരാറില്ല. എന്നിട്ടും വീമ്പിളക്കി നടക്കുകയാണ്, ഞങ്ങളാണ് ഏറ്റവും ബുദ്ധിയുള്ള പക്ഷിവർഗമെന്ന്.''

പ്രാവ് ഉച്ചത്തിൽ കുറുകി. മറ്റ് പ്രാവുകൾ അതേറ്റ് കുറുകി തങ്ങളുടെ വംശമഹത്വം ഉത്ഘോഷിച്ചു.

പ്രാവ്

അപ്രതീക്ഷിതമായി കോടമഞ്ഞ് ആകാശത്തുനിന്ന് പുണ്യതീർത്ഥത്തിലേക്ക് പ്രവഹിക്കാൻ തുടങ്ങി. വിശാലമായ തടാകത്തിന്റെ വലിയൊരു ഭാഗത്തു മൂടൽമഞ്ഞ് നിറഞ്ഞു. മലമുകളിൽ നിന്ന് ആയിരമായിരം വെൺപ്രാവുകളെപ്പോലെ മഞ്ഞ് താഴ്വാരത്തേക്ക് പെയ്തിറങ്ങി. ചോലവൃക്ഷക്കാടുകൾ തണുപ്പിൽ കോച്ചിവലിച്ചുനിന്നു. എണ്ണിയാലൊടുങ്ങാത്ത പൂക്കളുടെ താഴ്വാരം, മാന്ത്രികന്റെ തിരശ്ശീലയിലെന്നപോലെ അപ്രത്യക്ഷമായിട്ടവിടെ മൂടൽമഞ്ഞു നിറഞ്ഞു. മലഞ്ചെരുവിലെ പാറയിടുക്കുകളിൽ തിളച്ച വെള്ളമൊഴുകുന്ന ഉറവകളുണ്ട്. ഏതു കൊടുംതണുപ്പിലും ആവി പറക്കുന്ന ചൂട് ഉള്ളിലൊളിപ്പിച്ച ഉറവകളാണത്. തണുപ്പ് അധികം സഹിച്ചു ശീലമില്ലാത്ത പക്ഷികൾക്ക് ചൂട് ഉറവകൾക്കുചുറ്റും കൂടിയിരുന്ന് രാത്രി ചിലവഴിക്കാവുന്നതേയുള്ളൂ.

ഇവിടുത്തെ വസന്തം പോലും മഞ്ഞണിഞ്ഞതാണ്. സൂര്യൻ മലമുകളിൽ നിന്ന് ചാഞ്ഞിട്ടുണ്ടാകണം. വിശുദ്ധതടാകക്കരയിൽ നേരത്തേ വെട്ടം കെട്ടു തുടങ്ങും. താഴ്വാരങ്ങളേക്കാൾ പകൽ ഇവിടെ കുറവാണ്. ഒന്നോർത്താൽ സമയമെന്നത് ഒരു തോന്നലാണ്. ചലിക്കുന്നതിനെ സമയമുള്ളൂ. ഭൂമിയിലെ സമയമാവില്ല ചന്ദ്രനിൽ. ഓരോ ഗോളത്തിനും ഓരോ സമയം. സൗരയൂഥത്തിന്റെ സമയമാവില്ല പ്രപഞ്ചസമയം. ഏഴ് പ്രപഞ്ചങ്ങൾ സ്ഥലരാശികളുടെ മഹാപ്രളയത്തിൽ ചുറ്റിക്കറങ്ങുന്നുണ്ട്. കോടാനുകോടി നക്ഷത്രങ്ങളെ ഉൾക്കൊള്ളുന്നവയാണ് ഓരോ പ്രപഞ്ചവും. കോശബിന്ദുക്കളുടെ വലിയ രൂപങ്ങളാണത്. ഒരു കേന്ദ്രബിന്ദുവിനു ചുറ്റും കറങ്ങുന്ന നക്ഷത്രങ്ങളും ഗോളങ്ങളും നിറഞ്ഞ മഹാപ്രപഞ്ച കുമിളകൾ ശൂന്യാകാശത്ത് സ്വയം വളർന്ന് പെരുകി ഒഴുകി നടക്കുന്നു. യഥാർത്ഥത്തിൽ ഈ പെരുകലാണ് സമയം. ഗോളങ്ങളിൽ നിന്ന് ഗോളങ്ങളിലേക്ക് സഞ്ചരിക്കാൻ പ്രകാശം കൊണ്ട് സൃഷ്ടിക്കപ്പെട്ട പക്ഷികൾക്ക് മാത്രമേ കഴിയുകയുള്ളൂ. അഗ്നികൊണ്ട് സൃഷ്ടിക്കപ്പെട്ട

പക്ഷികളുമുണ്ട്. പ്രകാശത്തെ വിഴുങ്ങുന്ന കറുത്ത ഭൂതങ്ങൾ പ്രപഞ്ചമാകെ പതിയിരിപ്പുണ്ട്. വിശാലമായ പ്രകാശചിറകുകൾ വീശിപ്പറക്കുന്ന പക്ഷികൾ സമയത്തെ കീഴ്പ്പെടുത്തി മുമ്പേ പറക്കാൻ ശേഷിയുള്ളവയാണ്. പ്രകാശത്തിന്റെ പ്രകാശമാണവ. പ്രകാശത്തേക്കാൾ വേഗത്തിലവയ്ക്ക് സഞ്ചരിക്കാൻ കഴിയുന്നു.

ഭൂമിയിലെ സമയം പ്രപഞ്ച സമയവുമായി തട്ടിച്ചാൽ എത്രയോ നിസ്സാരം. ഭൂമിയൊരു പ്രപഞ്ചനിമിഷമെങ്കിൽ, ഭൂമിയിലെ ഒരുതരി മണ്ണിലും എത്രയോ ചെറുതാണ് ഭൂമിയിലെ ഒരു നിമിഷം. പക്ഷികളുടെ വിശുദ്ധ പർവ്വതനിരകളിലൊക്കെ പാറിനടന്നു ശീലമുള്ള അരയന്നങ്ങൾ അതിന്റെയൊരാവേശത്തിൽ വിളിച്ചു പറഞ്ഞു.

"സൂര്യന്റെ ഈ മങ്ങിയവെട്ടം വളരെ കുറച്ചു സമയം കൂടി മാത്രമേ ഇവിടെ തങ്ങിനിൽക്കുകയുള്ളൂ. ഒന്നോ രണ്ടോ പക്ഷികൾക്ക് കൂടി സംസാരിക്കാൻ കഷ്ടിച്ചു സമയം കിട്ടുമായിരിക്കും. കാര്യങ്ങൾ കൂടുതൽ വലിച്ചുനീട്ടാതെ അത്യാവശ്യമായി അറിയേണ്ടത് പറഞ്ഞ് നിർത്തുന്നതാവും ഉചിതം. വാചാലമായി സംസാരിക്കുന്നവർ ഒരിക്കലും നല്ല പ്രഭാഷകരായിരിക്കില്ല. കേൾവിക്കാരെയവർ മുഷിപ്പിക്കും. വാചാലത അവരുടെ വാക്കുകളുടെ ശക്തിയെ ചോർത്തിക്കളയുന്നു. വിശ്വാസ്യത നഷ്ടപ്പെടുത്തുന്നു. മൂർച്ച നഷ്ടപ്പെട്ട കൊക്കുപോലെയാണവരുടെ വാക്കുകൾ. വിഷയത്തിന്റെ മർമ്മമറിഞ്ഞ് കാര്യപ്രസക്തമായി സംസാരിക്കുന്നവരെ കേൾവിക്കാർ ഇഷ്ടപ്പെടും. അവരുടെ വാക്കുകൾ മുള്ളുകൾപോലെ കേൾവിക്കാരുടെ മനസ്സിൽ തറയ്ക്കും. വാഗ്മിത്വം ഒരനുഗ്രഹമാണ്. ഈ അനുഗ്രഹം നമുക്കില്ലെങ്കിൽ ഈ യോഗം മാസങ്ങൾതന്നെ നീണ്ടുപോകും."

അരയന്നങ്ങൾ പറഞ്ഞു നിർത്തിയതും പ്രാവുകൾ കൂട്ടമായി ആകാശത്ത് ഒന്നു ചുറ്റി പറന്ന് തടാകക്കരയിലേക്ക് പറന്നിറങ്ങി. തങ്ങളുടെ തൊണ്ട വീർപ്പിച്ചു കുറുകാൻ തുടങ്ങി. പുള്ളുവന്റെ കുടം കരയുംപോലെയത് പ്രകമ്പനം സൃഷ്ടിച്ചു.

"പ്രാവുകളാണ് ഞങ്ങൾ." അവ സ്വയം പരിചയപ്പെടുത്തി. "ഇവിടെ കൂടിയിരിക്കുന്ന ഒരു പക്ഷിക്കും അവകാശപ്പെടാനാവാത്തത്ര മഹത്വം ഞങ്ങൾക്കുണ്ട്. ഇതൊരു പൊങ്ങച്ചമായി പറയുന്നതല്ല. രണ്ടായിരം വർഷംമുമ്പ് പാലസ്തീനിലെ നസ്രേത്തിൽ ജനിച്ച ഇസാ മിസിഹയെന്ന യേശുക്രിസ്തുവിനെക്കുറിച്ച് കേൾക്കാത്ത ഒരു പക്ഷിയും ഇവിടെയുണ്ടെന്ന് തോന്നുന്നില്ല. യേശു ഭൂമിയിൽ മനുഷ്യനായി അവതരിച്ചത് മനുഷ്യരുടെ പാപമോചനത്തിനായാണ്. യേശു സ്നാപകയോഹന്നാനിൽ നിന്ന് ജലസ്നാനം സ്വീകരിക്കുമ്പോൾ പരിശുദ്ധാത്മാവ് പ്രാവിന്റെ രൂപത്തിലാണ് അദ്ദേഹത്തിന്

ദിവ്യദർശനം നൽകിയത്. മനുഷ്യരൂപത്തിലല്ല. ഭൂമിയിൽ കോടാനു കോടി ജീവിവർഗങ്ങളുണ്ടെങ്കിലും പ്രാവിന്റെ രൂപത്തിൽതന്നെ പരിശുദ്ധാത്മാവ് അവതരിച്ചു.

പ്രാവുകളുടെ നിർമ്മലമായ ഹൃദയവിശുദ്ധിക്കുള്ള അംഗീകാരമാണത്. സൃഷ്ടികർത്താവിന് അറിയാത്ത ഹൃദയരഹസ്യങ്ങൾ യാതൊന്നും തന്നെയില്ലല്ലോ. ഹൃദയവിശുദ്ധിയാണ് എല്ലാത്തിലും മേലെയുള്ളത്. ഹൃദയം വിശുദ്ധമായി സൂക്ഷിക്കുന്നവർക്കു മാത്രമേ ദൈവത്തെ കാണാനാവൂ. അവരാണ് യഥാർത്ഥ ദൈവപുത്രന്മാർ അല്ലെങ്കിൽ പുത്രിമാർ. എന്തൊക്കെ നേട്ടങ്ങൾ ഉണ്ടെങ്കിലും ഹൃദയത്തിൽ സമാധാനവും വിശാലതയും ഇല്ലെങ്കിൽ അതൊക്കെ ദുഃഖഹേതുക്കളായേ വരൂ. ആർത്തിയും കുശുമ്പും ദുഷ്ടതയും നിറഞ്ഞ ഹൃദയത്തോളം മോശപ്പെട്ടതൊന്നും ഈ ഭൂമിയിൽ വേറെയുണ്ടെന്നു തോന്നുന്നില്ല. മനസ്സിലെ നന്മയില്ലായ്മയാണ് ഭൂമിനരകതുല്യമായി മാറാൻ കാരണം. പല പക്ഷികളും സ്വർഗ്ഗതുല്യമായ ചുറ്റുപാടുകളെ സ്വയം നരകതുല്യമാക്കുകയാണ്. മനസ്സ് നന്നായാൽ നമുക്ക് ചുറ്റുമുള്ളതും സുന്ദരമായി അനുഭവപ്പെടും. നമ്മളൊക്കെ ഭൂമിയുടെ നാനാഭാഗത്തുനിന്ന് ഇവിടെ ഒത്തുചേർന്നതുതന്നെ മനുഷ്യരുടെ ഹൃദയത്തിന്റെ ദുഷ്ടതയും അത്യാർത്തിയും മൂലം നമുക്കുണ്ടായ ദുരന്തത്തെക്കുറിച്ചുകൂടി ചർച്ച ചെയ്യാനാണ്.

മനുഷ്യരിലുണ്ടാകുന്ന മാറ്റങ്ങൾ സർവ്വജീവികളെയും ബാധിക്കുന്നു. ഭൂമിയിലെ ഏതൊരു ജീവിയും മറ്റ് ജീവികളുമായി ബന്ധപ്പെട്ടു കിടക്കുന്നു. അങ്ങനെ വരുമ്പോൾ തിന്മയെ തിന്മകൊണ്ട് ഒരിക്കലും നേരിടാനാവില്ല. നമ്മുടെ ശത്രുക്കൾപോലും നമ്മുടെ നിലനിൽപ്പിനാവശ്യമായി വരുന്നു. നന്മയ്ക്കു മുന്നിൽ മാത്രമേ തിന്മ കീഴടങ്ങുകയുള്ളൂ. ഇരുട്ടിനെ വെളിച്ചം അകറ്റുന്നതുപോലെയാണത്. പ്രാവുകൾ ദുർബലരാണന്നു കരുതുന്നവരുണ്ടാകാം. ഞങ്ങളെപ്പോലെയുള്ള ദുർബലരിലാണ് പ്രകൃതിയുടെ ആരോഗ്യം സംരക്ഷിക്കാൻ പ്രപഞ്ചസൃഷ്ടാവ് ഭരമേൽപ്പിച്ചിരിക്കുന്നത്. ദുർബലരിലാണ് നന്മ കുടികൊള്ളുന്നത്. ശക്തിമാന്മാരിലല്ല. യേശുക്രിസ്തു ദുർബലനായിരുന്നു. വലിയ സാമ്രാജ്യമോ അധികാരമോ സമ്പത്തോ ആരോഗ്യമോ ഒന്നുമുള്ളവനായിരുന്നില്ല. എന്നിട്ടും ഏതു വലിയ ചക്രവർത്തിയേക്കാളും ഏറ്റവും വലിയ സൈന്യാധിപനേക്കാളും ഏറ്റവും വലിയ കുബേരനേക്കാളും വലിയവനായി ലോകം അദ്ദേഹത്തെ വാഴ്ത്തുന്നു. നന്മയുടെ അപ്പോസ്തലനായ ക്രിസ്തുവിനെ ദുഷ്ടാത്മാക്കൾ കുരിശിൽ തറച്ചു. തലയിൽ മുൾക്കിരീടം അണിയിച്ചു, ഇഞ്ചിഞ്ചായി പീഡിപ്പിച്ചു കൊന്നു.

പെട്ടെന്ന് സുന്ദരമായൊരു ശബ്ദം അന്തരീക്ഷത്തിൽ മുഴങ്ങി. എല്ലാവരുടെയും ശ്രദ്ധ പുല്ലാങ്കുഴൽ ഊതിവന്ന ആ പക്ഷിയിലായി. മാറ് മുഴുവൻ കുങ്കുമവർണ്ണമണിഞ്ഞ് മനോഹരമായൊരു പക്ഷി മുന്നോട്ടുവന്ന് പറഞ്ഞു.

''ഞാൻ പക്ഷികുലത്തിൽ ഏറ്റവും നന്നായി പാടുന്ന റോബിൻ പക്ഷിയാണ്. എനിക്ക് കുറെ കാര്യങ്ങൾ ഇവിടെ പറയണമെന്നുണ്ട്. പക്ഷേ അത് പിന്നീട് ആയിക്കോളാം. യേശുക്രിസ്തുവിനെക്കുറിച്ച് പ്രാവുകൾ ഇവിടെ പറയുന്നതുകൊണ്ട് ഒരു കാര്യം മറന്നുപോകാതെ ഞാനിവിടെ നിങ്ങളെ ഓർമ്മിപ്പിക്കാൻ ആഗ്രഹിക്കുന്നു.

നിങ്ങൾ എന്റെ മാറിലേക്ക് ഒന്നു നോക്കുക. ഇക്കാണുന്ന ചോര നിറം എങ്ങനെയാണിവിടെ പറ്റിയത്? ക്രിസ്തുവിനെ ആ ദുഷ്ടന്മാർ ക്രൂരമായി പീഡിപ്പിക്കുന്നത് നേരിൽ കണ്ട പക്ഷിയാണ് ഞാൻ. ആ ദുഷ്ടത കണ്ടു വേദനിച്ച് ക്രിസ്തുവിന്റെ മുൾക്കിരീടത്തിൽ നിന്ന് ഒരു മുള്ള് കടിച്ചു വലിച്ചു മാറ്റിയപ്പോൾ പുരണ്ട ചോരയാണിത്. വിശുദ്ധന്റെ രക്തമാണിത്. ലോകനന്മ മാത്രം ലക്ഷ്യം വച്ചു പ്രവർത്തിച്ച ഒരു നീതിമാന്റെ രക്തം. മനുഷ്യവർഗ്ഗത്തെ നന്മയുടെ മാർഗ്ഗത്തിലേക്ക് നയിക്കാനായി പിറന്ന ക്രിസ്തുവിനെ അതേ വർഗ്ഗം തന്നെ ക്രൂരമായി പീഡിപ്പിച്ച് കൊന്നു. മൂന്നാംപക്കം ക്രിസ്തു ഉയർത്തെഴുന്നേറ്റതിനും ഞങ്ങൾ സാക്ഷി. സത്യത്തെ എക്കാലവും ആർക്കും മൂടിവയ്ക്കാനാവില്ല. അതുയർത്തെഴുന്നേൽക്കുകതന്നെ ചെയ്യും.

കുറ്റിക്കാട്ടിലിരുന്നു രണ്ടു പുള്ളുകൾ തമ്മിൽ തമ്മിൽ പറഞ്ഞു, ''ന്യായാധിപനായി പിലാത്തോസ് ചോദിച്ചതാണ്, ക്രിസ്തുവിനെ വെറുതെ വിടണോ? അതോ ബറാബാസ്സിനെ വെറുതെ വിടണോയെന്ന് അവിടെ കൂടിയ ആൾക്കൂട്ടം ഒന്നടങ്കം ആവശ്യപ്പെട്ടത്, ക്രിസ്തുവിനെ ക്രൂശിക്കൂ ബറാബാസിനെ പുറത്തുവിടൂ എന്നാണ്. കാരണം എന്തെന്നറിയാമോ?''

ഒരു പുള്ള് മറ്റേ പുള്ളിനോടു ചോദിച്ചു.

അറിയില്ലെന്ന അർത്ഥത്തിൽ അത് വാലും തലയും കുലുക്കി. അവിടെ കൂടിയവരൊക്കെ നീതിയെ ഭയന്നവരായിരുന്നു. അവരുടെ ശത്രുക്കൾ നീതിമാന്മാരാണ്. അതാണ് പറയുന്നത് ജനക്കൂട്ടത്തിന്റെ തീരുമാനങ്ങൾ എപ്പോഴും തെറ്റായിരിക്കും. അവർ കള്ളന്മാർക്കൊപ്പമായിരിക്കും. ജനക്കൂട്ടം എന്തധിക്രമങ്ങളും കാണിക്കും. ഒരുപക്ഷേ ഒറ്റയ്ക്കൊറ്റയ്ക്കാണങ്കിൽ അത്രയധികം ക്രൂരത അവർ ചിലപ്പോൾ കാണിക്കില്ലായിരിക്കും. ദുഷ്ടന്മാർ ദുഷ്ടന്മാരോടു ചേരുമ്പോൾ ദുഷ്ടതയും പതിന്മടങ്ങളായി ഇരട്ടിക്കും. പക്ഷിക്കൂട്ടതീരുമാനത്തിനും

ഈ ഒരു കുഴപ്പമുണ്ട്. അത് കാണാതിരുന്നുകൂടാ. ഇവിടുത്തെ പക്ഷികൾ എല്ലാവരുംകൂടി ഒരാളെ നേതാവായി തെരഞ്ഞെടുക്കുന്നുവെങ്കിൽ ആ പക്ഷി യഥാർത്ഥത്തിൽ നേതാവായിരിക്കേണ്ട പക്ഷിയാകണമെന്നില്ല. പക്ഷിക്കൂട്ടത്തിന്റെ പൊതുനിലവാരത്തിനു ചേർന്ന നേതാവുമാത്രമായിരിക്കും. സ്ഥിരമായി ഒരു പക്ഷിയെ നേതാവായി എക്കാലത്തേക്കുമായി തെരഞ്ഞെടുക്കുന്നതിൽപരം ഒരബദ്ധം വേറെയുണ്ടാവില്ല. അധികാരം ഏൽപ്പിക്കുന്നവർക്ക് അത് എപ്പോൾ വേണമെങ്കിലും തിരിച്ചെടുക്കാനുള്ള അവകാശം ഉണ്ടായിരിക്കണം.

ഒരു പക്ഷി അധികാരത്തിൽ എത്തുന്നതുവരെ അതെങ്ങനെ പെരുമാറുന്നുവെന്നതിന് വലിയ അർത്ഥമില്ല. കാര്യം കാണാൻ കഴുതക്കാലും പിടിക്കണമെന്നൊരു ചൊല്ല് മനുഷ്യരുടെ ഇടയിൽ പ്രചരിച്ചിട്ടുണ്ട്. കാര്യം കാണാൻ നല്ലപിള്ള ചമയാൻ എല്ലാവരും ശ്രമിക്കും. പാലം കടക്കുവോളം നാരായണ നാരായണ പാലം കടന്നാൽ കൂരായണ കൂരായണ എന്നത് എത്ര ശരിയാണ്. അതുകൊണ്ട് അധികാരത്തിൽ എത്തിയിട്ട് ഒരു പക്ഷി എങ്ങനെയാണ് മറ്റ് പക്ഷിവർഗ്ഗങ്ങളോട് പെരുമാറുന്നു എന്നതാണ് പ്രധാനം. അധികാരം നന്മയുള്ളവരെയും ദുഷിപ്പിക്കും ചരിത്രം ഇതാണ് പറയുന്നത്. എത്ര ഉദാഹരണം വേണമെങ്കിലും കാണിച്ചു തരാനുണ്ട്.''

''പ്രാവിന് ഇനിയെന്തെങ്കിലും കൂടി പറയാനുണ്ടെങ്കിൽ വേഗം പറഞ്ഞവസാനിപ്പിക്കുക. മറ്റ് പക്ഷികൾ അക്ഷമരായി കാത്തിരിക്കുന്നതു കണ്ടില്ലേ'' തലവരയൻ വാത്തകൾ വിളിച്ചു പറഞ്ഞു.

അതുകേട്ട് റോബിൻ പക്ഷികൾ നിശ്ശബ്ദരായി. തലവരയൻ വാത്തകൾ ഈർഷ്യയോടെ അതിനെ തുറിച്ചുനോക്കി. പുള്ളുകൾ അതു കണ്ട് വായടിച്ചിരുന്നു. പ്രാവുകൾ വീണ്ടും തൊള്ളതുറന്നു.

''പ്രാവുകളായ ഞങ്ങൾക്ക് വലിയ കാര്യങ്ങളൊന്നും പറയാനില്ല. ഉള്ളതുകൊണ്ട് ഓണം പോലെയെന്നതാണ് ഞങ്ങളുടെ തത്ത്വശാസ്ത്രം. ചെറുതാണ് സുന്ദരം എന്ന് കേട്ടിട്ടില്ലേ? പ്രാവുകളുടെ ജീവൻ രക്ഷിക്കാനായി സ്വന്തം ശരീരത്തിലെ മാംസം അറുത്തുകൊടുത്ത ശിബിരാജാവിനെ ഇവിടെ ഓർക്കാതിരിക്കാനാവില്ല. മനുഷ്യരുടെ ചരിത്രത്തിൽ ഇതിനോടു സമാനമായൊരു സംഭവം വേറെയെന്തെങ്കിലും ഉണ്ടോ? മനുഷ്യരെ മുഴുവൻ വെറുക്കുന്നത് ശരിയല്ല. മനുഷ്യരുടെ കൂട്ടത്തിൽ ശിബിരാജാവിനെ പോലെയുള്ള മഹാകാരുണ്യവാന്മാരുമുണ്ട്. ഏതെങ്കിലും ഒരു വർഗ്ഗത്തിൽ ഉൾപ്പെട്ട ചിലർ കാണിക്കുന്ന ക്രൂരതയ്ക്ക് ആ സമൂഹത്തെയൊന്നടങ്കം ക്രൂശിക്കുന്നത് ശരിയല്ല. കുഴപ്പക്കാർ എല്ലാ സമൂഹത്തിലുമുണ്ട് പക്ഷികൾക്കിടയിലുമുണ്ട്. അത്തരക്കാരെ കണ്ടെത്തി ഒറ്റപ്പെടുത്തുകയാണ്

വേണ്ടത്. അല്ലാതെ ആ സമൂഹത്തെയൊന്നാകെ പ്രതിസ്ഥാനത്ത് നിർത്തരുത്.

''കാര്യം പറയൂ'' വാത്തകൾ വിളിച്ചു പറഞ്ഞു.

''ഒരിക്കൽ ഒരു ക്രൂരനായ പരുന്ത് ഒരു പ്രാവിനെ കൊന്നു തിന്നാനായി ഓടിച്ചുകൊണ്ടിരിക്കുകയായിരുന്നു. ജീവൻ രക്ഷിക്കാനായി സർവ്വശക്തിയുമെടുത്ത് പ്രാവ് പറന്നു. വിശപ്പ് ജീവികളെ ക്രൂരരാക്കും. വിശപ്പ് ജീവികളുടെ കരുത്തിനെ ജ്വലിപ്പിക്കും. വിശപ്പാണ് പല മനുഷ്യവർഗ്ഗങ്ങളെയും പടയോട്ടങ്ങൾക്ക് പ്രേരിപ്പിച്ചത്. കടൽ കടക്കാൻ പ്രേരിപ്പിച്ചത് ആ സമൂഹത്തെ മഹത്തായ നേട്ടങ്ങളിലേക്ക് നയിച്ചത്. സുഖലോലുപതിയിൽ കഴിയുന്ന ഒരു സമൂഹവും ഉന്നത നേട്ടങ്ങൾ കൈവരിച്ചിട്ടില്ല. വിശപ്പ് അസാധാരണമായ ഊർജ്ജ സ്രോതസ്സാണ്. അതിനെ നേരായ വഴിയിൽ തിരിച്ചു വിട്ടാൽ അത്ഭുതങ്ങൾ സൃഷ്ടിക്കും. മോശമായ വഴിയിലേക്ക് തിരിച്ചുവിട്ടാൽ വലിയ നാശങ്ങൾക്കിടയാക്കും. ജീവരക്ഷയ്ക്കുള്ള പരക്കം പായലും അങ്ങനെതന്നെ. ജീവൻ രക്ഷിക്കാനായി എന്തു കടുംകൈ വേണമെങ്കിലും ചെയ്യും. പ്രപഞ്ചത്തിലെ ഏറ്റവും വിലമതിക്കാനാവാത്ത സ്വത്ത് ജീവനാണ്. ജീവന്റെ രഹസ്യം പ്രപഞ്ചസ്രഷ്ടാവ് ഇനിയും വെളിപ്പെടുത്തി തന്നിട്ടില്ല. പ്രപഞ്ചത്തിലെ ഒരു ജീവിക്കും ഒരണുവിനെ നശിപ്പിക്കാനോ ഒരണുവിനെ സൃഷ്ടിക്കാനോ കഴിയില്ല. അതിന്റെയൊക്കെ സമ്പൂർണ്ണാധികാരം പ്രപഞ്ചസ്രഷ്ടാവിനുള്ളതാണ്. മനുഷ്യർക്കുപോലും ഇത്തരം രഹസ്യങ്ങൾ ഇനിയും കണ്ടെത്താനായിട്ടില്ല. അതുകൊണ്ടുതന്നെ പക്ഷികളായ നമുക്കതിന് കഴിയുമെന്ന് വ്യാമോഹിച്ചിട്ട് കാര്യമില്ല. ജീവൻ രക്ഷിക്കുന്നതിനേക്കാൾ വലിയ പുണ്യമായി മറ്റൊന്നും തന്നെയില്ല. സൃഷ്ടിക്കാനാവാത്തവന് നശിപ്പിക്കാനുള്ള അധികാരവുമില്ല. സ്രഷ്ടാവിന് മാത്രമേ അതിന് അധികാരമുള്ളൂ.

''വെറുതെ വാചകമടിക്കാതെ കാര്യം പറയുക.'' വാത്തകൾ വീണ്ടും അക്ഷമരായി.

''പ്രാവ് ജീവരക്ഷാർത്ഥം ഒരു കൊട്ടാരക്കെട്ടിനുള്ളിലേക്ക് പാഞ്ഞുകയറി. കൊട്ടാരത്തിനുള്ളിൽ തേജസ്സാർന്ന ഒരു മനുഷ്യൻ ഇരിക്കുന്നത് കണ്ടു. പ്രാവ് പ്രാണരക്ഷാർത്ഥം അദ്ദേഹത്തിന്റെ മടിയിൽ ചെന്നു വീണു. മഹാനായ ശിബി മഹാരാജാവായിരുന്നു ആ തേജസ്സുള്ള മനുഷ്യൻ. പ്രാവിനോട് എന്താണ് നീ ഭയപ്പെട്ടിരിക്കുന്നതെന്ന് രാജാവ് ചോദിച്ചു. തന്റെ പിന്നാലെ ഒരു പരുന്തു വരുന്നുണ്ടെന്നും അതെന്നെ കൊന്നുതിന്നുമെന്നും കണ്ണീരോടെ പ്രാവ് പറഞ്ഞു. ശിബി മഹാരാജാവ് അതിനെ ആശ്വസിപ്പിച്ചുകൊണ്ടു

പറഞ്ഞു. ''വിഷമിക്കണ്ട എന്തുതന്നെവന്നാലും നിന്നെ ഞാൻ പരുന്തിന് വിട്ടുകൊടുക്കില്ല.''

ഇങ്ങനെ പറഞ്ഞു തീർന്നതും പരുന്ത് അവിടെ പറന്നെത്തി. വന്ന പാടെ പ്രാവിനെ വിട്ടുതരൂ അതെന്റെ ഇരയാണ് എനിക്ക് വിശക്കുന്നുവെന്ന് ആക്രോശിച്ചു. എന്നാൽ അഭയം തേടിവന്ന പ്രാവിനെ കൊന്നുതിന്നാനായി പരുന്തിന് വിട്ടുനൽകുന്നത് രാജധർമ്മമല്ലെന്ന് ശിബി രാജാവ് നിലപാടെടുത്തു. എന്നാൽ അത്തരത്തിലുള്ള ധർമ്മമൊന്നും തനിക്കറിയേണ്ടതില്ലെന്നും പ്രാവ് തന്റെ ഭക്ഷണമാണെന്നും അത് തടഞ്ഞുവച്ചിരിക്കുന്നത് ഒരു രാജാവിന് ചേർന്നതല്ലെന്നും പരുന്ത് തിരിച്ചടിച്ചു. ഇരുവരും തമ്മിൽ വാക്കുതർക്കങ്ങളിൽ ഏർപ്പെട്ടു. തങ്ങളുടെ നിലപാടുകളിൽ നിന്ന് അണുകിടമാറാൻ ഇരുവരും തയ്യാറായില്ല.

ഒടുക്കം രാജാവ് ചോദിച്ചു. ''പരുന്തിന് വിശപ്പടക്കാൻ മാംസമല്ലേ ആവശ്യമുള്ളൂ. അതു തരാം, പകരം പ്രാവിനെ എനിക്കു വിട്ടുതരണം.''

എന്നാൽ പരുന്ത് പ്രാവിന്റെ മാംസത്തിനായി ഉറച്ചു നിന്നു. ഇതു കണ്ട് പ്രാവിന്റെ മാംസത്തിനു തുല്യം എന്റെ മാംസം തന്നാൽ തൃപ്തിപ്പെടുമോയെന്ന് രാജാവ് ചോദിച്ചു. പരുന്ത് ഒരു നിമിഷം ആലോചിച്ചിട്ട് അതു സമ്മതിച്ചു. ശിബിരാജാവ് ഉടൻ ഒരു ത്രാസ് ഹാജരാക്കാൻ ആവശ്യപ്പെട്ടു. കൊട്ടാരജോലിക്കാർ ത്രാസ് എത്തിച്ചു. പ്രാവിനെ ഒരു ത്രാസിൽ വച്ചു. അടുത്ത ത്രാസിൽ തന്റെ കാലിലെ തുടയിൽനിന്ന് മാംസം അറുത്തുവയ്ക്കാൻ ശിബി രാജാവ് കൽപിച്ചു. വിഷമത്തോടെണെങ്കിലും ജോലിക്കാരനത് അനുസരിച്ചു. ശിബി രാജാവ് വേദന കടിച്ചമർത്തിയിരുന്നു. എന്നാൽ എത്ര മാംസം വച്ചിട്ടും പ്രാവിന്റെ ത്രാസ്സ് താണുതന്നെയായിരുന്നു. എല്ലാവർക്കും അതിൽ വലിയ അത്ഭുതം തോന്നി.

ഒടുക്കം ശിബി രാജാവ് തന്നെ ത്രാസ്സിൽ കയറി ഇരുന്നു. അപ്പോഴും പ്രാവിരുന്ന തട്ട് താണുതന്നെയിരുന്നു. പെട്ടെന്ന് അവിടെയൊരു പ്രകാശം പരന്നു. പ്രാവും പരുന്തും അപ്രത്യക്ഷമായി. ശിബി രാജാവിന്റെ മുറിവുകളും ഇല്ലാതെയായി അവിടെ രണ്ടു ദേവതകൾ പ്രത്യക്ഷപ്പെട്ടു. പരുന്തായി വന്നത് ദേവന്മാരുടെ രാജാവായ ദേവേന്ദ്രൻ ആയിരുന്നു. പ്രാവായി വന്നത് അഗ്നിഭഗവാനും. ശിബി രാജാവിന്റെ ധർമ്മിഷ്ഠത നേരിട്ടു ബോധ്യപ്പെടാൻ വേണ്ടിയാണവർ പക്ഷികളുടെ രൂപം ധരിച്ചെത്തിയത്. നിസ്സാരമെന്നു കരുതുന്ന ഒരു പ്രാവിന്റെ ജീവന് വേണ്ടി ഒരു മനുഷ്യരാജാവ് സ്വന്തം ജീവൻതന്നെ ബലി നൽകാൻ തയ്യാറായി.''

ഭൂമിയുടെ വടക്കൻ ദിക്കിൽ നിന്നും വന്ന ഒരു കൂട്ടം കുരുവികൾ പറഞ്ഞു. ''ശിബി രാജാവിനെപ്പോലെയുള്ളവർ മനുഷ്യരുടെ കൂട്ടത്തിൽ ഒരാളേയുണ്ടാവുകയുള്ളൂ. മഹാഭൂരിപക്ഷം മനുഷ്യരും അതിക്രൂരന്മാരാണ്. ഭൂമിയിൽ ഏറ്റവും കൂടുതലുണ്ടായിരുന്ന പ്രാവുകളുടെ ഒരു ജാതി ഭൂമുഖത്തുനിന്ന് നിശ്ശേഷം തുടച്ചുമാറ്റപ്പെട്ടത് മനുഷ്യരുടെ കൂട്ടക്കുരുതി മൂലമാണ്. ഇക്കാര്യം ഈ പ്രാവുകൾക്കറിയില്ലേ? ഇവിടെ കൂടിയിരിക്കുന്ന പക്ഷികളിൽ ആരുംതന്നെ സഞ്ചാരിപ്രാവുകളെ കണ്ടിട്ടുണ്ടാവില്ല. ഞങ്ങളും കണ്ടിട്ടില്ല. ഞങ്ങളുടെ പൂർവ്വികർ തലമുറകളായി പറഞ്ഞുതന്ന കഥകളിലൂടെയാണ് സഞ്ചാരിപ്രാവുകളെ ഞങ്ങൾ അറിയുന്നത്.

ആകാശത്ത് മേഘങ്ങൾ എന്നതുപോലെയായിരുന്നു സഞ്ചാരിപ്രാവുകളുടെ വൻകൂട്ടം സഞ്ചരിച്ചിരുന്നത്. ഒരു കൂട്ടം സഞ്ചാരിപ്രാവുകൾ ഈ മലമുകളിലേക്ക് പറന്നിറങ്ങിയാൽ ഈ മലമുഴുവൻ പൊതിയാനുള്ളത്ര പക്ഷികൾ ആ സംഘത്തിലുണ്ടാവുമായിരുന്നുവത്രെ. ഭൂമിയുടെ വടക്കൻ ദിക്കിലെ മനുഷ്യൻ അവരുടെ പക്കലുള്ള ആയുധങ്ങളെല്ലാം ഉപയോഗപ്പെടുത്തി പക്ഷികളെ മുഴുവൻ കൊന്നു. സഞ്ചാരിപ്രാവുകൾ കൂടൊരുക്കുന്ന പ്രദേശങ്ങളിലെ മരങ്ങൾ ഒന്നായി വെട്ടിമുറിച്ചിട്ടാണ് പ്രാവിൻമുട്ടയും പ്രാവിൻകുഞ്ഞുങ്ങളെയും മനുഷ്യർ കവർന്നെടുത്തത്. അവരുടെ ചന്തകളിൽ പ്രാവിന്റെ ഇറച്ചി യഥേഷ്ടം വിറ്റഴിച്ചു. ഏതാനും കൊല്ലംകൊണ്ട് പക്ഷികളുടെ കണക്കുപുസ്തകത്തിൽ ഉൾക്കൊള്ളാൻ കഴിയാത്തത്രയുണ്ടായിരുന്ന സഞ്ചാരിപ്രാവുകൾ മുഴുവൻ കൊല്ലപ്പെട്ടു. ഒടുക്കം ലോകത്തവശേഷിക്കുന്ന ഒരു ജോടി പ്രാവുകളെ അവർ എവിടുന്നോ പിടിച്ചു കൊണ്ടു വന്നു തടവിൽ പാർപ്പിച്ചു. തടവിൽ കിടന്ന ഒടുക്കത്തെ പ്രാവുകളെ കാണാൻ മനുഷ്യർ ദിനവും വന്നുപോയിരുന്നു. ഒരു ദിവസം തടവറയിൽ കിടന്ന് അവസാനത്തെ സഞ്ചാരിപ്രാവും മരിച്ചു. അമേരിക്കയിലെ സിൻസിനാറ്റിയെന്ന ജയിലിലാണ് അവസാനത്തെ സഞ്ചാരിപ്രാവിനെ തടവിലിട്ടതെന്നാണ് ഞങ്ങളുടെ അപ്പനമ്മമാർ പറഞ്ഞിട്ടുള്ളത്.''

അബാബീൽ

സഞ്ചാരിപ്രാവുകളുടെ കഥകേട്ട് അരിപ്രാവുകൾ വിമ്മിട്ടത്തോടെ കുറുകാൻ തുടങ്ങി. അവയുടെ വിമ്മിട്ടപ്പെട്ടുള്ള തേങ്ങൽ. ശ്രദ്ധിച്ചു കൊണ്ട് കോഴിക്കാടകൾ പറഞ്ഞു. ''കണ്ടില്ലേ അരിപ്രാവുകൾ കുട്ടത്തി കുറുകുറു... എന്ന് തേങ്ങുന്നത്. നല്ല ഭംഗിയുള്ള പ്രാവാണല്ലോ ഇത്. പുറവും ചിറകുകളുടെ മുൻപകുതിയും നല്ല തവിട്ടു നിറം. ഇളം റോസ് നിറത്തിലുള്ള ധാരാളം വട്ടപ്പുള്ളികൊണ്ട് തവിട്ടു മേനിയാകെ അലങ്കരിച്ചിരിക്കുന്നു. തലയ്ക്കും കഴുത്തും ചുകപ്പു ഛായ കലർന്ന ചാരനിറം. പിൻകഴുത്തിലും പിറകിലുമായി കിടക്കുന്ന കറുത്ത പട്ടയിൽ നിറയെ വെള്ളപുള്ളികളാണ്.''

''സുന്ദരിപ്രാവുകൾ എന്തിനാണിങ്ങനെ കരയുന്നത്?'' കോഴിക്കാടകളുടെ കൂട്ടത്തിലെ ചെറിയ പക്ഷികൾ ചോദിച്ചു.

പ്രായം ചെന്ന ഒരു കോഴിക്കാട പറഞ്ഞു.

''അതോ, പണ്ട് പണ്ട് അരിപ്രാവുകളിലൊന്ന് തന്റെ അനിയത്തി കുട്ടത്തി പ്രാവിന്റെ പക്കൽ നാഴി പയർ വറുക്കാൻ ഏൽപ്പിച്ചിട്ട് എങ്ങോട്ടോ പറന്നുപോയി. തിരികെ വരുമ്പോഴേക്ക് പയർ വറുത്തു വയ്ക്കണമെന്ന് പറഞ്ഞേൽപ്പിച്ചിട്ടാണ് പോയത്. പറഞ്ഞതുപോലെ കുട്ടത്തിപ്രാവ് ജ്യേഷ്ഠത്തി പ്രാവ് ഏൽപ്പിച്ച പയർ വറുത്ത് കോരി വച്ചു. സർക്കീട്ട് കഴിഞ്ഞ് മടങ്ങിയെത്തിയ പ്രാവ് കുട്ടത്തിപ്രാവിനോട് പയർ വറുത്തുവച്ചോയെന്ന് ചോദിച്ചു. കുട്ടത്തിപ്രാവ് സന്തോഷത്തോടെ വറുത്തു കോരിവച്ചിട്ടുണ്ടെന്ന് മറുപടി പറയുകയും ചെയ്തു. പയറു കൊറിക്കാൻ ചെന്ന ജ്യേഷ്ഠത്തിപ്രാവിന് അളവിൽ കുറവുണ്ടോന്ന് ഒരു സംശയം.

എങ്കിൽ പയറൊന്ന് അളന്നുനോക്കാമെന്ന് വച്ചു. സംശയം തീരുമല്ലോ. നാഴി പയർ കൊടുത്തത് ഉരി മാത്രമേയുള്ളൂ. പയർ കുറഞ്ഞിരിക്കുന്നു. കോപംകൊണ്ട് ജ്വലിച്ച ജ്യേഷ്ഠത്തിപ്രാവ് കുട്ടത്തി

പ്രാവിനെ വിളിച്ചു ചോദ്യം ചെയ്തു. പയർ മണികളിൽ ഒരു തരി പോലും ഞാൻ തിന്നില്ലെന്ന് കുട്ടത്തിപ്രാവ് ആണയിട്ടു പറഞ്ഞു. എന്നാൽ ജ്യേഷ്ഠത്തിപ്രാവത് വിശ്വസിക്കാൻ തയ്യാറായില്ല. കുട്ടത്തി പ്രാവിനെ ജ്യേഷ്ഠത്തിപ്രാവ് കൊത്തുകയും മാന്തുകയും ചെയ്തു. കുട്ടത്തിപ്രാവ് തന്റെ നിരപരാധിത്വം കരഞ്ഞു വിളിച്ചു പറയുന്നു ണ്ടായിരുന്നു. എന്നാൽ കോപംകൊണ്ട് അന്ധയായ ജേഷ്ഠത്തി പ്രാവതൊന്നും ചെവികൊള്ളാൻ തയ്യാറായില്ല. കുട്ടത്തിപ്രാവ് കൊത്തു കൊണ്ട് വീണു ചത്തു. ജ്യേഷ്ഠത്തിപ്രാവ് കുട്ടത്തിപ്രാവിനെ നോക്കി പറഞ്ഞു.

''അസത്യം പ്രവർത്തിച്ചാലുള്ള ശിക്ഷയിതാണ്.''

പാപത്തിന്റെ ശമ്പളം മരണം തന്നെ. കുറച്ചുദിവസം കഴിഞ്ഞ് ജ്യേഷ്ഠത്തിപ്രാവ് നാഴി പയറെടുത്ത് വറുക്കാൻ തുടങ്ങി. വറുത്തു കോരിവച്ചപ്പോൾ അളവിൽ കുറഞ്ഞതായി തോന്നി. നാഴികൊണ്ടു വന്ന് അളന്നപ്പോൾ ഉരി പയറേയുള്ളൂ. ജ്യേഷ്ഠത്തിപ്രാവത് കണ്ട് ഞെട്ടി. കുട്ടത്തിപ്രാവ് പറഞ്ഞത് എത്ര സത്യമായിരുന്നു. അവൾ ഒരു മണിപോലും അപഹരിച്ചിരുന്നില്ല. അവൾ പറഞ്ഞതൊന്നും കേൾക്കാൻ എനിക്ക് കഴിഞ്ഞില്ലല്ലോ? ജ്യേഷ്ഠത്തി പ്രാവ് പശ്ചാത്താ പത്താൽ കരഞ്ഞു.

കോപം ഒരാളെ അന്ധനാക്കും. കോപിച്ചിരിക്കുമ്പോൾ എടുക്കുന്ന തീരുമാനം എപ്പോഴും തെറ്റായിരിക്കും. അതിരുവിട്ട കോപം ഒരു രോഗമാണ്. കോപം സ്വയം നശിപ്പിക്കുകയും ഒപ്പം നിൽക്കുന്നവരെ നശിപ്പിക്കുകയും ചെയ്യും. എത്ര വലിയ പാപമാണ് ഞാൻ ചെയ്തത് എന്നോർത്ത് ജ്യേഷ്ഠത്തിപ്രാവ് തേങ്ങി. എന്നിട്ട് നാടുനീളെ അലഞ്ഞ് കുട്ടത്തിയെ ഓർത്തു കരയാൻ തുടങ്ങി.

''കുട്ടത്തി കുറു കുറു... കുട്ടത്തി കുറു കുറു...''

''സ്വന്തം കോപം അടക്കാൻ കഴിവില്ലാത്ത പ്രാവുകളാണോ പക്ഷികളുടെ നേതാവായിരിക്കുക?'' കോഴിക്കാടകൾ തമ്മിൽ തമ്മിൽ ചോദിച്ചു, ഒരു നേതാവിന് ആവശ്യം വേണ്ട ഗുണമാണ് സമചിത്തത. ഏതു പ്രതിസന്ധിഘട്ടത്തിലും സമചിത്തത വിടാതെ സൂക്ഷിക്കാൻ കഴിയുന്നവരാണ് ശരിയായ നേതാക്കൾ.

ആകാശം കൂടുതൽ ഇരുണ്ടു വന്നു. വിശുദ്ധതടാകം നിറയെ കോടമഞ്ഞ് മൂടുകയും ശീതക്കാറ്റിലത് അഴിയുകയും ചെയ്തു കൊണ്ടിരുന്നു. ചൂട് ഉറവകൾ പൊട്ടിയൊഴുകുന്ന ചുണ്ണാമ്പു കല്ലു കൾക്കരിലേക്ക് പക്ഷികൾ ചേക്കേറാൻ തുടങ്ങി. ചുണ്ണാമ്പുപാറ മലയിൽ കുത്തിനോവിക്കുന്ന തണുപ്പുണ്ടായിരുന്നില്ല. മൂടൽമഞ്ഞിനെ

തള്ളിയകറ്റാൻ തക്ക ചൂട് അവിടെ തങ്ങിനിൽപ്പുണ്ടായിരുന്നു. ശരീരത്തിന്റെ മുകൾഭാഗം പച്ചയും പുറത്തും അരപ്പട്ടയിലും കറുപ്പും വെളുപ്പും വരകളുള്ള ഓമനപ്രാവുകൾ എന്തോ പറയാനാഞ്ഞു.

''പ്രാവുകൾ കുടുംബബന്ധങ്ങളിൽ വിശ്വസിക്കുന്നവരാണ്. ഒരേ ഇണയോടൊപ്പം കഴിയുന്നവരാണ്.''

പ്രാവുകളുടെ കൂട്ടത്തിലെ അമ്പലപ്രാവുകൾ അപ്പോഴേക്കും മുന്നോട്ടുവന്ന് പറഞ്ഞു.

''ഞങ്ങൾ പാറക്കെട്ടിൽ കൂട്ടമായി കഴിയുന്നു. ആയിരക്കണക്കിനു പ്രാവുകളുടെ വലിയ കൂട്ടങ്ങളായാണ് കഴിയുന്നത്. തമ്മിൽ തമ്മിൽ ഒരു പ്രശ്നവുമില്ല. പ്രാവുകൾ തമ്മിൽ തമ്മിലുള്ള ഈ സാഹോദര്യം മറ്റു പക്ഷികളോടും ഞങ്ങൾക്കുണ്ട്. തങ്ങളെപ്പോലെ മറ്റുപക്ഷികളെയും നോക്കിക്കാണാൻ കഴിയുകയെന്നത് തന്നെയാണ് ഒരു നേതാവിന് ആവശ്യം ഉണ്ടായിരിക്കേണ്ട ഗുണം.''

അമ്പലപ്രാവുകൾ ഇങ്ങനെ പറഞ്ഞുകൊണ്ടിരുന്നപ്പോൾ വലിയൊരു മൂടൽമഞ്ഞ് അവിടേക്ക് ഒഴുകിവന്ന് പക്ഷികളെ മുഴുവൻ അപ്രത്യക്ഷരാക്കി. ആകാശം കൂടുതൽ ഇരുളാൻ തുടങ്ങി. മാനത്തെ ചുവന്ന നിറവും മാഞ്ഞുപോയി. ദൂരെ മഞ്ഞുമലകൾക്ക് മുകളിൽ ഒരു പ്രഭാവലയം പോലെ പ്രകാശബിന്ദുക്കൾ ചിതറി നിൽക്കുന്നതു മാത്രം മഞ്ഞൊഴിയുമ്പോൾ കാണാം, പർവ്വതശൃംഗങ്ങളിൽ അസ്തമയസൂര്യന്റെ കിരണങ്ങൾ തട്ടിയുള്ള പ്രതിഫലനമാണത്. ഉയർന്ന മരക്കൊമ്പിൽ നിന്ന് ഒരു കൂറ്റൻ പക്ഷി പാറമേൽ പറന്നിറങ്ങി. കഴുകനാണത്. കഴുകൻ വിളിച്ചു പറഞ്ഞു.

''ഇന്നത്തെയോഗം അവസാനിച്ചിരിക്കുന്നു. രാവിലെ സൂര്യൻ ആകാശത്ത് ഒരു കൊറ്റി പൊക്കത്തിൽ ഉദിക്കുമ്പോൾ വീണ്ടും യോഗം ചേരുന്നതാണ്.''

കഴുകന്റെ പ്രഖ്യാപനം കേട്ട് ചില പക്ഷികൾ തമ്മിൽ തമ്മിൽ പറഞ്ഞു. യോഗം പിരിച്ചുവിടാൻ കഴുകനെ ആരും ചുമതലപ്പെടുത്തിയിട്ടില്ലല്ലോ. പിന്നെന്തിനാണത് സ്വയം നേതാവായി ചമയുന്നത്? നാളെ യോഗം ചേരുമ്പോൾ താൽക്കാലികമായി യോഗം നിയന്ത്രിക്കുന്നതിനായി ഒരു പക്ഷിയെ തെരഞ്ഞെടുക്കണം. അതൊരിക്കലും വൃത്തികെട്ട ഈ കഴുകനാകരുത്. പക്ഷിവർഗ്ഗത്തിന്റെ ഒരു ഗുണവും ഇല്ലാത്ത കൂട്ടരാണവർ. കണ്ടാൽ തന്നെ അറപ്പ് തോന്നുന്നു. വൃത്തികെട്ട വർഗ്ഗം. കണ്ടില്ലേ കഷണ്ടിതലയും ചൊറിപിടിച്ച മുഖവും, കഴുത്തും. അതിന്റെ വൃത്തികെട്ട കുടവയർ കണ്ടാൽ തന്നെ വെറുപ്പ് തോന്നുന്നു. ശവതീനികൾ. മലം തീറ്റികൾ ക്രൂ... ക്രൂ..

ഏതോ ഒരു പക്ഷി ഒരു ആട്ടുകൊടുത്തു. എന്നാൽ കഴുകൻ പക്ഷി വർഗ്ഗത്തെ നിയന്ത്രിക്കാനുള്ള തന്റെ മേധാശക്തി ഒന്നുകൂടി ഉറപ്പിക്കാനുള്ള അവസാനവട്ട പരിശ്രമം വൈകിയ വേളയിലും നടത്തിക്കൊണ്ടിരുന്നു. പക്ഷികൾ അങ്ങോട്ടും ഇങ്ങോട്ടും ചലിച്ചു തുടങ്ങുന്നത് ശ്രദ്ധിച്ചുകൊണ്ട് കഴുകൻ വിളിച്ചുപറഞ്ഞു.

"പുരാതന ഈജിപ്ത് ഭരിച്ചിരുന്ന ഫറോൻ രാജാക്കന്മാർ തങ്ങളെ അവരുടെ ഉറ്റമിത്രങ്ങളായാണ് കണ്ടിരുന്നത്. ഫറോൻ രാജാവിന്റെ കോഴികൾ എന്നാണ് അവിടുത്തുകാർ കഴുകന്മാരെ ആദരപൂർവ്വം വിളിച്ചിരുന്നത്."

"ഇന്ത്യയ്ക്ക് തെക്കുഭാഗത്തെ തിരുക്കഴുകുന്നാം നിവാസികൾ കഴുകന്മാരെ ആരാധിക്കുന്നു. അവിടുത്തെ ക്ഷേത്രത്തിലെ ഉച്ചപ്പൂജ കഴിഞ്ഞുള്ള നൈവേദ്യച്ചോറ് ഞങ്ങളുടെ കൂട്ടത്തിലെ രണ്ടു തോട്ടി കഴുകന്മാർ ദിനവും പോയി കഴിക്കുന്നത് ആർക്കുവേണമെങ്കിലും പോയി കാണാവുന്നതേയുള്ളൂ. ഞങ്ങൾ ചത്ത പശുക്കളെ മാത്രമല്ല തിന്നുന്നതെന്ന് അപ്പോൾ നിങ്ങൾക്ക് ബോധ്യമാകും. മനുഷ്യരുടെ ഇടയിലെ രണ്ടു ഋഷിവര്യന്മാർ ശാപത്താൽ കഴുകന്മാരായി തീർന്നവരാണെന്ന് മനുഷ്യർപോലും വിശ്വസിക്കുന്നു. ഋഷിതുല്യമായ മനസുള്ളവരാണ് ഞങ്ങൾ. ഞങ്ങൾക്ക് നിവേദ്യച്ചോറും ചത്ത കന്നുകാലികളുടെ അഴുകിയ മാംസവും ഒരുപോലെ തന്നെ. പലരൂപത്തിൽ പ്രകൃതി കാണപ്പെടുന്നുണ്ടെങ്കിലും എല്ലാം ഒരേ സത്യത്തിന്റെ ഭിന്നഭാവങ്ങൾ മാത്രമാണ്. നന്മയും തിന്മയും എന്നതും ആപേക്ഷികമാണ്. വിശാലതലത്തിൽ ഇങ്ങനെയൊരു വേർതിരിവ് കാണാനാവില്ല. മഹാപ്രപഞ്ചത്തിൽ സമയം എന്നൊന്നില്ല. സമയം മഹാപ്രപഞ്ചത്തിനുള്ളിൽ മാത്രമേയുള്ളൂ. പക്ഷേ അത് കാണണമെങ്കിൽ ഉയരത്തിൽ പറക്കാൻ അറിഞ്ഞിരിക്കണം. കഴുകന്മാരെപ്പോലെ ആകാശത്തിന്റെ മുകൾത്തട്ടിലൂടെ വട്ടമിട്ടുപറക്കാൻ കഴിയാത്ത ചെറുകിളികളുടെ ഇടുങ്ങിയ ചിന്താഗതികൾ മാറേണ്ടതുണ്ട്." കഴുകൻ ഇങ്ങനെ ഓരോന്നു വിളിച്ചുപറഞ്ഞുകൊണ്ടിരുന്നുവെങ്കിലും പക്ഷികളിൽ മഹാഭൂരിപക്ഷവും ഇതൊന്നും ശ്രദ്ധിക്കുന്നുണ്ടായിരുന്നില്ല.

വിശ്വാസ്യതയില്ലാത്തവരുടെ വലിയ വാക്കുകൾപോലെ കഴുകന്റെ സുവിശേഷം അന്തരീക്ഷത്തിൽ വിറങ്ങലിച്ചുനിന്നു. അനവസരത്തിലുള്ള തത്ത്വപ്രസംഗത്തിന്റെ ഗതിയും ഇങ്ങനെതന്നെ. സുരക്ഷിതമായി രാത്രി കഴിച്ചുകൂട്ടാനുള്ള ഇടം കൈക്കലാക്കാനുള്ള തന്ത്രപ്പാടിലായിരുന്നു പക്ഷികളൊക്കെ. ചിനാർ മരക്കൊമ്പുകളിലും പൈൻമരക്കാടുകളിലും ദേവദാരുവൃക്ഷങ്ങളിലും പക്ഷികൾ ചേക്കേറി.

പാറപ്പുറത്തും പുൽപ്പരപ്പിലും പക്ഷികൾ ഒത്തുകൂടി. വിശുദ്ധ പർവ്വതത്തിന്റെ പല ഭാഗങ്ങളും പക്ഷികളെക്കൊണ്ടു നിറഞ്ഞു. പുണ്യതീർത്ഥത്തിൽ നീർപക്ഷികളുടെ വലിയ സംഘങ്ങൾ അണിനിരന്നു. പക്ഷികളുടെ ഒരൽഭുതദേശമായി അവിടം മാറി.

ആകാശത്ത് അവശേഷിച്ചിരുന്ന പ്രകാശബിന്ദുക്കളും കെട്ടു. മാനത്ത് നക്ഷത്രങ്ങളുടെ തിളക്കം കണ്ടുതുടങ്ങി. നിലാവിന്റെ സുവർണപ്രഭ പടിഞ്ഞാറൻ മാനത്ത് തെളിഞ്ഞുവരുന്നുണ്ടായിരുന്നു. പകൽവെട്ടത്തിനായി സൂര്യനെയും രാത്രി വെട്ടത്തിനായി നക്ഷത്രങ്ങളെയും ചന്ദ്രനെയും ഭൂമിക്കുമേൽ വിതാനിച്ച സർവലോകസ്രഷ്ടാവായ തമ്പുരാനെക്കുറിച്ചുള്ള പ്രകീർത്തന ഗീതങ്ങൾ പക്ഷികൾ ആലപിക്കാൻ തുടങ്ങി.

കുറെ നേരം വിശുദ്ധ പർവതത്തിന്റെ താഴ്വാരങ്ങളിൽ പക്ഷിപ്പാട്ടുകൾ പ്രതിധ്വനിച്ചു. പിന്നെ പക്ഷികൾ ഉറക്കത്തിലേക്ക് വഴുതി. ഉണർവും ഉറക്കവും രാത്രിയും പകലുംപോലെ പക്ഷികളുടെ ബോധത്തെ മാറ്റിമറിച്ചുകൊണ്ടിരിക്കുന്നു. കണ്ണടച്ച് ഒന്നു തൂങ്ങുകയും പിന്നെ ഉണർന്ന് ചുറ്റും നോക്കുകയും. വീണ്ടും കണ്ണിൽ മയക്കം മൂടുകയും ചെയ്തുകൊണ്ടേയിരുന്നു. പക്ഷികളുടെ ഉറക്കം അങ്ങനെയാണ്. ഉറക്കം അവയ്ക്കൊരു ധ്യാനമാണ്. ശരീരത്തിന്റെ ഒരു പകുതി ഉറങ്ങുകയും മറുപകുതി ഉണർന്നിരിക്കുകയും ചെയ്യും. ഒരു കണ്ണടഞ്ഞ് ഒരു കാലിന്മേൽ മറ്റേകാൽ വിശ്രമിച്ചുകൊണ്ട് പകൽ നേരത്തും നീർ പറവകൾക്ക് ഉറങ്ങാൻ കഴിയും. പക്ഷികളെപ്പോലെ ഉറങ്ങാൻ മറ്റെതെങ്കിലും ജീവികൾക്ക് കഴിയുമോയെന്നറിയില്ല. പക്ഷികളുടെ ലോകം മറ്റു ജീവലോകങ്ങളിൽ നിന്നൊക്കെ വേറിട്ടു നിൽക്കുന്നു. ആകാശവും ഭൂമിയും ജലാശയവും പക്ഷികൾക്ക് ഒരുപോലെ വഴങ്ങുന്നു.

പുണ്യതീർത്ഥത്തിന്റെ ഓരങ്ങളിൽ രാജഹംസങ്ങളുടെ വലിയൊരു നിരനിൽപ്പുണ്ടായിരുന്നു. വർണ്ണകൊറ്റികളും വെള്ളരികൊക്കുകളും അവിടവിടെ വെള്ളത്തിലിറങ്ങിനിന്നു. പെലിക്കനുകളുടെയും വാത്തകളുടെയും എരണ്ടകളുടെയും വലിയൊരു കൂട്ടം തടാകത്തിൽ പ്രാർത്ഥനാനിർഭരമായി പാർക്കുന്നുണ്ടായിരുന്നു, അഭയം തേടിയിട്ടുണ്ടായിരുന്നു. എണ്ണിയാലൊടുങ്ങാത്ത നീർപക്ഷികൾ പുണ്യതീർത്ഥത്തിൽ കഴിയാനുള്ള സുവർണാവസരത്തെ ദൈവസന്നിധിയിൽ രാപാർക്കുംപോലെ ഭക്തിപുരസ്സരമായാണ് നോക്കികണ്ടത്. രാത്രിയുടെ ഏതോ യാമത്തിൽ പെലിക്കനുകളിലൊന്ന് തൊണ്ടപൊട്ടുമാറുച്ചത്തിൽ ഉറക്കെ കരഞ്ഞുകൊണ്ട് ചിറകിട്ടടിച്ചു. ശബ്ദംകേട്ട്

മറ്റു ജലാശയപക്ഷികളും ഉണർന്ന് ബഹളം വച്ചു. അലറിക്കരഞ്ഞ പെലിക്കനരികിലേക്ക് മറ്റു പെലിക്കനുകൾ വന്നു ചോദിച്ചു

"എന്തുപറ്റി? വല്ല ജീവികളും വന്ന് ആക്രമിച്ചോ?"

മറുപടി പറയാൻപോലും കെൽപ്പില്ലാതെ തന്റെ കീഴ്ചുണ്ടിനു കീഴെ തൂങ്ങിക്കിടക്കുന്ന സഞ്ചി വിറപ്പിച്ച് പെലിക്കൻ ശ്വാസമെടുക്കാൻ പാടുപെട്ടുകൊണ്ടിരുന്നു. അതിന്റെ വലിയ കൊക്കുകൾ വിറച്ചുകൊണ്ടിരുന്നു.

"എന്തോ കണ്ടു ഭയപ്പെട്ടിട്ടുണ്ട്." മറ്റ് പെലിക്കനുകൾ പറഞ്ഞു.

ജലാശയപരപ്പിൽ പക്ഷികൾ നീന്താനും ചിറക് കുടഞ്ഞ് ദൂരെ മാറാനും തുടങ്ങിയതോടെ കനത്ത മൂടൽമഞ്ഞിന് ഒരയവു വന്നതു പോലെ തോന്നിച്ചു. വലിയ പക്ഷിക്കൂട്ടത്തിന്റെ ശരീരത്തിൽനിന്നുള്ള ചൂടും മഞ്ഞിനെ ഉരുക്കാൻ ശേഷിയുള്ളതായിരുന്നു. ആകാശത്ത് നിന്ന് നിലാവിന്റെ സ്വർണനൂലുകൾ തടാകത്തിലേക്ക് വീണ് വിശുദ്ധ പർവതത്തിന് പുടവ നെയ്യുന്നുണ്ടായിരുന്നു.

"എന്താണ് സംഭവിച്ചത് പറയൂ."

അലറിക്കരഞ്ഞ പെലിക്കൻ ചുറ്റുപാടും നോട്ടമെറിഞ്ഞുകൊണ്ടു പറഞ്ഞു. "ഞാനൊരു സ്വപ്നം കണ്ടതാ."

"ക്രാ ക്രാ അത്രയേയുള്ളോ! ഞങ്ങളൊക്കെ വല്ലാതെ ഭയപ്പെട്ടു പോയല്ലോ?"

ഒരു പെലിക്കൻ അത് കേട്ട് ഉച്ചത്തിൽ പറഞ്ഞു. അവിടെ കൂടി നിന്നിരുന്ന എരണ്ടകളും അരയന്നങ്ങളും നീന്തിയകന്നുകൊണ്ട് മറ്റ് പക്ഷികളോട് പറഞ്ഞു.

"പേടിക്കാനായി ഒന്നും തന്നെയില്ല."

രാപേടികൊണ്ടുള്ള പിച്ചും പേയുമാണ്.

"എന്തോ സ്വപ്നം കണ്ടു പേടിച്ചതാ. പ്രാർത്ഥിച്ച് ഉറങ്ങാത്തതിന്റെ കുഴപ്പമാണ്." അതുകേട്ട് മറ്റു പക്ഷികൾ പതിവ് ഉറക്കത്തിലേക്ക് വഴുതിവീണു. നിലാവെളിച്ചത്തിൽ പെലിക്കന്റെ അരുകിലേക്ക് ഒരു വാത്ത വന്നുചോദിച്ചു

"എന്തു സ്വപ്നമാണ് കണ്ടത്?"

എല്ലാ സ്വപ്നവും അങ്ങനെ എഴുതത്തള്ളാനുള്ളതല്ല. പകലത്തെ ചിന്തകൾ രാത്രി സ്വപ്നമായി വരാം. ചില സ്വപ്നങ്ങൾ നമ്മെ ഭയപ്പെടുത്തും. ചിലത് രസിപ്പിക്കും. ഉണർന്നാൽ ചില സ്വപ്നങ്ങൾ മറന്നേ പോകും. ചില സ്വപ്നങ്ങൾ മനസ്സിൽ നിന്ന് മായുകയേയില്ല. തിന്നുമ്പോൾ തിന്നാനും ഉറങ്ങുമ്പോൾ ഉറങ്ങാനും കഴിയുകയെന്നത്

അത്ര എളുപ്പമുള്ള കാര്യമല്ല. പക്ഷികളുടെ ഇടയിലെ മഹായോഗികൾക്ക് മാത്രമേ അങ്ങനെ കഴിയുകയുള്ളൂ. തിന്നുമ്പോൾ പക്ഷികൾ ചിന്തകളിലായിരിക്കും. ചുമ്മാ ഓരോ ഓരോ ചിന്തകൾ. കടലിലെ തിരമാലകൾപോലെ വന്നലച്ചുകൊണ്ടിരിക്കും. ഉറങ്ങുമ്പോഴും അങ്ങനെതന്നെ. സ്വപ്നങ്ങൾ ഉറക്കത്തെ മറ്റൊരു ലോകത്തിലേക്ക് കൂട്ടിക്കൊണ്ടുപോകും. സ്വപ്നമെന്നത് മനസ്സ് സ്വന്തം ശരീരത്തെ കബളിപ്പിക്കുന്നതാണ്. ചിന്തയില്ലാതിരിക്കുക, സ്വപ്നമില്ലാതിരിക്കുക, വളരെ വളരെ പ്രയാസകരമാണ്. കാലത്ത് കാണുന്ന സ്വപ്നങ്ങൾ ഫലിക്കുമെന്ന് പക്ഷികളുടെ ഇടയിൽ പറയാറുണ്ട്. സ്വപ്നത്തെ വ്യാഖ്യാനിക്കാനും ചില പക്ഷികൾ പരിശ്രമിച്ചിട്ടുണ്ട്. മൂങ്ങകൾ ഇതിനു വിദഗ്ധരാണ്.

‘‘ഇതിരിക്കട്ടെ, എന്തു സ്വപ്നമാണ് കണ്ടതെന്ന് ഓർമ്മയുണ്ടോ?’’ വാത്ത വീണ്ടും ചോദിച്ചു.

‘‘ക്രാ ക്രാ... ഉണ്ടെന്ന അർത്ഥത്തിൽ പെലിക്കൻപക്ഷി വലുപ്പമുള്ള കൊക്ക് കുലുക്കി കരഞ്ഞു.

‘‘എന്താണത്?’’

‘‘ഭീകരരൂപിയായ ഒരു പക്ഷി അതിന്റെ കരുത്തുള്ള കൂർത്ത മൂർത്ത ചുണ്ടിൽ വലിയ തീക്കനലുകളുമായി പറന്നുവരുന്നതാണ് കണ്ടത്. അങ്ങനെയൊരു പക്ഷിയെ ഞാനിതിനുമുമ്പ് കണ്ടിട്ടേയില്ല. അതിന്റെ കണ്ണുകൾ തീക്കനൽപോലെ തിളക്കമുള്ളതായിരുന്നു. അവയുടെ കാൽവിരലുകൾ തന്നെ ഒരു മരച്ചില്ലപോലെ തോന്നിച്ചു. ചിറകിന്റെ കരുത്ത് പറയാനാവില്ല. അവ ചിറകൊന്നു വീശുമ്പോൾ വലിയ കൊടുങ്കാറ്റ് വീശുംപോലെയാണ് തോന്നുക. പക്ഷികളുടെ ഇടയിലെ ഏറ്റവും കരുത്തനായ പക്ഷിയാണെന്നതിൽ ഒരു സംശയവുമില്ല.’’ പെലിക്കൻ ഒരുവിധം പറഞ്ഞൊപ്പിച്ചു.

‘‘ഇങ്ങനെയൊരു പക്ഷി നമ്മുടെ കൂട്ടത്തിലുണ്ടോ?’’ പെലിക്കനുകളും വാത്തകളും രാജഹംസങ്ങളും പിന്നെ അവിടെ കൂടിയിരിക്കുന്ന പക്ഷികളെല്ലാവരും കൂടിയാലോചന തുടങ്ങി. പെട്ടെന്ന് ഇതൊക്കെ കണ്ടുംകേട്ടുമിരുന്ന പക്ഷികളുടെ മുതുമുത്തച്ഛനായ മൂങ്ങാങ്കോഴികൾ ഒന്നു മുങ്ങിനിവർന്ന് പറഞ്ഞു.

‘‘സംശയിക്കണ്ട, അത് അബാബീൽ പക്ഷികളാണ്.’’

‘‘അബാബീൽ പക്ഷികളോ?’’ മറ്റ് പക്ഷികൾ ആശ്ചര്യം കൂറി.

‘‘നിങ്ങൾ അബാബീൽ പക്ഷിയെക്കുറിച്ച് കേട്ടിട്ടില്ലേ? വിശുദ്ധ കബാലയം തകർക്കാൻ വന്ന അബ്റാഹത്തിന്റെ പടയെ തുരത്തിയത് അബാബീൽ പക്ഷികളാണ്.’’

‘‘ശരിയാണത്.’’

‘‘ഭൂമിയിലെ ആദ്യത്തെ ദേവാലയമാണ് കഅ്ബ. ഏകദൈവ വിശ്വാസത്തിന്റെ പുണ്യഗേഹം. ഇബ്രാഹിംനബി കഅ്ബയുടെ സംരക്ഷകനായിരുന്നു. അവിടെയാണ് ഒരിക്കലും വറ്റാത്ത സംസം കിണറുള്ളത്. ഇബ്രാഹിമിന്റെ പുത്രൻ ഇസ്മയിലിനെ ബലി നൽകേണ്ടതിനു പകരം ആടിനെ ബലി നൽകിയാൽ മതിയന്നും ദൈവത്തിന്റെ അരുളപ്പാടുണ്ടായത്. കഅ്ബാലയത്തെ തകർക്കാൻ അബ്റാഹത്ത് എന്നൊരു രാജാവ് തന്റെ സർവസൈന്യവുമായി മണലാരണ്യത്തിലൂടെ വന്നു. കാലാൾപ്പടയും കുതിരപ്പടയും ആനപ്പടയും ഒക്കെയുണ്ട്. കവചിത പടകളുണ്ട്. അബ്റാഹത്തിന്റെ പടയെ തോൽപ്പിക്കാൻ ഭൂമിയിൽ മറ്റൊരു ശക്തിക്കും കഴിയുമായിരുന്നില്ല. അപ്പോഴതാ, സർവ്വശക്തനായ ദൈവം തമ്പുരാന്റെ കൽപ്പനപ്രകാരം നരകത്തിലെ സർവ്വനാശം വിതയ്ക്കുന്ന നരക തീക്കട്ടകൾ കൊത്തി അബാബീൻ പക്ഷികൾ ഭൂമിയിലേക്ക് പറന്നുവന്നു. അബ്റാഹത്തിന്റെ സൈന്യത്തിനുനേരെ നരക തീക്കട്ടകൾ അബാബീൻ പക്ഷികൾ എറിഞ്ഞു. ആകാശത്തുനിന്നുള്ള അബാബീൻ പക്ഷികളുടെ അഗ്നി കൊണ്ടുള്ള ആക്രമണത്തിൽ അബ്റാഹത്തിന്റെ സൈന്യം ചിന്നഭിന്നമായി. ആനക്കൂട്ടങ്ങൾ മുട്ടുകുത്തി വീണു. സൈന്യം വെന്തുരുകി നശിച്ചു. വിശുദ്ധ കഅ്ബാലയത്തെ സംരക്ഷിച്ച ദൈവത്തിന്റെ പക്ഷികളാണ് അബാബീൽ പക്ഷികൾ.

അബാബീൽ പക്ഷികൾ വീണ്ടും നരകത്തിലെ തീക്കല്ലുകളുമായി ഭൂമിക്കുനേരെ വരുന്നുവെന്ന മുന്നറിയിപ്പാണ് സ്വപ്നത്തിലുള്ളത്. ഭൂമിയിൽ ദുഷ്ടന്മാർ പെരുകുമ്പോഴാണ് ദൈവം ആ സമൂഹത്തെ നശിപ്പിക്കുന്നത്. ഭൂമി അഗ്നിയിൽ ഉരുകാൻ പോകുന്നു. ഭൂമി ചൂടുകൊണ്ട് പൊള്ളാൻ പോകുന്നു. പക്ഷികൾക്കിത് താങ്ങാനാവുമോയെന്നനിക്കറിയില്ല. ഭൂമിയൊന്നാകെ ചൂടുപിടിച്ചാൽ ഏതു സമുദ്രത്തിനുള്ളിൽ പോയാണ് പക്ഷികൾക്ക് ഒളിക്കാൻ കഴിയുക?’’

‘‘എന്റെ അറിവിൽ ഇതിനു മുമ്പ് അഞ്ചുതവണ ഭൂമിയെ ഭാഗികമായി ദൈവം നശിപ്പിച്ചിട്ടുണ്ട്.’’ മൂങ്ങാങ്കോഴി പറഞ്ഞു.

‘‘പക്ഷികളുടെ പുരാതനമായ ഓർമ്മപുസ്തകങ്ങളിൽ ഇതൊക്കെയുണ്ട്. ഒടുവിലത്തെ കൂട്ടവംശനാശം സംഭവിക്കുമ്പോൾ ഭൂമിയെ അടക്കിവാണിരുന്നത് നമ്മുടെ പൂർവികരായിരുന്നു. നരകത്തിൽ നിന്ന് ഭൂമിയിലേക്ക് വീണ ഒരു വലിയ തീക്കല്ലാണ് കൂട്ടവംശനാശത്തിനിടയാക്കിയത്. നരകത്തിൽ നിന്ന് അബാബീൽ പക്ഷികൾ കൂറ്റൻകല്ലുമായി ഭൂമിയിലേക്ക് വരുന്നുവെന്ന സ്വപ്നം പക്ഷികൾ ഗൗരവത്തോടെ

കാണണം. ഒരു കൂട്ടവംശനാശത്തിനായുള്ള കാലം ആഗതമാവുകയാണ്. ഇതു സംഹാരത്തിന്റെ കാലമാണ്. ഒരുപക്ഷേ ഒരണുവിനെ കൊണ്ടാവാം സ്രഷ്ടാവ് ഈ മനുഷ്യരെ ഒരു പാഠം പഠിപ്പിക്കുക. മറഞ്ഞിരിക്കുന്ന കാര്യങ്ങൾ വെളിപ്പെടുത്താൻ ഞാനളല്ല.

ഭൂമിയിൽ അവസാനമായി ആവിർഭവിച്ച മനുഷ്യരുടെ ദുഷ്പ്രവർത്തികളാണ് ജീവിവർഗ്ഗങ്ങളെ കൂട്ടവംശനാശത്തിലേക്ക് തള്ളിവിടുന്നത്. ഇതേക്കുറിച്ചാണ് പക്ഷികൾ ചർച്ച ചെയ്യേണ്ടത്. പക്ഷികൾ നിലനിന്നാലല്ലേ അവർക്കൊരു നേതാവിനെക്കുറിച്ച് ആലോചിട്ടു കാര്യമുള്ളൂ.'' മൂങ്ങാംകോഴി പറഞ്ഞു.

''ശരിയാണ്. നേരം വെളുക്കട്ടെ. ഇക്കാര്യങ്ങളും നാളത്തെ ചർച്ചയിൽ ഉൾപ്പെടുത്തണം.'' അവിടെ കൂടിയ പക്ഷികൾ ഒരേസ്വരത്തിൽ വിളിച്ചുപറഞ്ഞു.

''എനിക്കൊരു കാര്യം ബോധിപ്പിക്കാനുണ്ട്.'' എല്ലാം കണ്ടും കേട്ടുമിരുന്ന ഒരു കടൽപക്ഷി പറഞ്ഞു. ''മനുഷ്യരെക്കുറിച്ച് മുങ്ങാംങ്കോഴി പറഞ്ഞതിനോടു ഞാനും യോജിക്കുന്നു.'' കടൽപ്പക്ഷി ഏതോ ആലോചനയിലാണ്ടുകൊണ്ടു പറഞ്ഞു.

എന്തുകാര്യമാണ് ഈ കടൽപ്പക്ഷിക്കിപ്പോൾ ബോധിപ്പിക്കാനുള്ളതെന്ന് ആലോചിച്ചു പക്ഷികൾ അതിനു ചുറ്റും കൂടി.

''മനുഷ്യരുടെ ക്രൂരതയുടെ ഒരു കഥയാണെനിക്ക് പറയാനുള്ളത്.''

''വേഗം പറ.'' വാത്തകൾ പിറുപിറുത്തു.

''കടൽപക്ഷികൾ തലമുറകളായി കൈമാറിവരുന്ന ഒരു കഥയാണ്. കഥയല്ല നടന്ന സംഭവമാണ്. കടൽപക്ഷികളുടെ കൂട്ടത്തിൽ ഒരു വലിയ പക്ഷിയുണ്ടായിരുന്നു. പെൻഗ്വിനെപ്പോലൊരു ഭീമൻ പക്ഷി. എന്നാൽ ആളു സാധുവായിരുന്നു. എല്ലാവരും അതിനെ ഭീമൻ ഓക്കെന്നാണ് വിളിച്ചിരുന്നത്. കാഴ്ചയ്ക്കു നല്ല ഭംഗിയുള്ള പക്ഷിയായിരുന്നു. പറക്കാനറിയില്ലെങ്കിലും മനോഹരമായി നീന്താനറിയാമായിരുന്നു. ഭീമൻ ഓക്കിന്റെ തലയും ശരീരത്തിന്റെ മുകൾഭാഗവും മുഴുവൻ തിളങ്ങുന്ന കറുപ്പായിരുന്നു. അടിഭാഗം വെള്ളയും. കറുപ്പിന്റെയും വെളുപ്പിന്റെയും ഒരഴകതിനുണ്ടായിരുന്നു. തലയുടെ ഇരുവശത്തുമായ കണ്ണിനും കൊക്കിനുമിടയിൽ ഓരോ വെള്ളപ്പാടുണ്ടായിരുന്നു. അവയുടെ മുഖസൗന്ദര്യത്തിന്നതു മാറ്റുകൂട്ടി.''

''ക്റ്ക്റ്... രാത്രിയിലിങ്ങനെ നീട്ടി പരത്തികഥ പറയാതെ. ഭീമൻ ഓക്കിന് എന്താണ് സംഭവിച്ചത് ?'' വാത്തകൾ ചിറക് വീശി അടഞ്ഞുവരുന്ന കൺപോളകളിൽ നിന്ന് ഉറക്കത്തെ കുടഞ്ഞെറിയാൻ ശ്രമിച്ചുകൊണ്ടു പറഞ്ഞു.

അതുകേട്ട് കടൽപക്ഷിയുടെ വാക്കുകൾക്ക് വേഗത വീണു. കടൽപക്ഷി പറഞ്ഞു. ''കരയിൽ നിവർന്നിരുന്നു വിശ്രമിക്കാറുള്ള ഭീമൻ ഓക്ക് പക്ഷികൾ ഏതോ ദുർമന്ത്രവാദികളാണെന്നാണ് വിഡ്ഢികളായ മനുഷ്യർ ധരിച്ചുവച്ചിരുന്നത്. ഭീമൻ ഓക്ക് പക്ഷികളെ എവിടെ കണ്ടാലും മനുഷ്യൻ കൊന്നൊടുക്കുമായിരുന്നു. മനുഷ്യരിൽ നിന്ന് പറന്ന് രക്ഷപ്പെടാൻ കഴിവില്ലാത്ത ഭീമൻ ഓക്കുകളെ ഒന്നൊഴിയാതെ എല്ലാത്തിനേയും മനുഷ്യൻ വകവരുത്തി. അവസാനത്തെ ഭീമൻ ഓക്കിനെ വകവരുത്തിയത്, അവിടെയുണ്ടായ ഒരു കൊടുങ്കാറ്റിന് കാരണം ദുർമന്ത്രവാദിയായ ഭീമൻ ഓക്കാണെന്ന് ആരോപിച്ചായിരുന്നു.''

''പക്ഷികളെ കൊന്നൊടുക്കാൻ മനുഷ്യർ ഇങ്ങനെ ഓരോ ഓരോ തൊടുന്യായങ്ങൾ കണ്ടുപിടിക്കും.'' പെലിക്കനതു കേട്ടു പറഞ്ഞു.

''മനുഷ്യർക്കെതിരെ കൊണ്ടുവരുന്ന പ്രമേയത്തിൽ ഇക്കാര്യം കൂടി ഉൾപ്പെടുത്തണം.'' രാജഹംസം എല്ലാ പക്ഷികളും കേൾക്കത്തക്കവിധം ഉറക്കെ പറഞ്ഞു. പക്ഷികളതു കേട്ട് ഉറക്കെ ധ്യാനിക്കാൻ തുടങ്ങി.

രാജഹംസം

കിഴക്കൻ മാനം ബ്രാഹ്മമുഹൂർത്തത്തിൽ ഉദിക്കുന്ന നക്ഷത്രശോഭയാൽ വെള്ളിനിറമാർന്നു കിടന്നു. വെള്ളിനിറത്തിൽ ഉദയസൂര്യന്റെ സുവർണ്ണരശ്മികൾ തട്ടിയപ്പോൾ ആകാശം തങ്കവർണ്ണമായി. മഞ്ഞിന്റെ ആവരണത്തെ കീറിമുറിച്ച് സൂര്യ കിരണങ്ങൾ വിശുദ്ധ പർവ്വതത്തിലേക്ക് അരിച്ചിറങ്ങിത്തുടങ്ങി. ആകാശം നോക്കിനിൽക്കേ മഴവിൽ ശോഭയിൽ തിളങ്ങി. ആകാശത്തുനിന്ന് നിറങ്ങളുടെ ഒരു കുത്തൊഴുക്ക് വിശുദ്ധതടാകത്തിലേക്ക് പ്രവഹിക്കുന്നതായി പക്ഷികൾ കണ്ടു. ഭൂമിയിൽ മറ്റൊരിടത്തും അനുഭവിക്കാൻ കഴിയാത്ത മാസ്മരികമായ ഒരനുഭൂതി വിശേഷത്താൽ പക്ഷികളൊക്കെ തരിച്ചിരുന്നുപോയി.

പ്രകൃതിസൗന്ദര്യത്തിന്റെ ഏറ്റവും ഉത്തുംഗമായ അവസ്ഥ ഇതാവാം. ഭൂമിയിലെ സ്വർഗ്ഗമാണിവിടം. ആകാശത്ത് തങ്ങിനിൽക്കുന്ന ഓരോ മഞ്ഞുകണവും ഓരോ മഴവില്ലിന്റെ സൃഷ്ടാവായി മാറിയിരിക്കുന്നു. ആകാശം നിറയെ എണ്ണിയാലൊടുങ്ങാത്ത മഴവില്ലുകൾ പൂത്തിറങ്ങിയ ഒരത്ഭുത പ്രഭാതമാണിതെന്ന് പക്ഷികൾക്ക് തോന്നി. ആകാശനിറങ്ങളെ ലജ്ജിപ്പിക്കുന്ന നിറങ്ങളുടെ ഒരു നിധിശേഖരം പോലെ പൂക്കൾ അവിടമാകെ സുഗന്ധം പരത്തിനിന്നു.

കിഴക്കൻ മാനത്ത് നേരംവെട്ടം വീഴുന്നതിനുമുമ്പേ ആകാശം ചുറ്റാൻ പോയ രാജഹംസങ്ങളുടെ വലിയൊരു കൂട്ടം കടൽത്തിരപ്പോലെ വിദൂരതയിൽ ഒഴുകുന്നത് കാണാമായിരുന്നു. സൂര്യനിൽനിന്ന് രാജഹംസങ്ങളുടെ ചിറകുകളിലേക്ക് തീ പടർന്നതുപോലെയായിരുന്നു മറ്റു പക്ഷികൾക്ക് ആ കാഴ്ച അനുഭവപ്പെട്ടത്. ചിറകുകൾക്ക് തീപിടിച്ച ഒരായിരം രാജഹംസങ്ങൾ ആകാശങ്ങളെ പ്രഭാപൂരിതമാക്കി തീവട്ടി കണക്കെ ഒഴുകി നീങ്ങിക്കൊണ്ടിരുന്നു. പുറത്തും അടിവശത്തും ചിറകുകളുടെ മുൻപകുതിയിലും തീ പടർന്ന രാജഹംസങ്ങൾ ചിറകു വീശുമ്പോൾ ആകാശത്ത് തീജ്വാല

ആളിപ്പടരുന്നതുപോലെ പക്ഷികൾക്കനുഭവപ്പെട്ടു. ഇത് അനിർവചനീയമായൊരു അനുഭവമായിരുന്നു. മറ്റ് പക്ഷികൾ കിഴക്കൻ മാനത്ത് കണ്ണ് നട്ട് അഭൗമമായ ആ കാഴ്ച ആസ്വദിച്ചങ്ങനെ നിന്നു.

അവിടെ കൂടിയിരുന്ന ആയിരക്കണക്കിന് വിവിധ ജാതിയിൽപ്പെട്ട എണ്ണിയാലെടുങ്ങാത്ത പക്ഷികൾക്കൊന്നും ഇതുപോലൊരു കാഴ്ച സമ്മാനിക്കാൻ കഴിയുമായിരുന്നില്ല. സൂര്യരശ്മികൾ പവിഴമുത്തുകളാക്കി മാറ്റിയ മഞ്ഞുതുള്ളികളെയും ലജ്ജിപ്പിക്കുംവിധം ആകാശം നിറയ്ക്കുന്ന മഴവില്ലായി രാജഹംസങ്ങൾ മാറിക്കഴിഞ്ഞിരിക്കുന്നു. പുണ്യതീർത്ഥത്തിൽ ഇറങ്ങി നിന്ന് പക്ഷികൾ തലയുയർത്തി ആകാംക്ഷയോടെ രാജഹംസങ്ങളുടെ മടങ്ങി വരവ് നോക്കി നിന്നു. ചുവന്നു തുടുത്ത പവിഴക്കാലുകൾ പുറകിലേക്ക് നിവർത്തിവച്ച് പറന്നു വന്ന പക്ഷികൾ കാലുകൾ തൂക്കിയിട്ട് ചിറകുകൾ കാറ്റിനെതിരെ നിവർത്തിപ്പിടിച്ച് തൂവലുകൾ വിരിച്ച് വേഗത വെട്ടിവെട്ടി കുറച്ച് തടാകത്തിലേക്ക് ആലിപ്പഴം പൊഴിയുംപോലെ പൊഴിഞ്ഞ് വീണുകൊണ്ടിരുന്നു.

പതിനായിരക്കണക്കിന് രാജഹംസങ്ങൾ തടാകത്തിലേക്ക് ഒഴുകി വീഴുന്നതുതന്നെ കാണാൻ നല്ല ഭംഗിയുണ്ട്. ഹോൻക് ഹോൻസ് എന്നൊരു മാന്ത്രികശബ്ദംകൊണ്ട് അന്തരീക്ഷം മുഖരിതമായിരുന്നു. പക്ഷികളുടെ ഇരമ്പലാണത്. നീണ്ടുവളഞ്ഞ കഴുത്ത് തടാകത്തിലേക്ക് ഒന്നു പൂഴ്ത്തി എന്തോ അരിച്ചെടുത്ത് വിഴുങ്ങിക്കൊണ്ട് ഒരു രാജഹംസം കരയിലേക്ക് കയറി വന്നു പറഞ്ഞു.

‘‘ഞങ്ങൾ സൂര്യസ്നാനത്തിന് പോയി വരുകയാണ്. ഞങ്ങൾക്കിത് പതിവുള്ളതാണ്. ദേ, നിങ്ങൾ ആകാശത്തേക്കൊന്നു നോക്കുക. ആ കാണുന്ന സൂര്യനാണ് ഇക്കണ്ട സർവ്വ ജീവിവർഗ്ഗത്തിനും ശക്തി നൽകുന്ന ജീവന്റെ ഉറവിടം. ഭൂമിയിൽ പുല്ലു കുരുക്കണമെങ്കിൽ സൂര്യൻ വേണം. മരങ്ങളിൽ പഴങ്ങളുണ്ടാകണമെങ്കിൽ സൂര്യൻ വേണം. സൂര്യൻ ഇല്ലാണ്ടായാൽ പിന്നെ ഭൂമിയിൽ ജീവനുണ്ടാവില്ല. ചന്ദ്രമണ്ഡലം പോലെ ശൂന്യം. ശക്തിദേവനായ സൂര്യനിൽ നിന്ന് പക്ഷികൾക്ക് ഇഷ്ടംപോലെ ശക്തി സംഭരിക്കാവുന്നതേയുള്ളൂ. കാലത്ത് സൂര്യനെ നോക്കി ഒന്നു പറക്കുകയേ വേണ്ടൂ. പകൽ അന്തിയോളം യഥേഷ്ടം പറക്കാനുള്ള ശേഷി സൂര്യനിൽ നിന്ന് പക്ഷികൾക്ക് ലഭിക്കും. എന്നാൽ നിങ്ങളിൽ എത്രപേർ ഇതു പ്രയോജനപ്പെടുത്തുന്നുവെന്ന് എനിക്കറിയില്ല ഭൂമിയുടെ ഒരറ്റത്തു നിന്ന് മറ്റൊരു ഭാഗത്തേക്ക് ദേശാന്തര ഗമനം നടത്തുന്നവരാണ് ഞങ്ങൾ. സൂര്യനിൽ നിന്ന് ഞങ്ങൾ ദിനവും സ്വീകരിക്കുന്ന ശക്തികൊണ്ടാണ് അത് സാധ്യമാകുന്നത്. ഞങ്ങളുടെ പൂർവികർ സൂര്യനിൽ നിന്ന്

ഉത്ഭവിച്ചവരാണെന്ന് ഞങ്ങൾ വിശ്വസിക്കുന്നു. സൂര്യവംശത്തിനാണ് ഭൂമിയിൽ ഭരണാധികാരമുള്ളത്. സൂര്യനാണ് ഈ ദൃശ്യപ്രപഞ്ചത്തെയാകെ നിലനിർത്തുന്നത്. പക്ഷിവർഗ്ഗങ്ങളുടെയൊക്കെ നേതാവായിരിക്കാൻ ജന്മംകൊണ്ടുതന്നെ ഞങ്ങൾ സർവ്വദാ യോഗ്യരാണ്.''

കരിയിലക്കിളികൾ അതുകേട്ട് കിലുകിലാ ചിലച്ചു. തള്ളക്കിളികൾ മറ്റ് കിളികളെ മാറോട് ചേർത്ത് പറഞ്ഞു. ''സൂര്യനിൽ നിന്ന് ജനിച്ചവരാണ് പോലും. ഇവയ്ക്ക് പറയാൻ നാണമില്ലേ? ഇനിയിപ്പോൾ അരയന്നങ്ങൾ വന്ന് ഞങ്ങൾ ചന്ദ്രനിൽ നിന്ന് ജനിച്ചവരാണന്ന് അവകാശപ്പെടുമായിരിക്കും. ചന്ദ്രവംശം ഇതൊക്കെ മറ്റ് പക്ഷികളെ പറ്റിക്കാൻ പറഞ്ഞുണ്ടാക്കുന്ന കെട്ടുകഥകളാണ്. ഞങ്ങളുടെ കുലമഹത്വം സ്ഥാപിച്ചെടുക്കാനായി ഓരോ കെട്ടുകഥകൾ പറഞ്ഞുണ്ടാക്കുകയാണ്. പക്ഷികൾ പല ജാതികളായി തരം തിരിക്കപ്പെട്ടിരിക്കുന്നത് അവയെ പരസ്പരം തിരിച്ചറിയാൻ വേണ്ടിയാണ്. പക്ഷികൾക്ക് പൊതുവായ ചില ധർമ്മങ്ങളും ഓരോ പക്ഷി ജാതിക്കും വെവ്വേറെ ധർമ്മങ്ങളും ഉണ്ട്. എന്നു കരുതി ജന്മംകൊണ്ടോ ജാതികൊണ്ടോ ഒരു പക്ഷി മറ്റൊരു പക്ഷിക്ക് മുകളിലോ കീഴെയോ അല്ല. ഈ കാണുന്ന സൂര്യനും ചന്ദ്രനുമൊക്കെയുണ്ടല്ലോ നമ്മെപ്പോലെ ഓരോ ധർമ്മം അനുഷ്ഠിക്കുന്നവരാണ്. അതിനായി സൃഷ്ടികർത്താവ് സൃഷ്ടിച്ചു വിന്യസിച്ചിരിക്കുന്നതാണ്. അവയുടെ കർമ്മമണ്ഡലത്തിൽ നിന്ന് ഒഴിഞ്ഞുമാറാൻ അവയ്ക്കാവില്ല. അതിനുള്ള അവകാശവുമില്ല. എല്ലാം ഉടയ തമ്പുരാന്റെ ഇച്ഛയ്ക്കനുസരിച്ച് നടക്കുന്നു.''

അതുകേട്ട് ഒരു കരിയിലക്കിളി തള്ളക്കിളിയോട് ചോദിച്ചു. ''കരിയിലക്കിളികളും സൂര്യവംശത്തിൽനിന്നും പിറന്നവരാണന്ന് പറഞ്ഞുകൂടെ?''

''മറ്റെല്ലാ പക്ഷികൾക്കും അങ്ങനെ പറയാമെങ്കിൽ നമുക്കും പറയാം. അതിൽപരം ഒരു സവിശേഷത കരിയിലക്കിളിക്കുമില്ല. പണ്ട് സമ്പാതിയും ജടായുവും കൂടി മത്സരിച്ച് സൂര്യനെ നോക്കി പറന്ന ഒരു കഥ അമ്മൂമ്മക്കിളി ഒരിക്കൽ എനിക്ക് പറഞ്ഞു തന്നിട്ടുണ്ട്.''

''ആരാണവർ? അങ്ങനെയൊരു പക്ഷിയെക്കുറിച്ച് ഞങ്ങൾ കേട്ടിട്ടേയില്ലല്ലോ?'' കരിയിലകിളികൾ കൂട്ടത്തോടെ പറഞ്ഞു.

അരുണൻ എന്നൊരു പക്ഷിക്ക് ശ്യേന എന്ന പക്ഷിയിൽ ഉണ്ടായ രണ്ടു മക്കളാണ് സമ്പാതിയും ജടായുവും. ഈ അരുണൻ സൂര്യന്റെ തേരാളിയാണത്രേ!''

''സൂര്യൻ തേരിലാണോ സഞ്ചരിക്കുക?'' ഒരു കരിയിലക്കിളി ആശ്ചര്യത്തോടെ ചോദിച്ചു.

''എടാ മണ്ടാ. ഇത് കഥയാണ്.'' അടുത്തിരുന്ന കരിയിലക്കിളി തന്റെ കൊക്കുകൊണ്ട് അതിന്റെ തലയ്ക്കിട്ടൊന്നു തോണ്ടിക്കൊണ്ടു പറഞ്ഞു.

''കഥയിൽ ചോദ്യമില്ല.'' എന്നിട്ട് പറഞ്ഞു. ''ക്രേ കേ.ക്രേ... പറ പറ.'' കരിയിലക്കിളികൾ ധൃതിവച്ചു.

''സമ്പാതിക്കാണോ ജടായുവിനാണോ ഏറ്റവും ഉയരത്തിൽ പറക്കാൻ കഴിയുകയെന്നതായിരുന്നു അവർ തമ്മിലുള്ള മത്സരം. സമ്പാതിയായിരുന്നു ജ്യേഷ്ഠൻ. ജടായു അനുജനും. ജ്യേഷ്ഠനെ തോൽപ്പിക്കാനായി അനുജൻ സൂര്യന്റെ അരികിലേക്ക് അരികിലേക്ക് പറന്നുയരുന്നു. സൂര്യന്റെ അരികിലേക്ക് ചെന്നാൽ കത്തി ചാമ്പലാവുകയാണ് ഫലം. സൂര്യതാപത്താൽ ജടായു തളരാൻ തുടങ്ങി. ഇതു മനസ്സിലാക്കിയ സമ്പാതി ജടായുവിനെ രക്ഷിക്കാനായി അതിവേഗത്തിൽ പറന്ന് അതിന്റെ മുകളിലെത്തി തണൽ വിരിച്ചു. എന്നാൽ സൂര്യതാപമേറ്റ് ചിറകുകരിഞ്ഞ് സമ്പാതി ഭൂമിയിലേക്ക് നിലം പൊത്തി.

''അയ്യോ കഷ്ടം!'' കരിയിലക്കിളികൾ ഒത്തൊരുമിച്ചു പറഞ്ഞു.

''സമ്പാതി ചിറക് കരിഞ്ഞു മരിച്ചുപോയോ?'' ആകാംക്ഷയോടെ ഒരു കരിയിലക്കിളി ചോദിച്ചു.

''മരിച്ചില്ല.''

''പിന്നെ?''

സമ്പാതി വിന്ധ്യാപർവ്വതത്തിലെ കൊടുംകാട്ടിനുള്ളിൽ വന്നു പതിച്ചു. കാട്ടിനുള്ളിൽ ധ്യാനത്തിലിരുന്ന ഒരു മനുഷ്യസന്ന്യാസി ചിറക് കരിഞ്ഞു വീണ സമ്പാതിയെ കണ്ടു. സമ്പാതിയോട് അലിവു തോന്നിയ ആ ഋഷിവര്യൻ അതിനെ ആശ്രമത്തിൽ കൊണ്ടുപോയി ശുശ്രൂഷിച്ച് ജീവൻ രക്ഷിച്ചു.''

ആശ്വാസത്തോടെ കരിയിലക്കിളികൾ ശബ്ദിച്ചു.

''ജടായുവിന് പിന്നെന്തുപറ്റി?''

''സമ്പാതിയുടെ സമയോചിതമായ ഇടപെടൽ മൂലം ജടായു രക്ഷപ്പെട്ടു. ത്രേതായുഗത്തിൽ ജീവിച്ചിരുന്ന ദശരഥപുത്രനായ രാമന്റെയും അദ്ദേഹത്തിന്റെ സഹധർമ്മിണിയായിരുന്ന സീതയുടെയും കഥ വാൽമികിയെന്നൊരു മഹർഷി 'രാമായണം' എന്നപേരിൽ ഒരു മഹാകാവ്യമായി രചിച്ചിട്ടുണ്ട്. അതിൽ ഈ സമ്പാതിയുടെയും ജടായുവിന്റെയും കാര്യങ്ങളൊക്കെ പറയുന്നുണ്ട്.

രാജാധികാരത്തെ ചൊല്ലിയുള്ള തർക്കത്തെ തുടർന്ന് രാമനും സീതയും പതിന്നാലുകൊല്ലം കാട്ടിൽ കഴിയേണ്ടി വന്നു. അക്കാലത്ത് ലങ്ക ഭരിച്ചിരുന്ന രാവണൻ എന്നൊരു രാജാവിന്റെ സഹോദരിയുടെ പ്രണയാഭ്യർത്ഥന നിരസിച്ച രാമൻ അവരുടെ മൂക്കും മുലയും അരിഞ്ഞു. ഇതിൽ കോപിഷ്ഠനായ രാവണൻ പുഷ്പകവിമാനത്തിൽ വന്ന് സീതയെ അപഹരിച്ചു ലങ്കയിലേക്ക് കടത്തിക്കൊണ്ടുപോയി. ഇതറിഞ്ഞ ജടായു രാവണന്റെ പുഷ്പകവിമാനത്തെ ആകാശത്തു വച്ചു തടഞ്ഞുനിർത്തി സീതയെ രക്ഷിക്കാൻ ഒരു ശ്രമം നടത്തി. രാവണനുമായി ഉഗ്രപോരാട്ടം തന്നെ നടത്തി. എന്നാൽ ആയുധധാരിയായ രാവണൻ ജടായുവിന്റെ ചിറക് വെട്ടി വീഴ്ത്തി. ചിറകറ്റ ജടായു കാട്ടിൽ നിലം പതിച്ചു. സീതയെ കാണാതെ വിഷമിച്ചു കാട്ടിൽ അലഞ്ഞുനടന്നിരുന്ന രാമനോടും സഹോദരൻ ലക്ഷ്മണനോടും രാവണൻ സീതയെ പുഷ്പകവിമാനത്തിൽ തട്ടിക്കൊണ്ടുപോയ വിവരങ്ങളെല്ലാം ധരിപ്പിച്ചത് ഈ ജടായുവാണ്. സംഭവിച്ചതൊക്കെ പറഞ്ഞ് കഴിഞ്ഞപ്പോഴേക്കും ജടായു രക്തം വാർന്ന് മരിച്ചു.''

''കഷ്ടം!'' കരിയിലക്കിളികൾ പറഞ്ഞു

''ജടായുവിന്റെ സഹോദരൻ സമ്പാതിയാണ് സീതയെ രാവണൻ ഏതു ദിക്കിലേക്കാണ് കൊണ്ടുപോയതെന്ന് മനസ്സിലാക്കിയത്. സമ്പാതിക്ക് ആകാശത്ത് പറന്നുകൊണ്ട് വളരെ ദൂരെയുള്ള കാര്യങ്ങൾ വരെ സൂക്ഷ്മമായി കണ്ടെത്താനുള്ള ശേഷിയുണ്ട്. കടലിനക്കരെ സീത എവിടെയാണിരിക്കുന്നതെന്നും കാണാൻ കഴിയും.

''ജടായുവിനില്ലേ?''

''ഉണ്ട്.'' പക്ഷികളുടെ ഇടയിലെ ചില ജാതികൾക്ക് മാത്രമുള്ള ഒരു കഴിവാണിത്. ഭൂമിയിൽ മറ്റൊരു ജീവിവർഗ്ഗത്തിനും ഇത്രയധികം ദൂരക്കാഴ്ചയില്ല. രാമന് സീതയെ എവിടെ ചെന്നാലാണ് കാണാൻ കഴിയുകയെന്നൊക്കെ പറഞ്ഞുകൊടുത്തത് ഈ സമ്പാതിയാണ്. പക്ഷികളങ്ങനെ എന്തെല്ലാം സഹായങ്ങൾ ദേവന്മാർക്കും മനുഷ്യർക്കും ചെയ്തുകൊടുക്കുന്നു.''

''നമ്മുടെ ഗരുഡനില്ലേ?''

''ത്രേ... ക്റ്ക്റ് കിലുകിലു.''

അറിയാമെന്ന ഭാവത്തിൽ കരിയിലക്കിളികൾ ചിലച്ചു. ഗരുഡനാണ് ശ്രീരാമന്റെ അനുജൻ ലക്ഷ്മണന്റെ ജീവൻ രക്ഷിച്ചത്. സീതയെ തേടി ലങ്കയിലെത്തിയ രാമനും വാനരപ്പടയും രാവണനുമായി ഉഗ്രയുദ്ധം തന്നെ നടത്തി. രാവണന്റെ സഹോദരൻ വിഭീഷണൻ രാമന്റെ പക്ഷത്തു നിന്നു. രാവണപുത്രൻ ഇന്ദ്രജിത്തിന്റെ

നാഗാസ്ത്രമേറ്റ് ലക്ഷ്മണനും വിഭീഷണനും നിലം പതിച്ചു. നാഗ പാശം കൊത്തിയെടുത്ത് അവരെ രക്ഷിച്ചത് ഗരുഡനാണ്. ഇങ്ങനെ പറയാനാണെങ്കിൽ ഒരുപാടു കാര്യങ്ങൾ പക്ഷികളെക്കുറിച്ച് പറ യാനുണ്ട്.''

രാജഹംസങ്ങൾ തങ്ങളുടെ മഹത്വം ഉത്ഘോഷിക്കുന്നതു കേൾ ക്കാനായി കരിയിലക്കിളികൾ നാവടക്കി. രാജഹംസങ്ങൾ പക്ഷി കളുടെ പിന്തുണയാർജിച്ച് പക്ഷികളുടെ നേതാവായിത്തീരുമോ യെന്നൊരാശങ്ക അരയന്നങ്ങൾക്കുണ്ടായി. രാജഹംസങ്ങളുടെ വാചാലത യിൽ മറ്റ് പക്ഷികളൊക്കെ മതിമറന്നിരിക്കുകയാണ്. ആകാരത്തിലും ഗാംഭീര്യത്തിലും രാജഹംസങ്ങൾ അരയന്നങ്ങളെക്കാൾ ഒട്ടും പുറ കിലല്ലതാനും. അരയന്നങ്ങൾ കൂട്ടത്തോടെ ശബ്ദം മുഴക്കിക്കൊണ്ട് മുന്നോട്ട് വന്നുപറഞ്ഞു.

''പക്ഷികളിൽ ഒന്നാമൻ അരയന്നങ്ങൾ തന്നെയാണ്. ഞങ്ങളുടെ അത്ര സുന്ദരമായ വെളുപ്പുനിറം ഇവിടെ കൂടിയിരിക്കുന്ന എത്ര പക്ഷികൾക്കുണ്ട്? നിറങ്ങളിൽ ഏറ്റവും ശ്രേഷ്ഠം വെളുപ്പാണ്. മറ്റെല്ലാ നിറങ്ങളും അതിനു താഴെ മാത്രമേ നിൽക്കൂ.''

അതുകേട്ട് ഒരുകൂട്ടം വെള്ളരിപ്പക്ഷികൾ മുന്നോട്ടുവന്ന് പറഞ്ഞു. ''ഞങ്ങളെ നോക്കൂ. ഞങ്ങളും വെളുവെളുത്തിട്ടാണ്. വെള്ളക്കാർ ക്കാണ് എന്തുകൊണ്ടും മേന്മയുള്ളത്. രാജഹംസങ്ങൾക്ക് മേന്മയു ണ്ടെങ്കിൽ ഞങ്ങൾക്കുമത് അവകാശപ്പെടാം.''

അതുകേട്ട് കോപിഷ്ഠരായ അരയന്നങ്ങൾ ഒരു പുച്ഛരസത്തോടെ വിളിച്ചു പറഞ്ഞു.

''തൂവൽ വെളുത്തിട്ടു മാത്രം കാര്യമില്ല. ഉള്ളം വെളുത്തിരിക്കണം. അരയന്നങ്ങളുടെ സാത്വിക ജീവിതം കൊറ്റികൾക്കില്ല. പണ്ട് നിങ്ങളെ ഞങ്ങൾ ഹിമാലയത്തിലേക്ക് വിളിച്ചപ്പോൾ നിങ്ങളുടെ തീറ്റയും കുടിയും എന്താണെന്ന് ഞങ്ങൾക്ക് ബോധ്യപ്പെട്ട കാര്യമാണ്. നമ്മൾ എന്തു തിന്നുന്നുവോ അതാണ് നമ്മൾ. തീറ്റ നോക്കി ഒരു പക്ഷി ഏതു വർഗ്ഗത്തിൽ ഉൾപ്പെട്ടതാണന്ന് നമുക്ക് ബോധ്യപ്പെടും. ജ്ഞാനി കൾ വേണം പക്ഷികളുടെ നേതാവായിരിക്കാൻ അത്തരക്കാർ പൂമ്പൊടിയും പൂവിതളുകളും പൂന്തേനുമേ ഭുജിക്കാറുള്ളൂ. സാത്വിക ഭക്ഷണം കഴിക്കുന്നവർ പൊതുവെ ശാന്തരായിരിക്കും. അക്രമവാസന തീരെയില്ലാത്ത വിഭാഗത്തിൽപെട്ട പക്ഷികൾക്കാവും സമചിത്തത യോടെ കാര്യങ്ങൾ ആലോചിച്ചു തീരുമാനങ്ങൾ കൈകൊള്ളാനുള്ള കഴിവുണ്ടാവുക. വികാരജീവികളും ക്ഷിപ്രകോപികളും അക്രമി കളുമായ പക്ഷികൾ മാംസഭോജികളാണ്. ദുഷ്ടജന്മങ്ങൾ ചെറു ജീവികളെയും പക്ഷിവർഗ്ഗത്തിൽപ്പെട്ടവരെപ്പോലും ഇക്കൂട്ടർ

കൊലചെയ്തു ഭക്ഷിക്കും. ഇത്തരക്കാർ നേതാവായി വന്നാൽ പക്ഷി വർഗത്തിന് ഒരിക്കലും ഒരു സ്വൈരവും കിട്ടില്ല. അക്രമവും അനീതി യുമായിരിക്കും പക്ഷിലോകത്ത് നടമാടുക. ചളിയിലും അഴുക്കിലും കിടക്കുന്ന കൃമികീടങ്ങളെ തിന്നു ജീവിക്കുന്ന പക്ഷികൾ. സ്വയം വെറുതെ മേനിനടിക്കുകയാണ്. ദേഹത്ത് ഇത്തിരി ചെമപ്പുണ്ടെന്ന് കരുതി ഒരു കാര്യവുമില്ല. ചെളിവെള്ളത്തിലാണവറ്റകളുടെ വാസം.''

എന്നിട്ട് അർത്ഥം വച്ച് രാജഹംസങ്ങളെ അരയന്നം ഒന്നു നോക്കി ചിരിച്ചു. അരയന്നങ്ങളുടെ ആക്ഷേപശരങ്ങളേറ്റ രാജഹംസങ്ങൾ ഉച്ചത്തിൽ ശബ്ദിച്ചു പ്രതിഷേധിച്ചു.

''സമാധാനപ്പെട്, സമാധാനപ്പെട്.''

ക്രൗഞ്ചപ്പക്ഷികൾ ഉച്ചത്തിൽ ശബ്ദിച്ചു. എന്നിട്ട് അരയന്നങ്ങളുടെ ശബ്ദത്തിനു കാതോർത്തു. ''ഇനി ഒരു വിഭാഗമുണ്ട് എച്ചിലും തിന്നു ജീവിക്കുന്ന പക്ഷികൾ. അളിഞ്ഞതും, പുളിഞ്ഞതും വൃത്തികെട്ട മലവും ഒക്കെ തിന്നുന്ന പക്ഷികൾ.''

ഒരു ഓക്കാനഭാവത്തോടെ അരയന്നങ്ങൾ ഒരു ശബ്ദം പുറപ്പെ ടുവിച്ചു. കാക്കകൾ കൂട്ടക്കരച്ചിൽ നടത്തി അവിടമാകെ കോലാ ഹലം തീർത്തു. കഴുകന്മാരും പിന്നെ ഒരുപാട് പക്ഷികളും അര യന്നങ്ങളുടെ ആഭിജാത്യത്തെ തള്ളിപ്പറഞ്ഞ് മുന്നോട്ടുവന്നു.

കൊറ്റിക്കൂട്ടങ്ങൾ ആരെയോ ഉച്ചത്തിൽ ശകാരിക്കുന്നത് കേട്ടു കൊണ്ട് പവിത്രമായ ജലാശയത്തിൽ കൂട്ടമായി കിടന്ന് ഇതൊക്കെ കണ്ടുകേട്ടുമിരിക്കുകയായിരുന്ന എരണ്ടകൾ പറഞ്ഞു. ''കൊക്കുകൾ എത്ര കണ്ട് മേനിനടിച്ചാലും അരയന്നമാകില്ല. കൊക്കുകൾ മുമ്പ് അരയന്നങ്ങളുമായി ഇടപെട്ടപ്പോഴേയത് മനസ്സിലാക്കിവയ്ക്കേണ്ട തായിരുന്നു. ജാത്യാലുള്ളത് തൂത്താൽ മാറില്ല.''

എന്നിട്ട് എരണ്ടകൾ തമ്മിൽ തമ്മിൽ പുറുപുറുത്തു.

''പണ്ട് ഹിമാലയത്തിലെ മാനസസരോവരത്തിൽ ദേവകന്യകമാർ നൃത്തം പഠിക്കാനായി എത്തുമായിരുന്നു. വെൺമേഘങ്ങളിലേറി യാണവർ മാനസസരോവരത്തിൽ വന്നിറങ്ങുക. അവർക്കൊപ്പം ദേവ ലോകത്തെ ഗന്ധർവന്മാരും ഉണ്ടാകും. ദേവകന്യകമാരെ നൃത്തം പഠിപ്പിച്ചിരുന്നത് അരയന്നങ്ങളായിരുന്നു. ദേവകന്യകമാർ അതീവ സുന്ദരികളാണെങ്കിലും അവരുടെ സൗന്ദര്യത്തിനൊത്ത ലാവണ്യ ത്തോടെയുള്ള നടത്തവും നൃത്തവും അവർക്ക് അഭ്യസിക്കേണ്ട തുണ്ടതായിരുന്നു. ഇതിനുവേണ്ടിയാണ് സുന്ദരനൃത്തത്തിലും നടത്ത യിലും അതീവ മികവു പുലർത്തുന്ന അരയന്നങ്ങളെ തേടിയവർ ദേവലോകത്തു നിന്ന് എത്തിയിരുന്നത്. മാനസസരോവരതീരത്ത് ഗന്ധർവന്മാർ ഇരുന്നു വീണമീട്ടും. കിന്നരം വായിക്കും. മധുരമായി

സംഗീതം ആലപിക്കും. അതിനനുസരിച്ച് ദേവകന്യകമാർ നൃത്തം ചെയ്യും. എങ്ങനെയാണ് ചുവടുകൾ വയ്ക്കേണ്ടത്. നിതംബം ചലിപ്പിക്കേണ്ടത്. കൈകൾ വീശേണ്ടത്. സുന്ദരമായി എങ്ങനെയാണ് നോട്ടമെറിയേണ്ടത്. അംഗലാവണ്യത്തോടെ എങ്ങനെ കൈകാലുകൾ ചലിപ്പിക്കണം. ഇങ്ങനെ നൂറുകൂട്ടം കാര്യങ്ങൾ ദേവകന്യകമാരെ അരയന്ന കന്യകമാർ പഠിപ്പിക്കും.''

''പക്ഷികളിൽ അരയന്നങ്ങൾ മാത്രമേ മനോഹരമായ നൃത്തച്ചുവടുകൾ വയ്ക്കാറുള്ളോ?'' ചില എരണ്ടകൾ സംശയം ചോദിച്ചു. ''രാജഹംസങ്ങൾ നല്ല നൃത്തക്കാരാണ്. മയിലുകൾ മനോഹരമായി നൃത്തമാടുന്നവരാണ്. നൃത്തമറിയുന്ന ഒരുപാടു പക്ഷികളുണ്ട്. എന്നാൽ അരയന്നങ്ങളാണ് ഏറ്റവും നല്ല നർത്തകരെന്ന ഖ്യാതി നേടിയിട്ടുള്ളത്. എല്ലാം ഒത്തിണങ്ങിവന്നാലേ നൃത്തത്തിൽ പൂർണ്ണതയുണ്ടാകൂ. രാജഹംസങ്ങൾ നല്ല നർത്തകരാണ്. പക്ഷേ അവയുടെ തോട്ടിക്കാലുകൾ അവലക്ഷണമാണ്. മയിലുകൾ പീലി വിടർത്തിയാടുന്നത് ആരും നോക്കിനിന്നുപോകും. എന്നാൽ അരയന്നങ്ങളുടെ നിതംബസൗന്ദര്യമോ മേനിക്കൊഴുപ്പോ അവയ്ക്ക് അവകാശപ്പെടാമെന്ന് തോന്നുന്നില്ല. നൃത്തത്തിലെ മികവ് കൊണ്ടു മാത്രം എല്ലാമാകില്ല. നീണ്ട നയനങ്ങൾക്ക് ഇണങ്ങുന്ന കൃഷ്ണമണികൾ ഉണ്ടാകണം. കണ്ണിന് ചേർന്ന അഴകാർന്ന മുഖസൗന്ദര്യം വേണം. നല്ല കഴുത്തുവേണം. മുഖശ്രീക്കൊത്ത കൊക്ക് വേണം. ചിറകു വേണം. കാലുവേണം. ഇങ്ങനെ അംഗലാവണ്യം പൂർണ്ണമായിരിക്കണം. അതിനൊത്ത മനസ്സ് വേണം. മധുരമുള്ള ശബ്ദം വേണം. കുലീനത വേണം. നാണം, കന്യകമാരുടെ അഴക് വർദ്ധിപ്പിക്കും. നാണം കന്യകമാർക്കൊരു കവചമാണ്. ഒരുപാട് ആപത്തുകളിൽനിന്ന് നാണം സുന്ദരികളെ രക്ഷിക്കും. ഇതൊക്കെ ഒത്തുവന്നെങ്കിൽ മാത്രമേ സൗന്ദര്യം പൂർണ്ണമാകുകയുള്ളൂ. കണ്ടില്ലേ, പക്ഷികൾക്ക് അവയവങ്ങൾ എല്ലാം ഒരുപോലെതന്നെ. എങ്കിലും ഒരുപക്ഷി മറ്റൊന്നിൽ നിന്ന് എത്ര വ്യത്യസ്തമായാണിരിക്കുന്നത്. എരണ്ടകളായ നമുക്കുള്ളതേ അരയന്നങ്ങൾക്കും ഉള്ളൂ. എന്നാൽ അവർ കർമ്മത്തിലും രൂപത്തിലും നമ്മിൽനിന്ന് എത്രകണ്ട് വേറിട്ടു നിൽക്കുന്നു.''

എരണ്ട

"അരയന്നത്തിന്റെ കഥ പറയൂ."

അക്ഷമയോടെ ഒരു കൂട്ടം എരണ്ടകൾ വെള്ളത്തിൽ ചിറകിട്ടടിച്ച് വെള്ളം തെറിപ്പിച്ചുകൊണ്ടു പറഞ്ഞു.

കഥപറച്ചിൽ ഒരിക്കലും അവസാനിക്കാത്തതിന്റെ രഹസ്യം ഇതാണ്. കഥ കേൾക്കാനുള്ള കൊതി ഒരിക്കലും അവസാനിക്കില്ല. കഥ പക്ഷിമനസ്സുകളിൽ ആഹ്ലാദം നിറയ്ക്കുന്നതുകൊണ്ടാകുമോ ഈ വ്യഗ്രത? അതോ കഥ പക്ഷിമനസ്സുകളെ ശാന്തമാക്കുന്നോ? നല്ല കഥ കേട്ടു കഴിയുമ്പോൾ ഇഷ്ടവിഭവങ്ങൾ സമൃദ്ധമായി ഭക്ഷിച്ചതിന്റെ സംതൃപ്തിയാണ് കിട്ടുക. പക്ഷികൾക്ക് പുത്തൻ ഉണർവ്വ് കിട്ടുന്നു. കേൾവിക്കാരിൽ എവിടുന്നോ ശക്തി വന്നു ചേരുന്നുണ്ടോ? കഥ കേട്ടിരിക്കുമ്പോൾ ശരീരപ്രവർത്തനങ്ങൾക്കാവശ്യമുള്ള ശക്തി ഏതോ തരത്തിൽ ലാഭിക്കാൻ കഴിയുന്നതുകൊണ്ടുവാം ഈ ഉണർവ്വ്. അല്ലെങ്കിൽ ശക്തി തരുന്ന ശരീരകേന്ദ്രങ്ങൾ കൂടുതൽ ഉല്പാദനം നടത്തുന്നതു കൊണ്ടുമാവാം. പക്ഷികളുടെ ഭാഷ ഉരുത്തിരിയുന്നതു മുമ്പേ കഥ പറച്ചിലുണ്ട്. കാടും മേടും സമുദ്രങ്ങളും താണ്ടി വന്ന പക്ഷികൾ തങ്ങളുടെ അനുഭവകഥകൾ മറ്റ് പക്ഷികളെ ആംഗ്യരൂപേണ പറഞ്ഞുകൊടുത്തിരുന്നു. പക്ഷികളുടെ ഭാഷ വികസിച്ചപ്പോൾ കഥപറച്ചിലിന് വലിയ കുതിപ്പുണ്ടായി. ഓരോ പക്ഷിയും തന്റെ പ്രതിഭയ്ക്കനുസരിച്ച് കഥപറച്ചിൽ ഒരു കലാരൂപമാക്കി മാറ്റുന്നു.

"കഥ കേൾക്കാതിരിക്കാനാവുന്നില്ല അല്ലേ?" എരണ്ട ചോദിച്ചു.

അതേയെന്ന ഭാവത്തിൽ എരണ്ടക്കൂട്ടം കിറ്കിറ്ന്ന് ചിലച്ചുകൊണ്ട് കഥ പറയുന്ന എരണ്ടയ്ക്കു ചുറ്റും കൂടിയിരുന്നു.

"ദേവകന്യകമാരും ഗന്ധർവ്വന്മാരും അന്നനടയും നൃത്തവും ഒക്കെ പഠിച്ച ശേഷം ദിനവും ദേവലോകത്തേക്ക് മടങ്ങും. അവർ മടങ്ങിക്കഴിഞ്ഞാൽ അരയന്നങ്ങൾ തൂവൽക്കുപ്പായമൊക്കെ അഴിച്ചു വച്ച് മനുഷ്യകന്യകമാരായി മാറും. എന്നിട്ട് മാനസരോവരത്തിൽ നീന്തിത്തുടിച്ചു കളിക്കും.

ഒരു ദിവസം ഒരു ഗന്ധർവ്വൻ തന്റെ കിന്നരം എടുക്കാൻ മറന്നു പോയി. ഗന്ധർവ്വൻ തിരികെ മാനസരോവരത്തിന്റെ തീരത്ത് എത്തിയപ്പോൾ സുന്ദരികളായ കന്യകമാർ ജലക്രീഡയിൽ മുഴുകിയിരിക്കുന്നതാണ് കണ്ടത്. ഇതുപോലെ സുന്ദരികളായ കന്യകമാർ ദേവലോകത്തുപോലും ഇല്ലല്ലോയെന്ന് ഗന്ധർവ്വൻ ആലോചിച്ചു. ഇവരിൽ ആരെയെങ്കിലും കല്യാണം കഴിക്കാനായാൽ താൻ എന്തു ഭാഗ്യവാനാണ് ഗന്ധർവ്വൻ ആലോചിച്ചു, ഇതിന് എന്താണൊരു പോം വഴി?

പെട്ടെന്ന് ഗന്ധർവ്വന് ഒരു ഉപായം തോന്നി. അവിടെ ഉരിഞ്ഞിട്ടിരിക്കുന്ന തൂവൽക്കുപ്പായത്തിലൊന്ന് രഹസ്യമായി എടുത്ത് ഒളിപ്പിച്ചുവച്ചു. എന്നിട്ട് പുൽപ്പടർപ്പിൽ മറഞ്ഞിരുന്നു. വെള്ളത്തിൽ തുടിച്ചു കുളിച്ച് രസിച്ച് വന്ന അരയന്നങ്ങൾ തൂവൽ കുപ്പായം എടുത്ത് ധരിച്ച് ആകാശത്തേക്ക് പറന്നുപോയി. എന്നാൽ ഒരു കന്യക മാത്രം, തന്റെ കുപ്പായം കാണാതെ വിഷമിച്ച് അവിടെയൊക്കെ അലഞ്ഞുതിരയാൻ തുടങ്ങി. പെട്ടെന്ന് ഗന്ധർവ്വൻ അവിടെ പ്രത്യക്ഷപ്പെട്ടു പറഞ്ഞു.

‘‘ഭയപ്പെടേണ്ട. കുപ്പായം എന്റെ പക്കലുണ്ട്. എന്റെ ജീവിതത്തിൽ ഇത്ര സൗന്ദര്യമുള്ള സ്ത്രീയെ ഞാൻ കണ്ടിട്ടേയില്ലേ. ദേവലോകസുന്ദരിമാർപോലും ഇത്രകണ്ട് സൗന്ദര്യവതികളല്ല.’’

സൗന്ദര്യത്തെക്കുറിച്ച് പുകഴ്ത്തിയാൽ അതിൽ വീഴാത്ത സ്ത്രീകളുണ്ടാവില്ല. പുരുഷന്മാരുടെ നാവിൽനിന്ന് തങ്ങളുടെ സൗന്ദര്യത്തെക്കുറിച്ച് കേൾക്കാൻ മോഹിക്കുന്നവരാണ് അധികം സ്ത്രീകളും. ഗന്ധർവ്വന് സ്ത്രീമനസ്സ് അറിയാമായിരുന്നു. ഗന്ധർവൻ സൗമ്യനായി അപേക്ഷിച്ചു.

‘‘എന്റെ പത്നിയായിരിക്കാൻ കനിവുണ്ടാകണം.’’

ഗന്ധർവ്വന്റെ വാക്കുകൾ അനുസരിക്കുക മാത്രമേ അരയന്നത്തിന് കഴിയുമായിരുന്നുള്ളൂ. തൂവൽക്കുപ്പായമില്ലാതെയതിന് എങ്ങോട്ടു പോകാനും കഴിയുമായിരുന്നില്ല. നാലു പറക്കുംകുതിരകളെ പൂട്ടിയ ഒരു സ്വർണ്ണത്തേര് അവിടെ പറന്നിറങ്ങി വന്നു. അതിലേക്ക് കന്യകയെ കൈപിടിച്ച് കയറ്റി ഗന്ധർവ്വൻ മലയപർവ്വതത്തിലേക്ക് പറന്നുപോയി. അവിടെ കാട്ടിനുള്ളിലെ ഒരു കൊട്ടാരത്തിന്റെ മുമ്പിൽ സ്വർണ്ണതേര് ചെന്നു നിന്നു. ഗന്ധർവ്വവിധിപ്രകാരം കന്യകയെ വിവാഹം ചെയ്ത് അവിടെ ഇരുവരും പാർത്തു.

സകലസൗകര്യങ്ങളും ഉണ്ടായിരുന്നെങ്കിലും തനിക്ക് ആകാശത്തുകൂടി യഥേഷ്ടം പാറിപ്പറക്കാൻ കഴിയുന്നില്ലല്ലോയെന്ന് യുവതി വിഷമിച്ചു. തന്റെ കൂട്ടുകാരികളൊക്കെ ഹിമാലയത്തിന്റെ മുകളിലൂടെ പാറിപ്പറന്നു രസിക്കുകയാവും. ആകാശക്കാഴ്ചകൾ ആസ്വദിക്കുകയാവും

ദേവകന്യകമാരെ നൃത്തം പഠിപ്പിച്ച് ക്ഷീണിച്ച് മാനസരോവരത്തിൽ കുളിച്ചുരസിക്കുകയാവും.

ഗന്ധർവ്വനോട് തന്റെ തൂവൽക്കുപ്പായം എവിടെയാണ് ഒളിപ്പിച്ചിരിക്കുന്നതെന്ന് യുവതി പലതവണ ചോദിച്ചെങ്കിലും അതുമാത്രം പറയാനാവില്ലെന്ന് ഗന്ധർവ്വൻ മറുപടി പറഞ്ഞു. ഒരിക്കൽ ദേവലോകത്ത് വലിയ സംഗീതമത്സരം നടക്കുകയായിരുന്നു. ഗന്ധർവ്വന് അവിടെ ചെല്ലേണ്ടതുണ്ടായിരുന്നു. തന്റെ ഭാര്യയെ കാര്യങ്ങളൊക്കെ പറഞ്ഞേൽപ്പിച്ചിട്ട് ഗന്ധർവ്വൻ പറഞ്ഞു.

''ഞാൻ ദേവലോകത്തേക്ക് പോവുകയാണ്. ഒരാഴ്ച കഴിഞ്ഞേ മടങ്ങുകയുള്ളൂ. അതുവരെ സുരക്ഷിതമായി കൊട്ടാരത്തിനുള്ളിൽ തന്നെ കഴിയണം. താനൊഴികെ മറ്റാരുവന്നു വിളിച്ചാലും കതക് തുറക്കരുത്.''

യുവതി അത് സമ്മതിച്ചു. ഗന്ധർവ്വൻ ദേവലോകത്തേക്കു പറന്നുപോയി. ഗന്ധർവ്വൻ ഇല്ലാത്ത തക്കം നോക്കി അരയന്നം കൊട്ടാരം മുഴുവൻ തന്റെ തൂവൽക്കുപ്പായം അരിച്ചുപെറുക്കി നോക്കി. നിലവറയിൽ ഒരു ചന്ദനപ്പെട്ടിയിൽ ഭദ്രമായി എന്തോ പൂട്ടി വച്ചിരിക്കുന്നത് യുവതിയുടെ ശ്രദ്ധയിൽപ്പെട്ടു. മറ്റൊരു സ്വർണ്ണപ്പെട്ടിയിൽ സൂക്ഷിച്ചിരുന്ന താക്കോൽ കൂട്ടത്തിൽ നിന്ന് ഓരോന്നു മാറി മാറി പരീക്ഷിച്ച് ചന്ദനപ്പെട്ടി തുറന്നു. അത്ഭുതം! തൂവൽക്കുപ്പായം സുരക്ഷിതമായി അതിനുള്ളിൽ സൂക്ഷിച്ചുവച്ചിരിക്കുന്നു. യുവതിക്ക് സന്തോഷം അടക്കാനായില്ല. ധൃതിയിൽ കുപ്പായം എടുത്തു ധരിച്ചതും യുവതി അരയന്നമായി മാറി. ഗന്ധർവ്വൻ തിരികെ വരുമ്പോൾ കാര്യങ്ങളൊക്കെ ബോധ്യപ്പെട്ടാൻവേണ്ടി തന്റെ മാറിൽ നിന്ന് ഒരു തൂവൽ പറിച്ച് അവരുടെ കിടപ്പറയിലെ പട്ടുമെത്തയിൽ വച്ചു. എന്നിട്ട് കതകു തുറന്ന് അനന്തവിഹായസ്സിലേക്ക് പറന്നകന്നു. പർവ്വതങ്ങളും നഗരങ്ങളും ഗ്രാമങ്ങളും ചുറ്റിയങ്ങനെ പറന്നുല്ലസിച്ചു.''

കഥ കേട്ട സന്തോഷത്തോടെ എരണ്ടക്കൂട്ടങ്ങൾ ഒരു ആഹ്ലാദരവം മുഴക്കി. ''പക്ഷികൾക്ക് പറക്കാൻ കഴിഞ്ഞില്ലെങ്കിൽ മറ്റെന്തു കിട്ടിയാലെന്താ? സ്വർണ്ണക്കൂട്ടിലിട്ട് തേനും പാലും ഇഷ്ടപ്പെട്ട മറ്റ് എന്തു വിഭവങ്ങൾ വിളമ്പിയാലെന്താ വല്ല മനസ്സുഖവും ഉണ്ടാകുമോ?''

എരണ്ടകൾ ഇങ്ങനെ പറഞ്ഞതു കേട്ടുകൊണ്ട് ഒരു തല വരയൻ വാത്ത അവിടേക്ക് നീന്തി വന്നു പറഞ്ഞു.

''ശരിയാ, നൂറുവട്ടം ശരിയാ.''

''കൂട്ടിലടയ്ക്കപ്പെടുന്നതിലും നല്ലത് മരണമാണ്. ഒരിക്കൽ കൂട്ടിലടയ്ക്കപ്പെട്ട ബുദ്ധിമാനായ ഒരു പക്ഷി മനുഷ്യരെ പറ്റിച്ച് രക്ഷപ്പെട്ടിട്ടുണ്ട്. അക്കഥയെനിക്കറിയാം.''

''അതെന്താണ്? അങ്ങനെയൊരു കഥ ഞങ്ങൾ കേട്ടിട്ടില്ലല്ലോ?'' എരണ്ടകൾ ഒന്നടങ്കം പറഞ്ഞു.

ഇതുകേട്ട് കഥ പറഞ്ഞുകൊണ്ടിരുന്ന എരണ്ട പറഞ്ഞു, ''അരയന്നത്തിന്റെയും കഥ അവസാനിച്ചിട്ടില്ല. ഇനിയും പറയാനുണ്ട്. ഒരു കഥ പറഞ്ഞ് മുഴുമിപ്പിക്കുന്നതിനിടയിൽ മറ്റൊരു കഥ പറയുന്നത് ശരിയായ രീതിയല്ല. തലവരയൻ വാത്തയ്ക്ക് കഥ പറയാൻ അവസരം തരാം.''

''ക്രേ ക്രേ...'' തലവരയൻ വാത്ത വിമ്മിട്ടത്തോടെ സമ്മതിച്ചു.

''ക്റ് ക്റ് ക്രേ.. കഥ കേക്കട്ടെ.'' എരണ്ടക്കൂട്ടവും ധൃതിവച്ചു.

''പറഞ്ഞ കഥ വാത്തയോട് ഞാൻ വീണ്ടും പറയുന്നില്ല. എരണ്ടകൾ തലവരയൻ വാത്തയ്ക്കത് പിന്നീട് പറഞ്ഞുകൊടുത്താൽ മതി. ബാക്കി കഥ പറയാം.''

തലവരയൻ വാത്ത അത് സമ്മതിച്ചു.

''ഭൂമിയുടെ സൗന്ദര്യം ആസ്വദിച്ചങ്ങനെ ചുറ്റിക്കറങ്ങി നടന്ന അരയന്നം ഒരു നെൽപ്പാടത്ത് കുറെ കൊറ്റികൾ കൂട്ടമായി നിൽക്കുന്നതു കണ്ടു. കൊറ്റികളെയൊക്കെയൊന്ന് പരിചയപ്പെടാമെന്ന് കരുതി അരയന്നം അവിടേക്ക് പറന്നിറങ്ങി. കൊറ്റികൾ ഹിമാലയത്തിൽ നിന്നുവന്ന അരയന്നത്തെ ആദ്യമായി കാണുകയായിരുന്നു. അതിന്റെ മേനിയഴകും നടത്തവും ഒക്കെ നന്നായി ഇഷ്ടപ്പെട്ട കൊറ്റികൾ വേഗത്തിൽ അരയന്നവുമായി ചങ്ങാത്തത്തിലായി. ഹിമാലയത്തിലെ മാനസരോവരത്തിൽ നിന്നാണ് താൻ വരുന്നതെന്ന് അരയന്നം പറഞ്ഞെങ്കിലും ഹിമാലയത്തെക്കുറിച്ചോ മാനസരോവരത്തെക്കുറിച്ചോ കൊറ്റികൾ കേട്ടിട്ടുണ്ടായിരുന്നില്ല. ആകാശംമുട്ടെ വളർന്ന് മഞ്ഞുമൂടിനിൽക്കുന്ന മഹാപർവതനിരകളെക്കുറിച്ച് കൊറ്റികൾക്ക് സങ്കൽപിക്കാനേ കഴിയുമായിരുന്നില്ല. കാണാത്തതിനെ സങ്കൽപിക്കാനാവില്ല. കണ്ടതുമായി ചേർത്തുവച്ചേ സങ്കൽപിക്കാനാവൂ. കണ്ടതല്ലാതെ പക്ഷികളുടെ സ്വപ്നത്തിൽ മറ്റൊന്നും പ്രത്യക്ഷപ്പെടാറുമില്ല. ഇല്ലാത്തതിനെ എങ്ങനെയാണ് സങ്കൽപിക്കുക? ഭാവനയ്ക്കും പരിമിതികളുണ്ട്. അതുകൊണ്ട് കൊറ്റികൾക്ക് അരയന്നം പറഞ്ഞതൊക്കെ അത്ഭുതമായിരുന്നു. ദേവകന്യകമാരും ഗന്ധർവ്വന്മാരും വരുന്ന മാനസരോവത്തെക്കുറിച്ച് അവിശ്വാസത്തോടെ കൊറ്റികൾ കേട്ടിരുന്നു. ദേവകന്യകമാരെ നൃത്തം പഠിപ്പിക്കുന്നത് അരയന്നങ്ങളാണെന്നു പറഞ്ഞപ്പോൾ എന്നാലതൊന്നറിയണമല്ലോയെന്ന് കൊക്കുകൾ ചിന്തിച്ചു. തങ്ങളെയും നൃത്തം പഠിപ്പിക്കാമോയെന്നായി കൊറ്റികൾ.

''ക്രേ ക്രേ എന്താ അതിനു തടസ്സം. വരൂ വരൂ എല്ലാ കൊറ്റികളും വരിവരിയായി നിൽക്കൂ.''

ചുവടുകൾ വയ്ക്കുന്നതിനെക്കുറിച്ചും പൃഷ്ഠം കുലുക്കുന്നതിനെക്കുറിച്ചും അപ്പോൾ വിരിയേണ്ട ശരീരവടിവുകളെക്കുറച്ചും അരയന്നം കാണിച്ചു കൊടുത്തു. കൊറ്റികൾ അതനുസരിക്കാൻ ശ്രമിച്ചു. ചില കൊറ്റികൾ കാലുതെറ്റി ചെളിയിൽ വീണു. തങ്ങൾക്കിത് പറ്റിയ പണിയല്ലെന്നവർ വേഗം തിരിച്ചറിഞ്ഞു. അനുകരണമാണ് കല. എന്നാൽ അനുകരിക്കാൻ കഴിയുന്നതേ അനുകരിക്കാൻ പാടുള്ളൂ. അനുകരിക്കാൻ കഴിയാത്ത കാര്യങ്ങൾ അനുകരിച്ചാൽ മൂക്കുകുത്തി വീഴുകയാവും ഫലം. കൊറ്റികൾക്കൊരിക്കലും അരയന്നമാകാനാവില്ല.

ഹിമാലയത്തിൽ നിന്ന് വന്ന അരയന്നത്തിന് ഇതുവരെയൊന്നും കൊടുത്തു സൽക്കരിച്ചില്ലല്ലോയെന്ന് കൊറ്റികൾക്കും തോന്നി. ഒരു ഞണ്ടിനെപിടിച്ച് കൊറ്റി അരയന്നത്തിന് മുമ്പിലിട്ട് തിന്നുകൊള്ളുവാൻ പറഞ്ഞു. എന്നാൽ ഇളിപ്പോടെ ഇതൊന്നും അരയന്നങ്ങളുടെ തീറ്റയല്ലെന്നത് പറഞ്ഞു. ഉടൻ ഒരു കൊറ്റി ഒരു ഒച്ചിനെ പിടിച്ചു കൊണ്ടുവന്നു. അതും ഞങ്ങൾ തിന്നാറില്ലെന്ന് അരയന്നം അറിയിച്ചു. കക്കയും ചെറുജീവികളെയും കൊറ്റികൾ പിടിച്ചുകൊടുത്തെങ്കിലും അരയന്നം അതൊക്കെ നിഷേധിച്ചു. മാനസസരസ്സിൽ അരയന്നങ്ങൾ എന്താണ് പിന്നെ കഴിക്കുന്നതെന്ന് കൊറ്റികൾ ആകാംക്ഷയോടെ ചോദിച്ചു. പൂവിതളും പൂമ്പൊടിയും തേനുമാണ് ഞങ്ങളുടെ ആഹാരമെന്ന് അരയന്നം പറഞ്ഞു. അതുകേട്ട് കൊറ്റികൾ തമ്മിൽ തമ്മിൽ നോക്കി. ഒച്ചിനെയും ഞണ്ടിനെയും കക്കയും വിട്ടിലും ഒന്നും കിട്ടാത്ത മാനസസരസ് എന്തുതരം സ്ഥലമെന്നവർ ആശ്ചര്യപ്പെട്ടു. കൊറ്റികൾ തങ്ങൾക്ക് പറ്റിയ കൂട്ടമല്ലന്ന് മനസ്സിലാക്കി അരയന്നം വേഗം അവിടുന്ന് പറന്നകന്നു. ചേരുംപടിയേ ചേരൂ. ചേരുംപടിയേ ചേർക്കാവൂ. അരയന്നങ്ങൾക്ക് കൊറ്റികൾ കൂട്ടായിരിക്കില്ല. അവയുടെ താൽപര്യങ്ങൾ വേറിട്ടതാണ്. അവയുടെ ഭക്ഷണശീലങ്ങൾ വ്യത്യസ്തമാണ്. ആവാസഭൂമിയും വെവ്വേറെയാണ്. അറിയാത്ത മഹാലോകത്തെക്കാൾ അറിയുന്ന ചെറുലോകമാണുത്തമം. എരണ്ട കഥപറഞ്ഞുനിർത്തി. പക്ഷികൾ ചിറക് വിരിച്ച് ഒന്നു നിശ്വസിച്ചു. തലവരയൻ വാത്ത മുന്നോട്ടുവന്നു പറഞ്ഞു.

‘‘കൂട്ടിൽനിന്ന് പക്ഷി രക്ഷപ്പെട്ട കഥ ഇനി പറയാം.’’

‘‘നിക്കണേ...’’ എരണ്ട വിളിച്ചുപറഞ്ഞു.

‘‘ഈ അരയന്നങ്ങൾക്ക് എങ്ങനെയാണ് വെള്ളനിറം കിട്ടിയതെന്നുകൂടി പറഞ്ഞാലേ അരയന്നക്കഥ പൂർണമാകൂ.’’

‘‘ക്രേ ക്രേ... ഇതെന്തു സ്വഭാവമാണ്?’’ തലവരയൻ വാത്ത ദേഷ്യപ്പെട്ടു.

‘‘എന്നാൽ തലവരയൻ വാത്ത കഥ പറയൂ. അതിനുശേഷം ഞാൻ അക്കഥ പറഞ്ഞോളാം.’’ എരണ്ട പറഞ്ഞു.

"ക്രേ ക്രേ..." എരണ്ട കൂട്ടങ്ങളും കഥ കേൾക്കാനായി കൂടിയ മറ്റ് പക്ഷികളും അതു സമ്മതിച്ചു.

"പേർഷ്യയിൽനിന്ന് ഭാരതത്തിൽ കച്ചവടത്തിനുവന്ന ഒരു വ്യാപാരി ഒരു സുന്ദരപക്ഷിയെ പിടികൂടി കൂട്ടിലടച്ച് പേർഷ്യയിലേക്ക് കൊണ്ടുപോയി. തന്റെ കൊട്ടാരതുല്യമായ വസതിയുടെ പൂമുഖത്ത് പക്ഷിയെ കൂട്ടിലിട്ടു വളർത്തി. പക്ഷിക്ക് ആവശ്യമുള്ളതെല്ലാം വ്യാപാരി കൊടുക്കുന്നുണ്ടായിരുന്നു. അയാളുടെ വിരസ സമയങ്ങളിൽ പക്ഷിയെ കൊഞ്ചിച്ചും അതിനു തീറ്റ നൽകിയും അയാൾ സമയം പോക്കി. എന്നാൽ കൂട്ടിനുള്ളിൽ കിടന്ന് പക്ഷി വിമ്മിട്ടപ്പെടുകയായിരുന്നു. ഒരാളുടെ സന്തോഷത്തിന് ചെയ്യുന്നത് മറ്റൊരാളുടെ ദുഃഖത്തിന് ഹേതുവായിവരുന്നു. സന്തോഷം എന്നത് മനസ്സിന്റെ ഒരു തോന്നലാണ്. പക്ഷികൾ സന്തോഷം തേടേണ്ടത് അവയുടെ ഉള്ളിലാണ്. അല്ലാതെ പുറത്താവരുത്. ഒന്നിനെ ദുഃഖിപ്പിച്ചു മറ്റൊന്ന് സന്തോഷിച്ചിട്ടെന്തുഫലം?

ഒരു പക്ഷിയെ കൂട്ടിലിടുകയെന്നുവച്ചാൽ അതിന്റെ ചിറക് അരിഞ്ഞുകളയുകയെന്നതാണ്. കൂട്ടിലിട്ട പക്ഷിക്കു ചിറകുകൾകൊണ്ട് യാതൊരു പ്രയോജനവുമില്ല. ഉപയോഗിക്കുന്നത് മാത്രമേ ശക്തിപ്പെടൂ. ഉപയോഗിക്കാത്ത ശരീരഭാഗങ്ങൾ ശുഷ്കിച്ചുപോകും. കൂട്ടിലടയ്ക്കപ്പെട്ട പക്ഷിക്ക് ചിറകുണ്ടായിട്ടെന്തു കാര്യമാണ്. പക്ഷിയെ പക്ഷിയാക്കുന്നത് അതിന്റെ തൂവലുകളാണ്. ചിറകുകളാണ്. അതു നഷ്ടപ്പെട്ടാലുള്ള വേദന പക്ഷികൾക്കല്ലാതെ മറ്റൊരു ജീവിക്കും മനസ്സിലാവില്ല. മനുഷ്യരുടെ സന്തോഷത്തിനുവേണ്ടി അവർ പക്ഷികളെ ജയിലിലിലടയ്ക്കുകയാണ്. ജയിലിനെ അവർ കൂടെന്ന് വിളിക്കുന്നുവെന്നേയുള്ളൂ. ഒരു കുറ്റവും ചെയ്യാത്ത പക്ഷികളെ എങ്ങനെയാണ് ജയിലിൽ അടയ്ക്കാനാവുക? അതുകൊണ്ടവർ ജയിലിന് പുതിയൊരു പേര് നൽകിയിരിക്കുന്നു. കൂട്. പേര് എന്തുതന്നെയായാലും പക്ഷികൾക്കത് ജയിൽ തന്നെയാണ്. അങ്ങനെ കൂട്ടിൽ കിടന്ന് നരകയാതന അനുഭവിച്ചുകൊണ്ടിരുന്ന പക്ഷി തന്നെ മോചിപ്പിക്കണമെന്ന് വ്യാപാരിയോട് നിരന്തരം ആവശ്യപ്പെട്ടുകൊണ്ടിരുന്നു. എന്നാൽ എന്തു ഭക്ഷണം വേണമെങ്കിലും നിനക്കുതരാം. തുറന്നുവിടണമെന്ന് മാത്രം പറയരുതെന്ന് വ്യാപാരി പറഞ്ഞുകൊണ്ടിരുന്നു.

ഭക്ഷണം കൊണ്ടുമാത്രമല്ല പക്ഷികൾ ജീവിക്കുക. ക്രിസ്തു പറഞ്ഞിട്ടില്ലേ. ആകാശത്തെ പറവകളെ നോക്കൂ. അവ വിതയ്ക്കുന്നില്ല, കൊയ്യുന്നില്ല. കളപ്പുരകളിൽ കൂട്ടിവയ്ക്കുന്നില്ല എന്ന്. സത്യമാണ്. നാളത്തെ ഭക്ഷണത്തെക്കുറിച്ച് പക്ഷികൾ ആകുലപ്പെടാറില്ല. കൊക്കുതന്ന ദൈവം ഭക്ഷണവും തന്നുകൊള്ളും. എന്നാൽ 'സ്വാതന്ത്ര്യം' അത് പക്ഷികൾക്ക് ഒഴിച്ചുകൂടാനാവാത്തതാണ്. വാനിൽ പറന്നു നടക്കുമ്പോഴുള്ള ആനന്ദം അത് പറഞ്ഞറിയിക്കാനാവാത്തതാണ്.

അതനുഭവിച്ചുതന്നെ അറിയണം. മനുഷ്യർക്കത് പറഞ്ഞാൽ മനസ്സിലാവില്ല. അത്തരം അനുഭവങ്ങൾ അവർക്കില്ല. പറക്കാൻ കഴിയാത്ത മനുഷ്യർക്ക് പക്ഷികളോട് അസൂയയാണ്. അതുകൊണ്ടാണവർ പക്ഷികളെ എവിടെ കിട്ടിയാലും പിടിച്ച് കൂട്ടിലടയ്ക്കുന്നത്.

ഒരു ദിവസം വ്യാപാരിക്ക് ഭാരതത്തിലേക്ക് വീണ്ടും കച്ചവടാവശ്യത്തിന് പോകേണ്ടതുണ്ടായിരുന്നു. കച്ചവടക്കാരൻ പക്ഷിയുടെ അരികിൽ വന്നു ചോദിച്ചു.

''ഭാരതത്തിലേക്ക് പോകുന്ന ഞാൻ തിരികെ വരുമ്പോൾ എന്താണ് നിനക്ക് കൊണ്ടുവരേണ്ടത്?''

പക്ഷിയത് കേട്ട് പറഞ്ഞു. ''ഒന്നുംതന്നെയെനിക്കാവശ്യമില്ല ദയവുചെയ്ത് എന്നെ തുറന്നുവിട്ടേരെ.''

''അതുമാത്രം പറയരുത്.'' വ്യാപാരി പക്ഷിയോട് പറഞ്ഞു.

ഒരു നിമിഷം ആലോചിച്ചിട്ട് പക്ഷി പറഞ്ഞു. ''എന്നാൽ എന്റെ ബന്ധുക്കളെ ഭാരതത്തിൽ കാണുമ്പോൾ ഞാൻ കൂട്ടിൽ കിടക്കുകയാണെന്നെങ്കിലും ഒന്നറിയിക്കാൻ മറക്കരുത്.''

അക്കാര്യം ഞാൻ അവരെ കണ്ടാൽ തീർച്ചയായും അറിയിച്ചുകൊള്ളാമെന്ന് വ്യാപാരി പക്ഷിക്ക് വാക്കുകൊടുത്തു. വ്യാപാരി ഭാരതത്തിൽ വന്നു യാത്ര ചെയ്യുന്നതിനിടയിൽ ഒരു കാട്ടുപ്രദേശത്തുവച്ച് താൻ കൂട്ടിലടച്ച മാതിരിയുള്ള ചില പക്ഷികൾ ഒരു മരക്കൊമ്പിൽ ഇരിക്കുന്നതു കണ്ടു. പെട്ടെന്ന് കൂട്ടിലടച്ച പക്ഷി പറഞ്ഞ കാര്യം അയാൾ ഓർത്തു.

''തന്റെ വീട്ടിലെ കൂട്ടിൽ നിങ്ങളുടെ ബന്ധുവായ പക്ഷി സുഖമായി കഴിയുന്നുണ്ടെന്നും തങ്ങളുടെ ബന്ധുക്കളെ കാണുമ്പോൾ അക്കാര്യം അറിയിക്കണെ''മെന്ന് പക്ഷി പറഞ്ഞതായി അയാൾ പറഞ്ഞു. അതുകേട്ട മാത്രയിൽ പെട്ടെന്ന് മരക്കൊമ്പിലിരുന്ന പക്ഷികളിലൊന്ന് ബോധമറ്റ് നിലത്തേക്ക് വീണു. അതുകണ്ട് വ്യാപാരി വല്ലാതെ വിഷമിച്ചുപോയി. 'കഷ്ടം'

''തന്റെ കൂട്ടിൽ കിടക്കുന്ന പക്ഷിയുടെ ഉറ്റ ബന്ധുവായിരിക്കും. കൂട്ടിൽ കിടക്കുന്ന തന്റെ ബന്ധുവായ പക്ഷിയെ ഓർത്തത് നെഞ്ചുപൊട്ടി ചത്തതാകുമെന്നയാൾ ഉറപ്പിച്ചു. വ്യാപാരി തിരികെ പേർഷ്യയിലെ വീട്ടിലെത്തി. കൂട്ടിലടയ്ക്കപ്പെട്ട പക്ഷിയുടെ അരികിലെത്തി. ഭാരതത്തിൽനിന്ന് ശുഭകരമായ വിശേഷം വല്ലതും എനിക്കായി താങ്കൾ കൊണ്ടുവന്നിട്ടുണ്ടോയെന്ന് പക്ഷി ചോദിച്ചു. അതുകേട്ട് വ്യാപാരി കുറച്ചുനേരം മൗനമായി നിന്നു. എന്നിട്ട് പറഞ്ഞു. ''ദുഃഖകരമായൊരു കാര്യമാണ് എനിക്കറിയിക്കാനുള്ളത്''

''എന്താണത്?'' ആകാംക്ഷയോടെ പക്ഷി ചോദിച്ചു.

‘‘ഞാനതെങ്ങനെ പറയും.’’ വീണ്ടും വ്യാപാരി നിശ്ശബ്ദനായി.

‘‘എന്തുതന്നെയായാലും പറയുക. എനിക്കതറിയാൻ ആകാംക്ഷയായി.’’ പക്ഷി നിർബന്ധിച്ചു.

‘‘ഭാരതത്തിലെത്തിയ ഞാൻ, ഒരു കാട്ടിൽകൂടി സഞ്ചരിക്കുമ്പോൾ നിന്റെ ബന്ധുക്കളായ കുറെ പക്ഷികൾ ഒരു മരക്കൊമ്പിലിരിക്കുന്നതു കണ്ടു. നീ പറഞ്ഞുവിട്ടതുപോലെ, നിങ്ങളുടെ കൂട്ടത്തിൽപെട്ട ഒരു പക്ഷി എന്റെ വീട്ടിലെ കൂട്ടിൽ കിടപ്പുണ്ടെന്ന് അവയെ അറിയിച്ചു. അതുകേട്ട മാത്രയിൽ ഒരു പക്ഷി മരക്കൊമ്പിൽ നിന്ന് ബോധമറ്റ് നിലത്തുവീണു. അതു നിന്റെ അച്ഛനോ അമ്മയോ സഹോദരനോ സഹോദരിയോ ആവാം.’’

അതുകേട്ടതും കൂട്ടിലടയ്ക്കപ്പെട്ട പക്ഷി ഒരു ഞരക്കത്തോടെ ബോധമറ്റ് കൂട്ടിൽ വീണു. കാലുകൾ ചുരുട്ടി മുകളിലോട്ട് പിടിച്ച് ചുണ്ടുതുറന്ന് കിടന്നു.

‘‘ഹോ... കഷ്ടം... കഷ്ടം... ഈ പക്ഷിയും ചത്തുവല്ലോ. അക്കഥ ഇവിടെ പറയേണ്ടിയിരുന്നില്ല. ഞാനൊരു മണ്ടൻതന്നെ.’’

സ്വയം കുറ്റപ്പെടുത്തിക്കൊണ്ട് വ്യാപാരി കൂട് തുറന്ന് ബോധമറ്റ് കിടന്ന പക്ഷിയെ പതുക്കെയെടുത്ത് പുറത്തുവച്ചു. പെട്ടെന്ന് ബോധമറ്റ് കിടന്ന പക്ഷി ഉണർന്ന് പറന്ന് അടുത്ത മരക്കൊമ്പിൽ ചെന്നിരുന്നു. എന്നിട്ട് പറഞ്ഞു.

‘‘ഭാരതത്തിൽനിന്ന് ദുഃഖകരമെന്ന് പറഞ്ഞ് താങ്കൾ കൊണ്ടുവന്ന വിവരം എനിക്ക് ശുഭകരമായിരുന്നു. ഈ കൂട്ടിൽ നിന്ന് എങ്ങനെ രക്ഷപ്പെടണമെന്ന സൂത്രമാണ് എന്റെ ബന്ധുപക്ഷി കാണിച്ചു തന്നത്. വളരെ നന്ദിയെന്ന് പറഞ്ഞ് പക്ഷി വാനിലേക്ക് പറന്നകന്നു.

‘‘ക്റ് ക്റ് ക്റ്.’’ എരണ്ടക്കൂട്ടങ്ങൾ സന്തോഷത്തോടെ ഒരാരവം മുഴക്കി.

‘‘എല്ലാ ജീവിവർഗ്ഗങ്ങൾക്കും സ്രഷ്ടാവ് ബുദ്ധി നൽകിയിട്ടുണ്ട്. അത് വികസിപ്പിച്ച് പ്രയോജനപ്പെടുത്തുകയെന്നതാണ് പ്രധാനം. കുഞ്ഞായിരിക്കുമ്പോഴാണ് ഒരു ജീവിയിൽ ബുദ്ധിയുറയ്ക്കുന്നത്. അക്കാലത്ത് പോഷകസമൃദ്ധമായ ഭക്ഷണം നൽകണം. കുഞ്ഞുങ്ങൾക്കതുകൊണ്ടാണ് നമ്മൾ കൂടുതൽ ഭക്ഷണം നൽകുന്നത്. കുഞ്ഞുങ്ങൾ മനസ്സിനെ ഉദ്ദീപിപ്പിക്കുന്ന കേളികളിൽ ഏർപ്പെടണം. ബുദ്ധി സ്വയം വികസിക്കാനാവശ്യമായ പോഷകാഹാരവും വ്യായാമവും മനസ്സന്തോഷവും സമയത്ത് നൽകണം.’’ എരണ്ടകളിലൊന്ന് എല്ലാവരും കേൾക്കാനായി പറഞ്ഞു.

‘‘കുട്ടിക്കാലത്ത് മാത്രമേ ബുദ്ധി വികസിക്കാറുള്ളോ?’’ തലവരയൻ വാത്തകളിലൊന്ന് സംശയം ചോദിച്ചു.

''കുട്ടിക്കാലത്താണ് ഒരു പക്ഷിയുടെ വളർച്ചയും ബുദ്ധിയും ഒക്കെ നിശ്ചയിക്കപ്പെടുന്നത്. കൗമാരകാലത്തും ബുദ്ധിവികാസ മുണ്ടാകും. പിന്നെ ബുദ്ധിയിൽ മാറ്റമുണ്ടാകില്ല. പുതിയകോശങ്ങൾ വളരില്ല. ഓരോ കാലത്തിന്റെ മാറ്റങ്ങൾക്കു വേണ്ടി തലച്ചോറിന്റെ ഓരോ ഭാഗങ്ങൾ വികസിച്ചു വരും. പുതിയ ആശയങ്ങൾ കിളിർത്തു വരും. അതു ലോകത്തെ മാറ്റി മറിക്കും. ഭാവനയുടെ മഹാശേഖര മാണ് ഇനി ലോകത്ത് പുതുതായി വികസിക്കാനുള്ളത്. എല്ലാ ജീവി കളുടെ കാര്യവും ഇങ്ങനെതന്നെ.

വിവാഹപ്രായമാകുമ്പോൾ ബുദ്ധിയുടെയും വളർച്ചയുടെയും വാതിലുകൾ കുറച്ചൊന്നു തുറക്കപ്പെടുമെന്നത് സത്യമാണ്. വിവാഹ വേഷമൊക്കെ പ്രകൃതി പക്ഷികൾക്ക് അക്കാലത്താണ് സമ്മാനി ക്കുന്നത്. ചില ജാതിപക്ഷികൾക്ക് പുതിയ കിന്നരിത്തൂവലുകളും തലയിൽ കിരീടവും ഒക്കെ വളർന്നുവരും. അവ സംഗീതം പൊഴിക്കും. പ്രകൃതിയിൽ സംഭവിക്കുന്ന ഏറ്റവും വലിയ അത്ഭുതമെന്നത് പുതുതലമുറയുടെ സൃഷ്ടികർമ്മമാണ്. ഒരു പക്ഷിയുടെ ജീവിതം അർത്ഥവത്താകുന്നത് മുട്ടയിട്ട് കുഞ്ഞുങ്ങളെ വളർത്തി അടുത്ത തലമുറ സൃഷ്ടിക്കുമ്പോഴാണ്. ഓരോ ജീവിയിൽ നിന്നും പ്രകൃതി അതാണാഗ്രഹിക്കുന്നത്. പക്ഷികളായ നമ്മൾ എത്രമാത്രം കഷ്ട പ്പെട്ടിട്ടാണ് പുതുതലമുറയെ സൃഷ്ടിച്ചെടുക്കുന്നത്. നമ്മളുടെ മക്ക ളിൽ നിന്ന് എന്തെങ്കിലും സഹായം തിരികെ പ്രതീക്ഷിച്ചിട്ടാണോ അതൊക്കെ ചെയ്യുന്നത്.

പറക്കമുറ്റുന്ന കുഞ്ഞുങ്ങൾ പിന്നെ ജീവിതത്തിൽ ഒരിക്കലും നമ്മളെ കണ്ടുമുട്ടണമെന്നുപോലുമില്ല. എങ്കിലും നമ്മളുടെ വംശ ത്തിന്റെ അനുസ്യൂതമായ ഒഴുക്കിൽ നമ്മൾ സംതൃപ്തരാണ്. ഓരോ ജാതി പക്ഷികളും അവയുടെ വംശത്തിന് നിലനിൽപ്പാണ് ആഗ്രഹി ക്കുന്നത്. വംശം അറ്റുപോവുകയെന്നത് ഒരു പക്ഷിക്കും സങ്കൽപിക്കാ നേയാവില്ല. മനുഷ്യരുടെ കൊടിയ അതിക്രമങ്ങൾ മൂലം എത്രയോ ജാതി പക്ഷികൾ ഇതിനോടകം ഭൂമുഖത്ത് നിന്ന് ഇല്ലാതായിരിക്കുന്നു. പക്ഷികളുടെ കാര്യം മാത്രമല്ല. മൃഗങ്ങൾക്കും ശലഭങ്ങൾക്കും മത്സ്യ ങ്ങൾക്കും ഈ ഗതി വന്നിട്ടുണ്ട്.''

''അരയന്നത്തിന്റെ നിറം വെളുപ്പായതിനെക്കുറിച്ച് പറയാമെന്ന് പറഞ്ഞിട്ട് പറഞ്ഞില്ലല്ലോ?'' ഇടയ്ക്ക് കയറി തലവരയൻ വാത്ത കളിലൊന്ന് ചോദിച്ചു.

''ക്റ് ക്റ്...'' ഒരു ശബ്ദം പുറപ്പെടുവിച്ചുകൊണ്ട് എരണ്ട പറഞ്ഞു.

''ഞാനതങ്ങ് മറന്നു. ഓർമ്മയും മറവിയും പകലും രാത്രിയും പോലെയാണ്. പകൽ ഉണരാൻ സൂര്യൻ ഉദിക്കണമെന്നപോലെ യാണ് ഓർമ്മയുടെ കാര്യം. ഉള്ളിൽ സൂര്യൻ ഉദിക്കണം. അല്ലെങ്കിൽ

ആരെങ്കിലും വെട്ടമടിക്കണം. മറവിയങ്ങനെയല്ല. അത് ഇരുട്ടാണ്. മറവിയാണ് സ്ഥായിയായിട്ടുള്ളത്. സൂര്യൻ ഉദിച്ചുവരുമ്പോഴേ പകലിനു പ്രസക്തിയുള്ളൂ എന്നതുപോലെയാണ് ഓർമ്മയുടെയും കാര്യം.

തൂവെള്ള നിറക്കാരിയാണെന്ന് അഹങ്കരിക്കുന്ന ഈ അരയന്നമുണ്ടല്ലോ പണ്ട് കറുപ്പും വെളുപ്പും നിറമുള്ള പക്ഷിയായിരുന്നു. വരുണന്റെ അനുഗ്രഹത്തിലാണ് അരയന്നങ്ങൾക്ക് വെണ്മ കിട്ടിയത്.''

''അതെങ്ങനെ?'' ഒരു എരണ്ട ചോദിച്ചു.

''ധൃതിവയ്ക്കാതെ. പറയാം.'' എരണ്ട ശാസനാരൂപത്തിൽ പറഞ്ഞു.

''മരുത്തൻ എന്നു പേരുള്ള ഒരു രാജാവ് ഒരു യാഗം നടത്തുകയായിരുന്നു. യാഗത്തിൽ പങ്കുകൊള്ളാനായി ഇന്ദ്രൻ, യമൻ, കുബേരൻ, വരുണൻ തുടങ്ങിയ ദേവന്മാരും മഹർഷിമാരുമൊക്കെയെത്തി. ദേവന്മാരുടെ ശത്രുവായ രാവണൻ ഈ യാഗത്തെക്കുറിച്ച് കേട്ടറിഞ്ഞ് അവിടെയെത്തി. രാവണനെ തോൽപിക്കാൻ ദേവന്മാർക്കു പോലും കഴിയുമായിരുന്നില്ല. അവർ ആകെ ഭയപ്പെട്ടു. ദേവന്മാർക്ക് രൂപം മാറാനുള്ള കഴിവുണ്ട്. ഇന്ദ്രൻ മയിലിന്റെയും യമൻ കാക്കയുടെയും കുബേരൻ ഓന്തിന്റെയും വരുണൻ അരയന്നത്തിന്റെയും രൂപത്തിൽ ഒളിച്ചിരുന്നു. രാവണന് ദേവന്മാരെ കണ്ടെത്താനായില്ല. യാഗത്തിനെത്തിയ മഹർഷിമാരെ രാവണൻ വകവരുത്തി. രാവണൻ മടങ്ങിയതോടെ ദേവന്മാർ സ്വന്തം രൂപം സ്വീകരിച്ചു. രാവണനിൽ നിന്ന് രക്ഷപ്പെടാനായി രൂപംമാറിയ പക്ഷികളെയും ജീവികളെയും അവർ അനുഗ്രഹിച്ചു.

അരയന്നങ്ങൾക്ക് ഇനി മുതൽ തൂവെള്ള നിറമായിരിക്കട്ടെയെന്ന് വരുണൻ അനുഗ്രഹിച്ചു. അതോടെ കറുപ്പുനിറമൊക്കെ അപ്രത്യക്ഷമായി. അരയന്നങ്ങൾ തൂവെള്ള നിറമുള്ളതായി മാറി.''

തലവരയൻ വാത്തകൾ കഥകേട്ടു പറഞ്ഞു. ''വെളുപ്പിനെ വെളുപ്പിക്കുന്നത് കറുപ്പാണ്. കറുപ്പിനെ കറുപ്പിക്കുന്നത് വെളുപ്പും.''

കഥ കേട്ട പക്ഷിക്കൂട്ടം ചിറക് വിടർത്തി ആരവമുതിർത്തു. ഒരു മരക്കൊമ്പിലിരുന്നു പ്രണയാതുരമായി പാടുകയായിരുന്ന വാനമ്പാടിയെ അത് അലോസരപ്പെടുത്തി.

''സംഗീതവാസന തൊട്ടുതീണ്ടാത്ത വർഗ്ഗം.'' ഈർഷ്യയോടെ അതു വിളിച്ചു പറഞ്ഞു.

സഞ്ചാരിപ്രാവ്

വിശുദ്ധപർവ്വതത്തിന്റെ നിഗൂഢവനസ്ഥലികളിലെവിടെയോ രാപാർക്കുകയായിരുന്ന ഒരു സഞ്ചാരിപ്രാവ് പതിയെ കണ്ണ് തുറന്നു. വിശുദ്ധ തടാകക്കരയിൽ ഒത്തുകൂടിയ പക്ഷികളുടെ ചിന്തകളുടെ തരംഗങ്ങൾ സഞ്ചാരിപ്രാവിനെ അസ്വസ്ഥമാക്കി. സഞ്ചാരിപ്രാവ് ചുറ്റുപാടുമൊന്ന് വീക്ഷിച്ചു. ആകാശത്തുനിന്ന് ഭൂമിയിലേക്ക് കുടഞ്ഞിട്ട പൂക്കളുടെ സൗരഭ്യം പർവ്വതനിരകളെയാകെ മത്തുപിടിപ്പിക്കുന്നുണ്ടായിരുന്നു. വസന്തം കത്തിപ്പടരുകയാണ്. മഞ്ഞുരുകി ഒഴുകുന്ന അരുവിയുടെ കളനാദം അന്തരീക്ഷത്തെ സംഗീതാത്മകമാക്കുന്നു. ചെറുപുല്ല് മുതൽ കൂറ്റൻ വൃക്ഷങ്ങൾവരെ പൂവണിഞ്ഞ് നിൽപ്പാണ്. തന്റെ തിളക്കമാർന്ന കണ്ണുകൾകൊണ്ട് സഞ്ചാരിപ്രാവ് കിഴക്കൻ ദിക്കിലേക്ക് നോക്കി. വീണ്ടുമൊരു സൂര്യോദയംകൂടി വിടർന്നു വരുകയാണ്.

ആകാശത്ത് വിവിധ നിറങ്ങൾ വാരിപ്പൂശുന്ന കിറുക്കനായ ചിത്രകാരന്റെ വികൃതിത്തരങ്ങൾ നോക്കി സഞ്ചാരിപ്രാവ് ആലോചനയിലാണ്ടു. ഇവിടെയെത്തിയതിൽ പിന്നെ തനിക്ക് പ്രായം ഏശുന്നതേയില്ല. പത്തുവയസ്സിന്റെ ആയുസ്സിൽ കൊഴിഞ്ഞുപോകേണ്ട ജീവിതമാണ് തന്റേത്. നൂറ്റാണ്ട് പിന്നിട്ടിട്ടും ഏഴുവയസ്സിന്റെ അതേ ചെറുപ്പത്തിലാണിപ്പോൾ ഇങ്ങനെയെത്രയെത്ര ജീവികൾ ഇവിടെ കഴിയുന്നു. വിശുദ്ധപർവ്വതത്തിന്റെ കൃപാകടാക്ഷം എന്നല്ലാതെ എന്തു പറയാൻ? കാലം ഇവിടെ നിശ്ചലമാണ്. ജീവിതം ഫോസിലാക്കപ്പെടുന്ന മാന്ത്രിക അനുഭവം ഭൂമിയിൽ ഇവിടെ മാത്രമേയുള്ളൂ.

ആഴങ്ങളിലേക്ക് തുറന്നുപോയ ഗുഹയുടെ കവാടത്തിലിരുന്ന് പ്രാവ് ആലോചിച്ചു. മരണം ഈ ഗുഹയുടെ അപ്പുറമാണ്. ഇപ്പുറം ജീവിതവും. മരണത്തിനും ജീവിതത്തിനുമിടയിലുള്ള നൂൽപ്പാലമാണ് ഈ വിശുദ്ധപർവ്വതം. ഇവിടെ ആർക്കും വയസ്സാവുന്നില്ല. ഇവിടെ യാതൊന്നും മരണമടയുന്നില്ല. നാം എന്താണോ അതായിത്തന്നെ

ഭൂമിയുടെ അവസാനം വരെ നിലകൊള്ളുന്നു. സൃഷ്ടിയുടെ ജൈവ രഹസ്യമൊന്നാകെ ഉറഞ്ഞുകൂടി ഉരുവംകൊണ്ട പർവ്വതശിഖരത്തിലെ അത്ഭുതഗുഹാമുഖത്ത് നിന്ന് പ്രാവ് മന്ദം മന്ദം ചിറക് വീശി പറന്നു. സൂര്യകിരണങ്ങൾ പ്രാവിന്റെ നീലച്ചിറകുകളെ തിളക്കമുള്ളതാക്കി.

വാലിൽ കൊടിയടയാളം പോലെ തൂവെള്ള നിറം പ്രകാശമാനമായി. പർവ്വതനിരകൾ ഒന്നൊന്നായി പിന്നിട്ട് സഞ്ചാരിപ്രാവ് പരമപവിത്രമായ തടാകക്കരയുടെ തീരത്തേക്ക് പറന്നടുത്തുകൊണ്ടിരുന്നു. താഴ്വാരത്തു നിന്നുള്ള പൂന്തേൻ മണമുള്ള കുളിർകാറ്റ് പർവ്വതനിരകളെയാകെ ഭ്രാന്തമായി ആവേശിച്ചിരിക്കുന്നു. വെൺമേഘകെട്ടുകൾപോലെ മഞ്ഞണിഞ്ഞ കൊടുമുടികൾക്കിടയിലൂടെ പരമപവിത്രമായ നീലതടാകം ഒരസുലഭ ദൃശ്യവിരുന്നായി തുറന്നു കിടക്കുകയാണ്. ഇങ്ങനെയൊരു യാത്ര നൂറ്റാണ്ടുകൾക്ക് മുമ്പേ പ്രകൃതി കരുതിവച്ചിരിക്കണം.

നേരിയ മൂടൽമഞ്ഞിനിടയിലൂടെ പ്രാവ് തടാകക്കരയിലേക്ക് പറന്നിറങ്ങി. അവിടെ കൂടിയിരിക്കുന്ന പക്ഷിക്കൂട്ടം ഒന്നാകെ ആ ചെറുപക്ഷിയുടെ വരവ് വിസ്മയത്തോടെ നോക്കി നിന്നു. ആകാശത്ത് വെൺമേഘങ്ങൾക്കിടയിൽ നിന്നാവും ഈ പ്രാവിന്റെ വരവെന്ന് പക്ഷികൾ അടക്കം പറഞ്ഞു. അമ്പലപ്രാവും അരിപ്രാവും തമ്മിൽ നോക്കി. നൂറ്റാണ്ടുകൾക്ക് മുമ്പെങ്ങോ കൂട്ടം പിരിഞ്ഞുപോയ ഏതോ ഒരു ബന്ധു തങ്ങളെ തേടി വന്നതുപോലൊരു അനുഭവമായിരുന്നു അവയ്ക്ക്. അമ്പലപ്രാവിന്റെയും അരിപ്രാവിന്റെയും കണ്ണുകൾ തിളങ്ങി. ഹൃദയം വല്ലാതെ തുടിച്ചു. ഒന്നുറക്കെ കുറുകാൻ പോലും കഴിയാതെ വാ തുറന്ന് അവ അണച്ചുകൊണ്ടിരുന്നു. മാലപ്രാവും പച്ചപ്രാവും പിന്നെ അവിടെ കൂടിയിരുന്ന പ്രാവുവർഗ്ഗത്തിൽപ്പെട്ട പക്ഷികളുടെയൊക്കെ ഹൃദയത്തിൽ ആരോ തീയെറിഞ്ഞതുപോലെ അവ വെപ്രാളപ്പെട്ടു.

പറഞ്ഞറിയിക്കാനാവാത്തൊരു തീവ്രവികാര വിസ്ഫോടനത്തിൽ പ്രാവുകൾ വിഹ്വലരായിരുന്നു. മറ്റ് പക്ഷികൾക്കും ആകാശത്തു നിന്ന് ഊർന്നുവീണ പക്ഷിയെ മുമ്പു കണ്ടു പരിചയം ഉണ്ടായിരുന്നില്ല. വിശുദ്ധപർവ്വതത്തിന്റെ മുകൾത്തട്ടിലെവിടെയോ കഴിയുന്ന വല്ലപ്രാവുമായിരിക്കുമെന്ന് രാജഹംസങ്ങളും വാത്തക്കൂട്ടങ്ങളും കരുതി. വിശുദ്ധപർവ്വതത്തിന്റെ പലഭാഗങ്ങളിലൂടെയും സ്വൈരവിഹാരം നടത്തിയിട്ടുള്ള തങ്ങൾ ഇതിനുമുമ്പ് ഇത്തരത്തിലൊരു പ്രാവിനെ കണ്ടതായി ഓർക്കുന്നില്ലല്ലോയെന്നവ ആരോടെന്നില്ലാതെ പറഞ്ഞുകൊണ്ട് തലചുറ്റും വെട്ടിവെട്ടി ചലിപ്പിച്ചു.

തലയിലും പുറത്തുമുള്ള നീലനിറത്തിൽ സൂര്യവെട്ടം വീണപ്പോൾ വിരുന്നു വന്ന പ്രാവിന് ചുറ്റും ഒരു നീലപ്രകാശവലയം രൂപം കൊണ്ടു. നീലവെളിച്ചത്തിലത് കുളിച്ചു നിന്നു.

''ഇതൊരത്ഭുതപക്ഷിതന്നെ.'' കാട്ടുകോഴികൾ പറഞ്ഞു.

മരപ്പൊത്തിലിരുന്ന വയസ്സൻമൂങ്ങ കണ്ണു ചിമ്മി ചിമ്മി നോക്കി. പ്രാവിന്റെ ഒരേകദേശരൂപം മാത്രമേ അതിന് കിട്ടിയുള്ളൂ. മൂങ്ങ ഓർമ്മപ്പുസ്തകത്തിൽ മുങ്ങിത്തപ്പിക്കൊണ്ടിരുന്നു. വിശുദ്ധ തടാകത്തിൽനിന്ന് പക്ഷികളുടെ മുതുമുത്തച്ഛനായ മുങ്ങാംകോഴി കുത്തിമറിഞ്ഞ് ജലപ്പരപ്പിൽ വന്ന് അത്ഭുതത്തോടെ പ്രാവിനെ നോക്കിയിട്ടു മന്ത്രം പോലെ ഉരുവിട്ടു.

''സഞ്ചാരിപ്രാവ്...''

വാത്തക്കൂട്ടം അതേറ്റുപിടിച്ചു. ഒരാരവം പോലെ ആ ശബ്ദം ആ മലയടിവാരത്തിൽ പ്രതിധ്വനിച്ചു. ''സഞ്ചാരിപ്രാവ്...''

അമ്പലപ്രാവുകൾ തങ്ങളുടെ കണ്ണുകളെ വിശ്വസിക്കാനാവാതെ ചിമ്മിചിമ്മി കുറുകാൻ തുടങ്ങി. അരിപ്രാവും ഓമനപ്രാവും ആഹ്ലാദം കൊണ്ട് ഉച്ചത്തിൽ കുറുകി. ദേവദാരുവൃക്ഷക്കൊമ്പിൽനിന്ന് നിലത്തേക്ക് പറന്നിറങ്ങിയ സഞ്ചാരിപ്രാവിന്റെ അരുകിലേക്ക് മറ്റു പക്ഷികൾ പ്രാഞ്ചി പ്രാഞ്ചി ഒത്തുകൂടി. പക്ഷികളുടെ തിക്കും തിരക്കും കൂടിയപ്പോൾ ക്രൗഞ്ചപ്പക്ഷികൾ ഉച്ചത്തിൽ കരഞ്ഞ് അച്ചടക്കം പാലിക്കാൻ ആവശ്യപ്പെട്ടു. പാറയുടെ മുനമ്പിലേക്ക് സഞ്ചാരിപ്രാവൊന്നു മാറിയിരുന്നാൽ എല്ലാവർക്കും അതിനെ നന്നായി കാണാമെന്ന് അരയന്നം വിളിച്ചു പറഞ്ഞുകൊണ്ടിരുന്നു.

സഞ്ചാരിപ്രാവ് അരയന്നത്തിന്റെ അഭ്യർത്ഥന മാനിച്ച് കാട്ടുപാറയുടെ മുനമ്പിലേക്ക് മാറിയിരുന്നു. എന്നിട്ടും പക്ഷികൾ തമ്മിൽ തമ്മിൽ ഉന്തും തള്ളും നടത്തി. ചില പക്ഷികൾ കാൽതെറ്റി വീണു കരഞ്ഞു. മറിഞ്ഞുവീണ പക്ഷിയുടെ മുകളിലൂടെ മറ്റ് പക്ഷികൾ ചവുട്ടി കയറിയത് ഒച്ചപ്പാടിന് ഇടയാക്കി. ഇങ്ങനെ പോയാൽ ഉന്തിലും തള്ളിലും നിരവധി പക്ഷികൾക്ക് ജീവഹാനി സംഭവിക്കാം. കഴുകൻ ശാന്തരാകാൻ മരക്കൊമ്പിലിരുന്ന് ആഹ്വാനം ചെയ്യുന്നുണ്ടായിരുന്നു. മയിൽ മ്യാവോ മ്യാവോയെന്ന് ഉച്ചത്തിൽ കരഞ്ഞു പക്ഷികളെ നിയന്ത്രിക്കാൻ പാടുപെട്ടു.

മൈനകൾ സഞ്ചാരിപ്രാവിനെ തന്റെ ഉണ്ടക്കണ്ണുകൾകൊണ്ട് സാകൂതം നോക്കി.

''പ്രാവുകളിൽ ഏറ്റവും സുന്ദരൻ സഞ്ചാരിപ്രാവുകൾ തന്നെ.'' മൈനകൾ തമ്മിൽ തമ്മിൽ പറഞ്ഞു.

“കഴുത്തു വെട്ടിത്തിളങ്ങുന്നതു കണ്ടില്ലേ. തൂവലുകളൊക്കെ എന്തുമാത്രം മാർദ്ദവമുള്ളതാണന്നോ?”

“കൊള്ളാം. നീലച്ചിറകുകൾ പക്ഷിക്കൊരു ആഢ്യത്വം നൽകുന്നുണ്ട്.”

കിന്നരി മൈനയതു കേട്ടുകൊണ്ടു പറഞ്ഞു.

“നീലച്ചിറകിൽ കറുത്ത കുത്തുകൾ കാണുന്നുണ്ട്.”

“ശരിയാണ് ശരിയാണ്.” നാട്ടുമൈന അതു സമ്മതിച്ചു.

കഴുത്തിലും മാറിടത്തിലും ഇളം ചെമപ്പ് നിറം സഞ്ചാരിപ്രാവിന് നന്നായി ഇണങ്ങും. ആവശ്യത്തിനു പൊക്കവും നല്ല ബലിഷ്ഠമായ പേശികളും.”

കാട്ടുമൈന പറഞ്ഞതിനെ എല്ലാവരും ശരിവച്ചു.

“ഇങ്ങനെ തുറിച്ചു നോക്കാതെ. സഞ്ചാരിപ്രാവിന് കണ്ണുകിട്ടും.”

മൈനകളുടെ സൗന്ദര്യവർണ്ണന ശ്രദ്ധിച്ചുകൊണ്ട് മാലപ്രാവ് പറഞ്ഞു.

“മുമ്പിവിടെയാരോ സഞ്ചാരിപ്രാവിനെക്കുറിച്ചു വാചാലമായി സംസാരിച്ചുവല്ലോ?” മൂത്തമൂങ്ങ ആലോചനയിലാണ്ടു. “എന്തു ചെയ്യാം. എനിക്ക് നേരാവണ്ണമൊന്നു കാണാൻ കഴിയുന്നില്ലല്ലോ?” മൂങ്ങ ആത്മഗതം പോലെ പറഞ്ഞു.

“ഏതോ പ്രാവ് തന്നെയാണ് മുമ്പ് സഞ്ചാരിപ്രാവിനെക്കുറിച്ച് ഇവിടെ പറഞ്ഞത്. അവയെ മുഴുവൻ മനുഷ്യർ കൊന്നുകളഞ്ഞു വെന്നല്ലേ പറഞ്ഞത്? എന്നിട്ടിതെങ്ങനെ വന്നു?” ഒരു മൂങ്ങ ചോദിച്ചു.

“സഞ്ചാരിപ്രാവ്... സഞ്ചാരിപ്രാവെന്ന് പക്ഷിക്കൂട്ടം വിളിച്ചു പറഞ്ഞ് കേട്ട അറിവല്ലേ എനിക്കുള്ളൂ. നേരിൽ കാണാതെ ഞാനതെങ്ങനെ ഉറപ്പിക്കും” മൂത്തമൂങ്ങ പറഞ്ഞു. “എന്തായാലും ചെവിയോർക്കുക തന്നെ. അവ എന്താണ് പറയുന്നതെന്ന് കേൾക്കാമല്ലോ?”

മൂത്ത മൂങ്ങ ഇങ്ങനെ പറഞ്ഞതോടെ മൂങ്ങകൾ ചെവി വട്ടം പിടിച്ചു. അപ്രതീക്ഷിതമായെത്തിയ അതിഥിയെ കണ്ട് പക്ഷികളൊക്കെ അന്ധാളിച്ചു നിൽപ്പാണ്. അതു മനസ്സിലാക്കിയിട്ടാവാം. സഞ്ചാരിപ്രാവ് കൊക്കു തുറന്നു. മറ്റ് പക്ഷികൾ കൊക്കുപൂട്ടി കാതോർത്തു.

“നിങ്ങളെന്നെ തിരിച്ചറിഞ്ഞുവെന്നത് എന്നെ അത്ഭുതപ്പെടുത്തുന്നു. നൂറ്റാണ്ടുകൾക്കു മുമ്പ് ഭൂമുഖത്തുനിന്ന് അപ്രത്യക്ഷമായ സഞ്ചാരിപ്രാവിന്റെ പ്രതിനിധിയാണ് ഞാൻ. ഈ വിശുദ്ധ പർവ്വതത്തിൽ എത്തപ്പെട്ടതുകൊണ്ടു മാത്രം ആയുസ്സ് അറ്റുപോകാതെ ഞാൻ ജീവിച്ചിരിക്കുന്നു.”

സഞ്ചാരിപ്രാവ് ഇങ്ങനെ പറഞ്ഞിട്ട് ചുറ്റുപാടുമൊന്നു നോക്കി. ഒരുതരിമണ്ണ് വീണാൽ പോലും കേൾക്കുന്ന നിശ്ശബ്ദതയെ ഭഞ്ജിച്ചു കൊണ്ട് കാട്ടുകോഴി ഒന്നു കൊക്കരിച്ചു. എല്ലാ പക്ഷികളുടെയും ശ്രദ്ധ തന്നിലേക്ക് ആകർഷിച്ചു. അങ്കവാലുകുലുക്കി ചുറുചുറുക്കോടെ അത് ചോദിച്ചു.

''പറഞ്ഞതു മുഴുവൻ എനിക്ക് മനസ്സിലായിട്ടില്ല. ആയുസ്സ് അറ്റുപോകാതെ എങ്ങനെ കഴിഞ്ഞുവെന്നാണ് പറയുന്നത്?'' എല്ലാ പക്ഷികളുടെയും മനസ്സിലും ഇതേ ചോദ്യം ഉയർന്നിരുന്നു. എന്നാൽ കാട്ടുകോഴിയിലൂടെയേ അത് പുറത്തുവന്നുവെന്നുള്ളൂ.

സഞ്ചാരിപ്രാവ് പറഞ്ഞു. ''നിങ്ങൾ വിശ്വസിക്കുമോയെന്നനിക്കറിയില്ല. പക്ഷികളുടെ ബുദ്ധിക്കു വഴങ്ങാത്ത ഒരുപാട് രഹസ്യങ്ങളുടെ കലവറയാണിവിടം. ഈ വിശുദ്ധ തടാകക്കരയിൽ മാത്രമേ സാധാരണ പക്ഷികൾക്ക് പ്രവേശനമുള്ളൂ. ഇതിനുമുകളിൽ തട്ടുതട്ടുകളായി പർവ്വതനിരകളാണ്. ഏഴ് പർവ്വതങ്ങൾക്ക് അപ്പുറത്ത് നിന്നാണ് എന്റെ വരവ്. അതിനും മുകളിലേക്ക് മുകളിലേക്ക് പർവ്വതനിരകളുണ്ട്. ഏഴ് പർവ്വതനിരകൾക്ക് അപ്പുറത്തുള്ള നിഗൂഢമായ വനസ്ഥലിയിൽ എത്തപ്പെട്ട പക്ഷികൾക്കൊന്നും വയസ്സാവുകയില്ല. കാലമുള്ളിടത്തോളം ഒരേ പ്രായത്തിൽ അവിടെ കഴിയാം. എന്നാൽ അവിടെയെത്തപ്പെടുകയെന്നത് അത്ര എളുപ്പമുള്ള കാര്യമല്ല. പ്രപഞ്ചസ്രഷ്ടാവ് കനിയണം.''

അസ്ഡാളിപ്പോടെ രാജഹംസം ചോദിച്ചു. ''ഞങ്ങൾക്കു ഈ മലനിരകളിലൊക്കെ ചുറ്റി പറന്നിട്ടുള്ളവരാണ് ഞങ്ങൾക്കൊരിക്കലും അങ്ങനെയൊരു ദേശം കാണാനായിട്ടില്ലല്ലോ.''

അരയന്നങ്ങളും അതുകേട്ട് അപ്പറഞ്ഞത് ശരിയാണെന്ന തരത്തിൽ ഒരു ശബ്ദം പുറപ്പെടുവിച്ചു.

സഞ്ചാരിപ്രാവ് ശാന്തമായി പറഞ്ഞു. ''നിങ്ങൾ ദൃശ്യപ്രപഞ്ചത്തിൽ മാത്രം അഭിരമിക്കുന്നവരാണ്. ദൃശ്യപ്രപഞ്ചത്തിനും അപ്പുറത്ത് സൂക്ഷ്മഭാവത്തിൽ മഹാപ്രപഞ്ചങ്ങൾ നിലനിൽക്കുന്നുണ്ട്. വിശുദ്ധ തടാകത്തിൽ എത്തപ്പെടണമെന്ന് മാത്രമേ ഞാൻ മോഹിച്ചിരുന്നുള്ളൂ. എന്നാൽ ഞാനിവിടെ എത്തുമ്പോൾ വരവേൽക്കാനായി ഒരു വയസ്സൻ കാക്ക ഇവിടെ കാത്തിരിപ്പുണ്ടായിരുന്നു. ഭൂമിയുടെ ഉല്പത്തി മുതൽ ജീവിച്ചിരിക്കുന്ന കാക്കയാണത്. ത്രികാലജ്ഞാനിയായ കാക്കമുതുമുത്തച്ഛൻ, സഞ്ചാരിപ്രാവുകളുടെ കൂട്ടത്തിലെ അവസാനപക്ഷികളിലൊന്നാണ് നീയെന്നും നിന്റെ സ്ഥാനം ഇവിടെയല്ലെന്നും പറഞ്ഞ് എന്നെ കൂട്ടിക്കൊണ്ടു പോകുകയായിരുന്നു. ഏഴ് പർവ്വത നിരകൾക്കപ്പുറത്തെ സുന്ദരസുരഭിലമായ ഒരു ദേശത്തെ

അഗാധമായൊരു ഗുഹാകവാടത്തിനരുകിലെത്തിച്ചിട്ട് ആ കാക്ക എവിടെക്കോ മറഞ്ഞു. എന്റെ ഇരിപ്പിടം ഇനി അവിടെയാണെന്ന് എനിക്കു ബോധ്യമായി ഞാനവിടെ ഇരിക്കാൻ തുടങ്ങിയിട്ട് എത്രയോ കാലമായിരിക്കുന്നു.

സഞ്ചാരിപ്രാവിന്റെ വാക്കുകൾ കേട്ട് പക്ഷികൾ ഒന്നടങ്കം നെടുവീർപ്പിട്ടു.

''മനുഷ്യരുടെ ക്രൂരതകൾക്കെതിരെ പക്ഷികൾ സംഘടിക്കുന്നതൊക്കെ ഞാനറിയുന്നുണ്ടായിരുന്നു.'' സഞ്ചാരിപ്രാവ് വീണ്ടും പറഞ്ഞു.

''അതെങ്ങനെ. ആരാണതൊക്കെ അവിടെ പറഞ്ഞു തരാൻ?''

ആകാംക്ഷയോടെ നീലതത്തകൾ ചോദിച്ചു.

''വാക്കുകൾകൊണ്ടു മാത്രം കാര്യങ്ങൾ പറഞ്ഞുതരുന്ന രീതികളൊക്കെ താഴ്വാരത്തെ നിയമങ്ങളാണ്. നമ്മൾ ഭൂമിയിൽ കണ്ടുപരിചയിച്ച നിയമങ്ങളൊന്നുമല്ല വിശുദ്ധപർവ്വതത്തിലുള്ളത്. ഇവിടെ വാക്കുകൾക്ക് പ്രസക്തിയില്ല. മനസ്സ് മനസ്സിനോട് കഥ പറഞ്ഞുകൊള്ളും. നിങ്ങളുടെ മനസ്സിലുള്ളതൊക്കെ എനിക്ക് മനസ്സിലാക്കാനും ആകും. ഈ മഹാപർവ്വതനിരകളുടെ ഓരോ തട്ടിലും ഓരോ നിയമങ്ങളാണ് നിലനിൽക്കുന്നത്. ഒരോ സാഹചര്യങ്ങൾക്ക് അനുസൃതമായാണ് പ്രകൃതി ചലിക്കുന്നത്. ജലപ്രവാഹം മുകളിൽ നിന്ന് താഴേക്ക് എന്നത് ഭൂമിയിലെ മാത്രം നിയമമാണ്. ജലപ്രവാഹം താഴേന്ന് മുകളിലേക്കും ഇവിടെ സംഭവിക്കും. ഇങ്ങനെ ആലോചിച്ചാൽ നമ്മുടെ ചിന്തകൾക്കൊക്കെ അപ്പുറമാണ് കാര്യങ്ങൾ നടക്കുന്നത്. എന്റെ സ്ഥാനം ഏഴ് പർവ്വതനിരകൾക്കപ്പുറം മാത്രമാണെന്ന് ഞാൻ പറഞ്ഞുവല്ലോ. അതിനും അപ്പുറം എത്രയോ പർവ്വതനിരകൾ നിലനിൽക്കുന്നു. അതെല്ലാം കാണാനുള്ള വെളിച്ചം നമ്മുടെയൊക്കെ ഉള്ളിലേക്ക് അടിക്കേണ്ടതായിട്ടുണ്ട്.

''അത്ഭുതമായിരിക്കുന്നു. അത്ഭുതമായിരിക്കുന്നു'' നീലതത്തകൾ വിറളി പിടിച്ചുകൊണ്ടു പറഞ്ഞു.

''സഞ്ചാരിപ്രാവിനെക്കുറിച്ച് പഴമക്കാർ പറഞ്ഞറിവേ ഞങ്ങൾക്കുള്ളൂ. യഥാർത്ഥത്തിൽ എന്താണ് സംഭവിച്ചതെന്ന് ഞങ്ങളോട് പറയൂ. മനുഷ്യരുടെ ക്രൂരതകൾ എല്ലാ പക്ഷികളും അറിയട്ടെ.'' ക്രൗഞ്ചപ്പക്ഷികൾ വലിയവായിൽ പറഞ്ഞു. കഥ കേൾക്കാനുള്ള ആകാംക്ഷയോടെ പക്ഷികൾ സഞ്ചാരിപ്രാവിന് ചുറ്റും തിക്കിതിരക്കിയിരുന്നു.

മൂളൻകുരുവി

ആകാശത്ത് ഒരിരമ്പൽ കേൾക്കാൻ തുടങ്ങി. തേനീച്ച കൂട്ടംപോലെ ഒരുകൂട്ടം ചെറുജീവികൾ വിശുദ്ധതടാകക്കരയിലൂടെ കുത്തിയൊഴുകാൻ തുടങ്ങി. അന്തരീക്ഷത്തിൽ പുകച്ചുരുൾ വ്യാപിക്കുന്നതുപോലെ കുറെ നേരത്തേക്ക് ആ ഇരമ്പലും ഒഴുക്കും തുടർന്നു.

''എന്താണത്?''

ആകാംക്ഷയോടെ പക്ഷികൾ തമ്മിൽ തമ്മിൽ തിരക്കി.

''തേനീച്ചക്കൂട്ടമാണല്ലോ.'' ക്രൗഞ്ചപ്പക്ഷി തൊള്ള തുറന്നു.

''ചെറുപക്ഷികളാണ്. പ്രഭാതത്തിൽ പൂമ്പൊടിയും പൂന്തേനും നുകരാനായി പോകുന്നവയാണ്.'' സഞ്ചാരിപ്രാവ് പറഞ്ഞു.

''വിശ്വസിക്കാനാവുന്നില്ല. തേനീച്ചകളെപ്പോലെയുള്ള പക്ഷികളോ?'' രാജഹംസം തന്റെ തുമ്പിക്കൈ ചുണ്ടുകൾ വിടർത്തി ചോദിച്ചു.

തേനീച്ചകളെപ്പോലെതന്നെ ചെറിയ പക്ഷികളാണത്. ഒരുപക്ഷേ ഇവ വിശുദ്ധ തടാകക്കരയിൽ കാണുന്ന പക്ഷികളിൽ ഏറ്റവും ചെറുതാണ്. ഇതിലും സൂക്ഷ്മരൂപികളായ പക്ഷികൾ മുകൾത്തട്ടുകളിൽ ഞാൻ കണ്ടിട്ടുണ്ട്.'' സഞ്ചരിപ്രാവ് പറഞ്ഞു.

''മൂളൻകുരുവി എവിടെ?'' ക്രൗഞ്ചപ്പക്ഷി വിളിച്ചു ചോദിച്ചു.

ഒരു ചെറുപക്ഷി വാനിലുയർന്ന് അന്തരീക്ഷത്തിൽ ചിറകടിച്ചു നിന്നു. പിന്നെ പുറകോട്ടും മുന്നോട്ടും പറന്നുകൊണ്ടു പറഞ്ഞു.

''ഞാനിവിടെയുണ്ട്.''

''ദേ, ഇതാണ് ഭൂമിയിലെ ഏറ്റവും ചെറിയ പക്ഷി.''

തന്റെ പറക്കൽവിരുത് മറ്റു പക്ഷികളെ ബോധ്യപ്പെടുത്താനായി മൂളൻകുരുവി ഇടത്തോട്ടും വലത്തോട്ടും മുന്നോട്ടും പുറകോട്ടും ഒരുപോലെ പറക്കാൻ തുടങ്ങി.

''ബീ ഹമ്മിംഗ് ബേർഡ്.'' രാജഹംസം പിറുപിറുത്തു.

''മനുഷ്യർക്കും തിരിച്ചടികൾ വരുകയാണ്.'' സഞ്ചാരിപ്രാവുകൾ ഒരു പ്രവചനസ്വഭാവത്തോടെ ഏതാണ്ട് നിശ്ചയിച്ചുറച്ചപോലെ പറഞ്ഞു.

''ഞങ്ങൾക്ക് സംഭവിച്ചത് മനുഷ്യർക്കും സംഭവിക്കാം. പെരുകുന്ന ജീവികൾ വേഗം നശിക്കും. ഞങ്ങളെ മനുഷ്യരാണ് നശിപ്പിച്ചതെങ്കിൽ മനുഷ്യരെ മനുഷ്യർതന്നെ നശിപ്പിക്കും. അല്ലെങ്കിൽ മനുഷ്യരുടെ പ്രവർത്തികൾമൂലം പ്രകൃതി മനുഷ്യകുലത്തെ തുടച്ചുനീക്കും.'' സഞ്ചാരിപ്രാവ് പറഞ്ഞു.

പക്ഷിക്കൂട്ടം ആലോചനയിലാണ്ടു. അത് ശ്രദ്ധിച്ചുകൊണ്ട് സഞ്ചാരിപ്രാവ് പറഞ്ഞു. ''മനുഷ്യർക്കെതിരെ പക്ഷികൾ ഇവിടെ കൂടിയാലോചനകൾ നടത്തേണ്ടയാവശ്യം വരുന്നില്ല. മനുഷ്യർതന്നെ മനുഷ്യർക്കെതിരെ തിരിഞ്ഞു കൊള്ളും. അവർ പ്രകൃതിയോട് ചെയ്ത ക്രൂരതയുടെ തിക്തഫലങ്ങൾ അവരെ തന്നെ തേടിയെത്തിക്കൊള്ളും. ഏതു പ്രവർത്തിക്കും തുല്യയളവിൽ പ്രതിപ്രവർത്തനമുണ്ട്.''

വീണ്ടും സഞ്ചാരിപ്രാവ് കനപ്പിച്ച ശബ്ദത്തിൽ പറഞ്ഞു.

''ഭൂമിയെയൊന്നാകെ നശിപ്പിക്കാനുള്ളത്ര ജലം അന്തരീക്ഷത്തിൽ തങ്ങിനിൽപ്പുണ്ട്. അതെപ്പോഴാണ് കെട്ടുപൊട്ടി വീഴുന്നതെന്നേ നോക്കേണ്ടതുള്ളൂ. പക്ഷികൾ ഭൂമിയുടെ രക്ഷയ്ക്ക് വേണ്ടിയാണ് പ്രാർത്ഥിക്കേണ്ടത്. സർവ്വചരാചരങ്ങളുടെയും രക്ഷയ്ക്ക് വേണ്ടി പ്രാർത്ഥിപ്പിൻ.'' സഞ്ചാരിപ്രാവ് ഉപദേശരൂപേണ പറഞ്ഞു.

''സഞ്ചാരിപ്രാവിന്റെ ജീവിതരഹസ്യങ്ങളൊക്കെ ഞങ്ങൾക്ക് അജ്ഞാതമാണ്. എണ്ണിയാലൊടുങ്ങാത്ത ഈ സഞ്ചാരിപ്രാവിൻ കൂട്ടം എങ്ങനെയാണ് ജീവിച്ചത്. ഇവയ്ക്കെല്ലാം ആഹാരം എവിടുന്നു കിട്ടി. എവിടെ ഒരുമിച്ച് കൂടൊരുക്കി. ഇങ്ങനെ ഒരുപാടു ചോദ്യങ്ങൾ ഞങ്ങളെ അലട്ടുന്നുണ്ട്.'' ഒരു ബലിക്കാക്ക ഉച്ചത്തിൽ ചോദിച്ചു.

''തിരിഞ്ഞു നോക്കുമ്പോൾ എനിക്കത്ഭുതം തോന്നുന്നു.'' സഞ്ചാരിപ്രാവ് ഒരു കഥ പറയാനുള്ള തയ്യാറെടുപ്പോടെ തന്നെ വളഞ്ഞിരിക്കുന്ന പക്ഷിക്കൂട്ടത്തിനിടയിലേക്ക് ചേർന്നുനിന്നു.

''ഞാനിപ്പോഴും നന്നായി ഓർക്കുന്നുണ്ട്. ഒരു വസന്തകാലത്താണ് ഒരു കാട്ടുപ്രദേശത്ത് ഞങ്ങൾ കൂട്ടമായി എത്തി കൂടൊരുക്കിയത്. അത് അത്ര വലിയൊരു കൂട്ടമൊന്നുമായിരുന്നില്ല. എന്നാൽ പഴമക്കാർ പറഞ്ഞറിഞ്ഞത് സഞ്ചാരിപ്രാവുകളുടെ വലിയ കൂട്ടം മുമ്പവിടെ കൂടൊരുക്കിയിരുന്നുവെന്നാണ്. നമുക്ക് സങ്കല്പിക്കാനും കഴിയുന്നതിലധികം പക്ഷികളും കൂടുകൾക്കും അവിടെയുണ്ടായിരുന്നു. സഞ്ചാരിപ്രാവുകളുടെ നല്ലകാലത്തെ കഥയാണിത്. കണ്ണെത്താ

ദൂരത്ത് നിരനിരയായി നിൽക്കുന്ന ഓക്കുമരങ്ങളിലും ബീച്ച് നട്ട്, ചെസ്നട്ട് മരങ്ങളിലും നിറയെ പക്ഷിക്കൂടുകളായിരുന്നുവത്രേ. മാപ്പിൾ മരങ്ങളിലും ബ്യൂബെറിയിലും ഹക്ൾബറിയിലും പക്ഷികൾ കൂടൊരുക്കാറുണ്ട്. വസന്തകാലത്ത് അവയൊക്കെ പൂവിടും. പൂവിനു ചുറ്റും കോടിക്കണക്കിനു ശലഭങ്ങൾ വരും. മരങ്ങൾ നിറയെ പഴങ്ങളും കായ്കളും കുലച്ചു നിൽക്കും. അതുകൊണ്ട് എണ്ണിയാലൊടുങ്ങാത്ത സഞ്ചാരിപ്രാവുകൾക്ക് തീറ്റയെക്കുറിച്ചും ഒട്ടും ആവലാതിപ്പെടേണ്ടതായി വരാറേയില്ലായിരുന്നു. ഒക്കെ ഉടയതമ്പുരാൻ കണക്കുകൂട്ടി നിശ്ചയിച്ചുവച്ചിരിക്കുന്നു. ഓരോ ധാന്യമണിയിലും അതിന്റെ അവകാശിയുടെ പേര് കൊത്തിവച്ചിരിക്കുന്നു. ഞാൻ കൂടൊരുക്കിയ കാലം സഞ്ചാരിപ്രാവുകൾക്ക് അത്രകണ്ട് നല്ലതായിരുന്നില്ല. ഭൂമി നിറഞ്ഞു നിന്ന മരങ്ങളിൽ വലിയൊരു ശതമാനവും മനുഷ്യർ അപ്പോഴേക്കും തരിശാക്കിയിരുന്നു.''

സഞ്ചാരിപ്രാവ് കുറച്ചുനേരം മൗനമായിരുന്നു. എന്നിട്ട് എന്തോ ഓർത്തെടുത്ത പോലെ പറഞ്ഞു.

''അതും ഉടയതമ്പുരാന്റെ വിധിയാവാം. ഏതാനും മരങ്ങളിൽ കൂടൊരുക്കാനുള്ളത്ര പക്ഷികളേ ഞങ്ങൾ അവശേഷിച്ചിരുന്നുള്ളൂ. എങ്കിലും ഞങ്ങളുടെ കൂടൊരുക്കൽ പാരമ്പര്യത്തിൽ ഒരു മാറ്റവും ഞങ്ങൾ വരുത്തിയില്ല. എല്ലാ പക്ഷികളും ഒരേ ദിവസം തന്നെ ഞങ്ങളുടെ കൂട്ടിൽ ഓരോ മുട്ടയിടും. ഒരു പക്ഷിയും ഒന്നിലധികം മുട്ടയിടാറില്ല. ഒരേ ദിവസം തന്നെ മുട്ട വിരിഞ്ഞ് കുഞ്ഞ് പുറത്തു വരും. വളർച്ച പൂർത്തിയാവാൻ രണ്ടാഴ്ചക്കാലം വേണം. മുട്ട വിരിയാനും അതേ കാലയളവ് തന്നെ. ഇറച്ചിക്കുഞ്ഞുങ്ങൾക്ക് വേഗം തൂവൽ കിളിച്ചു കഴിഞ്ഞാൽ അവയുടെ മാതാപിതാക്കളായ പക്ഷികളൊക്കെ ഒത്തുകൂടി പ്രപഞ്ചനാഥനെ പ്രകീർത്തിച്ച് ഉച്ചത്തിൽ പാട്ടുപാടും. യാത്ര പുറപ്പെട്ടുന്നതിനു മുമ്പ് ഇങ്ങനെ സംഘഗാനം മുഴക്കുന്നത് ഞങ്ങളുടെ ശീലമാണ്. എന്നിട്ട് കൂട്ടിൽ മടങ്ങിയെത്തി കുഞ്ഞിനെ മാറോട് ചേർത്ത് ലാളിക്കും. അച്ഛനും അമ്മയും മാറി മാറി ലാളിക്കും. ഇനിയൊരിക്കലും ഇങ്ങനെ ഒരു ലാളനയും ഉണ്ടാവില്ല. ഉള്ളിലെ മുലഞെട്ടിൽനിന്ന് അവസാനത്തെ ഇറ്റ് പാലും ഊറ്റി കുടിക്കാൻ കുഞ്ഞിനെ അനുവദിക്കും. നേരം പുലരുന്നതുവരെ കുഞ്ഞിന് കഥ പറഞ്ഞു കൊടുക്കും.''

''എന്തു കഥയാണ് പറഞ്ഞു കൊടുക്കുക?'' കാട്ടുമൈനകൾ ചോദിച്ചു.

''കഥയെന്നു പറഞ്ഞാൽ പറക്കാനുള്ള സൂത്രവിദ്യകളാണ് പറഞ്ഞു കൊടുക്കുന്നത്. തടിച്ചു കൊഴുത്തിരിക്കുന്ന കുഞ്ഞുങ്ങൾ

മെലിയണമെന്നും അച്ഛനമ്മമാരുടെ സംരക്ഷണ ഇനി ലഭിക്കില്ലെന്നും തനിയെ പറക്കാനും പൊരുതി ജീവിക്കാനും പഠിക്കണമെന്നുമൊക്കെ യുള്ള പാഠങ്ങളാണ്. കുറച്ചു സംഗീതവും പഠിപ്പിക്കും. എപ്പോഴും യാത്ര ചെയ്യേണ്ടവരായതിനാൽ മുഷിയുമ്പോൾ പാടാനുള്ള പാട്ടു കളാവും പഠിപ്പിക്കുക. കൂട്ടമായി പറന്നുയരുമ്പോഴും പറന്നിറങ്ങു മ്പോഴും ഞങ്ങൾ പതിവായി പാടാറുണ്ട്. വിശ്രമവേളകളിൽ പാടും. പിന്നെ പാട്ടുമുറുകി ഒരു ഘട്ടമെത്തുമ്പോൾ എല്ലാവരും ഒരുമിച്ച് ചിറക് അടിച്ച് പറന്നുയരും. പറന്നിറങ്ങാനും സംഘഗാനം മുഴക്കും.''

''എന്നിട്ട്, എന്നിട്ട്?'' പുള്ളുകൾ ആകാംക്ഷയോടെ ചോദിച്ചു.

സഞ്ചാരിപ്രാവുകൾക്ക് പാരമ്പര്യമായി ലഭിച്ചിട്ടുള്ള അറിവു കളൊക്കെ ഞങ്ങൾ ചുരുങ്ങിയ ദിവസംകൊണ്ടവയെ പഠിപ്പിച്ചിരിക്കും. യഥാർത്ഥത്തിൽ ഞങ്ങൾ പഠിപ്പിക്കുകയല്ല ചെയ്യുന്നത്. അവയുടെ ഉള്ളിൽതന്നെയുള്ള ജ്ഞാനത്തെ ഉദ്ദീപിക്കുക മാത്രമാണ് ചെയ്യു ന്നത്. ജ്ഞാനം ഗുരുമുഖത്തുനിന്നു പഠിക്കുന്നത് നാലിൽ ഒരു ഭാഗമേ വരുകയുള്ളൂ. ചുറ്റുപാടുകളിൽനിന്ന് പഠിക്കുന്നതും അത്ര തന്നെവരും. സ്വന്തം ബുദ്ധികൊണ്ടും യുക്തികൊണ്ടും അനുഭവ ങ്ങളിലൂടെയും അറിവ് ആർജ്ജിക്കണം. പ്രായം വർദ്ധിക്കുതോറും ഈ അറിവും വർദ്ധിച്ചുകൊണ്ടേയിരിക്കും. കുഞ്ഞുങ്ങൾക്ക് താങ്ങും തണലും നൽകിയവയെ ശേഷിയില്ലാതാക്കരുത്. കഠിന ജീവിത യഥാർത്ഥ്യങ്ങളറിഞ്ഞ് തന്നെ അവ വളരണം. കരുത്തുള്ളതേ അതി ജീവിക്കൂ. അമിതലാളന കുഞ്ഞുങ്ങളെ വഷളാക്കും. അവയുടെ സ്വാശ്രയശീലം നശിപ്പിക്കും.

ഞങ്ങൾ അങ്ങനെയാണ് ഞങ്ങളുടെ കുഞ്ഞുങ്ങളെ വളർത്തുക. കുഞ്ഞുങ്ങൾ പ്രായപൂർത്തിയായിക്കഴിഞ്ഞാൽ ഞങ്ങൾ അവയെ വേദനയോടെ ഉപേക്ഷിക്കുക തന്നെ ചെയ്യും. കുഞ്ഞുങ്ങളോട് സ്നേഹമില്ലാഞ്ഞിട്ടല്ല ഇത് ചെയ്യുന്നത്. സ്നേഹക്കൂടുതലുള്ളതു കൊണ്ടാണ്. കൂടൊരുക്കൽ കേന്ദ്രത്തിൽനിന്ന് സഞ്ചാരിപ്രാവുകൾ കുഞ്ഞുങ്ങളെ ഉപേക്ഷിച്ച് കൂട്ടമായി പറന്നുപോകും. അതോടെ കുഞ്ഞുങ്ങൾ അനാഥരാകും.''

എന്നിട്ട് സഞ്ചാരിപ്രാവ് ഏതോ ഓർമ്മയിലാണ്ടു. ഒരു സംശയം ചോദിക്കാനായി ബലിക്കാക്ക വാതുറക്കാൻ ഭാവിച്ചപ്പോൾ മറ്റൊരു കാക്ക അതിനെ തടഞ്ഞു.

''സഞ്ചാരിപ്രാവ് ഓർമ്മകളെ വലിച്ചെടുക്കട്ടെ. അതിനെ ചോദ്യം ചോദിച്ച് വഴിതിരിച്ചു വിടാതെ.''

അതോടെ ബലിക്കാക്ക തുറന്ന കൊക്ക് പൂട്ടിയിരിപ്പായി.

''എന്നെ ഉപേക്ഷിച്ച് എന്റെ അച്ഛനമ്മാർ പോയപ്പോൾ ഞാൻ കരുതിയത് അവ പതിവുപോലെ എനിക്ക് തീറ്റയ്ക്കായി പോയതെന്നാണ്. എന്നെപ്പോലെ ആയിരക്കണക്കിന് പക്ഷികൾ മാതാപിതാക്കളിൽ പ്രതീക്ഷയർപ്പിച്ച് കാത്തിരിപ്പുണ്ടായിരുന്നു. എന്നാൽ ഒരു തള്ളക്കിളിയും തീറ്റയുമായി മടങ്ങിവന്നില്ല. അച്ഛൻകിളിയും വന്നില്ല. മുലഞെട്ടിൽ നിന്ന് പാലൂറ്റി കുടിച്ച് കഴിയുമ്പോൾ ചവച്ചരച്ച തീറ്റ ഒരു ഉരുള വായിലേക്ക് അമ്മക്കിളി തിരുകിത്തരുമായിരുന്നു. എന്തു സ്വാദായിരുന്നു ആ തീറ്റയ്ക്ക്. അമ്മ തരുന്ന തീറ്റയുടെ സ്വാദ് കഴിഞ്ഞേ ഭൂമിയിൽ മറ്റേതൊരു തീറ്റയ്ക്കുമുള്ളൂ.

അമ്മക്കിളി ഇപ്പോ വരും... ഇപ്പോ വരുമെന്ന് ഞങ്ങൾ കാത്തിരുന്നു. നേരം ഇരുട്ടി വെളുത്തിട്ടും ഒരമ്മക്കിളിയും വന്നില്ല. ഒരച്ഛൻ കിളിയും വന്നില്ല. അപ്പോഴേക്കും വിശപ്പ് സഹിക്കവയ്യാതായിരുന്നു. ഭക്ഷണം എവിടെ കിട്ടുമെന്നോ എന്തു തിന്നുമെന്നോ ഒന്നും ഒരു വിവരവും ഞാനുൾപ്പെടെ ഒരു പക്ഷിക്കുഞ്ഞിനും അറിവുണ്ടായിരുന്നില്ല. അമ്മക്കിളിയെന്തൊക്കെയോ പറഞ്ഞുതന്നിരിക്കുന്നു. എന്നാൽ അതൊന്നും കാര്യമായി ഞാൻ ശ്രദ്ധിച്ചിരുന്നില്ല. എന്നും അമ്മക്കിളി അടുത്തുണ്ടാകുമെന്നായിരുന്നു എന്റെ വിചാരം.

എന്നാൽ എല്ലാ പ്രതീക്ഷയും ഒരു ദിവസം കൊണ്ടസ്തമിച്ചു. ഞാൻ ആവുന്ന ഉച്ചത്തിൽ കരഞ്ഞു വിളിച്ചു. വിശപ്പ് സഹിക്കാതെ ഒച്ചവയ്ക്കാൻ പോലും ശേഷിയില്ലാതായി. മറ്റ് കുഞ്ഞുങ്ങളുടെയും സ്ഥിതി ഇതുതന്നെയായിരുന്നു. ഒടുക്കം ഞങ്ങൾ വിശന്നു മെലിയാൻ തുടങ്ങി. ഇനി കാത്തിരുന്നിട്ട് രക്ഷയില്ലെന്ന് ബോധ്യമായി. കൂട്ടിൽനിന്ന് പക്ഷികൾ ഒരോന്നായി നിലത്തേക്ക് ചാടി. പക്ഷിക്കുഞ്ഞുങ്ങളൊക്കെ വിശപ്പുകൊണ്ട് മരിക്കുമെന്ന സ്ഥിതിയിലായി കഴിഞ്ഞിരുന്നു. കണ്ണിൽ കണ്ടതൊക്കെ കൊത്തി വലിച്ചു തിന്നു. ഭാഗ്യത്തിന് നിലത്താകെ ധാരാളം കായ്കളും പഴങ്ങളും ഞങ്ങളെ കാത്തു കിടപ്പുണ്ടായിരുന്നു. എങ്കിലും എല്ലാവർക്കും എന്നും തിന്നാനുള്ളതില്ലായിരുന്നു.

കായ്കനികൾ തീർന്നുതുടങ്ങി. ആവശ്യത്തിന് വിശപ്പ് മാറാതെയായി. ഞാൻ മെലിഞ്ഞു. മറ്റ് പക്ഷികളും മെലിഞ്ഞു. ഇനി പറന്ന് തീറ്റയുള്ളയിടം കണ്ടെത്തിയില്ലെങ്കിൽ മരണം സുനിശ്ചിതം. അല്ലെങ്കിൽ അവിടെ കിടന്ന് മരിക്കുകയേ നിവൃത്തിയുള്ളൂ. മരിക്കാൻ ഒരു ജീവിയും ആഗ്രഹിക്കാറില്ല. എല്ലാ വാതിലുകളും അടയുമ്പോഴാണ് ഒരു ജീവി മരണം കൊതിക്കുന്നത്. എന്നാൽ ഞങ്ങളുടെ മുമ്പിൽ ഭൂമി പരന്നുകിടക്കുകയാണ്. ആകാശം മാടിവിളിക്കുകയാണ്. അമ്മ പഠിപ്പിച്ചുതന്ന സഞ്ചാരപ്പാട്ട് മനസ്സിലേക്കു തിളച്ചുവന്നു. ഞാൻ പോലും

അറിയാതെ ഞാനതുറക്കെ പാടി. മറ്റു പ്രാവുകൾ അതേറ്റു പാടി. അവിടൊരു സംഘഗാനം തുടികൊട്ടിയാർത്തു. ഏതോ ഒരത്ഭുത ശക്തി ഞങ്ങളിലേക്കാവേശിച്ചു. പക്ഷിക്കുഞ്ഞുങ്ങൾ ചിറക് കുടഞ്ഞത് ഒരു തരംഗമായി മാറി. ഞങ്ങളുടെ ശരീരം പതുക്കെ വാനിലേക്കു ഉയർന്നുപൊങ്ങി. അത്ഭുതം ഞങ്ങൾ വാനിലേക്ക് ഉയർന്ന് ഉയർന്നു പൊങ്ങി. അതോടെ എല്ലാ സംശയങ്ങളും ഹൃദയത്തിൽ നിന്ന് ഒഴിഞ്ഞു പോയി. ഒരിരമ്പലോടെ ഞങ്ങൾ കൂട്ടമായി പറന്നുയർന്നു. സഞ്ചാരിപ്രാവുകളുടെ ഒരു കൂട്ടംകൂടി ആകാശത്തെ കുളിരണിയിച്ചുകൊണ്ട് പറന്നുയർന്നു.''

സഞ്ചാരിപ്രാവ് പറഞ്ഞു നിർത്തിയിട്ട് പക്ഷികളുടെ മുഖത്തേക്ക് നോക്കി. അവയൊക്കെ ശ്വാസം പിടിച്ചിരുന്നു കഥ കേൾക്കുകയാണ്.

''സത്യം ഇപ്പോഴും എനിക്കറിയില്ല. ആരാണ് ഹൃദയത്തിലിരുന്ന് ഉറക്കെ പാടിയതെന്ന്. ആരാണ് എന്റെ ചിറകുകൾ പിടിച്ചു കുലുക്കി കുലുക്കി വാനിലേക്കെടുത്ത് എറിഞ്ഞതെന്ന്. വാനിൽ ഉയർന്ന് പറക്കാൻ ആരാണെന്നെ പഠിപ്പിച്ചതെന്ന്. എങ്ങോട്ടാണ് പോകേണ്ടതെന്നും. എവിടെ വരെ പോകണമെന്നും ആരാണെനിക്ക് പറഞ്ഞുതന്നതെന്ന് ഇന്നും എനിക്കറിയില്ല. ഞങ്ങൾ ഓരോരുത്തരുടെയും കഥ ഇങ്ങനെ തന്നെയായിരുന്നു. ഞങ്ങൾ ആയിരക്കണക്കിന് മൈലുകൾ തെക്കോട്ടു സഞ്ചരിച്ചു. അവിടെ ഭൂമിയിൽ ഞങ്ങൾക്കായി കായ്കളും പഴങ്ങളും നിറഞ്ഞൊരു കാട് കാത്തിരിപ്പുണ്ടായിരുന്നു. അങ്ങനെയൊരു തീറ്റപ്പുരയവിടെയുണ്ടെന്ന് എങ്ങനെയാണ് ഞങ്ങൾ മനസ്സിലാക്കിയതെന്നത് അത്ഭുതകരമെന്നേ പറയാനാവൂ. ഇങ്ങനെ നമുക്ക് നിർവ്വചിക്കാനാവാത്ത ഒരുപാട് ഒരുപാട് കാര്യങ്ങൾ നമ്മുടെ ഉള്ളിലും പുറത്തും സംഭവിച്ചുകൊണ്ടേയിരിക്കുന്നു. നമ്മൾ യഥാർത്ഥത്തിൽ യാതൊന്നും അറിയുന്നില്ല. അറിയുന്നില്ലെന്ന അറിവുപോലും നമുക്കുണ്ടാകുന്നില്ല.''

സഞ്ചാരപ്രാവിന്റെ വർത്തമാനം കേട്ട് പക്ഷികളൊക്കെ മൂകരായി. സ്വന്തം കഴിവിൽ അഹങ്കരിച്ചിരുന്ന പല പക്ഷികളെയും സഞ്ചാരിപ്രാവിന്റെ വാക്കുകൾ ഇരുത്തി ചിന്തിപ്പിച്ചു.

''നിങ്ങളെയൊക്കെ ഒന്നു കാണണമെന്ന് ഞാൻ മോഹിച്ചു. പ്രപഞ്ചസ്രഷ്ടാവ് അതിനനുവദിച്ച സമയം അവസാനിച്ചിരിക്കുന്നു. എനിക്ക് വന്നിടത്തേക്ക് തന്നെ മടങ്ങേണ്ടതുണ്ട്. നിങ്ങളോരോരുത്തരും എവിടെനിന്നാണോ വന്നത് അവിടേക്ക് തന്നെ മടക്കപ്പെടും.

''ഞാൻ നിങ്ങൾക്കൊരു മുന്നറിയിപ്പ് നൽകുകയാണ്. ഭൂമി വലിയ ആപത്തിലേക്ക് ഉരുണ്ടു നീങ്ങുകയാണ്. നമുക്ക് നമ്മുടെ ഹൃദയമിടുപ്പുകളെ നിയന്ത്രിക്കാനാവാത്തതുപോലെ ആപത്തുകളിലേക്കുള്ള

ഭൂമിയുടെ ഈ ഉരുണ്ടുകയറ്റത്തെയും നമുക്ക് നിയന്ത്രിക്കാനാവില്ല. ഉടയതമ്പുരാൻ ഇച്ഛിച്ചാലല്ലാതെ ഭൂമിയേയും അതിലെ സകലമാന ജീവിവർഗ്ഗങ്ങളെയും രക്ഷിക്കാനാവില്ല. യുഗാന്ത്യത്തിലുണ്ടാകുന്ന തരത്തിലൊരു വമ്പിച്ച ജീവനാശം ഇപ്പോൾ ഉണ്ടാകണമെന്നില്ല. അതിനിനിയും കാലം വേണ്ടി വരും. എന്നാൽ ഇപ്പോഴുള്ള കര യൊന്നും ഇതുപോലെ തന്നെയിരിക്കില്ല. ഭൂഖണ്ഡങ്ങൾ തെന്നിമാറി യേക്കാം. പുതിയ പർവ്വതങ്ങൾ ഉയർന്നു വന്നേക്കാം. കടലിന്റെ വിസ്തൃതി കൂടി കൂടി വരാം.

പക്ഷികളായ നമുക്ക് ചിറകുകളുണ്ട്. അതുകൊണ്ട് തന്നെ നമ്മൾ താരതമ്യേന്യ കൂടുതൽ സുരക്ഷിതരാണ്. എന്നാൽ മറ്റ് ജീവിവർഗ്ഗ ങ്ങളുടെ സ്ഥിതിയതല്ലല്ലോ. അവരെക്കുറിച്ചോർത്താണ് ഞാൻ കൂടു തൽ വേദനിക്കുന്നത്. സർവ്വചരാചരങ്ങളുടെമേലും സർവ്വേശ്വരന്റെ കൃപാകടാക്ഷം വർഷിക്കുമാറാകട്ടെ.'' സഞ്ചാരിപ്രാവ് പ്രാർത്ഥിച്ചു.

പക്ഷിക്കൂട്ടം അതേറ്റ് പാടി. തന്റെ നീലച്ചിറകുകൾ വീശി സഞ്ചാരി പ്രാവ് ആകാശത്തേക്ക് ഉയർന്നുയർന്ന് മേഘങ്ങൾക്കിടയിലെവി ടെയോ ചെന്ന് അപ്രത്യക്ഷമായി. രാജഹംസങ്ങൾ കൊക്ക് ചൂണ്ടി ക്കൊണ്ടു പറഞ്ഞു.

''എനിക്ക് കുറച്ചു കാര്യങ്ങൾ കൂടി ചോദിക്കണമെന്നുണ്ടായി രുന്നു. സഞ്ചാരിപ്രാവ് നമ്മോടൊപ്പം ഇവിടെ തന്നെയുണ്ടാകുമെ ന്നാണു ഞാൻ കരുതിയത്.''

''സംശയങ്ങൾക്ക് ഒരിക്കലും ഒരു അറുതിയുണ്ടാകില്ല. സഞ്ചാരി പ്രാവ് ഒരു നൂറുകൊല്ലം നമ്മോടൊപ്പം ജീവിച്ചാലും അതിനെ പൂർണ്ണമായി നമുക്ക് മനസ്സിലാക്കാനാവില്ല.'' തിത്തിരിപ്പക്ഷി അതു കേട്ട് പറഞ്ഞു.

സഞ്ചാരിപ്രാവിന്റെ അപ്രതീക്ഷിതമായ വരവിലും പോക്കിലും പക്ഷികളൊക്കെ അന്ധാളിച്ചു നിൽപ്പാണ്.

''ഭൂമിയിലേക്കുള്ള ഓരോ പക്ഷിയുടെയും പിറവിയും ഇങ്ങനെ തന്നെ. എവിടെ നിന്നോ ഭൂമിയിലേക്ക് വരുന്നു. കുറച്ചു സമയം ഇവിടെ എന്തിനൊക്കെയോ വേണ്ടി പരക്കം പായുന്നു. പിന്നെ എവിടേക്കോ പോകുന്നു. അറിഞ്ഞതിനപ്പുറത്താണ് അറിയാനുള്ളത്.''

ജ്ഞാനിയായ മൂങ്ങ മറ്റു മൂങ്ങകളോട് പറഞ്ഞു.

ഒട്ടകപ്പക്ഷി

മലഞ്ചരിവിലൂടെ നീണ്ട കഴുത്ത് ഉയർത്തിപ്പിടിച്ച് ഒരു വലിയ പക്ഷി നടന്നുവരുന്നത് മരക്കൊമ്പിലിരുന്ന് കഴുകൻ കണ്ടു.

''പക്ഷികൾ ഇപ്പോഴും വന്നുചേർന്നുകൊണ്ടേയിരിക്കുകയാണ്.'' കഴുകൻ മനസ്സിൽ പറഞ്ഞു. എന്നിട്ട് ആരാണ് വരുന്നതെന്ന് കാര്യമായി ശ്രദ്ധിച്ചു. എന്നിട്ട് വിസ്മയത്തോടെ ഒരു ശബ്ദം പുറപ്പെടുവിച്ചു. കഴുകന്റെ ശബ്ദം കേട്ട് മറ്റ് പക്ഷികൾ കഴുകനെ നോക്കി.

ക് ക് റ് ന്ന് ഒരു ശബ്ദം പുറപ്പെടുവിച്ചുകൊണ്ട് കഴുകൻ പറഞ്ഞു. ''ആരാവരുന്നതെന്ന് കണ്ടില്ലേ. അല്ല. ഇക്കണ്ട ദൂരമെല്ലാം അവർ ഓടിയും നടന്നും ഇങ്ങ് എത്തിയല്ലോ.''

കഴുകന്റെ വർത്തമാനം കേട്ട് രാജഹംസം വിളിച്ചു ചോദിച്ചു, ''ആരാണ് വരുന്നത്?''

''ഒട്ടകപ്പക്ഷികൾ തന്നെ.''

നീണ്ട കഴുത്ത് ഒരു പ്രത്യേക താളത്തിൽ ചലിപ്പിച്ച് ഉച്ചത്തിലൊരു ശബ്ദം ഒട്ടകപ്പക്ഷി പുറപ്പെടുവിച്ചു. അത് കേട്ട് മറ്റ് പക്ഷികൾ ആവേശത്തോടെ ഒരു കാഹളശബ്ദം പുറപ്പെടുവിച്ചു. തങ്ങളുടെ നീളൻകാലുകൾ പെറുക്കി പെറുക്കി വച്ച് ഒട്ടകപ്പക്ഷികൾ വിശുദ്ധ തടാകക്കരയിലേക്ക് എത്തുന്നതുവരെ പക്ഷികളുടെ കാഹളവും ചിറകടിയും നീണ്ടു നിന്നു. മരുഭൂമിയിൽ നിന്ന് മാസങ്ങൾ നീണ്ട കാൽനടയാത്രക്കൊടുവിൽ വിശുദ്ധ തടാകക്കരയിൽ എത്തിയ ഒട്ടകപ്പക്ഷികൾക്ക് അർഹമായ ആദരമാണ് മറ്റ് പക്ഷികൾ നൽകിയത്. ഭൂമിയിലെ പക്ഷികുലത്തിലെ ഏറ്റവും വലിയ പക്ഷിയാണ് ഒട്ടകപ്പക്ഷി. ഒരു മൂളൻകുരുവി മുതൽ ഒട്ടകപ്പക്ഷിവരെ യോഗത്തിന് എത്തുകയെന്നത് പക്ഷികളുടെയെല്ലാം ആഗ്രഹമായിരുന്നു. വാനമ്പാടി ഒരു മരക്കൊമ്പിലിരുന്ന് ശ്രുതിമധുരമായൊരു ഗാനം നീട്ടിപ്പാടിയാണ് ഒട്ടകപ്പക്ഷിയെ വരവേറ്റത്.

‘‘യാത്ര സുഖകരമായിരുന്നോയെന്നു ചോദിക്കുന്നില്ല. ബുദ്ധിമുട്ടുകൾ സഹിച്ച് ലക്ഷ്യസ്ഥാനത്ത് എത്തുമ്പോഴാണ് അതിന്റെയൊരു ആത്മനിർവൃതി പാരമ്യത്തിൽ അനുഭവിക്കാനാവുക.’’

‘‘ഒട്ടകപ്പക്ഷിയെത്തിയതോടെയാണ് ഈ യോഗത്തിനൊരു പൂർണ്ണതയുണ്ടാകുന്നത്.’’ ക്രൗഞ്ചപ്പക്ഷികൾ പറഞ്ഞു ‘‘നമ്മൾ ഒരിക്കലും പ്രതീക്ഷിക്കാത്ത ഒരതിഥി ഇപ്പോൾ ഇവിടെ വന്നു മറഞ്ഞതേയുള്ളൂ.’’

‘‘ആരാണത്?’’

‘‘നൂറ്റാണ്ടുകൾക്ക് മുമ്പ് ഭൂമുഖത്തു നിന്ന് അപ്രത്യക്ഷമായതായി എല്ലാവരും വിശ്വസിച്ചിരുന്ന സഞ്ചാരിപ്രാവ്’’

‘‘സഞ്ചാരിപ്രാവോ?’’ അത്ഭുതത്തോടെ ഒട്ടകപ്പക്ഷി ചോദിച്ചു. ‘‘ഈ യാത്രയിലെ ഏറ്റവും വിശേഷപ്പെട്ട ഒരു കാഴ്ചയാണല്ലോ എനിക്ക് നഷ്ടമായത്.’’ ഒട്ടകപക്ഷി പറഞ്ഞു.

‘‘അതിലും മഹത്തായത് വല്ലതും കാണുന്നതിനു വേണ്ടിയാവാം ഒട്ടകപക്ഷിക്കാദർശനം ലഭിക്കാതെ പോയത്.’’ ക്രൗഞ്ചപ്പക്ഷി സമാധാനിപ്പിച്ചു.

‘‘സർവ്വേശ്വരൻ അനുവദിച്ചാൽ മാത്രം നമുക്കത് ലഭിക്കുന്നു.’’ ഒട്ടകപക്ഷി പറഞ്ഞു.

വിശുദ്ധപർവ്വതത്തിലെ വിശാലമായ തടാകക്കരയിൽ ഒത്തുചേർന്ന പക്ഷികൾ തമ്മിൽ തമ്മിൽ പരിചയപ്പെടലും സൗഹൃദം സ്ഥാപിക്കലും തുടർന്നു. വിദൂരദേശങ്ങളിൽനിന്ന് ചില പക്ഷിക്കൂട്ടങ്ങൾ അപ്പോഴും അവിടേക്ക് വന്നു ചേർന്നുകൊണ്ടിയിരുന്നു. സമുദ്രങ്ങൾ താണ്ടി വരുന്ന കടൽപ്പക്ഷികളും അക്കൂട്ടത്തിലുണ്ടായിരുന്നു. എന്തൊക്കെയാണിവിടെ നടന്നുകൊണ്ടിരിക്കുന്നതെന്ന് ചില പക്ഷികൾ താമസിച്ചെത്തിയ പക്ഷികൾക്ക് വിശദീകരിച്ചു കൊടുക്കുന്നതും കാണാമായിരുന്നു. പക്ഷികളുടെ ശ്രദ്ധ ഇങ്ങനെ പലതരത്തിൽ തിരിഞ്ഞു പോകുന്നതു ശ്രദ്ധിച്ചുകൊണ്ട് ക്രൗഞ്ചപ്പക്ഷികൾ ആകാശത്തേക്ക് കൊക്കുയർത്തി ചിറക് വിരിച്ച് ഉച്ചത്തിലൊരു ശബ്ദം പുറപ്പെടുവിച്ചുകൊണ്ടു മുന്നോട്ട് വന്നു പറഞ്ഞു.

‘‘പ്രിയപ്പെട്ടവരേ, എന്റെ ഹൃദയത്തിൻ ഹൃദയമായ സഹോദരി സഹോദരന്മാരെ...’’ അതുകേട്ട് രോമഞ്ചത്തോടെ കുറെ പക്ഷികൾ ചിറകടിച്ച് കൊക്കരിച്ചു. ഏതാനും നിമിഷത്തെ മൗനത്തിനുശേഷം ക്രൗഞ്ചപ്പക്ഷികൾ പറഞ്ഞു തുടങ്ങി. ‘‘ഈ ആഗോളസമ്മേളനത്തിൽ ലോകത്തിന്റെ എല്ലാ ഭാഗങ്ങളിൽനിന്നും പക്ഷികൾ എത്തിച്ചേർന്നിട്ടുണ്ട്. എന്നാൽ ഇവിടെ വന്നുചേർന്നിരിക്കുന്ന പക്ഷികളിൽ

എത്രയോ അധികമാണ് ഇവിടെയെത്തിച്ചേരാൻ കഴിയാത്ത പക്ഷികൾ. ലോകത്താകെയുള്ള പക്ഷികളിൽ വളരെ ചെറിയൊരു ശതമാനം മാത്രമേ നമ്മുടെ വിശുദ്ധ പ്രദേശത്ത് എത്തിയിട്ടുള്ളൂ. ലോകത്ത് എത്ര പക്ഷികളുണ്ടെന്ന ഒരു കണക്കെടുപ്പ്പോലും നടത്താൻ ഇതുവരെ കഴിഞ്ഞിട്ടില്ല. എന്തിന് എത്രജാതി പക്ഷികളുണ്ടെന്നോ, എത്ര തരത്തിലുള്ള ഭാഷകൾ പക്ഷികൾ സംസാരിക്കുന്നുവെന്നോ പോലും ഒരു തിട്ടവുമില്ല. എല്ലാ പക്ഷികൾക്കും ഇവിടെയെത്തിച്ചേരാൻ കഴിയാത്ത സാഹചര്യത്തിൽ നമ്മുടെ തീരുമാനങ്ങൾക്ക് ഭൂരിപക്ഷ സമ്മതമുണ്ടെന്ന് കരുതാനാവില്ല. എന്നാൽ ഇവിടെ എത്തിച്ചേർന്നിരിക്കുന്നവരെ പക്ഷികളുടെ പ്രതിനിധികളെന്ന നിലയിൽ പരിഗണിച്ചുകൊണ്ട് തീരുമാനങ്ങൾ എടുത്തു മുന്നോട്ടുപോകുക മാത്രമേ നിവൃത്തിയുള്ളൂ. മനുഷ്യർപോലും അവരുടെ പ്രതിനിധികളെ തെരഞ്ഞെടുത്താണ് കാര്യങ്ങൾ ചർച്ച ചെയ്തു തീരുമാനമെടുക്കുന്നത്. ഭാവിയിൽ നമുക്കും ഇതാലോചിക്കാവുന്നതേയുള്ളൂ. നല്ല കാര്യങ്ങൾ ആരിൽനിന്നും അനുകരിക്കാം. മനുഷ്യരിൽ നിന്നുപോലും എന്നാണെന്റെ അഭിപ്രായം.

അടുക്കും ചിട്ടയുമില്ലാതെ തോന്നിയതുപോലെ കഴിയുന്ന പക്ഷികൾക്ക് പ്രാദേശികാടിസ്ഥാനത്തിൽ ഭരണസമിതികൾ ഉണ്ടാകണം. അതിൽ നിന്ന് തെരഞ്ഞെടുത്തയയ്ക്കുന്നവരുടെ ഉപരിസഭയുണ്ടാകണം. അവിടെ നിന്ന് തെരഞ്ഞെടുത്തയയ്ക്കുന്ന പക്ഷികളുടെ ആഗോളസഭയാണ് ഈ വിശുദ്ധദേശത്ത് ചേരേണ്ടത്. ലോകപക്ഷി സമ്മേളനം അഞ്ചുവർഷത്തിലൊരിക്കലെങ്കിലും വിളിച്ചുചേർക്കണം. എന്നാൽ പൊയ്പോയ സമയം ആരു പിടിച്ചാലും തിരികെ വരില്ല. സമയത്ത് ഉദിക്കാത്ത ബുദ്ധിയുടെ കാര്യവും അങ്ങനെതന്നെ. അത്തരം ബുദ്ധികൊണ്ട് ഒരു പ്രയോജനവുമില്ല. എങ്കിലും അടുത്ത സമ്മേളനമെങ്കിലും നമുക്ക് ഈ രീതിയിൽ നടത്താനുള്ള ഒരു ചർച്ച കൂടി ഇവിടെ തുടങ്ങിവയ്ക്കണമെന്ന് ഞാനിവിടെ അഭ്യർത്ഥിക്കുന്നു.

ഇവിടെ തെരഞ്ഞെടുക്കപ്പെടുന്ന പക്ഷികളുടെ നേതാവിന് അതിനുള്ള സൗമനസ്യം കൂടി ഉണ്ടാകണമെന്നുകൂടി അഭ്യർത്ഥിക്കട്ടെ. എന്നെ നിങ്ങൾ നേതാവായി തെരഞ്ഞെടുത്താൽ ഞാനത് നടപ്പാക്കുമെന്ന് ഉറപ്പു നൽകുന്നു. ക്രൗഞ്ചപ്പക്ഷികൾക്ക് പ്രഥമ സ്ഥാനത്തിന് അർഹതയുണ്ട്. ജീവിതത്തിൽ ഞങ്ങൾ ധാർമ്മികത കാത്തുസൂക്ഷിക്കുന്നവരാണ്. കുടുംബജീവിതത്തിൽ ഏക ഭർതൃഭാര്യാധർമ്മാടിസ്ഥാനത്തിൽ ജീവിക്കുന്നവരാണ്. വിശ്വാസവഞ്ചന കാണിക്കുന്നവരല്ല.''

ക്രൗഞ്ചപ്പക്ഷികളുടെ വർത്തമാനം തൂക്കണാംകുരുവികളെ അലോസരപ്പെടുത്തി. ഈർഷ്യയോടത് മരക്കൊമ്പിൽ അങ്ങോട്ടും ഇങ്ങോട്ടും ചാടിക്കളിച്ചു.

''ഒരു ജീവിതകാലം മുഴുവൻ ഏകഭാര്യാവ്രതമഷ്ഠിച്ചു കഴിയുന്നു. ലോകം മുഴുവൻ സഞ്ചരിച്ചവരാണെങ്കിലും സ്വന്തം നാട് മറക്കില്ല. എവിടെപ്പോയാലും എന്തൊക്കെ സംസ്കാരം കണ്ടാലും സ്വന്തം നാടും സംസ്കാരവും മറന്നുകളയുന്നവരല്ല. സ്വന്തം നാട്ടിൽ വന്നാണ് ഞങ്ങൾ കൂടൊരുക്കുന്നത്. ജന്മനാടോളം വരില്ല മറ്റൊരു നാടും. ജന്മനാടിന്റെ മണമറിഞ്ഞ് കുഞ്ഞുങ്ങൾ വളരണം. മാതൃഭാഷയുടെ മധുരം നുണഞ്ഞ് വളരണം. മാതൃഭാഷയോളം മഹത്തായ ഭാഷ വേറൊന്നില്ലെന്ന് ഞങ്ങൾ കരുതുന്നു. മറ്റ് പക്ഷികളുടെ സംസ്കാരവും ഭാഷയും മോശമാണെന്ന അഭിപ്രായവും ഞങ്ങൾക്കില്ല. എല്ലാം നല്ലത് തന്നെ. എന്നാൽ സ്വന്തം കാലിൽ നിന്നുകൊണ്ടു വേണം അതുപറയാൻ. സ്വന്തം നാടുംഭാഷയും സംസ്കാരവും നഷ്ടപ്പെട്ട വരേക്കാൾ നിർഭാഗ്യവാന്മാർ വേറെയുണ്ടാവില്ല. അധിനിവേശക്കാരുടെ അടിമകളായി അക്കൂട്ടർ മാറ്റപ്പെടും. ഇല്ലത്ത് നിന്ന് പുറപ്പെട്ടു, എന്നാൽ അമ്മാത്ത് ഒട്ടുഎത്തിയിട്ടുമില്ല എന്നൊരു പഴഞ്ചൊല്ല് മനുഷ്യരുടെ ഇടയിലുണ്ട്. എന്നു വച്ചാൽ സ്വന്തം കൂട്ടിൽനിന്ന് പുറപ്പെട്ടു എന്നാൽ അമ്മക്കിളിയുടെ അടുത്ത് എത്തിയുമില്ല. അതുപോലെയാണ് സ്വന്തം നാടും ഭാഷയും സംസ്കാരവും കളഞ്ഞുകുളിച്ച് മറ്റ് ഭാഷയും ദേശവും സംസ്കാരവും തേടിപ്പോകുന്ന പക്ഷികളുടെയും ഗതി.''

വളരെ നീണ്ട വെള്ളനാട തൂവലുകൾ ഒരു മിന്നൽ പിണർപോലെ വായുവിൽ വീശി കറുത്ത കിന്നരി തലപ്പാവുവച്ച് നാഗമോഹൻ പക്ഷി മുന്നോട്ടു വന്നു പറഞ്ഞു.

''ഞാനൊരു മഹായാത്രികനൊന്നുമല്ല. ക്രൗഞ്ചപ്പക്ഷികളെ പോലെയൊരു ലോകസഞ്ചാരിയുമല്ല. എന്നാൽ എന്നെക്കൊണ്ട് ആവുംവിധം ലോകം കാണുന്ന പക്ഷിയാണ്.''

പക്ഷികൾക്ക് സൃഷ്ടികർത്താവ് ചിറക് തന്നിരിക്കുന്നത് ഏതെങ്കിലും ഒരു ദേശത്ത് ജീവിതകാലം മുഴുവൻ ജീവിച്ചു തീർക്കാനല്ല. ഒരു പക്ഷിക്ക് ഭൂമി മുഴുവൻ അവന്റെ മാതൃദേശമാണ്. ലോകത്തെവിടെയുള്ള പക്ഷിയും നമ്മുടെ സഹോദരന്മാരാണ്. അതുകൊണ്ടാണല്ലോ പക്ഷികളുടെ ആഗോളസമ്മേളനം ഇവിടെ വിളിച്ചുചേർത്തിരിക്കുന്നത്. സങ്കുചിതദേശീയ വികാരം ഇളക്കി വിട്ടാൽ പക്ഷികളെ ഭിന്നിപ്പിക്കാമെന്ന് മാത്രം.''

പെട്ടെന്ന് ക്രൗഞ്ചപ്പക്ഷി ഇടയ്ക്ക് കയറി പറഞ്ഞു. ''ഞാൻ പറഞ്ഞതിനെ നാഗമോഹൻ തെറ്റിദ്ധരിച്ചിരിക്കുന്നു.''

നാഗമോഹൻ അതുകേട്ട് നിശ്ശബ്ദനായി കാതോർത്തു.

''പക്ഷികൾ ഏതു ദേശത്താണോ കൂടൊരുക്കി മുട്ടയിടുന്നത് അതാണവരുടെ ജന്മനാട്. കൊല്ലാകൊല്ലം ഒരേ പ്രദേശത്തുതന്നെ കൂടൊരുക്കി മുട്ടയിട്ട് കുഞ്ഞുങ്ങളെ വളർത്തുന്നതാണ് പക്ഷികളുടെ സംസ്കാരം. ഒരു പ്രദേശത്ത് കൂടൊരുക്കുന്ന പക്ഷികൾക്ക് മാത്രം അവിടെ എന്തെങ്കിലും പ്രത്യേക അവകാശമുണ്ടെന്ന് ഞാനിവിടെ പറഞ്ഞില്ല. ദേശബോധം തെറ്റല്ല. അത് വർഗ്ഗീയമാകരുത്. സങ്കുചിതമാകരുത്. ദേശബോധം ഭ്രാന്തമാകാതെ സൂക്ഷിക്കണം. സംസ്കാര വൈവിധ്യവും ഭാഷാവൈവിധ്യവും സംരക്ഷിക്കപ്പെടണം. പ്രാദേശിക സ്വത്വത്തെ ബഹുമാനിക്കണം. ഇതേ ഞാൻ പറഞ്ഞതിന് അർത്ഥമുള്ളൂ. ലോകത്തെവിടെയുള്ള പക്ഷികളും അങ്ങനെ വേണം. ഒരു മാലയിൽ കൊരുത്ത പൂക്കൾപോലെ ഭാഷയുടെയും സംസ്കാരത്തിന്റെയും വൈവിധ്യം പക്ഷികുലത്തിന് അലങ്കാരമായി നിലനിൽക്കണം. ലോകമേ തറവാട് എന്നു തന്നെയാണ് ഞാനും പറഞ്ഞുവച്ചത്.

ആൽബട്രോസ് പക്ഷികൾ തന്റെ വളരെ നീണ്ടതും കരുത്തുള്ളതുമായ ചിറകുകൾ വിരിച്ച് മുന്നോട്ടാഞ്ഞു പറഞ്ഞു. കടലിൽ പക്ഷികൾക്ക് ജീവിക്കാനാവാത്ത സ്ഥിതിയാണ്. മനുഷ്യർ കടലിനെ അവരുടെ കുപ്പത്തൊട്ടിയാക്കുന്നു. നാശം വിതയ്ക്കുന്ന ആയുധപരീക്ഷണം നടത്തുന്നു. തലങ്ങും വിലങ്ങുമാണ് അവരുടെ കപ്പലുകൾ ചീറിപ്പായുന്നത്. കടലിന്റെ അടിത്തട്ടാകെ കോരിമറിച്ച് സർവ്വമാന ജീവികളെയും അവർ വലയിലാക്കുന്നു. കടൽമത്സ്യങ്ങൾ കൂട്ടത്തോടെ ചത്തൊടുങ്ങുന്നു. താമസിയാതെ കടൽപക്ഷികൾ തീറ്റ കിട്ടാതെ കൂട്ടമായി മരിക്കും. ആകാശവും അവരുടെ അധീനതയിലാണ്. പക്ഷികൾ പറക്കേണ്ട ആകാശങ്ങൾ വിമാനങ്ങളെക്കൊണ്ടു നിറഞ്ഞിരിക്കുന്നു. ഇതോടൊപ്പം ഒരു കാര്യം കൂടി എനിക്ക് ഇവിടെ പറയാനുണ്ട്. കാലാവസ്ഥാമാറ്റത്തിന്റെ പശ്ചാത്തലത്തിൽ ദേശാടനവുമായി ബന്ധപ്പെട്ട് പുതിയൊരു ആഗോള കലണ്ടർ പക്ഷികൾ പ്രഖ്യാപിക്കണം.''

അതുകേട്ട് വഴികുലുക്കി പക്ഷികൾ പറന്നുയർന്ന് മരച്ചില്ലയിലിരുന്നു പറഞ്ഞു. ''ഹേമന്തത്തിൽ വടക്കൻ ദിക്കിൽനിന്ന് തെക്കോട്ടു പുറപ്പെട്ടാൽ ഭൂമിയുടെ തെക്ക് വരുമ്പോൾ അവിടെ ശിശിരം ആകണമെന്നില്ല. ഹേമന്തവും ശിശിരവും വസന്തവും ഒക്കെ കൂടിക്കലരുകയാണ്. മഴയും ചൂടും എപ്പോഴാണെന്ന് പ്രവചിക്കാനാവാത്ത സ്ഥിതി വന്നിട്ടുണ്ട്. കാലാവസ്ഥ മുറതെറ്റാതെ സംഭവിച്ചുകൊണ്ടിരുന്നതൊക്കെ തോന്നിയതുപോലെയായി. ശിശിരം കഴിഞ്ഞെന്ന് കരുതി സ്വന്തം നാട്ടിൽ മടങ്ങിയെത്തി കൂടുകൂട്ടാനായി വരുന്ന പക്ഷികൾ അവിടെ

വസന്തത്തിന്റെ ലാഞ്ഛന പോലും കാണാതെ വട്ടം ചുറ്റിയ നിര വധി അനുഭവങ്ങൾ പല പക്ഷികളും എന്നോട് പങ്ക് വച്ചിട്ടുണ്ട്. ഭൂമിയിൽ ചൂടു കൂടുകയാണ്. ഇതുമൂലം പക്ഷികൾ സ്വന്തം വാസ സ്ഥലം ഉപേക്ഷിച്ച് പോകേണ്ട സ്ഥിതിയായി.''

''നമ്മുടെ ഈ യോഗത്തിൽ കാലാവസ്ഥാവ്യതിയാനം മൂലം പക്ഷികൾ അനുഭവിക്കുന്ന ദുരിതങ്ങളെക്കുറിച്ച് വിശദമായൊരു ചർച്ച പിന്നാലെ നടത്തുന്നതാണ്.'' രാജഹംസങ്ങൾ വിളിച്ചു പറഞ്ഞു.

''ക്രൗഞ്ചപ്പക്ഷി സംസാരിക്കട്ടെ.'' അരയന്നങ്ങൾ പറഞ്ഞു.

കഴുകൻ അതൊക്കെ കേട്ട് ഒന്നു കോട്ടുവായിട്ടു. എതോ മര ത്തിൽ തലകീഴായി കിടന്ന വവ്വാലുകൾ കരഞ്ഞുകൊണ്ട് ഒന്നു ചിറക് വീശികുടഞ്ഞു. പറക്കുന്ന ജീവിയാണെങ്കിലും വവ്വാലുകളെ പക്ഷിഗണത്തിൽ ഉൾപ്പെടുത്താറില്ല. അതുകൊണ്ട് പക്ഷികളുടെ ആഗോളസംഗമത്തിൽ പങ്കെടുക്കാൻ അവയ്ക്ക് ഒരവകാശമില്ല. മറ്റ് ജീവികൾ പക്ഷിയാണെന്നു പറഞ്ഞ് വവ്വാലുകളെ അവരുടെ കൂട്ട ത്തിൽ ചേർക്കാറില്ല. പക്ഷികളാകട്ടെ, തൂവലില്ലാത്ത മുട്ടയിടാത്ത വവ്വാലുകളെ പക്ഷികളാണെന്ന് അംഗീകരിക്കാൻ തയ്യാറുമില്ല. ഇങ്ങനെ ജൈവലോകത്ത് പുറമ്പോക്കിൽ കഴിയേണ്ട സ്ഥിതിയാണ് വവ്വാലുകൾക്കുള്ളത്.

ക്രൗഞ്ചപ്പക്ഷികൾ അഭിമാനത്തോടെ നിവർന്നു നിന്നു പറഞ്ഞു. ''ക്രൗഞ്ചമിഥുനങ്ങളുടെ പവിത്രമായ കുടുംബബന്ധത്തിന്റെ തീവ്രത വാല്മീകി മഹർഷിയോളം ആഴത്തിൽ മനസ്സിലാക്കിയ മറ്റൊരു മനുഷ്യനും ഈ ഭൂമുഖത്തില്ല. ഇവിടെ കൂടിയിരിക്കുന്ന പക്ഷികൾക്ക് പോലും അതിതുവരെ മനസ്സിലാക്കാനായിട്ടില്ല. ഒരു മനുഷ്യനാണത് ആദ്യം തിരിച്ചറിഞ്ഞത്.''

അതുകേട്ട് ചില പക്ഷികൾ പ്രതിഷേധ ശബ്ദമുയർത്തി.

''മനുഷ്യനാണ് ഭൂമിയിലെ ഏറ്റവും ക്രൂരനായ ജീവി.'' പക്ഷികൾ വിളിച്ചു പറഞ്ഞു.

''ശരിയാണ്. ഞാനുമതു സമ്മതിക്കുകയാണ്.'' ക്രൗഞ്ചപക്ഷി തിരിച്ചടിച്ചു. ''ക്രൂരനായ മനുഷ്യൻ പക്ഷികളെ വേട്ടയാടി കൊല്ലുക പതിവാണ്. പക്ഷികളെ മാത്രമല്ല. കണ്ണിൽക്കണ്ട ജീവികളെയൊക്കെ മനുഷ്യൻ കൊന്നുതിന്നും. മാനുകളെയും കാട്ടുപോത്തുകളെയും മുയലുകളെയും ഒക്കെ മനുഷ്യർ ക്രൂരമായി ആക്രമിച്ചു കൊന്ന് മാംസം പങ്കിട്ടെടുത്തു കൊണ്ടുപോകുന്നത് ഞാൻ കണ്ടിട്ടുണ്ട്. ക്രൗഞ്ചപക്ഷികൾ കഴിവതും മനുഷ്യരുടെ കൺവെട്ടത്തെങ്ങും ചെല്ലുക യില്ല. ഭൂമിയിൽ മനുഷ്യരോളം ക്രൂരരായ ജീവിവർഗ്ഗം വേറെയുണ്ടെന്ന് തോന്നുന്നില്ല. എന്നാൽ ചില അപവാദങ്ങളും ആ കൂട്ടരുടെ ഇടയിൽ

തന്നെയുണ്ട്. പക്ഷികൾക്ക് ഒരിക്കലും മനസ്സിലാക്കാനാവാത്ത ജീവി വർഗ്ഗമാണ് മനുഷ്യർ.''

''ശരിയാണ്. മനുഷ്യരോട് ഏറ്റവും അടുത്ത് പെരുമാറുന്നുവെങ്കിലും ഞങ്ങൾ കാക്കകൾ ഒരിക്കലും അവരെ വിശ്വസിക്കാറില്ല. മനുഷ്യരുടെ എല്ലാ കൊള്ളരുതായ്മകളും കണ്ടുകൊണ്ടിരിക്കുന്നവരാണ് ഞങ്ങൾ. ഇതുപോലെ കൗശലം പെരുത്തൊരു ജീവി വേറെയില്ല. മനുഷ്യർ മൂലം ഭൂമിയൊന്നാകെ നശിച്ചുകൊണ്ടിരിക്കുകയാണ്.''

തൊള്ളതുറന്ന് കരഞ്ഞ് ഒരു കാക്ക എല്ലാവരും കേൾക്കാനായി വിളിച്ചു പറഞ്ഞു.

അതിനോടു യോജിച്ച് ഒരു കൂട്ടം പക്ഷികൾ മുന്നോട്ടു വന്നു. ''ക്രൗഞ്ചപ്പക്ഷികൾ പറയട്ടെ ഓരോ പക്ഷികൾ ഇങ്ങനെ ഇടയ്ക്ക് കയറി പറയുന്നതു ശരിയല്ല.'' ഓലേഞ്ഞാലി വാലുകുലുക്കി പറഞ്ഞു.

ക്രൗഞ്ചപ്പക്ഷികൾ ചുറ്റുമുള്ള ആരവം ഒന്നടങ്ങാനായി കുറച്ചു നേരം കാത്തിരുന്നു. എന്നിട്ട് പറഞ്ഞു. ''ഒരിക്കൽ കാട്ടിൽ പ്രേമസല്ലാപത്തിൽ മുഴുകിയിരുന്ന രണ്ടു ക്രൗഞ്ചമിഥുനങ്ങൾ പരിസരം മറന്നു പോയി. പ്രണയകേളിയിൽ മുഴുകിയാൽ അങ്ങനെയാണ്. ലോകം തന്റെ ഇണയിൽ മാത്രമായി ചുരുങ്ങിപ്പോകും. ചുറ്റും എന്താണ് നടക്കുന്നതൊന്നും പ്രണയികൾ അറിയില്ല. പ്രണയം മൂത്താൽ ലജ്ജ പോലും ഉണ്ടാകില്ല. ഭയമുണ്ടാകില്ല. എന്തു സാഹസവും കാട്ടും. നാണവും മാനവും പ്രണയത്തിന് മുമ്പിൽ അടിയറവയ്ക്കും. ജീവിവർഗ്ഗത്തിന്റെ ഉള്ളിൽ നിക്ഷേപിക്കപ്പെട്ട ഏറ്റവും ശക്തമായ വികാരം പ്രണയമാണ്. കാമമാണ്.

ഇവിടെ കൂടിയിരിക്കുന്ന ഓരോ പക്ഷിക്കും ഞാൻ പറയുന്ന കഥ ഒരു പാഠമാകേണ്ടതാണ്. ഒരു കാര്യം ചെയ്യുമ്പോൾ അതിൽ മാത്രം മുഴുകുന്ന ശീലം നല്ലതല്ല. പക്ഷികളുടെ വിദ്യാഭ്യാസ നിലവാരം തകരുകയാണ്. ഇതോടെ പക്ഷികൾ പക്ഷികളല്ലാതെയാവും. ഭൂമിയിലെ അധഃപതിച്ച ജീവിയായി മാറും. ഏതു കാര്യം ചെയ്യുമ്പോഴും പരിസരശ്രദ്ധ പുലർത്തുകയെന്നത് പക്ഷികളുടെ വിദ്യാഭ്യാസത്തിന്റെ പ്രാഥമിക പാഠമാണ്.''

കാക്കകൾ വിളിച്ചു പറഞ്ഞു. ''ശരിയാണത്. പരിസരമൊന്നാകെ സദാ ചാഞ്ഞും ചരിഞ്ഞും ജാഗ്രതയോടെ നോക്കുക എന്നതാണ് ഞങ്ങളുടെ കളരി വിദ്യാഭ്യാസം തന്നെ. ഇതു ഞങ്ങൾ പഠിച്ചെടുത്തതാണ്. അല്ലാതെ പല പക്ഷികൾ കരുതുന്നതുപോലെ കാക്കകൾ കോങ്കണ്ണുള്ളവരല്ല. ഒരിക്കൽ കാട്ടിൽ ഒരു ഗുഹയിൽ കഴിയുകയായിരുന്ന ഞങ്ങളുടെ കാക്കയാശാനെ കാണാൻ ഞാൻ പോയി. ആശാന് ഏറെ പ്രിയപ്പെട്ട ചക്കരമാമ്പഴവും കൊത്തിയെടുത്തുകൊണ്ടാണ് കാണാൻ ചെന്നത്. ആയിരക്കണക്കിന് കാക്കകളുടെ

കണ്ണിൽ ജ്ഞാനത്തിന്റെ വെളിച്ചം പകർന്നു നൽകിയിട്ടുള്ള മഹാ ഗുരുവാണ്. എത്ര പ്രായം ചെന്നാലും ഞങ്ങൾ കാക്കകൾ നരയ്ക്കാറില്ല. കാക്കകൾക്ക് മരണമേയില്ലെന്നാണ് മനുഷ്യർ കരുതുന്നത്. എന്നാൽ അത് ശരിയല്ല. ഒരു പ്രായം ചെന്നാൽ കാക്കയും മരിക്കും. കാക്കകൾ മരിച്ചുപോയ മനുഷ്യരുടെ പുനർജന്മമാണെന്നൊക്കെ മനുഷ്യർ വിചാരിക്കുന്നു. അവർ അവരുടെ പൂർവ്വികർക്ക് ബലി നൽകുന്ന ധാന്യങ്ങൾ കാക്കകളെ കൈകൊട്ടി വിളിച്ചു വരുത്തി ഊട്ടുന്നു. മരണാനന്തര ജീവിതത്തെക്കുറിച്ചും പുനർജന്മത്തെക്കുറിച്ചും പറയാൻ ഞാനളല്ല. മരണം ഒരു മതിലാണോ വാതിലാണോയെന്നും എനിക്കറിയില്ല. പക്ഷേ ഒരു കാര്യം ഞാൻ പറയാം. ഈ പ്രകൃതിയിൽ ഉള്ളത് എങ്ങോട്ടും പോകുന്നില്ല. അതിവിടെ തന്നെയുണ്ട്.

ഞാൻ വിഷയത്തിൽ നിന്ന് വിട്ടുപോകുന്നു ക്ഷമിക്കുക. ഞങ്ങളുടെ ഗുരുകാരണവരായ കാക്കയ്ക്ക് ചക്കരമാമ്പഴം ഞാൻ കാഴ്ച വച്ചു മാറി നിന്നു. മാമ്പഴം കൊത്തിരുചിച്ചുകൊണ്ട് കാക്കയാശാൻ ചോദിച്ചു. ''ഈ മാമ്പഴം മാവിന്റെ ഏതുഭാഗത്തുനിന്നാണ് കൊത്തിക്കൊണ്ടു വന്നത്.'' മാവിന്റെ നാലുദിക്കിലും ഉണ്ടാകുന്ന മാമ്പഴത്തിന് നാലു രുചിയാണത്രേ. ഏതു ദിക്കിൽ നിന്നാണ് മാമ്പഴം കൊത്തിയെടുത്തതെന്ന് ഓർക്കാൻ എനിക്കു കഴിഞ്ഞില്ല. എന്റെ കളരി വിദ്യാഭ്യാസം പൂർണ്ണമായില്ലെന്ന് പറഞ്ഞ് ഒരു മാസക്കാലം കാക്കയാശാൻ ആ ഗുഹയിൽ താമസിപ്പിച്ച് എന്നെ പഠിപ്പിച്ചു. സമഗ്രബോധം ഉണ്ടാവുകയെന്നതാണ് വിദ്യാഭ്യാസത്തിന്റെ ലക്ഷ്യം. സമഗ്രബോധം ശീലിച്ചാൽ മറ്റുള്ളതെല്ലാം പിന്നാലെ വന്നോളും.'' കാക്ക പറഞ്ഞു.

''ക്രൗഞ്ചപ്പക്ഷികൾ പറയട്ടെ.'' ഓലേഞ്ഞാലി അക്ഷമയോടെ വീണ്ടും വിളിച്ചു പറഞ്ഞു.

ക്രൗഞ്ചപ്പക്ഷികൾ തന്റെ കഥ പറച്ചിൽ വീണ്ടും തുടങ്ങാനായി ഒന്നുറക്കെ കരഞ്ഞു. പിന്നെ പറഞ്ഞുതുടങ്ങി.

''അങ്ങനെ പ്രണയലോകത്തിന്റെ മാസ്മരികലഹരി ആസ്വാദിച്ച് തേനൂറുന്ന കിന്നാരം കേട്ട് സ്പർശനത്തിന്റെ മാന്ത്രിക വൈദ്യുത തരംഗങ്ങളാൽ കോരിത്തരിച്ചിരുന്ന ക്രൗഞ്ചപ്പക്ഷികളിലൊന്നിനെ ക്രൂരനായ ഒരു മനുഷ്യൻ അമ്പെയ്തു വീഴ്ത്തി. നിമിഷം കൊണ്ട് എല്ലാ സുഖവും നഷ്ടപ്പെട്ട് കൊടുംവേദനയിലേക്ക് വീണ ക്രൗഞ്ചപ്പക്ഷി മരണവെപ്രാളംകൊണ്ട് ദീനരോധനം മുഴക്കി. ഏതാനും നിമിഷത്തിനുള്ളിൽ ക്രൗഞ്ചപ്പക്ഷി മരിച്ചു. ഇതു കണ്ടു വന്ന വാൽമീകി മഹർഷി ആ കൊടുംക്രൂരത ചെയ്ത മനുഷ്യനെ ശപിച്ചു. ''മാനിഷാദ... അരുത് കാട്ടാളാ... എന്നു തുടങ്ങുന്ന ആ ശാപവചനമാണ് വാല്മീകിയിൽ ഒരു കവി ഉണരാൻ കാരണം. ഒരു മഹാകാവ്യം

ഉറവപ്പൊട്ടുന്നതിന് കാരണമായത്. ക്രൗഞ്ചപ്പക്ഷിയുടെ കൊല പാതകമാണ് 'രാമായണം' എന്ന ഇതിഹാസ കാവ്യത്തിന്റെ പിറ വിക്ക് കാരണമായത്. ലോകമുള്ളിടത്തോളം ക്രൗഞ്ചമിഥുനങ്ങളുടെ കൊലപാതകകഥ ലോകം ഓർക്കും. 'രാമായണം' വായിക്കാത്ത മനുഷ്യർ ഉണ്ടെന്ന് തോന്നുന്നില്ല. മനുഷ്യരുടെ ഇടയിലെ എല്ലാ ഭാഷയിലേക്കും രാമായണം തർജ്ജമ ചെയ്യപ്പെട്ടിട്ടുണ്ട്. ജീവൻ കൊടുത്തിട്ടാണെങ്കിലും പക്ഷികൾ ഒരു ഇതിഹാസകാവ്യത്തിന് നിമിത്തമായതിൽ ഞങ്ങൾക്കഭിമാനമുണ്ട്.

രാമായണം പക്ഷിഭാഷയിലേക്ക് കൂടി വിവർത്തനം ചെയ്യപ്പെടണ മെന്നാണ് എനിക്ക് പറയാനുള്ളത്. ലോകത്ത് ധാരാളമുണ്ടായിരുന്ന ക്രൗഞ്ചപ്പക്ഷി വർഗ്ഗങ്ങളൊക്കെ ഇന്നു വംശനാശത്തിന്റെ വക്കിലാണ്. രാമായണ കാലത്തിനുമുമ്പ് ക്രൗഞ്ചപ്പക്ഷികളെ വേട്ടയാടിത്തുട ങ്ങിയ മനുഷ്യർ ഇന്നും അതു തുടരുകയാണ്. ഒരു കൈകൊണ്ട് അടിക്കുകയും മറുകൈകൊണ്ട് തലോടുകയും ചെയ്യുന്ന ശീലം മനുഷ്യർക്കുണ്ട്. കൊന്നുതിന്നാൻ വേണ്ടി തീറ്റ കൊടുത്തു വളർത്തും പോലെയാണിത്. ഒരു ഭാഗത്തുകൂടി ക്രൗഞ്ചപ്പക്ഷികളെ മനുഷ്യർ വ്യാപകമായി കൊല്ലുന്നു. മനുഷ്യരുടെ കയ്യേറ്റങ്ങൾ മൂലം ക്രൗഞ്ച പ്പക്ഷികളുടെ പ്രദേശങ്ങളൊക്കെ ഇല്ലാതായി. രാജ്യമില്ലാത്ത രാജ ക്കന്മാരുടെ അവസ്ഥയാണ് ക്രൗഞ്ചപ്പക്ഷികൾക്കുള്ളത്. ഞങ്ങളീ വേദന നാടുനീളെ വിളിച്ചു കൂവി നടക്കുന്നില്ലെന്നേയുള്ളൂ. കരയുന്ന കുഞ്ഞിനേ തീറ്റയുള്ളൂവെന്ന് അറിയാഞ്ഞിട്ടില്ല. കരഞ്ഞിട്ട് ഒരു ഫലവും ഇല്ലെന്നറിഞ്ഞിട്ടാണീ മൗനം.

മനുഷ്യർ ഇപ്പോൾ വാനിൽ പറന്നു നടക്കുന്ന ക്രൗഞ്ചപ്പക്ഷി കളെ പിടിച്ച് കൂട്ടിലിട്ട് അവയുടെ മുട്ടയെടുത്ത് കുഞ്ഞുങ്ങളെ വിരി യിച്ചിറക്കുന്നു. അവരുടെ പരീക്ഷണശാലകളിൽ പ്രത്യേക വെളിച്ച ത്തിലാണ് മുട്ട വിരിയിച്ചെടുക്കുന്നത്. ഇങ്ങനെ മനുഷ്യർ വിരിയി ച്ചിറക്കുന്ന കുഞ്ഞുങ്ങൾക്ക് ക്രൗഞ്ചപ്പക്ഷികളുടെ ഓജസ്സും ശക്തിയും ജ്ഞാനവും ഉണ്ടാവുമോയെന്നറിയില്ല. ഉണ്ടാവില്ല. അമ്മയുടെ ശരീര ത്തിന്റെ ചൂടേറ്റ് വിരിയാത്ത, ലാളന കിട്ടാത്ത പക്ഷിക്കുഞ്ഞുങ്ങൾക്ക് പക്ഷിവംശത്തിന്റെ വല്ല ഗുണവും കിട്ടുമോ? എങ്ങനെ കിട്ടും. മുട്ട യ്ക്കടയിരിക്കുന്നതിന്റെയും കുഞ്ഞിനെ വളർത്തുന്നതിന്റെയും തീറ്റ തേടുന്നതിന്റെയും വല്ല വിവരവും ഈ പക്ഷികൾക്കുണ്ടാകുമോ? എത്രയെത്ര യുഗങ്ങളായി പക്ഷികൾ പഠിച്ചെടുത്ത പാഠങ്ങൾ വല്ലതും ഈ മനുഷ്യർക്കറിയാമോ? മനുഷ്യർ ധരിക്കുന്നു അവരാണ് ഭൂമി യിലെ ഏറ്റവും ഉത്തമസൃഷ്ടികളെന്ന്. ഈ മനുഷ്യർ ഭൂമിയുടെ ഒരറ്റത്തു നിന്ന് മറ്റേയറ്റം വരെ വഴിതെറ്റാതെ ഒന്നു നടന്നു കാണി ക്കട്ടെ. കാട്ടിലോ സമുദ്രത്തിലോ അവരുടെ യന്ത്രസഹായമില്ലാതെ

വേണം ഇതൊന്നു പരീക്ഷിച്ചു കാണിക്കാൻ. പക്ഷികളുടെ മുമ്പിൽ ഈ മനുഷ്യർ ഒന്നുമല്ല. മനുഷ്യർ ക്രൗഞ്ചപ്പക്ഷികളുമായൊന്ന് മത്സരിക്കാൻ വരട്ടെ. ഭൂമിയുടെ ഏതുകോണിൽ നിന്നും വഴിതെറ്റാതെ ഏതു ഭൂഖണ്ഡത്തിന്റെ ഏതറ്റത്തുവേണമെങ്കിലും പക്ഷികൾ സഞ്ചരിക്കും. ഏതു മഹാസമുദ്രങ്ങളും വഴിതെറ്റാതെ മുറിച്ചു കടക്കും. ഇതിന്റെ സൂത്രം ഇന്നും മനുഷ്യർക്ക് പൂർണ്ണമായി മനസ്സിലാക്കാനായിട്ടില്ല. ഇതൊക്കെ രഹസ്യ അറിവുകളായി പക്ഷികളുടെ ഉള്ളിൽ തന്നെ സൂക്ഷിച്ചിരിക്കുകയാണ്. ഏതു മഹാസമുദ്രത്തിന്റെ നടുവിൽ അകപ്പെട്ടാലും ദിശയറിയാൻ പക്ഷികൾക്കല്ലേ കഴിയൂ.''

''ശരിയാണ്.'' ഒരു കൂട്ടം ദേശാടനപക്ഷികൾ ആവേശത്തോടെ അതിനു പിന്തുണ പ്രഖ്യാപിച്ചു ചിറക് കുടഞ്ഞു കരഞ്ഞു.

''ശാന്തരാകൂ, ശാന്തരാകൂ.'' രാജഹംസങ്ങൾ വിളിച്ചു പറഞ്ഞു.

പക്ഷികളെക്കുറിച്ച് മനുഷ്യർ എന്തെന്ത് അബദ്ധധാരണകളാണ് വച്ചുപുലർത്തുന്നത്. ശരത്കാലത്ത് പക്ഷികളൊക്കെ സമുദ്രാന്തർ ഭാഗത്തു പോയി ജീവിക്കുകയാണത്രേ. പക്ഷികൾക്ക് രൂപം മാറി നടക്കാനുള്ള ശേഷിയുണ്ടുപോലും. വസന്തകാലം കഴിയുമ്പോൾ ചില പക്ഷികൾ രൂപം മാറി ജീവിക്കുമെന്നാണവരുടെ ധാരണ. റോബിൻ പക്ഷികൾ ഇങ്ങനെ രൂപം മാറുന്ന പക്ഷികളാണത്രെ. കാക്കകൾ വേഷം മാറിയാണ് കുയിലുകളാകുന്നതെന്നും ഈ മണ്ടന്മാരായ മനുഷ്യർ ഒരുകാലത്ത് വിശ്വസിച്ചിരുന്നു. ഈ അടുത്ത കാലത്താണവർ പക്ഷികളെക്കുറിച്ച് പഠിക്കാൻ തുടങ്ങിയിരിക്കുന്നത്. പക്ഷികളെക്കുറിച്ചുള്ള അബദ്ധധാരണകൾ കുറെയൊക്കെ അവർക്ക് മാറിയെന്നു ഞാൻ സമ്മതിക്കുന്നു. പക്ഷികളെ പൂർണ്ണമായും മനുഷ്യർക്ക് മനസ്സിലാക്കാനാകുമെന്ന് തോന്നുന്നില്ല.

റൂഖ്

പെട്ടെന്ന് ഒരു പച്ച എരണ്ട ചിറകുവീശി എല്ലാവരുടെയും ശ്രദ്ധ യാകർഷിച്ചുകൊണ്ടു പറഞ്ഞു. ''ഒരിക്കൽ ഇന്ത്യയിലെ ഭരത്പൂരിലെ ഒരു തടാകത്തിൽ കുഞ്ഞുങ്ങൾക്ക് തീറ്റതേടി നീന്തി അലയുകയാ യിരുന്ന എന്നെ മനുഷ്യർ ഏതോ വല വച്ചു പിടിച്ചു. അതോടെ അവർ എന്റെ കഥ കഴിക്കുമെന്നു ഞാൻ കരുതി. ഭയംകൊണ്ട് ഒന്ന് അനങ്ങാൻപോലും എനിക്ക് കഴിയുമായിരുന്നില്ല. ഞാൻ അത്രകണ്ട് ഭയപ്പെട്ടു. കുഞ്ഞുങ്ങൾ കൂട്ടിൽ വിശന്ന് കരയുകയായിരുന്നു. തീറ്റ തേടിപ്പോയ എന്നെ അവർ കാത്തിരിക്കയാവും. മനുഷ്യർ എന്നെ കൊന്നാൽ എന്റെ കുഞ്ഞുങ്ങളുടെ ഗതിയെന്താവുമെന്നോർത്ത് ഞാൻ കണ്ണീർ വാർത്തു. പറക്കമുറ്റാത്ത കുഞ്ഞുങ്ങൾ വിശന്നു ചാവുകയാവും ഫലം. മനുഷ്യർ എന്നെ കൊണ്ടുപോകുമ്പോൾ ഞാൻ കുതറി രക്ഷപ്പെടാൻ ശ്രമിച്ചു. എന്നാൽ ബലിഷ്ഠമായ ഒരു മനുഷ്യന്റെ കൈകളിൽ കിടന്ന് വെറുതെ പുളയാൻ മാത്രമേ എനിക്കു കഴിയുമായിരുന്നുള്ളൂ. പക്ഷികളുടെ കൊക്കുപോലെ നീണ്ട മൂക്കും നരച്ചതാടിയുമുള്ള ഒരു മനുഷ്യന്റെ അരികിൽ അവരെന്നെയെത്തിച്ചു. ഞാൻ കരുതി അയാളാവും എന്റെ ആരാച്ചാരെന്ന്. എന്നാൽ ആ മനുഷ്യൻ എന്നെ നോക്കി പുഞ്ചിരിതൂകി. എന്നിട്ട് എന്റെ കാലിൽ ഏതോ മോതിരമിട്ടു. അവർ തമ്മിൽ തമ്മിൽ എന്തോ പറയുകയും എന്റെ ചിറകിന്റെ നീളവും ശരീരത്തിന്റെ ഭാരവുമൊക്കെ അളന്നെടു ക്കുകയും ചെയ്തു. മനുഷ്യർ കൊല്ലുന്നതിനുമുമ്പ് പക്ഷികളെ ഇങ്ങനെയൊക്കെ ചെയ്യാറുണ്ടെന്ന് ചില പക്ഷികൾ എനിക്ക് മുന്ന റിയിപ്പ് തന്നിട്ടുണ്ടായിരുന്നു. എന്റെ കഥ കഴിഞ്ഞുവെന്നുതന്നെ ഞാനുറപ്പിച്ചു.

മരിക്കാൻ എനിക്ക് ഭയമില്ല. ജനിച്ചാൽ എന്നെങ്കിലും മരിച്ചേ പറ്റൂ. എന്നാൽ അതല്ലല്ലോ അപ്പോഴത്തെ സ്ഥിതി. കൂട്ടിലെ എന്റെ കുഞ്ഞുങ്ങൾ. എന്റെ ഹൃദയം നിറയെ അവർക്കായുള്ള കണ്ണു നീരായിരുന്നു. അത് കൊക്കിലൂടെയും എന്റെ കണ്ണിലൂടെയും

പുറത്തേക്ക് തൂകാൻ തുടങ്ങി. എന്നാൽ ആ നരച്ച താടിയുള്ള പ്രായം ചെന്ന മനുഷ്യൻ രണ്ടു കൈകളിലുമായി എന്നെ എടുത്ത് ആകാശത്തേക്ക് പറത്തി വിട്ടു. എനിക്ക് ഒരിക്കലും വിശ്വാസിക്കാൻ കഴിയുമായിരുന്നില്ല. ഞാൻ മോചിപ്പിക്കപ്പെട്ടുവെന്ന്. കുറച്ചുനേരം ആ അന്ധാളിപ്പിൽ എനിക്ക് പറക്കാൻപോലും കഴിഞ്ഞിരുന്നില്ല. എന്നാൽ പെട്ടെന്ന് സമനില വീണ്ടെടുത്ത് ഞാൻ പറന്നു. ഏറ്റവും തിടുക്കത്തിൽ എന്റെ കൂട്ടിനടുത്തെത്തി എന്റെ വളർച്ച മുറ്റാത്ത കുഞ്ഞുങ്ങളെ ചിറകോട് ചേർത്ത് സന്തോഷാധിക്യത്താൽ കണ്ണീർവാർത്തു. ദേ, കണ്ടില്ലേ. ആ മനുഷ്യർ എന്റെ കാലിൽ അണിയിച്ച മോതിരം. പച്ച എരണ്ട തന്റെ കാലിലെ മോതിരം മറ്റ് പക്ഷികളെ കാണിക്കാനായി നീട്ടികാണിച്ചു.''

ക്ലിക്-കിക്ക് മരപ്പോട്ടിൽ നിന്ന് മൂങ്ങ ഒരു ശബ്ദം പുറപ്പെടുവിച്ചു. എന്നിട്ട് പറഞ്ഞു. ''മനുഷ്യർ പക്ഷികളെക്കുറിച്ചു പഠിക്കാനായി എന്തോ സൂത്രം ചെയ്ത് വിട്ടിരിക്കുകയാണ്. അല്ലാതെ എരണ്ടയോടുള്ള സ്നേഹത്തിന് കാലിൽ മോതിരമിട്ടു വിട്ടതല്ല.''

മൂങ്ങയുടെ വാക്കുകൾ ഒരു പറ്റം പക്ഷികൾ ഏറ്റു പിടിച്ചു.

''ശരിയാണ്, ശരിയാണ്.'' അവർ ആർത്തു വിളിച്ചു.

വായുവിൽ ഏതോ പ്രകമ്പനശബ്ദം കേട്ട് പക്ഷികൾ മാനത്തേക്ക് കണ്ണു പായിച്ചു. വിശുദ്ധപർവ്വത്തിന് തണലേകി ഒരു കൂറ്റൻ കാർമേഘം ആകാശത്ത് പ്രത്യക്ഷപ്പെട്ടു. താഴ്‌വാരമാകെ അതിന്റെ തണലിൽ നേരിയ ഇരുൾ പരന്നു. എണ്ണിയാലൊടുങ്ങാത്ത പക്ഷികളുടെ കൂട്ടം ആ കരിമേഘത്തിലേക്ക് കണ്ണു പായിച്ചു. മേഘം മലമുകളിൽ വട്ടിമിടുകയാണ്. ഏതോ ചുഴലിക്കാറ്റിന്റെ മുന്നോടിയായുള്ള കരിമേഘങ്ങളാവാമതെന്ന് പക്ഷികൾ വിചാരിച്ചു. പ്രതീക്ഷിച്ചതുപോലെ മേഘം താണുപറക്കാൻ തുടങ്ങി. ആകാശത്തു നിന്ന് ശക്തിയായി കാറ്റു വീശി. മരക്കൂട്ടങ്ങൾ കാറ്റിലുലഞ്ഞ് തലതല്ലിക്കൊണ്ടിരുന്നു. കൊടുങ്കാറ്റിൽ പക്ഷികൾ പിടിച്ചുനിൽക്കാൻ പാടുപെട്ടു. ചില പക്ഷികൾ നിലത്തമർന്നു കിടന്നു. മറ്റ് ചിലത് തടാകത്തിനടിയിലേക്ക് ഊളിയിട്ടു കാറ്റിന്റെ ശക്തിയിൽ പക്ഷികളിൽ ചിലത് തെറിച്ചു വീണു. പാറകളിൽ പക്ഷികൾ ചിറകടിച്ചു വീണു കരഞ്ഞു. ഇളകി പറക്കുന്ന പൊടിക്കാറ്റിലും മൂടൽ മഞ്ഞിലും പക്ഷികൾക്ക് തമ്മിൽ തമ്മിൽ കാണാൻ കഴിയാത്ത സ്ഥിതിയായി. അപ്പോഴേക്കും മുദൃലമായ പാറകൾ ഇളകി വീഴാൻ തുടങ്ങിയിരുന്നു. ഭൂമിയുടെ അവസാനത്തിന്റെ ആരംഭമാണോയിതെന്ന് പക്ഷികൾ ഭയപ്പെട്ടു.

ഭയം ജീവിവർഗ്ഗങ്ങളെ ഭ്രാന്തരാക്കും. പേ പിടിച്ച നായകളെപ്പോലെ ഭയപ്പെട്ട ജീവികളും കണ്ണിൽ കണ്ടതിനെയൊക്കെ കടിച്ചു

കീറി നശിപ്പിക്കും. എല്ലാ വിനാശകരമായ പ്രവൃത്തിക്കു പിന്നിലും ഒളിഞ്ഞിരിക്കുന്ന ഭീകരൻ ഭയമാണ്. ഭയത്തെ നിയന്ത്രിക്കാതെ ഭൂമിയിൽ സമാധാനമുണ്ടാവില്ല. സമാധാനത്തിന്റെ ശത്രു ഭയമാണ്. ഭയത്തെ മെരുക്കാൻ കഴിയുന്നവരാണ് വിജയികൾ. ധീരത കൊണ്ടു മാത്രമേ ഭയത്തെ നശിപ്പിക്കാനാവൂ. ധീരതകൊണ്ടു മാത്രമേ അക്രമത്തെ അവസാനിപ്പിക്കാനാവൂ. ഹിംസ തൊട്ടുതീണ്ടാത്തവൻ ശാന്തനായിരിക്കും. നേർബുദ്ധിയുള്ളവനായിരിക്കും. ജ്ഞാനിയായിരിക്കും. കാരുണ്യമുള്ളവനായിരിക്കും. മറ്റ് പക്ഷികൾക്ക് ഒരുപദ്രവും ഉണ്ടാക്കാതിരിക്കുക എന്നതുപോലെ പ്രധാനമാണ് മറ്റുള്ളവയിൽ നിന്നുള്ള അതിക്രമങ്ങളിൽ നിന്ന് രക്ഷ നേടുകയെന്നതും. അക്രമം പാടില്ല. എന്നാൽ പ്രതിരോധം അനിവാര്യമാണ്. ഭയപ്പെട്ട ജീവിയെ സൂക്ഷിക്കണം. അതെന്തതിക്രമവും കാണിക്കും.

കൊടുംകാറ്റ് പെട്ടെന്ന് നിലച്ചു. കരിമേഘം ഒരു പർവ്വതശിഖരത്തിൽ ഒട്ടിയിരിപ്പായി. അത്ഭുതത്തോടെ പക്ഷികൾ ആ കാഴ്ച നോക്കി നിന്നു. ഏതോ ഒരു വലിയ പാറമുകളിലാണ് മേഘം വന്ന് ഒട്ടിയിരിക്കുന്നത്. ഇത് വല്ല കരിംഭൂതവുമാണോയെന്ന് പക്ഷികൾ ഭയപ്പെട്ടു. പക്ഷികളുടെ വേദപുസ്തത്തിൽ ഭൂതങ്ങളെക്കുറിച്ചു പറയുന്നുണ്ട്. ഏതു ലോകത്തും പറന്നെത്താൻ കഴിയുന്ന പക്ഷിഭൂതങ്ങൾ സർവ്വചരാചരങ്ങൾക്കും വേദമുണ്ട്. സ്രഷ്ടാവ് സർവ്വമാന ജീവികൾക്കും ജ്ഞാനം നൽകാനായി ദൂതരെ നിയോഗിച്ചിട്ടുണ്ട്.

വെള്ളത്തിലെ ജീവികൾക്ക് വേദമുണ്ട്. വെള്ളത്തിലും കരയിലും ജീവിക്കുന്ന ജീവികൾക്ക് ജ്ഞാനം നൽകാനായി ദൂതനെത്തിയിട്ടുണ്ട്. പറവകൾക്കുണ്ട്. കാട്ടുജീവികൾക്കുണ്ട്. മനുഷ്യകുലത്തിന് ഓരോ പരിണാമദിശയിലും ദൂതന്മാരെത്തിയിട്ടുണ്ട്. അറിവിന്റെ നേർവഴി ലഭിക്കാത്ത ഒരു സമൂഹവും ഈ ലോകത്തില്ല. സത്യം തേടുക ഓരോ ജീവിയുടെയും അവകാശമാണ്. അന്വേഷിച്ചിറങ്ങുന്നവർക്കു മാത്രമേ സത്യം കണ്ടെത്താനാവൂ. സത്യം ഒരു ജീവിയെ തേടിയും അങ്ങോട്ട് ചെല്ലില്ല. ആഗ്രഹിക്കാത്തവർക്ക് ഒന്നും ലഭിക്കില്ല. ഈ ബോധമുള്ള ഒരു ചെറുപക്ഷി ആകാശത്തേക്കുയർന്ന് പറന്ന് തിരികെ വന്ന് അത്ഭുതത്തോടെ പറഞ്ഞു.

"ആ പർവ്വതശിഖരത്തിൽ കാണുന്നത് കരിമേഘമല്ല. ഒരു കൂറ്റൻ പക്ഷിയാണ്."

"പക്ഷിയോ?" അവിടെ കൂടിയിരുന്ന പക്ഷികളെല്ലാം അന്തം വിട്ടു ചോദിച്ചു

"ആകാശത്തോളം വലിപ്പമുള്ള പക്ഷിയോ?"

''ക്ര് ക്ര് ക്ര്...'' ആ പക്ഷി ഉറപ്പിച്ചു പറഞ്ഞു. ''ഞാൻ ആർട്ടിക് ടേൺ എന്ന പക്ഷിയാണ്. ഭൂമിയുടെ ഉത്തരധ്രുവത്തിൽ നിന്നും ദക്ഷിണധ്രുവം വരെ ഓരോ കൊല്ലവും മുറതെറ്റാതെ പറക്കുന്ന പക്ഷി. എനിക്കറിയാത്ത ഒരു ഭാഗവും ഈ ഭൂമിയിലില്ല. മരുഭൂമിയും മഞ്ഞു മൂടിയ മലനിരകളും ദ്വീപുകളും കൊടും കാടും മഹാസമുദ്ര ങ്ങളും എന്നു വേണ്ട ഭൂമിയുടെ പുറമെയുള്ളതെല്ലാം ഞാൻ കണ്ടി ട്ടുണ്ട്. എന്നെ വിശ്വസിക്കുക.''

മഹാസമുദ്രങ്ങളിലെ അജ്ഞാതദ്വീപുകളിൽ കഴിയുന്ന പക്ഷികുല ത്തിലെ ഏറ്റവും വലിയ പക്ഷി. മറ്റ് പക്ഷികളുമായൊന്നും കൂട്ടു കൂടാതെ ഒറ്റപ്പെട്ട് ജീവിക്കുന്നവയാണ് ഈ പക്ഷികൾ. സമുദ്രത്തി നടിയിൽ കഴിയുന്ന തിമിംഗലത്തെപ്പോലും കൊത്തിപ്പറക്കുന്ന ഭീകര രൂപിയായ പക്ഷിയാണിത്.

''ക്രോക്ക്റ്റ്റ് ക്രാക്രാ...'' പക്ഷികൾ ഒച്ചയിട്ടു ഭയമകറ്റാൻ പാടു പെട്ടു. വെറുതെ ഒച്ചവയ്ക്കുന്നത് ഭയമകറ്റാൻ ചിലപ്പോൾ സഹായ കരമാകുമായിരിക്കും. അത് താൽക്കാലികം മാത്രമായിരിക്കും അപ്പോഴും ഭയം ഉള്ളിൽ നിൽപ്പുണ്ടാകും. ഭയവുമായി മുഖാമുഖം കാണുക മാത്രമേ നിവൃത്തിയുള്ളൂ. ഭയത്തെ സൂക്ഷ്മമായി നോക്കിയിരിക്കുക. അത് താനെ അഴിഞ്ഞ് പൊയ്ക്കൊള്ളും.

''നിശ്ശബ്ദരായിരിക്കൂ.'' ബഹളം കൂടാതെ ആകാശത്തേക്ക് കൊക്ക് ഉയർത്തി ക്രൗഞ്ചപ്പക്ഷി വിളിച്ചു പറഞ്ഞു.

ക്രൗഞ്ചപ്പക്ഷികളുടെ ഒച്ചകേട്ട് മറ്റ് പക്ഷികൾ നിശ്ശബ്ദരായി. ഒച്ചയെ ഒച്ചകൊണ്ടു മാത്രമേ അവസാനിപ്പിക്കാനാവൂ. ഉഷ്ണത്തെ ഉഷ്ണംകൊണ്ടും വേദനയെ വേദനകൊണ്ടും ശമിപ്പിക്കാം.

''ദേശങ്ങൾ താണ്ടി വരുന്ന പക്ഷിയാണ് ഞാൻ. മഞ്ഞുമൂടിയ സൈബീരിയായിൽ നിന്നാണ് ഞാനിപ്പോൾ വരുന്നത്. മനുഷ്യരെന്നെ അതുകൊണ്ട് സൈബീര്യൻ കൊക്കെന്നും വിളിക്കും. വസന്തകാലത്ത് എണ്ണിയാലൊടുങ്ങാത്ത വിവിധജാതി പക്ഷികളവിടെ ജീവിക്കുന്നുണ്ട്. മഞ്ഞുവീഴ്ച തുടങ്ങുന്നതോടെ പക്ഷികളൊക്കെ തണുപ്പ് കുറഞ്ഞ ലോകത്തേക്ക് പറന്നു പോകും. ഇങ്ങനെ ഭൂമിയുടെ പല ഭാഗങ്ങളി ലേക്ക് പക്ഷികൾ ഓരോ കൊല്ലവും പോകുന്നുണ്ട്. അവിടങ്ങളി ലുള്ള പക്ഷികളുമായൊക്കെ വിശേഷങ്ങൾ പങ്കുവയ്ക്കാറുള്ളൂ. എന്നാൽ ഇത്തരത്തിൽ പർവ്വതസമാനമായൊരു പക്ഷിയെക്കുറിച്ച് ഒരു പക്ഷിയും പറഞ്ഞ് ഞാനിതുവരെ കേട്ടിട്ടില്ല. മഹാസഞ്ചാരി യായ ആർട്ടിക്ടേൺ പറഞ്ഞതിനെ ഞാൻ അവിശ്വസിക്കുന്നില്ല.

നമ്മുടെ കൂട്ടത്തിൽ ആർട്ടിക് ടേണിനെപ്പോലെ ലോകസഞ്ചാരിയായ മറ്റൊരു പക്ഷിയും ഉണ്ടെന്ന് നിങ്ങളെപ്പോലെ ഞാനും കരുതുന്നില്ല.

നമ്മൾ കാണാത്ത അത്ഭുതലോകങ്ങളൊക്കെ ആർട്ടിക് ടേൺ കണ്ടിട്ടുണ്ട്. അനുഭവസമ്പന്നർ വാ തുറക്കുമ്പോൾ അതിന് ആദരവോടെ ചെവി ഓർക്കുകയാണ് ബുദ്ധിയുള്ള പക്ഷികളുടെ ലക്ഷണം. എല്ലാ പക്ഷികളും നിശ്ശബ്ദരാവുക. ആർട്ടിക് ടേൺ സംസാരിക്കട്ടെ.''

അതോടെ പക്ഷികൾ നിശ്ശബ്ദരായി. കറുത്ത തൊപ്പിവച്ച ആർട്ടിക് ടേണിന്റ വാക്കുകൾക്ക് അവ കാതോർത്തു.

''റൂഖ് എന്ന പേരിൽ അറിയപ്പെടുന്ന കൂറ്റൻ പക്ഷിയാണിത്. ഏതോ യുഗത്തിൽ ഈ ഭൂമിയെ അടക്കിവാണ പക്ഷി. ആ യുഗത്തിൽ പക്ഷികളൊക്കെ കൂറ്റൻ പക്ഷികളായിരുന്നു. പക്ഷികൾ മാത്രമല്ല, സർവ്വജീവികളും വലുപ്പമുള്ളതായിരുന്നു. ഒരു ശലഭത്തിനുപോലും ഒരു കൂറ്റൻ മരത്തിന്റെ വലുപ്പം ഉണ്ടായിരുന്നു. ഒരു ആപ്പിളിന് ഒരു കൂറ്റൻ പാറക്കല്ലിന്റെ വലുപ്പം. എല്ലാം ഇക്കാണുന്നതിന്റെ നൂറും ഇരുന്നൂറും ഇരട്ടി വലുപ്പമുള്ളവയായിരുന്നു.

ദേ, ആ പറക്കുന്ന വണ്ടുപോലും ആ കാണുന്ന പാറയുടെ വലുപ്പമുള്ളതായിരുന്നു. അങ്ങനെയുള്ള യുഗത്തെ ആകാശത്തുനിന്ന് ഏതോ ഒരു അബാബീൽ പക്ഷി നരകക്കല്ല് കൊണ്ട് വന്ന് വർഷിച്ചു നശിപ്പിച്ചതായി നമ്മുടെ വേദപുസ്തകത്തിൽ പറയുന്നുണ്ട്. ആ യുഗം അവസാനിച്ചെങ്കിലും റൂഖ് പക്ഷിയുടെ ഏതോ ചില മുട്ടകൾ മണ്ണിനടിയിൽ മറഞ്ഞുകിടന്നിരുന്നു. മനുഷ്യർ ആധിപത്യം വഹിക്കുന്ന ചെറിയ ജീവികളുടെ ഈ യുഗത്തിന്റെ ആരംഭത്തിൽ ആ മുട്ടകൾ വിരിഞ്ഞു. കൂറ്റൻ പക്ഷികൾ ആകാശത്തേക്ക് പറന്നു. എന്നാൽ അവയ്ക്ക് മാറിയ ഭൂപ്രകൃതിയുമായി പൊരുത്തപ്പെടാനാവാതെ വന്നു. 'റൂഖ്' പക്ഷികളിൽ പലതും ചത്തൊടുങ്ങി. ഒരു ജോടി മാത്രം ഭൂമിയിൽ അവശേഷിച്ചു. ഒരു ജോടി റൂഖ് പക്ഷിക്കു മാത്രം ജീവിക്കാനുള്ള ഇടമേ ഈ യുഗത്തിൽ ഭൂമിയിലുള്ളൂ. അവയ്ക്കു താഴ്‌വാരങ്ങളിൽ ജീവിക്കാനാവില്ല.

മഹാപർവ്വതങ്ങളുടെ മുകളിൽകൂടി മാത്രമാണവ പറക്കുക. ഏതോ അജ്ഞാത ദ്വീപുകളിലോ പർവ്വത മുകളിലോ അവ തങ്ങളുടെ ജീവിതകാലത്ത് രണ്ടു മുട്ടകളിടും. ഒരു ജോടി റൂഖ് പക്ഷികളെ ഭൂമിയിൽ അവശേഷിപ്പിച്ചിട്ടവ എവിടെയോ ചെന്ന് അവസാനിക്കും. മുട്ട വിരിഞ്ഞ് ഒരു പൂവനും ഒരു പിടയും പുറത്തു വരും. ഇതിനൊരിക്കലും മാറ്റമുണ്ടാവില്ല. പ്രകൃതിയുടെ അറിവോടെയാണ് സർവ്വചരാചരങ്ങളിലും ഇതു സംഭവിക്കുന്നത്. വംശങ്ങളുടെ

അനുസ്യൂതമായ ഒഴുക്ക് നടക്കുന്നത്. ഒരു നേർരേഖയിൽ എഴുതപ്പെട്ട രീതിയിലല്ലാതെ ഇതു നടക്കുന്നില്ല.

''ക്റ് ക്രേ... റൂ കൂ..'' പക്ഷികൾ അത്ഭുതത്തോടെ ചിറക് വീശി കൊക്ക് പിളർത്തിയിരുന്നു.

''എന്നിട്ട് എന്നിട്ട്...'' പക്ഷികൾ ആകാംക്ഷയോടെ ചോദിച്ചു.

''ഒരിക്കൽ ഏതോ ഒരു കടലിലെ കൂറ്റൻ പർവ്വതം ചുറ്റി പറക്കുന്നതിനിടയിൽ ഞാനവിടെയൊന്നു വിശ്രമിക്കാനായി ഒരു പാറമേൽ ഇരുന്നു. അപ്പോൾ ഒരു കൂറ്റൻ പാറയുടെ അത്ര വലുപ്പുമുള്ള ഒരു മുട്ടയ്ക്കുമേൽ റൂഖ് പക്ഷി അടയിരിക്കുന്നതു കണ്ടു. തൊട്ടരുകിലായി ഒരാനയോളം വലുപ്പമുള്ള ഒരു പക്ഷിക്കുഞ്ഞുമുണ്ടായിരുന്നു. ഓരോ കൊല്ലം ഒരോ മുട്ടയിട്ട് അതിൻമേൽ അഞ്ചുവർഷം അടയിരുന്നാണത്രേ റൂഖ് പക്ഷികൾ മുട്ടവിരിക്കുന്നത്. ഒരു മുട്ട വിരിഞ്ഞ് ഒരു കൊല്ലം കഴിഞ്ഞ് അടുത്തമുട്ട വിരിയും. ചിലപ്പോ രണ്ടു മുട്ടകളിട്ട് വിരിയിക്കാറുമുണ്ടെന്ന് പഴമക്കാർ കൈമാറിവന്ന കഥയിൽ പറയുന്നുണ്ട്. കൊടുങ്കാട്ടിൽ അലഞ്ഞു തിരിയുന്ന ആനകളും കാട്ടുപോത്തുകളുമൊക്കെയാണിവയുടെ ആഹാരം. സമുദ്രത്തിനടിയിലേക്ക് മുങ്ങാംകുഴിയിട്ട് തിമിംഗലങ്ങളെയും കൂറ്റൻ സ്രാവുകളെയും കടലാനയേയും മറ്റും ഇവ പിടിച്ചുതിന്നാറുണ്ട്. മഹാസമുദ്രത്തിനുള്ളിലെ ഏതോ അജ്ഞാതകാന്തികവലയത്തിനുള്ളിലാണിവയുടെ ജീവിതമെന്നും പറഞ്ഞുകേട്ടിരുന്നു. എന്നാലിതാ വിശുദ്ധ പർവ്വതത്തിൽ അവ കൂടൊരുക്കിയിരിക്കുന്നു.''

ആർട്ടിക് ടേണിന്റെ വിവരണം വിസ്മയം കലർന്ന മിഴികളോടെ പക്ഷികൾ കേട്ടിരുന്നു. അവയ്ക്ക് ഒരക്ഷരം ശബ്ദിക്കാനായില്ല. തങ്ങൾ വന്നുപെട്ടിരിക്കുന്നത് ഏതോ വിചിത്രലോകത്താണന്ന് പക്ഷികൾക്ക് ബോധ്യപ്പെട്ടു. ഇതുവരെ കണ്ടിട്ടോ കേട്ടിട്ടോ ഇല്ലാത്ത ഒരത്ഭുതപക്ഷിയുടെ വിദൂരക്കാഴ്ചതന്നെ അവയെ ഞെട്ടിച്ചിരിക്കുകയാണ്.

''അടയിരിപ്പു തുടങ്ങിയ റൂഖ് പക്ഷി ഇനി വർഷങ്ങൾ കഴിഞ്ഞേ അവിടുന്ന് എണീക്കാൻ സാധ്യതയുള്ളൂ.'' ആർട്ടിക് ടേൺ പറഞ്ഞു.

''അതിനു ഭക്ഷണം കഴിക്കേണ്ടി വരില്ലേ?'' പെലിക്കൻ തന്റെ തൂവൽ സഞ്ചി കൊക്ക് വിടർത്തി ചോദിച്ചു.

''ഒരു തിമിംഗലത്തേയോ ആനയോ അതുപോലെയുള്ള ഏതെങ്കിലും കൂറ്റൻ ജീവികളെ ആഹരിച്ചാൽ പിന്നെ മാസങ്ങൾ കഴിഞ്ഞ് മതിയാവും അടുത്ത ഇരപിടുത്തം.'' ആർട്ടിക് ടേൺ പറഞ്ഞു.

‘‘ശരിയാണ്. ദിവസവും ഇത്തരം ജീവികളെ റൂഖ് പിടിച്ചു തിന്നാൻ തുടങ്ങിയാൽ പിന്നെ അവയൊക്കെ എന്നേ വംശനാശം നേരിടുമായിരുന്നുവല്ലോ’’ യുക്തി പ്രയോഗിച്ച് സംസാരിക്കുമ്പോലെ ക്രൗഞ്ച പക്ഷി പറഞ്ഞു.

മറ്റ് പക്ഷികൾക്ക് ഒന്നും പറയാൻ കഴിയാത്ത അവസ്ഥയിലായിരുന്നു. അവയൊക്കെ റൂഖ് എന്ന അൽഭുതത്തിന്റെ മായികവലയത്തിൽ നിന്നും പുറത്തു കടന്നിരുന്നില്ല. റൂഖ് പക്ഷിയുടെ വിവരങ്ങൾ വിശദമായി ഒന്നു പരിശോധിച്ചു വരാൻ കഴുകനെ ചുമതലപ്പെടുത്താമെന്ന് ഒരു വിഭാഗം പക്ഷികൾ നിർദ്ദേശിച്ചു. എന്നാൽ വിവര ശേഖരണത്തിന് ഏറ്റവും നല്ലത് ഉപ്പൂപ്പൻ പക്ഷി തന്നെയാണ് മരം കൊത്തികൾ അഭിപ്രായപ്പെട്ടു.

‘‘കൂട്ടൂർ കൂട്ടൂർ...’’ പച്ചയും കഴുത്തിൽ തവിട്ടു നിറമുള്ള ഒരു ചെറിയ പക്ഷി മുന്നോട്ടു വന്നു പറഞ്ഞു. ‘‘കഴുകന്റെ സാന്നിധ്യം ഒരുപക്ഷേ റൂഖ് തിരിച്ചറിയാനിടയുണ്ട്. രഹസ്യങ്ങൾ അന്വേഷിക്കുന്നവരെ ആരും തിരിച്ചറിയാൻ പാടില്ല. അദൃശ്യരായി എല്ലാം നോക്കി മനസ്സിലാക്കാൻ കഴിവുള്ളവരാവണം. കൂർമ്മബുദ്ധിയുള്ളവർക്കേ ഈ പണി ചേരൂ. ധീരരായിരിക്കണം. ഇവിടെ കൂടിയിരിക്കുന്ന പക്ഷികളിൽ ഉപ്പൂപ്പൻപക്ഷികൾക്കു മാത്രമേ മുമ്പ് ഇത്തരത്തിൽ മനുഷ്യരുടെ രഹസ്യാന്വേഷണ വിഭാഗത്തിൽ ജോലി ചെയ്ത അനുഭവം ഉണ്ടായിട്ടുള്ളൂ. അതുകൊണ്ട് ഉപ്പൂപ്പനെതന്നെ ചുമതലയേൽപ്പിക്കുന്നതാണ് ഉചിതം.’’

ഒരുകൂട്ടം പക്ഷികൾ അതിന് പിന്തുണ നൽകി. ആകാശത്തിന്റെ മുകൾ തട്ടിലേക്ക് പറക്കാനും ദൂരക്കാഴ്ചയുള്ളതും കഴുകനും പരുന്തുകൾക്കുമാണ്. അതുകൊണ്ട് അവ കണ്ടെത്തുന്നത്ര കാര്യങ്ങൾ ഉപ്പൂപ്പന് കഴിയുമോയെന്നൊരു സംശയം വർണ്ണക്കൊറ്റികൾ ഉന്നയിച്ചു. ഒരുവിഭാഗം പക്ഷികൾ അതിൽ ശരിയുണ്ടെന്ന് വിളിച്ചു പറഞ്ഞു.

ഉപ്പൂപ്പനെയും കഴുകനെയും റൂഖ് പക്ഷിയെക്കുറിച്ചുള്ള വിവരങ്ങൾ അന്വേഷിച്ചു വരാൻ ചുമതലപ്പെടുത്തുന്നതാവും ഉചിതമെന്ന് ക്രൗഞ്ചപക്ഷി പറഞ്ഞു. ഇതിനോട് യോജിച്ചുകൊണ്ട് ഭൂരിപക്ഷം പക്ഷികളും ചിറകടിച്ച് സമ്മതം അറിയിച്ചു. പക്ഷികൾ ചിറകടിക്കുമ്പോൾ അവയ്ക്ക് ഉന്മേഷം ഉണ്ടാകും. ആഹ്ലാദം ഉണ്ടാകും. ശരീരത്തിന്റെ വിവിധ നാഡീഞരമ്പുകളെ ചിറകടി ഉന്മേഷഭരിതരാക്കും. രക്തചംക്രമണം വേഗത്തിലാവും. മസ്തിഷ്കത്തിലെ, ആഹ്ലാദം ചുരത്തുന്ന പേശികൾ ആവേശഭരിതരാവും. എല്ലാ പക്ഷികളും

സന്തോഷിക്കുമ്പോൾ ആ പ്രദേശത്തെ മറ്റ് സസ്യജന്തുജാലകളി ലേക്കും ആ സന്തോഷം വ്യാപിക്കും. ആ പർവ്വതം ഒന്നാകെ സന്തോഷിക്കും. പക്ഷികൾ കൂടിയിരിക്കുമ്പോൾ അവയിൽ നിന്ന് പുറപ്പെടുന്ന വൈദ്യുതകാന്തിക തരംഗങ്ങൾ ഒരു ഗോളമായി പരി വർത്തിക്കും. ആഗോളത്തിനുള്ളിൽപ്പെടുന്ന പക്ഷികളുടെ ശാരീരി കനിലയിലെ വിഷമതകളൊക്കെ നികത്താൻതക്ക ശക്തി, വൈദ്യുത കാന്തിക പ്രഭാവലയത്തിനുണ്ട്. പക്ഷികൾ കൂടിയിരിക്കുക എന്നത് അവയുടെ ഒരു ജൈവിക ശീലമാണ്. പക്ഷികളിൽ നിന്നാണ് മനു ഷ്യർ കൂട്ടപ്രാർത്ഥനയുടെ മഹത്വം മനസ്സിലാക്കിയെടുത്തത്. ഒരു ജീവിയുടെ മനോനില അതിരിക്കുന്ന ചുറ്റുപാടുകളെയും ബാധിക്കും. ചുറ്റുപാടുകൾ ജീവജാലങ്ങളുടെ മനോനിലയെ ബാധിക്കും.

സർവ്വമാന ജീവികൾക്കും ഇതു ബാധകമാണ്. ഒരു മരം ദുഃഖി ക്കുമ്പോൾ അതിൽ കഴിയുന്ന ജീവിവർഗ്ഗങ്ങളാകെ ദുഃഖിക്കുന്നു. ഭൂമി ദുഃഖിക്കുമ്പോൾ ഭൂമിയിൽ കഴിയുന്ന സർവ്വമാന ജീവികളും ദുഃഖിക്കും. അത്ഭുതമാണ് പ്രകൃതിയുടെ വിതാനങ്ങൾ. സൂക്ഷ്മ തലത്തിലും സ്ഥൂലതലത്തിലും ഭൂമിയിലെ സർവ്വമാന ജീവിവർഗ്ഗ ങ്ങളും പരസ്പരം ബന്ധപ്പെട്ടിരിക്കുന്നു. ചേതനം, അചേതനം എന്ന വേർതിരിവ്തന്നെ അശാസ്ത്രീയമാണ്. ജീവനില്ലാത്തതായി ഭൂമിയിൽ യാതൊന്നുമില്ല. ജീവൻ വ്യത്യസ്ത രീതിയിലാണ്. പ്രവർത്തിക്കു ന്നതെന്നതേയുള്ളൂ. കല്ലിലെ ജീവൻ പുഴുവിന്റെ ജീവനിൽനിന്ന് വേറിട്ടാണിരിക്കുന്നത്. പക്ഷികൾ സ്വന്തം അനുഭവങ്ങളുടെ അനു ഭൂതികളുടെയും ശാരീരിക പ്രത്യേകതകളുടെയും അടിസ്ഥാനത്തിൽ ലോകത്തെ നിർവ്വചിക്കാൻ ശ്രമിക്കുകയാണ്.

ഈച്ച ഈച്ചയുടെ തലത്തിൽ നിന്നുകൊണ്ട് പ്രകൃതിയെ വ്യാഖ്യാ നിക്കുന്നു. കടുവയും പുലിയും മത്സ്യങ്ങളും ആമയും തുമ്പിയും പ്രാണികളും സൂക്ഷ്മജീവികളും അവയുടേതായ വൃത്തതിനുള്ളിൽ നിന്ന് പ്രകൃതിയെ നിർവ്വചിക്കുന്നു. പർവ്വതം, പർവ്വതത്തിന്റെ ബോധ തലത്തിൽ നിന്നുകൊണ്ടും മനുഷ്യർ, മനുഷ്യന്റെ തലത്തിൽ നിന്നു കൊണ്ടത് ചെയ്യുന്നു. ഇതൊക്കെ തന്നെയും ആപേക്ഷികം മാത്ര മാണ്. ഉള്ളിലുള്ളത് വച്ചുള്ള വ്യാഖ്യാനമാണ് ബുദ്ധിയും യുക്തിയും ഉപയോഗിച്ച് സ്വന്തം അനുഭവമണ്ഡലത്തിൽ നിന്നുകൊണ്ടുള്ള വ്യാഖ്യാനം. ഓരോ ജാതിപക്ഷികളിലും ഇത് വേറിട്ടു നിൽക്കുന്നു. ഇങ്ങനെ പ്രപഞ്ചത്തെ ഓരോ ജീവിയും നോക്കിക്കാണുന്നത് ഓരോ രീതിയിലാണ്. പൊതുവായ ചില സത്യങ്ങൾ ഉണ്ടാവാമെങ്കിലും വിശാലതലത്തിൽ, അതും വ്യക്തിനിഷ്ഠമായി മാറും. ഭൂമിയുടെ കണ്ണും മനസ്സും കാതും അതിൽ ജീവിക്കുന്ന ജീവിവർഗ്ഗങ്ങളിൽ നിന്ന് എത്രമാത്രം വ്യത്യാസപ്പെട്ടിരിക്കുന്നു.

സൗരയൂഥത്തിന്റെ ബോധമല്ല, ആകാശഗംഗയെന്ന പ്രപഞ്ചത്തിനുള്ളത്. എത്രയോ ആകാശഗംഗകൾ ചേർന്നതാണ് ഒരു മഹാപ്രപഞ്ചം. അങ്ങനെയെത്രയെത്ര മഹാപ്രപഞ്ചങ്ങൾ! ജീവികൾ പ്രതിസന്ധിഘട്ടത്തെ അഭിമുഖീകരിക്കുമ്പോഴാണ് യഥാർത്ഥ നേതാവ് ഉയർന്നുവരുന്നത്. അതുവരെ അവരിലെ ഈ കഴിവ് ആരും തിരിച്ചറിയണമെന്നില്ല. ത്യാഗവും സഹജീവിസ്നേഹവും കൂർമ്മബുദ്ധിയും ഭാഗ്യവും ധീരതയും എല്ലാം ഒത്തുവന്നാൽ മാത്രമേ ഒരു യഥാർത്ഥ നേതാവ് ഉയർന്നുവരുകയുള്ളൂ. സാഹചര്യങ്ങളാണ് നേതാവിനെ സൃഷ്ടിക്കുന്നത്. കരുത്തുള്ളതേ അതിജീവിക്കൂ. അത് പ്രകൃതി നിയമമാണ്. അതുകൊണ്ട് പക്ഷികൾ കൂടുതൽ കരുത്തരായാൽ മാത്രമേ ഭൂമിയിൽ നിലനിൽക്കാനാവൂ.

കോഴിക്കാടകൾ

ഇതൊക്കെ കണ്ടും കേട്ടുമിരുന്ന തവിടൻ കോഴിക്കാടകൾ തമ്മിൽ തമ്മിൽ നോക്കി. എന്തെന്തത്ഭുതങ്ങളാണ് നമുക്കു ചുറ്റും നടക്കുന്നത്. കുറ്റിക്കാടുകൾക്കിടയിൽ ഓടിയും നടന്നും ചിലപ്പോൾ ഒന്നുയർന്നുപറന്നും മാത്രം കഴിയുന്ന നമ്മൾ ഒന്നും തന്നെയറിയുന്നില്ല.

ഭൂമിയുടെ വലുപ്പം മഹാസമുദ്രങ്ങളുടെ വിശാലത. മാനംമുട്ടെ നിൽക്കുന്ന പർവതങ്ങൾ. ആർക്കും പിടികൊടുക്കാതെ നിൽക്കുന്ന ആകാശം അങ്ങനെ എന്തെല്ലാം. റൂഖ് പക്ഷികളെ അവ മറക്കാൻ ശ്രമിച്ചു. മനസ്സിൽ ഭീതി ജനിപ്പിക്കുന്നതിനെ മറക്കുന്നതാണ് നല്ലത്. നൊമ്പരപ്പെടുത്തുന്നതിൽ നിന്ന് മനസ്സിനെ മാറ്റി പിടിക്കാൻ പരിശീലിക്കണം. സുഖകരമായ ഓർമ്മകൾ കൊണ്ടു മനസ്സ് നിറയ്ക്കണം. അത്ര എളുപ്പമല്ലെങ്കിൽപോലും സുന്ദരകാഴ്ചകളും സദ്ചിന്തകളും മനസ്സിനെ ആരോഗ്യമുള്ളതായി നിലനിർത്തും. എന്നാലിത് എപ്പോഴും സാധ്യമാകണമെന്നില്ല. സന്തോഷനിമിഷങ്ങൾ വേഗം മറക്കും.

ദുഃഖകരമായത് മനസ്സിൽ ആഴത്തിൽ തറയ്ക്കും. കോഴിക്കാടകൾ പച്ച എരണ്ടകളെക്കുറിച്ച് ആലോചിച്ചു. മനുഷ്യർ പച്ച എരണ്ടയുടെ കാലിൽ മോതിരമിട്ടുവിട്ടത് യഥാർത്ഥത്തിൽ എന്തിനാവും? പക്ഷികളെക്കുറിച്ചു പഠിക്കാനാണോ? പക്ഷികളെക്കുറിച്ചു പഠിച്ചിട്ട് അവർക്കെന്തിനാണ്? അതോ പക്ഷികുലം നശിച്ചുപോകാൻ വല്ല കൂടോത്രവും ചെയ്തു കെട്ടിവിട്ടിരിക്കുകയാണോ? ഈ മനുഷ്യർ അത്ര നല്ലവരല്ലെന്ന് നമുക്ക് ബോധ്യമുള്ള കാര്യമാണ്.

തവിടൻ കോഴിക്കാടകളായ തങ്ങളെ പിടിച്ചുകൊണ്ടുപോയി അവരെന്തൊക്കെ ക്രൂരതയാണ് കാണിക്കുന്നത്. കാൽവിരലിൽ നഖത്തോട് ചേർത്ത് മൂർച്ചയുള്ള കത്തികൾ വച്ചുകെട്ടും. എന്നിട്ട് കൂട്ടിലിട്ട് തീറ്റതന്ന് തല്ലാനും കൊല്ലാനും പഠിപ്പിക്കും. മറ്റ് കോഴിക്കാടകളുമായി പോരിന് പ്രേരിപ്പിക്കും. സ്വന്തം സഹോദരന്മാരായ

കോഴിക്കാടകളെ കൊത്തിയും കാലിലെ മൂർച്ചയേറിയ കത്തികൊണ്ട് പാറിക്കുത്തിയും വകവരുത്തുംവരെ മനുഷ്യർ ഉപദ്രവിക്കും. അല്ലെങ്കിൽ ഭീഷണിപ്പെടുത്തിക്കൊണ്ടിരിക്കും. ഇനിയിപ്പോൾ യാതൊരു ശത്രുതയുമില്ലാത്ത സ്വന്തം രക്തത്തോട് പോര് നടത്താൻ വിമുഖത കാണിച്ചാൽ കൊടിയ മർദ്ദനമാണ് ശിക്ഷ. യാതൊന്നിനും കൊള്ളാത്ത കാടയെന്ന് പറഞ്ഞ് തല പിരിച്ചൊടിച്ച് കൊന്നുകളയും. മനുഷ്യരുടെ ചന്തയിൽ കൊണ്ടു നിർത്തിയാണ് കോഴിക്കാടകളെ തമ്മിൽ പോര് നടത്തിക്കുന്നത്. ജീവനിൽ കൊതിയില്ലാത്തവരായി ആരാണുള്ളത്? സ്വന്തം ജീവൻ രക്ഷിക്കാൻ സ്വന്തം സഹോദരനെ ബലി കഴിക്കാനും ആരും മടിക്കാറില്ല.

എല്ലാവർക്കും അവനവന്റെ ജീവനാണ് പ്രധാനം. മനുഷ്യർ വാതുവച്ചാണ് കോഴിക്കാടകളെകൊണ്ട് പോരു നടത്തുന്നത്. അപ്പോഴവരുടെ വീറും വാശിയും ആവേശവും ഒന്നു കാണേണ്ടതുതന്നെയാണ്. കൂകിവിളിച്ചും ആർപ്പുവിളിച്ചും മനഷ്യർ കോഴിക്കാടകളെ തമ്മിൽ കൊത്താൻ പ്രേരിപ്പിക്കും. തമ്മിൽ പോര് നടത്താതെ കോഴിക്കാടകൾക്ക് രക്ഷപ്പെടാൻ ഒരു മാർഗവുമില്ല. മനുഷ്യരുടെ തടവിൽ കഴിയുന്ന കോഴിക്കാടകൾക്ക് അവർ പറയുന്നത് അനുസരിക്കുക മാത്രമേ നിവൃത്തിയുള്ളൂ. എല്ലാ അടിമകളുടെയും ഗതി ഇതാണ്. അടിമകളെ സൃഷ്ടിക്കുന്ന വ്യവസ്ഥിതിയാണ് ജൈവലോകത്ത് നിലനിൽക്കുന്നത്. മനുഷ്യരുടെ ഇടയിൽ ഇത് വളരെ കൂടുതലാണെന്ന് കാക്കയൊരിക്കൽ പറഞ്ഞത് കോഴിക്കാട ഓർത്തു. അടിമയായി ജീവിക്കുന്നതിലും ഭേദം മരണമാണ്. ശക്തിയുള്ളവൻ ശക്തിയില്ലാത്തവന്റെ മേൽ കുതിരകയറുകയെന്നത് ഒരു ലോകപ്രതിഭാസമാണ്. ശക്തന്റെ മുമ്പിൽ അശക്തൻ അടിമയാണ്. സ്വന്തമായി നാവും തലയുമില്ലാത്ത വർഗം. ഇനിയിപ്പോൾ കൊല്ലുന്നോ ജീവിക്കണോയെന്ന അവസാനവട്ടചോദ്യത്തിനു മുമ്പിൽ കൊല്ലാൻ തയ്യാറാകാത്തവരായി ആരാണുള്ളത്?

കോഴിക്കാടകൾ തമ്മിൽ വീറോടെ പറന്നുകൊത്തിയും കത്തികൊണ്ട് പരസ്പരം കുത്തിയും ജീവന്മരണപോരാട്ടം നടത്തും. അത് മനുഷ്യർ ആർപ്പുവിളിച്ച് ആഹ്ലാദിക്കും. ഒടുക്കം ആയുസ്സിന് ബലമുള്ളത് അവശേഷിക്കും. രക്തം വാർന്ന് അന്ത്യശ്വാസം വലിക്കുന്ന പോരിൽ തോറ്റ കോഴിക്കാടയെ ഒന്നു തിരിഞ്ഞുനോക്കാൻ പോലും കരുത്തില്ലാതെ മുറിവേറ്റ് തിരികെ കൂട്ടിനുള്ളിൽ കയറും. അപ്പോൾ മനുഷ്യരിൽ ഒരുകൂട്ടർ വിജയാഘോഷത്തിന്റെ ലഹരിയിൽ മതി മറന്ന് ആറാടുകയായിരിക്കും. കൊല്ലപ്പെട്ട പക്ഷിക്കായി ആരും കാണാതെ ഒരിറ്റ് കണ്ണീർ പൊഴിച്ച് അടങ്ങിയൊതുങ്ങിയിരിക്കും.

ഇനി ഏതെങ്കിലും ഒരു കോഴിയുടെ കുത്തേറ്റ് നെഞ്ച് പിളർന്ന് ചാകാൻ വേണ്ടി. അല്ലെങ്കിൽ ആ മനുഷ്യന്റെ ശക്തമായ കരങ്ങൾ തന്റെ കഴുത്തിനുനേരെ എപ്പോഴാണ് നീണ്ടുവരുന്നതെന്ന് കണ്ണോർത്തിരിക്കും.

''ക്രേ ക്രേ... അതൊക്കെ നമ്മുടെ വിധി.'' ഒരു കോഴിക്കാട നിരാശയോടെ പറഞ്ഞു. ''അങ്ങനെ വിധിയെ പഴിച്ചിട്ട് മാത്രം കാര്യമില്ല. പക്ഷികൾ ആഗ്രഹിച്ചാൽ നടക്കാത്തതായി യാതൊന്നുമില്ല. മാറ്റം വേണമെന്ന് ആഗ്രഹിക്കണം. അതിനായി പ്രവർത്തിക്കണം. അപ്പോൾ മാറ്റം തനിയെ വന്നുകൊള്ളും. മാറ്റം വേണമെന്ന് ആഗ്രഹിക്കുന്ന പക്ഷിവർഗ്ഗങ്ങളിൽ മാത്രമേ മാറ്റം വരുകയുള്ളൂ. മാറ്റം വേണമെന്ന തോന്നലാണ് പരമപ്രധാനം. ഈ തോന്നൽ അത്ര സാധാരണമല്ല. മനുഷ്യരുടെ കൊള്ളരുതായ്മകൾക്കെതിരെ പക്ഷികൾ സംഘടിക്കട്ടെ. ഒറ്റയ്ക്കൊറ്റയ്ക്ക് നമ്മൾ അശക്തരാണങ്കിലും സംഘടിച്ചാൽ അതൊരു വലിയ ശക്തിയാണ്. ഒരു ചുള്ളിക്കമ്പ് ഏതു പക്ഷിക്കും ഒടിക്കാം. ഒരു കെട്ട് ചുള്ളിക്കമ്പ് ഒടിക്കാനാകുമോ? ഉറുമ്പുകളുടെയും തേനീച്ചകളുടെയും സംഘബലം കണ്ടാണ് പക്ഷികൾ പഠിക്കേണ്ടത്. അവയെത്ര ചെറിയ ജീവികളാണങ്കിലും അവയുടെ സംഘബോധം അവയെ ശക്തരാക്കി നിലനിർത്തുന്നു.

ഉറുമ്പുകൾ വെള്ളത്തിൽ വീഴുമ്പോൾ കണ്ടിട്ടില്ലേ. അവ കെട്ടിപ്പിടിച്ച് ഒരു പന്തായി മാറും. വെള്ളത്തിലൂടെ ഉരുണ്ട് കരപറ്റും. സംഘബലത്തിന് ഇതിൽപരം ഒരു തെളിവുവേണോ? തേനീച്ചകളുടെ കോളനിയിലെ ചിട്ടയായ സംഘബോധം മറ്റൊരിടത്തും കാണാനാവില്ല. തേനീച്ച റാണിയുടെ ഉത്തരവനുസരിച്ച് എല്ലാം കൃത്യമായി നടക്കുന്നു. തേനീച്ച റാണിയെപ്പോലെ ശക്തയായ ഒരു ഭരണാധികാരിയെയാണ് പക്ഷികൾക്കിപ്പോൾ ആവശ്യം. ഇണചേരാൻ ഏറ്റവും ശക്തനായ ആണീച്ചയെ മാത്രമേ റാണി അനുവദിക്കൂ. പറക്കൽ പന്തയത്തിൽ ഒന്നാമതെത്തുന്നവനേ അതിനഹർതയുള്ളൂ. ഏറ്റവും കരുത്തുള്ള തലമുറയെ സൃഷ്ടിക്കാനാണിത്. പന്തയത്തിൽ തോറ്റ ആണീച്ചകളെ മുഴുവൻ റാണി കൊന്നുകളയും. കഴിവുകെട്ട ഒരു വർഗത്തെയവർ സൃഷ്ടിക്കാതിരിക്കാൻ വേണ്ടിയാണീ കൊലകൾ നടത്തുന്നത്. സംഘടിക്കുന്നുവെന്നത് രാജപദവിയിലേക്കുള്ള പാത വെട്ടുകയാണ്. സംഘടിക്കുന്നവർക്കേ അധികാരമുള്ളൂ. അവകാശമുള്ളൂ.''

''ക്രേ ക്രേ...'' തവിടൻ കോഴിക്കാട കരഞ്ഞു. അതുകേട്ട് മറ്റ് കോഴിക്കാടകളും അവിടെ ഒത്തുകൂടി കാതോർത്തു.

''സമുദ്രങ്ങളും മഹാപർവതങ്ങളും താണ്ടി പക്ഷികൾക്കെങ്ങനെയാണ് സഞ്ചരിക്കാൻ കഴിയുക? അവ കൃത്യമായി എങ്ങനെ വഴിതെറ്റാതെ പറക്കുന്നു?'' ഒരു കോഴിക്കാട ചോദിച്ചു.

''അതെങ്ങനെയെന്നെനിക്കറിയാൻ കഴിയും.''

ഇട്ടാവട്ടത്തിൽ കഴിയുന്ന കോഴിക്കാടകൾക്ക് അതിനുത്തരം പറയാനാകുമോ? അറിയാത്ത കാര്യം അറിയില്ലെന്നു സമ്മതിക്കുന്നതാണ് ഉത്തമം. പക്ഷികൾക്ക് വിദ്യാഭ്യാസം നൽകിയില്ലെങ്കിലും കുഴപ്പമില്ല. അവയുടെ ഉള്ളിൽ ശരിതെറ്റിന്റേതായ നീതിദേവതയുടെ ഒരു ത്രാസ് പ്രവർത്തിക്കുന്നുണ്ട്. എന്നാൽ തെറ്റായ വിദ്യാഭ്യാസം നൽകുകയെന്നത് ഈ നീതിബോധത്തെ തകർക്കുകയാണ് ചെയ്യുന്നത്.

ക്രാ തലവരയൻ വാത്തകളുടെ വലിയ സംഘം നിരനിരയായി നിൽക്കുന്നത് കണ്ടിട്ടില്ലേ? അല്ലെങ്കിൽ നീണ്ട കഴുത്തും ചുരുട്ടിപ്പിടിച്ച് ഒറ്റക്കാലിൽ നിൽക്കുന്ന രാജഹംസങ്ങളില്ലേ? അവയോട് ചെന്നു ചോദിച്ചാൽ നിനക്ക് ഉത്തരം കിട്ടാതിരിക്കില്ല? ഏതൊരു കാര്യവും ശരിയായ പക്ഷിയിൽ നിന്നുതന്നെ അറിയണം. യഥാർത്ഥ ഗുരുവിനെ തന്നെ ശരണം പ്രാപിക്കണം. യഥാർത്ഥ ഗുരുവിനെ കണ്ടെത്തുകയെന്നത് വളരെ വളരെ പ്രയാസകരമാണെങ്കിലും.''

''എനിക്ക് വയ്യ.'' ഒരു ചിണുങ്ങലോടെ തവിടൻ കോഴിക്കാട പറഞ്ഞു.

''ഒരറിവ് നേടുന്നതിന് ഇങ്ങനെ സങ്കോചിച്ചാലോ? ജ്ഞാനം ആർജിക്കുന്നതിന് ഒരു സങ്കോചത്തിന്റെയും ആവശ്യമില്ല. അഭിമാനത്തോടെ തല ഉയർത്തിത്തന്നെ ആരോടും ചോദിക്കാം. ചെറിയവനെന്നോ വലിയവനെന്നോ കുലവും ജാതിയും ദേശവും ഒന്നും അതിനൊരു തടസ്സമാകരുത്. അറിവ് പകർന്നു നൽകാതെ ഗോപ്യമായി സൂക്ഷിക്കുന്നത് പാപമാണ്. അങ്ങനെ ചെയ്യുന്നവർ അറിവിനെ മറ്റുള്ളവർക്കെതിരെയുള്ള ആയുധമാക്കി മാറ്റുകയാണ്. അത് ഹിംസയാണ്. കായികമായി ഒരു ജീവിയെ ഉപദ്രവിക്കുന്നതു മാത്രമല്ല ഹിംസ. വാക്കുകൊണ്ടും നോക്കുകൊണ്ടും ചിന്തകൊണ്ടും പ്രവൃത്തികൊണ്ടും ഒരു ജീവിയെ മുറിപ്പെടുത്തുകയോ അതിന്റെ നന്മയെ ഹനിക്കുകയോ, സ്വാതന്ത്ര്യത്തെ അപായപ്പെടുത്തുകയോ ചെയ്യുന്നതും അക്രമം തന്നെയാണ്.

ജ്ഞാനമില്ലാത്തവർക്ക് ജ്ഞാനം പകർന്നുകൊടുക്കാതിരിക്കുന്നതും അക്രമമാണ്. മുകളിലേക്ക് നോക്കുംപോലെ ഓരോ ജീവിയും താഴേക്കും നോക്കണം. ശക്തിയില്ലാത്തവർക്ക് ശക്തി പകർന്നു നൽകണം. സമ്പത്തുള്ളവർ സമ്പത്തില്ലാത്തവരിലേക്കത് ഒഴുക്കണം. അറിവില്ലാത്തവർക്ക് അറിവ് പകരണം. എങ്കിൽ മാത്രമേ ലോകം കൂടുതൽ സുന്ദരമാകുകയുള്ളൂ. പക്ഷികളുടെ ഇടയിൽ സമത്വമെന്ന വാക്ക് ഞാനിവിടെ ഉപയോഗിക്കുന്നില്ല. അതൊരു നീണ്ട സ്വപ്നം

മാത്രമാണ്. സമാധാനമെന്നതാണ് ശരിയായ വാക്ക്. പക്ഷികൾ സമാധാനമായി ജീവിക്കണമെങ്കിൽ ഓരോ പക്ഷിക്കും ലഭിക്കേണ്ടത് ലഭിക്കണം. അതാരും തട്ടിപ്പറിക്കരുത്. ഒളിച്ചുവയ്ക്കരുത്. തടസ്സപ്പെടുത്തരുത്. ഓരോ പക്ഷിക്കും വേണ്ടത് ഓരോന്നാണെന്ന് മാത്രം. അതൊരാൾ മുൻകൂട്ടി നിശ്ചയിച്ച് അടിച്ചേൽപ്പിക്കേണ്ടതില്ല. ഒറ്റ നോട്ടത്തിൽ ആ കൂടിനിൽക്കുന്ന രാജഹംസങ്ങളൊക്കെ ഒരുപോലെയിരിക്കും. എന്നാൽ സൂക്ഷ്മമായി ശ്രദ്ധിച്ചാൽ ഓരോ രാജഹംസവും ഒന്നിനൊന്ന് വ്യത്യസ്തമായി നിൽക്കും. ഒരു പക്ഷിയെപ്പോലെ ലോകത്ത് മറ്റൊരു പക്ഷിയുണ്ടാവില്ല. ജീവിതശൈലിയും താൽപര്യങ്ങളിലും ഈ വ്യത്യസ്ത കാണാം. അത്ര കണ്ട് കൃത്യമായുള്ള വിഭജനമാണ് പ്രകൃതി നടത്തിയിരിക്കുന്നത്.''

''ക്രേ ക്രേ...'' തവിടൻ കോഴിക്കാടകൾ കൂട്ടത്തോടെ കരഞ്ഞു.

സംശയം ചോദിച്ച കോഴിക്കാടയ്ക്ക് ആശ്വാസം പകർന്നുകൊണ്ട് പറഞ്ഞു. ''വാത്തയോട് പോയി ചോദിക്ക്.''

എന്തുംവരട്ടെയെന്ന് കരുതി തവിടൻ കോഴിക്കാട തന്റെ ചിറകുകൾ കൊത്തി മിനുക്കി നേരെയാക്കിക്കൊണ്ട് തന്റെ ശബ്ദം കാറി മിനുക്കി വാത്തയുടെ അരികിൽ ചെന്നു. ചുറ്റും നടക്കുന്നതൊക്കെ ജാഗ്രതയോടെ ശ്രദ്ധിച്ചുകൊണ്ടു നിൽക്കുകയായിരുന്നു വാത്തക്കൂട്ടം. തന്റെ മുഖത്തേക്ക് നോക്കി നിൽക്കുന്ന കോഴിക്കാടയോട് വാത്ത ചോദിച്ചു.

''ക്റ് കറ്... എന്താ വന്നത്?''

വാത്ത

"**ഒ**രു സംശയം?"

"ക്റ്ക്ലാ... ക്റ്..." വാത്തയൊരു ശബ്ദം പുറപ്പെടുവിച്ചു.

ചോദിച്ചോളൂവെന്നാണതിന്റെ അർത്ഥമെന്ന് മനസ്സിലാക്കി കോഴിക്കാട പരുങ്ങി പരുങ്ങി ചോദിച്ചു.

"മഹാസമുദ്രങ്ങൾക്ക് മുകളിലൂടെയും കണ്ണെത്താദൂരത്ത് ആകാശം മുട്ടി നിൽക്കുന്ന പർവ്വതമടക്കുകൾക്കിടയിലൂടെയും പറക്കുമ്പോൾ വാത്തകൾ എങ്ങനെയാണ് ദിശയറിയുന്നത്, വഴിയറിയുന്നത്?"

കോഴിക്കാടയുടെ സംശയം കേട്ട വാത്ത ഉള്ളിൽ ചിരിച്ചു. ഒരാൾ സംശയം ചോദിക്കുമ്പോൾ അതെത്ര നിസ്സാരമെങ്കിലും തെറ്റാണെങ്കിൽ തന്നെയും അയാളെ പരിഹസിക്കുന്നത് ശരിയല്ല. ഓരോരുത്തരുടെയും ബുദ്ധിനിലവാരം വ്യത്യസ്തവുമാണ്. സംശയത്തിനുള്ള ഉത്തരം ചോദിച്ചയാളിന്റെ ബൗദ്ധികനിലവാരം മനസ്സിലാക്കിയതിനനുസരിച്ച് വിശദീകരിച്ചു കൊടുക്കുകയും വേണം. ഈ മാന്യത വാത്തയ്ക്കുണ്ടായിരുന്നതുകൊണ്ടാണത് പരസ്യമായി ചിരിക്കാതിരുന്നത്. ചിരിയെന്നത് എല്ലാ ജീവിവർഗങ്ങളുടെയും ഉള്ളിലുണ്ട്. ചിലത് പുറത്തേക്ക് ചിരിക്കുന്നുവെന്നേയുള്ളൂ. മനുഷ്യർ കരുതുന്നു മനുഷ്യർക്കു മാത്രമേ ചിരിക്കാനാവൂവെന്ന്. മറ്റുള്ളവർക്കുവേണ്ടി കണ്ണീർപൊഴിക്കാൻ മനുഷ്യർക്കു മാത്രമേ കഴിയുകയുള്ളൂവെന്ന് അവർ കരുതുന്നു. ഇത് രണ്ടും തെറ്റാണ്. ആത്മാവുള്ള എല്ലാ ജീവികൾക്കുമിത് കഴിയും.

വാത്ത കോഴിക്കാടയോട് പറഞ്ഞു. "ദേശസഞ്ചാരികളായ പക്ഷികളൊക്കെതന്നെ സഞ്ചാരവുമായി ബന്ധപ്പെട്ട് നന്നായി അറിവു നേടിയവരാണ്. ഞങ്ങൾ കൂട്ടമായാണ് സഞ്ചരിക്കുക. ഓരോ ദേശസഞ്ചാരം കഴിഞ്ഞു മടങ്ങുമ്പോഴും അതിനു മുമ്പുണ്ടായിരുന്ന പക്ഷിയായിരിക്കില്ല ഞങ്ങൾ. ഒരുപാട് ഒരുപാട് പുത്തൻ കാഴ്ചകളും അനുഭവങ്ങളും അറിവുകളും ഞങ്ങൾ നേടിയിരിക്കും. യാത്ര ഒരു

പാഠശാലയാണ്. യാത്രാവഴികളൊക്കെ കൃത്യമായി ഓർമ്മവയ്ക്കാൻ ഞങ്ങൾ പഠിച്ചിരിക്കും. ആകാശത്തുദിക്കുന്ന സൂര്യനെ ഒരുനോക്ക് കാണുകയേ വേണ്ടൂ. ഭൂമിയിൽ തങ്ങളുടെ സ്ഥാനമെവിടെയെന്ന് കണക്കുകൂട്ടി നിശ്ചയിക്കും. ദിക്കുകളുടെ സ്ഥാനം നിശ്ചയിക്കാനും കഴിയും. ഇതൊക്കെ മനക്കണക്കാണ്. മനസ്സിനോളം ശക്തി മറ്റൊന്നിനുമില്ല. പ്രകാശത്തേക്കാൾ വേഗത്തിൽ സഞ്ചരിക്കാൻ കഴിവുള്ളതാണ് മനസ്സ്. മനസ്സിന്റെ ശക്തിയുടെ വളരെ ചെറിയൊരു ഭാഗം മാത്രമേ പക്ഷികൾ ഉപയോഗിക്കുന്നുള്ളൂ. പക്ഷികൾ അവയുടെ മനശ്ശക്തി പൂർണതോതിൽ പ്രയോഗിച്ചാൽ ഉരുളുന്ന ഭൂമിപോലും നിശ്ചലമാക്കും.

പക്ഷികൾ രാത്രിയിലാണ് സഞ്ചരിക്കുന്നതെങ്കിൽ ആകാശത്തുദിക്കുന്ന നക്ഷത്രങ്ങളെയും ചന്ദ്രനെയും നോക്കും. ഇനിയിപ്പോ അതിനു കഴിഞ്ഞില്ലെങ്കിൽ ഭൂമിയുടെ വടക്കുള്ള കാന്തികശക്തിയെ ധ്യാനിക്കും. അപ്പോൾ ഞങ്ങളുടെ ഉള്ളിൽ തിരിതെളിയും. ഇരുട്ടു മാറി വെളിച്ചം പകരും. ബോധം വഴിതുറക്കും. വടക്കുള്ള കാന്തിക മണ്ഡലം അങ്ങോട്ടും ഇങ്ങോട്ടും ആടിക്കളിക്കുകയാണ്. ദിശ കണക്കുകൂട്ടുമ്പോൾ കാന്തിക മണ്ഡലത്തിന്റെ അപ്പോഴത്തെ സ്ഥാനമെവിടെന്നു കൂടി നിശ്ചയിച്ചുറപ്പിക്കും.

ഞങ്ങളുടെ കൂട്ടത്തിലെ അനുഭവസമ്പന്നരായ മുതിർന്നവർ നേടിയ അറിവുകൾ പുതുതലമുറയ്ക്ക് പകർന്നു നൽകും. ഇങ്ങനെ ആയിരക്കണക്കിന് നൂറ്റാണ്ടുകളുടെ അനുഭവവും ജ്ഞാനവും പേറിയാണ് ഓരോ പക്ഷിയും സഞ്ചരിക്കുന്നത്. ദേശസഞ്ചാരമെന്നത് ഒരു ദിവസം കൊണ്ടോ, ഒരു മാസംകൊണ്ടോ സംഭവിക്കുന്നതല്ല. അതിന്റെ തുടക്കം പക്ഷികളുടെ ഉത്ഭവത്തോളം പഴക്കമുള്ളതാണ്. കോഴിക്കാടകൾ ഈ ജ്ഞാനം എന്നിൽനിന്ന് മനസ്സിലാക്കിയാലും അത് പ്രവർത്തിപഥത്തിലെത്തിക്കാൻ നിങ്ങൾക്ക് കഴിയില്ല. ജ്ഞാനം മാത്രം പോരാ. അതു പ്രവർത്തിപ്പിക്കാനുള്ള ശേഷികൂടി വേണം. അതിന് പ്രകൃത്യാ തന്നെയുള്ള നിരവധി ഘടകങ്ങൾ ഒത്തുചേരണം. ശരീരത്തിലും മനസ്സിലും പ്രകൃതി തന്നെയത് ഒരുക്കിതരണം.''

വാത്തയുടെ വാക്കുകൾ അന്ധാളിപ്പോടെ കോഴിക്കാട കേട്ടുനിന്നു. വാത്ത വീണ്ടും പറഞ്ഞുതുടങ്ങി. ''പിന്നെ ഈ ദേശസഞ്ചാരത്തിന് മുന്നൊരുക്കങ്ങൾ ഒന്നും തന്നെയാവശ്യമില്ലെന്ന് കരുതരുത്. ദേശാന്തര സഞ്ചാരം തുടങ്ങുന്നതിന് മാസങ്ങൾക്ക് മുമ്പുതന്നെ ധാരാളം കൊഴുപ്പാർന്ന ഭക്ഷണം കഴിച്ച് ശരീരത്തിൽ ഞങ്ങൾ ഒരു ഊർജ്ജശേഖരം ഉണ്ടാക്കിവയ്ക്കും. പറക്കുമ്പോൾ ചിറകുകൾ കുഴയാതിരിക്കാൻ. ദിവസവും മണിക്കൂറുകളോളം ആകാശത്ത് പറന്ന് പരിശീലനം നടത്തും. പറ്റംപറ്റമായി പറക്കാനുള്ള ശേഷി ആർജിക്കും.

മുമ്പേ നിന്ന് പക്ഷിക്കൂട്ടത്തെ നയിക്കാനുള്ള കരുത്ത് നേടിയെടുക്കും. കുറച്ച് ശക്തി വ്യയം ചെയ്ത് കൂടുതൽ ദൂരം എങ്ങനെ പറക്കാമെന്നൊക്കെ ഞങ്ങൾക്ക് പാരമ്പര്യമായിതന്നെയറിയാം. ഇങ്ങനെ ഒരുപാട് കാര്യങ്ങൾ ചെയ്ത്, നീണ്ട തയ്യാറെടുപ്പിലൂടെയാണ് ദേശാന്തരയാത്ര നടത്തുന്നത്. എത്ര കഴിവുള്ള പക്ഷിയാണങ്കിലും പരിശീലനമില്ലെങ്കിൽ വിജയത്തിലെത്തില്ല. പരിശീലനം ജീവിത വിജയത്തിന് വളരെ വളരെ പ്രധാനമാണ്. പക്ഷേ അത് സഹജവാസനകളെ നശിപ്പിക്കുന്നതാകരുതെന്ന് മാത്രം. ബാക്കിയെല്ലാം പ്രപഞ്ച സ്രഷ്ടാവിനെ ഏൽപ്പിക്കും. നമ്മൾ പാതി സ്രഷ്ടാവ് പാതിയെന്നാണല്ലോ മുതിർന്ന പക്ഷികൾ പറയുന്നത്. അതിലും കാര്യമുണ്ട്.

സമയവും കാലവും ഭാഗ്യവും ഒക്കെ വളരെ പ്രധാനപ്പെട്ട കാര്യമാണ്. ഇതിനൊക്കെ സംഭവിക്കുന്ന വ്യതിയാനങ്ങൾ നമ്മുടെ ലക്ഷ്യത്തെയും ബാധിക്കും. ഒരു പക്ഷിയുടെ ചിന്തയ്ക്കതീതമായി ഒരുപാട് ഒരുപാട് കാര്യങ്ങൾ ഈ പ്രപഞ്ചത്തിൽ സംഭവിച്ചുകൊണ്ടിരിക്കുന്നു. അതിൽ എത്രയോ നിസ്സാരമായതു മാത്രമേ പക്ഷിയുടെ ശ്രദ്ധയിൽ വരുന്നുള്ളൂ. നമ്മുടെ ഉള്ളിൽ നിക്ഷേപിച്ച ജ്ഞാനത്തിന്റെ വിത്തുകൾ അതിനു പാകപ്പെടുന്ന കാലവും അവസരങ്ങളും ഒത്തുവരുമ്പോൾ മാത്രമേ നമുക്കത് മനസ്സിലാക്കാനാവൂ. ഉള്ളിലുള്ളതാണ് നമ്മൾ പുറത്തു കാണുന്നതും അനുഭവിക്കുന്നതും. പുറത്തുള്ള പ്രപഞ്ചത്തിലും എത്രയോ ആഴമുള്ളതാണ് ഓരോ ജീവിയുടെയും ഉള്ളിലുള്ള പ്രപഞ്ചം. പ്രപഞ്ചം പുറമെ വളരുന്നതുപോലെ ഉൾപ്രപഞ്ചവും വളരുന്നുണ്ട്. പുരാതനകാലത്തെ പക്ഷിയിൽനിന്ന് പുതിയകാലത്തെ പക്ഷിയിലേക്കുള്ള വളർച്ചകളൊക്കെ പൂർവനിശ്ചിതമാണ്. യഥാർത്ഥത്തിൽ സൂര്യനെ പ്രതിഫലിപ്പിക്കുന്ന കണ്ണാടിബിംബം പോലെയാണത്. എല്ലാ ജ്ഞാനവും പുറത്തുനിന്ന് ഉള്ളിലേക്ക് നിക്ഷേപിക്കപ്പെടുന്നതു മാത്രമാണെന്ന് കരുതരുത്. മനസ്സിന് അറിവു ചുരത്താനുള്ള ശേഷിയുണ്ട്. വിത്തു കിളിർത്ത് ചെടിയായി പൂവുകളും ഫലങ്ങളും തരുന്നതുപോലെയാണത്.''

ആകാശത്ത് വാലാകോലാ പാറിപറക്കുകയായിരുന്ന ഒരുകൂട്ടം മീവൽപക്ഷികൾ തങ്ങളുടെ മെയ്വഴക്കം എല്ലാ പക്ഷികളും ഒന്നു കാണട്ടെയെന്ന വിചാരത്തിൽ അവിടാകെ ചുറ്റിപടർന്നു. ദേഹത്തിന്റെ പുറംതൂവലുകളുടെ തിളക്കമുള്ള നീലനിറം മറ്റുള്ള പക്ഷികൾ കാണാൻ വേണ്ടിയവ ചാഞ്ഞും ചരിഞ്ഞും പറന്നു. എന്നിട്ടവിടെയുള്ള ഒരു മരക്കൊമ്പിൽ കുറിയ കാലുകൾ ചേർത്തുവച്ചു വരിവരിയായി ഇരുന്നു. പല പല ചിന്തകളിൽ മുഴുകിയും പരസ്പരം വർത്തമാനം പറഞ്ഞുമിരുന്ന പക്ഷിക്കൂട്ടങ്ങൾ മീവൽപക്ഷികൾക്ക് നേരെ കണ്ണെറിഞ്ഞു.

പ്രവർത്തിക്കാതിരിക്കുമ്പോൾ പക്ഷികൾ ചിന്തയിലായിരിക്കും. ചിന്തിക്കാതിരിക്കുകയെന്നത് ഏറ്റവും ശ്രമകരമായ പണിയാണ്. മനസ്സിനെ ശൂന്യമാക്കി വയ്ക്കുകയെന്നത് മഹാജ്ഞാനികൾക്ക് മാത്രം കഴിയുന്ന കാര്യം. ഈ ശൂന്യതയെന്നത് ഒരു തോന്നൽ മാത്രമാണ്. ശൂന്യതയിലാണ് എല്ലാം ഒളിഞ്ഞിരിക്കുന്നത്. ശൂന്യത യോളം നിറഞ്ഞത് മറ്റൊന്നുമില്ല. അപരിമേയമായ ശക്തിദുർഗമാണ് ശൂന്യത. പ്രപഞ്ചമാകെ ഈ ശൂന്യതയിൽ മറഞ്ഞിരിക്കുകയാണ്. ദൃശ്യപ്രപഞ്ചത്തിലും എത്ര വലിയ ബ്രഹ്മാണ്ഡമാണെന്നോ അദൃശ്യ പ്രപഞ്ചം. അതുകൊണ്ട് കൃശഗാത്രരായ മീവൽപക്ഷികളെ ഒരിക്കലും എഴുതിത്തള്ളാനാവില്ല. ചെറുത് സുന്ദരമാണ്. ചെറുത് ചുറുചുറു ക്കുള്ളതാണ്. വലിയ പക്ഷികൾക്ക് സാധിക്കാത്തത് ഈ ചെറിയ പക്ഷികൾക്ക് സാധിക്കാം. വലുപ്പത്തിൽ ഒരു കാര്യവുമില്ല. കഴിവി ലാണ് കാര്യം. ഈ ചെറിയ ശരീരംകൊണ്ട് ശിശിരകാലത്ത് യൂറോ പ്പിൽനിന്ന് ആഫ്രിക്കയിലേക്ക് പോകുന്ന കത്രികപക്ഷികൾ വസന്ത കാലത്ത് യൂറോപ്പിൽ മടങ്ങിയെത്തും.

ആനയ്ക്ക് സാധ്യമാകാത്തത് ഒരു തുമ്പിക്ക് സാധ്യമായേക്കും. കത്രികപക്ഷികളുടെ കാര്യവും അങ്ങനെയാണ്. സദാ ഉന്മേഷഭരിത രായി ലോകം ചുറ്റുന്ന പക്ഷികളാണിവ. കൊടുങ്കാറ്റിൽ മഹാമേരുക്ക ളെല്ലാം കടപുഴകി നിലംപതിക്കുമ്പോഴും പുൽകൊടികൾ അവിടെ യവശേഷിക്കും. ഒരു കൊടുങ്കാറ്റിനും പുൽക്കൊടികളെ ഒന്നും ചെയ്യാനാവില്ല. മഹാവൃക്ഷങ്ങൾക്ക് മുമ്പിൽ എത്ര നിസ്സാരമായാണ് പുൽക്കൊടികളെ നമുക്കു തോന്നുക. എന്നാൽ അവയാണ് കൊടു ങ്കാറ്റിനെ അതിജീവിക്കുന്നത്. ഈ മീവൽപക്ഷികളുടെ കാര്യവും അങ്ങനെയെന്ന് വിശ്വസിക്കുക. അവയ്ക്കെന്താണ് പറയാനുള്ളത്. കാതുതുറന്നുകേൾക്കുകതന്നെ. പക്ഷിക്കൂട്ടം നിശ്ശബ്ദമായി വളരെ മൃദുലവും മൂർച്ചയുള്ളതുമായ ശബ്ദത്തിൽ മീവൽപക്ഷികൾ സംസാ രിച്ചു. സിംഹഗർജ്ജനത്തെക്കാൾ വിദൂരതയിൽ മുഴങ്ങുക കുയിൽനാദ മായിരിക്കുമെന്നതെത്ര ശരി. പുരുഷശബ്ദത്തേക്കാൾ മൂർച്ചയും വേഗതയും സ്ത്രീശബ്ദത്തിനാണ്. പൗരുഷം സ്ത്രൈണതയ്ക്ക് പിന്നാലെ വരുകയുള്ളൂ. സ്ത്രീത്വമാണ് പ്രകൃതിയുടെ ശക്തി. മീവൽ പക്ഷികൾ ശബ്ദിക്കാൻ തുടങ്ങിയപ്പോൾ അവിടെയാകെ നിശ്ശബ്ദത പടർന്നു.

''മീവൽപക്ഷികളായ ഞങ്ങളെ മിക്ക പക്ഷികളും പരിഗണിക്കാ റില്ല. ഞങ്ങളുടെ സേവനങ്ങൾ പലരും വിലമതിക്കാറുമില്ല. ചിലരുടെ കാര്യങ്ങൾ അങ്ങനെയാണ്. എത്രയധ്വാനിച്ചാലും അതിനുതക്ക പ്രതിഫലമോ അംഗീകാരമോ ലഭിക്കില്ല. എന്നാൽ മറ്റു ചിലരാകട്ടെ, എന്തു ചെയ്താലും അത് വിളിച്ചു പറയും അർഹിക്കുന്നതിലധികം

പ്രതിഫലവും അംഗീകാരവും നേടിക്കൊടുക്കാൻ ഒരുപട തന്നെ യുദ്ധസന്നദ്ധരായി അവയ്ക്കുണ്ടാകും. ഒരു മുട്ടയിട്ടാൽ കോഴി പുരപ്പുറത്തു കയറി കൊക്കരിച്ച് ലോകത്തെയതറിയിക്കും. അതുപോലെ ഏതു കാര്യം ചെയ്താലും അതു വിളിച്ചു ലോകത്തോട് പറയണമെന്നറിയാഞ്ഞിട്ടല്ല. കർമ്മം ചെയ്യുക ഫലം ഇച്ഛിക്കരുതെന്ന വേദവാക്യമാണ് മീവൽപക്ഷികളെ നയിക്കുന്നത്. അവനവൻ ഇരിക്കേണ്ടിടത്ത് അവനവൻ ഇരുന്നില്ലെങ്കിൽ അനർഹർ അവിടെക്കയറി ഇരിക്കും. ഇതാണിവിടെ സംഭവിച്ചുകൊണ്ടിരിക്കുന്നത്. മാന്യതയുള്ളവർ മിണ്ടാതിരിക്കുമ്പോൾ നാണമില്ലാത്തവർ സ്ഥാനങ്ങൾ തട്ടിയെടുക്കുന്നു.

ഇതാരും തിരിച്ചറിയാത്തതെന്ത്?

ലോകം ചിലരോട് നീതിരഹിതമായി പെരുമാറുന്നു. എന്തുകൊണ്ടാണതെന്ന് ഞങ്ങൾ പലവട്ടം ആലോചിച്ചിട്ടുണ്ട്. ഇന്നും ഇതിനൊരുത്തരം ലഭിച്ചിട്ടില്ല. ചിലർക്ക് ജീവിച്ചിരിക്കെ തന്നെ എല്ലാ സൗഭാഗ്യങ്ങളും പ്രശസ്തിയും വാരിക്കോരി നൽകുന്നു. മറ്റു ചിലർക്കാകട്ടെ, അവർ മരിച്ചു മണ്ണടിഞ്ഞാലും അവരുടെ നന്മകൾ കൊട്ടിഘോഷിക്കാൻ ആരുമുണ്ടാവില്ല. ഇനിയിപ്പോൾ മരിച്ചുമണ്ണടിഞ്ഞ് നൂറ്റാണ്ടുകൾക്ക് ശേഷം അവരുടെ പ്രവർത്തികളെക്കുറിച്ച് ലോകം നല്ല വാക്കുപറഞ്ഞിട്ടെന്ത് ഫലം? അംഗീകാരങ്ങൾ അവർ ജീവിച്ചിരിക്കുമ്പോൾതന്നെ നൽകണം. അതാണ് പക്ഷിലോകം ചെയ്യേണ്ടത്. ഞങ്ങളിതു വേദനയോടെ പറയാൻ ഒരു കാര്യമുണ്ട്. ഭൂമിയിൽ ഏറ്റവും വിലപിടിച്ചതാണ് അഗ്നി. എല്ലാ ഉച്ഛിഷ്ടങ്ങളും മാലിന്യങ്ങളും കരിച്ചുകളയാൻ തീ വേണം. അഗ്നിയില്ലാതെ ലോകം ഇതുപോലെ നിലനിൽക്കില്ല. അഗ്നി ഇല്ലാത്ത ലോകത്തെക്കുറിച്ച് ഒന്നു സങ്കൽപിച്ചു നോക്കൂ. കാട്ടുതീ പക്ഷികൾക്ക് ദോഷമുണ്ടാക്കുന്നുണ്ടെന്ന് ഞാൻ സമ്മതിക്കുന്നു. എന്നാൽ കാടിനെ കാടായി നിലനിർത്തുന്നത് കാട്ടുതീയാണ്. ഇളംകാടുണ്ടാകാൻ കാട്ടുതീ വേണം. കാടിന്റെ യുവത്വം കാട്ടുതീയിലാണ്. അതു ധാരാളം നാശം കാടിനുണ്ടാക്കുന്നുണ്ടെങ്കിലും.

നന്മതിന്മകൾ ആപേക്ഷികമാണ്. ഇപ്പോൾ നല്ലതെന്ന് തോന്നുന്നത് കാലം കഴിയുമ്പോൾ തിന്മയായി ഭവിക്കാം. തിന്മ നന്മയായും ഭവിക്കാം. അഗ്നിയുടെ ഗുണഗണങ്ങൾ എണ്ണിയെണ്ണി പറയാൻ തുടങ്ങിയാൽ ഇപ്പോഴെങ്ങും തീരില്ല. ഗുണവും ദോഷവും ഉൾച്ചേർന്നല്ലാതെ യാതൊന്നും സൃഷ്ടിക്കപ്പെട്ടിട്ടില്ല. മനുഷ്യർക്ക് തീയുടെ ഗുണം നന്നായറിയാം. തീയില്ലെങ്കിൽ അവർ കെട്ടിപ്പൊക്കിയതൊക്കെ തകർന്നടിയും. ദേവലോകത്തുനിന്ന് അഗ്നി മോഷ്ടിച്ചു കൊണ്ടുവന്ന് മനുഷ്യർക്ക് നൽകിയത് മീവൽപക്ഷികളാണ്. എന്നാൽ ഇക്കാര്യം

ഇവിടെ കൂടിയിരിക്കുന്ന പക്ഷികളിൽ എത്ര പേർക്കറിയാം? ഏതോ ദേവനാണ് തീ മോഷ്ടിച്ചു കൊണ്ടുവന്നതെന്ന് മനുഷ്യർ പ്രചരിപ്പിക്കുന്നത്. അത് ശരിയല്ല. ഇവിടെയുള്ളതിൽ എത്ര പക്ഷികൾ ഈ സത്യം ലോകത്തോട് വിളിച്ചുപറഞ്ഞു.''

ഒരു നിമിഷം വർത്തമാനം നിർത്തി മീവൽപക്ഷികൾ ചുറ്റുമൊന്നു കണ്ണോടിച്ചു. കാട്ടുമൈനകൾ മുഖംകുനിച്ചിരുന്നു. ഒന്നുമറിയാത്ത മട്ടിൽ മണ്ണാത്തിപുള്ളുകൾ മൂളിപ്പാട്ടുപാടിയിരുന്നു. ഉപ്പനുകൾ മറ്റെവിടെയോ നോക്കിയിരുന്നു. രാജഹംസങ്ങൾ കൂട്ടമായി പുറുപുറുത്തു.

''ദേവലോകത്ത് നിന്ന് അഗ്നി മോഷ്ടിച്ചു ഭൂമിയിൽ കൊണ്ടുവന്നതിന് കിട്ടിയ സമ്മാനമാണിത്. ഇതാണ് വേദനിപ്പിക്കുന്ന തെളിവ്. പിളർന്ന് രണ്ടായി മാറിയിരിക്കുന്ന തന്റെ കത്രികവാലുകൾ കാട്ടി മീവൽപക്ഷികൾ പറഞ്ഞു.

''ആകാശദേവൻ തീ കൊത്തിപ്പറന്ന തന്റെ നേർക്ക് അസ്ത്രം തൊടുത്തുവിട്ടു. ഭാഗ്യത്തിനത് വാലിലാണ് തറച്ചത്. വാലു പിളർന്നു പോയി. ആ അസ്ത്രം തന്റെ നെഞ്ചിൽ തറച്ചിരുന്നെങ്കിൽ മീവൽപക്ഷികൾ ഈ ഭൂമിയിൽ ഉണ്ടാകുമായിരുന്നില്ല. മീവൽപക്ഷികളുടെ ത്യാഗത്തെക്കുറിച്ച് ഏതെങ്കിലുമൊരു പക്ഷി ഓർക്കുമെന്ന് ഞാൻ കരുതുന്നില്ല. എന്തിനോർക്കണം? തീയില്ലെങ്കിലും പക്ഷികൾക്ക് ജീവിക്കാമായിരിക്കും. എന്നാൽ താൻ കൊണ്ടുവന്ന തീകൊണ്ട് വലിയൊരു ലോകം കെട്ടിപ്പടുത്ത മനുഷ്യർ നന്ദിപൂർവ്വം എന്നെ സ്മരിക്കുമോ? ഒരിക്കലുമില്ല. അപ്പോഴപ്പോഴത്തെ കാര്യമേ അവർക്കുള്ളൂ. ഒരു മീവൽപക്ഷിയെ ഓർത്തിട്ട് മനുഷ്യർക്കെന്തുകിട്ടാൻ? എല്ലാ ഓർമ്മകൾക്ക് പിന്നിലും സ്വാർത്ഥത അടയിരുപ്പുണ്ട്. എല്ലാ മറവിക്ക് പിന്നിലും അവഗണന അടയിരുപ്പുണ്ട്. മീവൽപക്ഷികൾ അഗ്നി കൊണ്ടുതന്നുവെന്ന ചരിത്രം തന്നെയവർ മാറ്റിമറിച്ചു. ദേവനാണ് അഗ്നിതന്നതെന്നവർ പുതുചരിത്രമെഴുതി. എന്നാൽ യഥാർത്ഥത്തിൽ സംഭവിച്ചതോ?

ദേവന്മാർ തങ്ങളെ തടസ്സപ്പെടുത്തുകയാണ് ചെയ്തത്. എല്ലാ വിജയചരിത്രവും ആഢ്യത്വമുള്ളവരിൽ വെച്ചുകെട്ടുകയാണ്. പക്ഷിവർഗ്ഗമെങ്കിലും മീവൽപക്ഷികളുടെ ത്യാഗം ഓർക്കേണ്ടതാണ് എന്നാണ് എന്റെ അഭിപ്രായം. പക്ഷിവർഗം ലോകത്തിന് സഭാവന ചെയ്തതിൽ പ്രധാനപ്പെട്ട ഒന്നാണ് അഗ്നി. അതിൽ എല്ലാ പക്ഷികൾക്കും അഭിമാനിക്കാൻ വകയുണ്ട്. ഒരു പക്ഷി ആദരിക്കപ്പെടുമ്പോൾ പക്ഷിവർഗ്ഗമൊന്നാകെ ആദരിക്കപ്പെടുകയാണ്.

പണ്ട് ജറുസലേമിലെ ഒരു ദേവാലയത്തിന് തീപിടിച്ചപ്പോൾ തീയണയ്ക്കാൻ മീവൽപക്ഷികളും ആവതുശ്രമിച്ചു. ദേവാലയം

മനുഷ്യരുടേത് മാത്രമല്ല. പ്രപഞ്ചസ്രഷ്ടാവിന് മീവൽപക്ഷിയും മനുഷ്യരും ഒരുപോലെയാണ്. അത് ഞങ്ങൾക്കറിയാം. ഈശ്വരനെ ആരാധിക്കേണ്ടത് സർവജീവിവർഗങ്ങളുടെയും കടമയാണ്. അത് ആരു ചെയ്താലും എവിടെ ചെയ്താലും അവിടം ദേവാലയമാണ്. ചെറിയ കൊക്കുകൊണ്ടെങ്കിലും വെള്ളമെടുത്ത് ആയിരക്കണക്കിന് മീവൽപക്ഷികൾ ആ ദേവാലയത്തിൽ തളിച്ച് തീ കെടുത്താൻ സഹായിച്ചു. അങ്ങനെ ആ പുണ്യദേവാലയത്തെ സംരക്ഷിക്കാൻ തങ്ങൾക്കാവതു തങ്ങളും ചെയ്തു. മീവൽപക്ഷികൾക്കും തന്നാലായത് എന്നൊരു ചൊല്ലുതന്നെ പക്ഷികൾക്കിടയിൽ പ്രചരിച്ചതങ്ങനെയാണ്.

ദേവാലയം രക്ഷിച്ചതിന്റെ പേരിൽ ഏതെങ്കിലും മനുഷ്യരിൽ നിന്ന് അഭിനന്ദനം ലഭിക്കുമെന്ന് മോഹിച്ചിട്ടല്ല അത് ചെയ്തത്. ഞങ്ങളുടെ കൂടി ഉത്തരവാദിത്വമാണെന്നുകണ്ടാണ്. കൂലി പ്രതീക്ഷിച്ച് ചെയ്യുന്നതിന് മഹത്വമില്ല. ആരുടെയും സഹതാപവും ഞങ്ങൾക്ക് വേണ്ട. സഹതാപം വിറ്റ് ജീവിക്കുന്നതിൽ വലിയൊരു മാനക്കേട് വേറെയില്ല. ആത്മാവില്ലാത്തവരെയതു ചെയ്യൂ. അഭിമാനമാണ് മീവൽ പക്ഷികൾക്ക് ഏറെ വലുത്. അന്തസ്സ് വിട്ട് ഞങ്ങൾ ഒരിക്കലും പെരുമാറില്ല.''

മീവൽപക്ഷികളുടെ വർത്തമാനം കേട്ട് ''ടിയൂ... ടിയൂ...'' തുന്നാരൻകിളികൾ അർത്ഥംവച്ച് ഒന്നു ചിലച്ചു. എന്നിട്ടു പറഞ്ഞു. ''മീവൽ പക്ഷികൾക്ക് ഇത്തിരി അന്തസ്സ് കൂടുതലാ!''

''ടിക് ടിക്... അമ്മക്കിളിയെന്താ അങ്ങനെ പറഞ്ഞത്?'' കുഞ്ഞുകിളി ചോദിച്ചു.

''പക്ഷികളുടെ കൂട്ടത്തിൽ മനോഹരമായ കൂടൊരുക്കുന്നവരാണ് തുന്നാരൻപക്ഷികൾ. ഇതെല്ലാവരും സമ്മതിക്കുന്ന കാര്യമാണ്. ഇല നന്നായി തുന്നി അതിൽ പഞ്ഞിമെത്തയൊക്കെ ഒരുക്കിയാണ് കൂടൊരുക്കം. ഇങ്ങനെയുള്ള കൂട്ടിൽപോലും കഴിയാൻ പൊങ്ങച്ചം അനുവദിക്കാത്തവരാണീ മീവൽപക്ഷികൾ. പൊങ്ങച്ചക്കാർ എല്ലാവരുടെയും അധിക്ഷേപം ഏറ്റുവാങ്ങും.''

''എന്താ അമ്മക്കിളി അങ്ങനെ പറയുന്നത്?'' വീണ്ടും കുഞ്ഞുകിളി ചോദിച്ചു.

''അതോ, പറയാം.''

മീവൽപ്പക്ഷികൾ

അമ്മക്കിളി ഒരു കഥ പറയാനുള്ള തയ്യാറെടുപ്പോടെ ഒന്നു വാലു പൊക്കി കുടഞ്ഞു. പിന്നെ ചുറ്റുമൊന്ന് കണ്ണോടിച്ചു.

"ഒരു പുഴയോരത്ത് മീവൽപക്ഷിക്കൂട്ടം വൈകീട്ട് അങ്ങോട്ടുമിങ്ങോട്ടും പറന്നുരസിക്കുകയായിരുന്നു. ഈ കസറത്ത് അവരുടെ ഒരു പതിവാണ്. ഭയങ്കര പറക്കൽവിദഗ്ധരാണവർ. ഒന്നിനെ മറ്റൊന്ന് ഓടിച്ചു പറത്തി കളിച്ചുക്കൊണ്ടിരുന്നു. ഇതിനിടയിൽ ഒരു പക്ഷി പുഴ കടന്ന് അക്കരെ പോയി. തന്റെ പിന്നാലെ മറ്റു മീവൽപക്ഷികൾ കളിക്കാനായി വരുന്നുണ്ടെന്നാണത് കരുതിയത്. പുഴ കടന്നു പോയ മീവൽപക്ഷിക്ക് പിന്നാലെ മറ്റ് പക്ഷികൾ പോയില്ല. ഇങ്ങനെയൊരു മീവൽപക്ഷി അക്കരെപോയ വിവരം അവരൊട്ടറിഞ്ഞതുമില്ല. പെട്ടെന്ന് സൂര്യൻ അസ്തമിച്ച് ഇരുട്ടുവീണു. പുഴ കടന്നു പോയ മീവൽപക്ഷി തിരികെ തങ്ങളുടെ കൂട്ടിലെത്താനുള്ള വഴിയറിയാതെ കുഴങ്ങി. അവിടമൊരു കാട്ടുപ്രദേശമായിരുന്നു. അത് വല്ലാതെ ഭയപ്പെട്ടു. അപ്പോൾ ഒരു മണൽത്തിട്ടയിൽ ഒരു മണൽക്കോഴിയിരിക്കുന്നതു കണ്ടു. മീവൽപക്ഷി തന്റെ കൂട്ടിലേക്ക് പോകാനുള്ള വഴി കാണിച്ചുതരാമോയെന്ന് മണൽക്കോഴിയോട് ചോദിച്ചു. മണൽക്കോഴി പറഞ്ഞു

"മീവൽപക്ഷിയുടെ കൂടെവിടെയാണെന്ന് എനിക്കറിയില്ല? ഒരു കാര്യം ചെയ്യാം. രാത്രി സഞ്ചാരം അത്ര നന്നല്ല. ഈ രാത്രി എന്റെ കൂട്ടിൽ കഴിഞ്ഞിട്ട് സൂര്യനുദിക്കുമ്പോൾ നിന്റെ കൂട്ടിലേക്ക് പോകാം."

മറ്റുള്ളവരുടെ കൂട്ടിൽ താമസിച്ചു ശീലമില്ല. എങ്കിലും മറ്റ് നിവൃത്തിയില്ലാതെ മീവൽപക്ഷിയത് സമ്മതിച്ചു. അങ്ങനെ മണൽക്കോഴിയുടെ കൂട്ടിലേക്ക് മീവൽപക്ഷി ചെന്നു. 'കൂടുകാണാനാവാതെ' അന്തം വിട്ടുകൊണ്ട് "എവിടെയാണ് നിന്റെ കൂട്" എന്ന് മീവൽപക്ഷി ചോദിച്ചു.

"ഈ മണൽപ്പരപ്പ് തന്നെയാണ് എന്റെ കൂട്." മണൽക്കോഴി പറഞ്ഞു.

''ക്ററ്‍...'' മീവൽപക്ഷിക്ക് താൻ ആക്ഷേപിക്കപ്പെട്ടതായി തോന്നി. മനോഹരമായ കൂട്ടിലാണ് ഞങ്ങൾ താമസിക്കുന്നതെന്ന് മണൽക്കോഴിക്കറിയില്ലേ? അക്ഷരാർത്ഥത്തിലതൊരു കൊട്ടാരംതന്നെയാണ്. പല അറകളുള്ള വലിയൊരു കൊട്ടാരം. അതിനുള്ളിൽ വിശാലമായൊരു ഉറക്കറയുണ്ട്. മാർദ്ദവമേറിയ പട്ടുമെത്ത വിരിച്ച വിശാല നിലവറയാണത്. അവിടെയാണ് അമ്മക്കിളികൾ ഞങ്ങളെ മുട്ടയ്ക്കടയിരുന്ന് വിരിച്ചിറക്കി വളർത്തുന്നത്. കൂട്ടുകുടുംബമായാണ് ഞങ്ങളുടെ വാസം. ഞങ്ങളുടെ ബന്ധുക്കളായ ശരപക്ഷികളുടെ കൂടുകൾ മനുഷ്യർ പൊളിച്ചെടുത്ത് സൂപ്പ് വച്ചുകഴിക്കും. ശരപക്ഷികൾ അവരുടെ ഉമിനീരുകൊണ്ടാണ് കൂടൊരുക്കുന്നത്. പക്ഷികളുടെ ഇടയിലെ ഏറ്റവും വേഗതയുള്ള പറക്കക്കാരും ശരപക്ഷികളാണ്. ഞങ്ങൾ മീവൽപക്ഷികളും വേഗതയിൽ ഒട്ടും പുറകിലല്ല.'' മീവൽപക്ഷികളുടെ പൊങ്ങച്ചം കേട്ടുകൊണ്ട് മണൽക്കോഴി പറഞ്ഞു.

''ഞങ്ങൾ നിങ്ങളെപ്പോലെ വലിയ കൊട്ടാരത്തിലൊന്നുമല്ല താമസം. ദേ, ഈ മണൽപ്പറമ്പിലാണ്. മീവൽപക്ഷിക്കു വേണമെങ്കിൽ ഈ രാത്രി ഇവിടെ കഴിയാം. അല്ലെങ്കിൽ മീവൽപക്ഷിയുടെ ആഢ്യത്വത്തിനു ചേർന്ന മറ്റേതെങ്കിലും പക്ഷിയുടെ കൂട്ടിൽ പോയി കഴിയുക.''

മണൽക്കോഴിയുടെ വർത്തമാനം മീവൽപക്ഷിക്കത്ര പിടിച്ചില്ല. അത് ഇരുട്ടിൽ തപ്പി തപ്പി മുന്നോട്ടുപറന്നു. അപ്പോൾ ഒരു മരക്കൊമ്പിൽ ഒരു കുറുകൽ കേട്ടു. ഏതോ കാട്ടുപക്ഷിയാണതെന്ന് മീവൽപക്ഷി ഉറപ്പിച്ചു. മരക്കൊമ്പിനരുകിലെത്തിയപ്പോൾ അവിടെയൊരു പച്ചപ്രാവ് കൂടൊരുക്കിയിരിക്കുന്നത് നക്ഷത്രവെളിച്ചത്തിൽ കണ്ടു. താൻ വഴിതെറ്റിവന്ന മീവൽപക്ഷിയാണന്ന് പച്ചപ്രാവിനോട് പറഞ്ഞു.

''ഗുർർർ... അതിനെന്താ നിനക്ക് ഈ രാത്രി എന്റെ കൂട്ടിൽ കഴിയാമല്ലോ?'' പച്ചപ്രാവ് മീവൽപക്ഷിയെ ക്ഷണിച്ചു.

''സന്തോഷം.'' മീവൽപക്ഷി പറഞ്ഞു. മീവൽപക്ഷി പ്രാവിൻ കൂടിന് അരികിലെത്തി. ചുള്ളിക്കമ്പുകൾകൊണ്ട് പ്രാവൊരു കൂട് പണിതുവച്ചിട്ടുണ്ട്. എന്നാൽ ഇതിനെ കൂടെന്ന് പറയാനാകുമോയെന്ന് മീവൽപക്ഷി സംശയിച്ചു.

കൂടിന് ഭിത്തിയോ മേൽപ്പുരയോ കണ്ടില്ല. ഇതെന്തൊരു കൂട്? ''മണൽക്കോഴി മണ്ണിൽ കഴിയുന്നു. പ്രാവ് ചുള്ളിക്കമ്പുകൾ കൊണ്ടൊരു തട്ടുണ്ടാക്കി അതിൽ കഴിയുന്നു.'' അതൃപ്തിയോടെ കൂട് നോക്കിക്കണ്ടുകൊണ്ട് മീവൽപക്ഷി പറഞ്ഞു.

''ക്റ് കിർ... ഇതിന് ഭിത്തിയും മേൽക്കൂരയുമൊന്നുമില്ലേ. മഴയും വെയിലും കൊണ്ട് നിങ്ങളെങ്ങനെ ഈ കൂട്ടിൽ കഴിയുന്നു. രാത്രി മഴ വന്നാൽ ഞാൻ നനയില്ലേ. കഷ്ടം. ഇതും കൂടോ? പക്ഷികൾക്കാകെ അപമാനമാണിത്.''

പച്ചപ്രാവിന് മീവൽപക്ഷിയുടെ അഹന്ത അത്ര പിടിച്ചില്ല. രാത്രിയിൽ കിടക്കാനിടമില്ലാതെ അലഞ്ഞുനടന്ന മീവൽപക്ഷിക്ക് കൂട്ടിൽ അഭയം നൽകാമെന്ന് പറഞ്ഞത് തന്റെ മഹാമനസ്കത. എന്നാൽ അതിന്റെ പേരിൽ താൻ ആക്ഷേപിക്കപ്പെടേണ്ട ഒരു കാര്യവുമില്ല. പച്ചപ്രാവ് തന്റെ ദേഷ്യം ഉള്ളിൽ ഒളിപ്പിച്ചുവച്ചുകൊണ്ടു പറഞ്ഞു.

''ഇതുവഴി കുറച്ചുകൂടി മുന്നോട്ടു പറക്കുക. മീവൽപക്ഷികൾക്ക് ചേരുന്ന തരത്തിലുള്ള ആഢ്യത്വമുള്ള കൂടുകളിൽ പല ജാതി പക്ഷികൾ കഴിയുന്നുണ്ട്. രാത്രി കഴിച്ചുകൂട്ടാൻ അവിടെ മീവൽപക്ഷിക്ക് ഇടം കിട്ടാതിരിക്കില്ല.''

''ക്റ്ക്റ് രിരി...'' മീവൽപക്ഷി പറഞ്ഞു. എന്നിട്ടത് തെക്കോട്ട് പറന്നു.

ആകാശത്ത് നിറയെ നക്ഷത്രങ്ങൾ തെളിഞ്ഞുനിന്നിരുന്ന ഒരു രാത്രിയായിരുന്നു. ഇപ്പോൾ നിലാവും പരന്നുതുടങ്ങിയിട്ടുണ്ട്. നിലാവുദിക്കുവോളമേ നക്ഷത്രങ്ങൾക്ക് ശോഭയുള്ളൂ. മഹത്തുക്കളുടെ വരവിനു മുമ്പുള്ള മിന്നാമിനുങ്ങുകൾ മാത്രമാണ് നക്ഷത്രങ്ങൾ. സൂര്യന്റെ പിറവിയോടെ ചന്ദ്രനും അപ്രസക്തമാവും. ആകാശത്തുനിന്ന് നൂൽവെട്ടമെറിഞ്ഞ് ഇരുട്ടിൽ പുടവ നെയ്യുന്ന നക്ഷത്രങ്ങളെ നോക്കി മീവൽപക്ഷികൾ ആ കാട്ടുപ്രദേശത്ത് അലഞ്ഞുതിരിഞ്ഞു. ഒടുക്കം തെളിഞ്ഞ നിലാവെളിച്ചത്തിൽ തുന്നാരൻകുരുവിയുടെ കൂട്ടിനരുകിലെത്തി. വഴിതെറ്റി വന്നൊരു മീവൽപക്ഷിയാണ് താനെന്നും തനിക്ക് അന്തിയുറങ്ങാൻ ഒരിടം വേണമന്നും അത് തുന്നാരൻ കുരുവിയോട് പറഞ്ഞു. തുന്നാരൻ കുരുവിക്ക് മീവൽപക്ഷിക്ക് കൂട്ടിൽ ഇടം നൽകുന്നതിൽ സന്തോഷമേയുണ്ടായിരുന്നുള്ളൂ.

''ആതിഥ്യമര്യാദ നമ്മുടെ സംസ്കാരമാണ്. അതിഥി ദേവോ ഭവഃ എന്നാണ് ആപ്തവാക്യം.''

മീവൽപക്ഷിയെ തുന്നാരൻ തന്റെ കൂട്ടിലേക്ക് വരവേറ്റു. തുന്നാരൻ കുരുവിയുടെ കൂട് കണ്ട് മീവൽപക്ഷികൾ ഒന്നറച്ചു. പിന്നെ കളിയാക്കുന്ന മട്ടിൽ പറഞ്ഞു 'തുന്നാരൻ കുരുവിക്ക് ഭംഗിയുള്ള കൂടുണ്ടെങ്കിലും ഇതിന് മേൽക്കൂരയില്ലല്ലോ. കൂട്ടിൽ ഇരുന്നാൽ ആകാശത്തെ നക്ഷത്രങ്ങളെയൊക്കെ കാണാം. രാത്രിയിലെ മഞ്ഞ് മുഴുവൻ കൊണ്ടെനിക്ക് അസുഖം വരില്ലേ?''

''ഞങ്ങൾ ഇങ്ങനെയാണ് കൂടൊരുക്കുക.'' തുന്നാരൻ കുരുവി ഗൗരവത്തോടെ മറുപടി പറഞ്ഞു.

''മേൽക്കൂരയൊക്കെയുള്ള മനോഹരമായ കൂടുകളാണ് ഞങ്ങളുടേത്. ഒരു ദിവസം തുന്നാരൻ കുരുവി ഞങ്ങളുടെ കൂട് കാണാൻ വരണം. അപ്പോൾ നിങ്ങൾക്ക് കൂട് എങ്ങനെയായിരിക്കണമെന്ന് നേരിട്ട് ബോധ്യമാകും. ഞങ്ങൾ എത്ര അന്തസ്സോടെയാണ് ജീവിക്കുന്നതെന്ന് നിങ്ങൾക്ക് കാണാൻ കഴിയും'' മീവൽപക്ഷി അഭിമാനത്തോടെ പറഞ്ഞു.

''വാനിലെ അമ്പിളിമാമനെയും നക്ഷത്രങ്ങളെയും കണ്ട് കണ്ടാണ് ഞങ്ങൾ ഉറങ്ങുക. കാറ്റടികൊണ്ട്, മഴയുടെ തൂവാനമടിയേറ്റ് മഞ്ഞിന്റെ കുളിരുകൊണ്ടാണ് ഞങ്ങളുറങ്ങുക. നിങ്ങളുടെ കൂട്ടിൽ ഇതുവല്ലതുമുണ്ടോ?'' തുന്നാരൻ കിളി തിരിച്ചടിച്ചു.

മീവൽപക്ഷിക്കതത്ര ഇഷ്ടപ്പെട്ടില്ല.

''കാറ്റടികൊണ്ടും മഴയുടെ കുളിരുകൊള്ളാനുമായിട്ട് ഒരു കൂടിന്റെ ആവശ്യമുണ്ടോ. മണൽക്കോഴികളെപ്പോലെ മണ്ണിൽ ഇരുന്നാൽപ്പോരേ. അല്ലെങ്കിൽ പ്രാവിനെപ്പോലെ ചുള്ളിക്കമ്പുകൊണ്ടൊരു കൂടൊരുക്കിയാൽപ്പോരേ. ഇങ്ങനെ ഇല തുന്നണോ?'' മീവൽപക്ഷി ചോദിച്ചു. എന്നിട്ട് മീവൽപക്ഷി പൊട്ടിച്ചിരിച്ചു.

മൂഢന് വയറുനിറയുമ്പോഴുള്ള ചിരി ആരും സഹിക്കില്ല.

''മീവൽപക്ഷിക്കൊരിക്കലും മണൽക്കോഴികളെ മനസ്സിലാവില്ല. പച്ചപ്രാവിനെ മനസ്സിലാവില്ല. തുന്നാരനെ മനസ്സിലാവില്ല. നിങ്ങളുടെ ജീവിതവും ഞങ്ങളുടെ ജീവിതവും വ്യത്യസ്തമാണ്. നിങ്ങളുടെ ചിന്തകളും ഞങ്ങളുടെ ചിന്തകളും വിത്യസ്തമാണ്. മഴയെ ഞങ്ങൾ ഭയക്കുന്നില്ല. കാറ്റിനെ ഞങ്ങൾക്ക് ഭയമില്ല. മാനത്തെ നക്ഷത്രങ്ങളും ചന്ദ്രനും ഞങ്ങളുടെ കൂട്ടുകാരാണ്. ഞങ്ങൾ പ്രകൃതിയിൽ ജീവിക്കുന്നു. നിങ്ങൾ പ്രകൃതിയെ ഭയപ്പെടുന്നു. മീവൽപക്ഷികൾ കണ്ണടച്ച് ഇരുട്ടാക്കുന്നവരാണ്. ഞങ്ങളും നിങ്ങളും തമ്മിൽ ചേരില്ല. ചേരാത്തതിനെ തമ്മിൽ ചേർക്കാതിരിക്കുന്നതാണുത്തമം.'' തുന്നാരൻ തുറന്നടിച്ചു.

അങ്ങനെ അവർ പരസ്പരം തർക്കിച്ചുകൊണ്ടിരിക്കുമ്പോൾ കിഴക്കൻമാനത്ത് സൂര്യവെട്ടം വീണു. നേരം പുലർന്നു. മീവൽപക്ഷി രാത്രി ഒരു പോള കണ്ണടച്ചില്ല. തുന്നാരൻ പക്ഷിയോട് യാത്രപോലും പറയാതെ തന്റെ കൂടും കൂട്ടരെയും തേടിയതു പറന്നു. അപകടം വരുമ്പോഴാണ് ഒരുമയുണ്ടാകുന്നത്. അപകടം വിട്ടൊഴിയുമ്പോൾ സ്വന്തം കാര്യത്തിൽ മാത്രമാവും താൽപര്യം. കൂട്ടായ്മകൾ പൊട്ടിത്തകരും. ദൂരെ പുഴയോരം കണ്ടപ്പോൾ മീവൽപക്ഷിയുടെ കണ്ണിൽ

പ്രകാശം പരന്നു. അതിനപ്പുറത്ത് പാറയിടുക്കിലാണ് മീവൽപക്ഷികളുടെ കൂടുകളുള്ളത്. രാവിലെ മീവൽപക്ഷികൾ വാനിൽ ചുറ്റിപ്പറക്കുന്നതു കാണാം. കൂട്ടം തെറ്റിപ്പോയ തന്നെ തേടിയവർ പുറപ്പെടുന്നതാവാമെന്ന് മീവൽപക്ഷി ആലോചിച്ചു. അവരുടെ കൂട്ടത്തിലേക്കത് പറന്നുപോയി.

''കണ്ടില്ലേ. മറ്റൊരു പക്ഷിയുടെ കൂട്ടിൽ ഒരന്തിയുറങ്ങാൻ സന്മനസ്സില്ലാത്ത പൊങ്ങച്ചക്കൂട്ടരാണിവർ. ഇവരെങ്ങനെയാണ് മറ്റ് പക്ഷികളുടെ ജീവിതം അറിയുന്നത്?'' തുന്നാരൻ മീവൽപക്ഷികളെ കുറ്റപ്പെടുത്തുംപോലെ പറഞ്ഞു.

മീവൽപക്ഷികൾ ആരോടെന്നില്ലാതെ വിളിച്ചുപറഞ്ഞു. ''തിന്മയെ നശിപ്പിക്കാൻ മീവൽപക്ഷികൾ എക്കാലവും മുന്നിൽ തന്നെയുണ്ടായിരുന്നു. ഒരിക്കൽ വമ്പിച്ച സൈന്യം മെക്ക ആക്രമിച്ചു. അറബികൾക്ക് ആ സൈന്യത്തോട് ഏറ്റുമുട്ടി ജയിക്കാനുള്ള ശേഷിയുണ്ടായിരുന്നില്ല. മെക്കാ ദേവാലയം നശിപ്പിക്കാനായിരുന്നു സൈന്യത്തിന്റെ ലക്ഷ്യം. എന്നാൽ ലക്ഷക്കണക്കിനുവരുന്ന മീവൽപക്ഷികൾ ഇരമ്പിവന്ന സൈന്യത്തിനു മുകളിലേക്ക് രോഗാണുക്കളെ നിക്ഷേപിച്ചു. വൻ സൈനികവ്യൂഹം ഒന്നാകെ മാരകരോഗം പിടിച്ചു ചത്തു. മനുഷ്യരിത് ഓർത്തു വയ്ക്കുന്നതു നന്നായിരിക്കും. മനുഷ്യരുടെ പക്കലുള്ള ഏതു വലിയ ആയുധത്തെക്കാളും വലിയ ആയുധമാണ് ഞങ്ങൾ ശരീരത്തിൽ പേറി നടക്കുന്നത്. ആവശ്യമെങ്കിൽ മനുഷ്യരുടെ മേലത് പ്രയോഗിക്കാനും ഞങ്ങൾക്കറിയാം. ഏറ്റവും ശക്തരായ മനുഷ്യകുലത്തെ മുടിക്കുന്നത്, അതിനിസ്സാരമെന്നു പലരും കരുതുന്ന അണുജീവികളാലാവും. ക്രിസ്തുവിനെ കുരിശിലേറ്റിയപ്പോൾ ഒരു നീതിമാനെ മനുഷ്യൻ കൊല്ലുകയാണന്ന് മീവൽപക്ഷികളായ ഞങ്ങളാണ് വിളിച്ചുപറഞ്ഞത്. അതു കണ്ടുനിന്ന പക്ഷികളൊക്കെ മൗനം പാലിച്ചതേയുള്ളൂ. കുറ്റകൃത്യം നടക്കുമ്പോൾ, അധർമ്മം കാണുമ്പോൾ അതിനെതിരെ പ്രതികരിക്കാത്തവർ അധർമ്മത്തിനു കൂട്ടുനിൽക്കുന്നവരാണ്. ഈ രക്തത്തിൽ തനിക്ക് പങ്കില്ലെന്ന് പറഞ്ഞ് പിലാത്തോസിനു കൈകഴുകാനാവില്ല. അയാളും കുറ്റവാളിയാണ്. കോടതിയിൽ മനുഷ്യരാരും ക്രിസ്തുവിനെ പിന്തുണച്ച് മുന്നോട്ടുവരാഞ്ഞതെന്താണ്?

നീതിമാനായ ക്രിസ്തുവിനെ അറിയില്ലെന്ന് അവർ നടിക്കുകയായിരുന്നോ? ഉറങ്ങുന്ന പക്ഷികളെ നമുക്കുണർത്താം. ഉറക്കം നടിക്കുന്ന പക്ഷികളെ ഉണർത്താനാവില്ലെന്ന് പറയാറുണ്ട്. ഈ മനുഷ്യരുടെ കാര്യവും ഇങ്ങനെയാണ്. അവർ ഉറക്കം നടിക്കുന്നവരാണ്. ദുഷ്ടന്മാർ ക്രിസ്തുവിനെ കുരിശിലേറ്റാനായി കരുതിവച്ചിരുന്ന ഇരുമ്പാണികൾ ആരും കാണാതെ എടുത്തുകൊണ്ടുപോയി

ഒളിച്ചുവച്ചത് ഞങ്ങളാണ്. ആണി കാണാതെ വരുമ്പോഴെങ്കിലും യേശുവിനെ അവർ വെറുതെ വിടുമെന്ന് ഞങ്ങൾ മോഹിച്ചു. എന്നാൽ പക്ഷികളുടെ കൂട്ടത്തിൽതന്നെ ഒറ്റുകാരുണ്ടായിരുന്നു. എല്ലാ സമൂഹ ങ്ങളിലും ഒറ്റുകാരുണ്ടാവും. ഞങ്ങൾ ഒളിപ്പിച്ചുവച്ച ഇരുമ്പാണികൾ കണ്ടെത്തി കൊലയാളികൾക്കെത്തിച്ചുകൊടുത്തത് ഊർക്കുരുവി കളാണ്. ക്രിസ്തുവിന്റെ ശരീരത്തിൽ ഇരുമ്പാണികൾ ഹൃദയ ശൂന്യ രായ മനുഷ്യർ അടിച്ചുകയറ്റിയപ്പോൾ ഞങ്ങളുടെ ഹൃദയത്തിൽ കൂടിയാണ് ആ ആണികൾ തറഞ്ഞുപോയത്. ഞങ്ങൾ കണ്ണുനീർ പൊഴിച്ചുകൊണ്ട് പറഞ്ഞു. ''മരിച്ചു. മരിച്ചു. ആണി അടിക്കുന്നത് നിർത്തൂ നിർത്തൂ.''

എന്നാൽ ദുഷ്ടന്മാർക്കൊപ്പം നിന്ന് ക്രിസ്തു മരിച്ചില്ല. മരിച്ചില്ല. മരിക്കുംവരെ ആണി അടിച്ചുകയറ്റുമെന്ന് ആക്രോശിച്ചത് ഊർ കുരുവിയായിരുന്നു. എന്തിനാണ് ഊർക്കുരുവി ഇങ്ങനെ ക്രിസ്തു വിനെ ക്രൂശിക്കാൻ കൂട്ടുനിന്നതെന്ന് എത്ര ആലോചിച്ചിട്ടും ഞങ്ങൾ ക്കൊരു എത്തും പിടിയും കിട്ടിയിട്ടില്ല. ക്രിസ്തു ഒരിക്കലും ഊർ ക്കുരുവിക്ക് ഒരുപദ്രവും ഉണ്ടാക്കിയിട്ടില്ല. ലോകനന്മയ്ക്കായി മാത്രം ചിന്തിക്കുകയും പ്രവർത്തിക്കുകയും ചെയ്ത മഹാനായ പ്രവാച കനാണദ്ദേഹം. മനുഷ്യരിലെ ഏറ്റവും ഉത്തമനായ ഒരാൾ. ദൈവ പുത്രൻ! അങ്ങനെയൊരാളിനെ കൊന്നാൽ ലോകത്തിനാകെ ലഭി ക്കേണ്ട വെളിച്ചം കെട്ടുപോവുകയാണ് ഫലം. മഹത്തുക്കൾ ജീവി ച്ചിരിക്കുന്നത് ലോകത്തിനാകെ നന്മവരുത്തും. അവരുടെ സാന്നിധ്യം ലോകത്തിന് ശാന്തി പകരും. മനുഷ്യർക്ക് മാത്രമല്ല ജീവജാലങ്ങൾ ക്കൊന്നാകെ നന്മയുണ്ടാകും. പക്ഷികൾക്കും മരങ്ങൾക്കും എന്തിന് സൂക്ഷ്മജീവികളുടെ പോലും സമാധാന ജീവിതത്തിനവരുടെ സാമീപ്യം ഗുണം ചെയ്യും. ഭൂമിയിൽ ദുഷ്ടത കുറയും. അക്രമം ഇല്ലാതാവും. യുദ്ധങ്ങൾ ഒഴിവാകും. പ്രകൃതിദുരന്തങ്ങൾ ഭൂമിയെ വിട്ടൊഴിയും. പകർച്ചവ്യാധികൾ വിട്ടൊഴിയും. ഇങ്ങനെ എണ്ണിയെണ്ണി പ്പറയാൻ ഒരായിരം കാര്യങ്ങളുണ്ട്.

മഹാദുഷ്ടന്മാർ ഭൂമിയിൽ ജനിച്ചാൽ മനുഷ്യകുലം മുടിയും. ഭൂമിയിലെ സർവ്വമാന ജീവിവർഗങ്ങളും നരകയാതന അനുഭവിക്കും. പർവ്വതങ്ങളും സമുദ്രങ്ങളുപോലും ദുരിതക്കയത്തിൽ മുങ്ങും. അതു കൊണ്ടാണ് നന്മ പ്രസരിപ്പിക്കുന്ന മഹത്വങ്ങളെ എന്തുവിലകൊടുത്തും സംരക്ഷിക്കണമെന്ന് പറയുന്നത്. അത് മനുഷ്യരുടെ മാത്രം കടമ യല്ല. എല്ലാ ജീവിവർഗങ്ങൾക്കും അതിനുത്തരവാദിത്വമുണ്ട്. അതു കൊണ്ടാണ് ശത്രുക്കളെ ഭയന്ന് മുഹമ്മദ് നബി ഗുഹയിൽ കയറി ഒളിച്ചപ്പോൾ ചിലന്തികൾ അതിന്റെ കവാടം വല നെയ്ത് മറച്ചത്.

മഹത്തുക്കൾ ജീവിച്ചിരിക്കേണ്ടത് ലോകനന്മയ്ക്ക് കൂടി ആവശ്യമാണ്. ഈ ബോധ്യമുള്ളതുകൊണ്ടാണ് ക്രിസ്തുവിനെ രക്ഷിക്കാൻ ഞങ്ങൾ ആവതു ശ്രമിച്ചത്. എന്നാൽ പ്രപഞ്ചസ്രഷ്ടാവിന്റെ കൽപ്പന മറ്റൊരു തരത്തിലായിരുന്നു. ക്രിസ്തു കൊല്ലപ്പെടണമെന്നുതന്നെയായിരുന്നു. അല്ലെങ്കിൽ അങ്ങനെ സംഭവിക്കില്ലായിരുന്നു. പ്രപഞ്ചസ്രഷ്ടാവ് അറിയാതെ ഒരണുപോലും ചലിക്കില്ല. അത്രത്തോളം സ്രഷ്ടാവുമായി സർവതും ചേർന്നിരിക്കുകയാണ്. സൃഷ്ടികൾ ചിന്തിക്കുന്നതുപോലെയാവില്ല സ്രഷ്ടാവിന്റെ ചിന്ത. ദൈവനീതി എല്ലാം അളന്നുതൂക്കി ഭൂതവും വർത്തമാനവും ഭാവിയും ഇനി മറ്റേതെങ്കിലും കാലങ്ങൾ മഹാപ്രപഞ്ചത്തിൽ അവശേഷിക്കുന്നുണ്ടെങ്കിൽ അതൊക്കെ മുന്നിൽ കണ്ടുകൊണ്ടുള്ള നീതിയാവും നടപ്പാക്കുക.

മീവൽപക്ഷികളായ ഞങ്ങൾ എത്രയോ നിസ്സാരരാണ്. പക്ഷിവർഗം തന്നെ എത്രയോ നിസ്സാരരാണ്. ലോകം പക്ഷികളുടെ ചിന്തയ്ക്കും വളരെ വളരെ മേലെയാണ് സ്ഥിതിചെയ്യുന്നത്. ദൈവം ഇച്ഛിക്കുമ്പോഴല്ലാതെ അതിലേക്ക് ബോധത്തിന് പ്രവേശനമില്ല. സർവചരാചരങ്ങൾക്കും സ്വന്തമായൊരു ബോധമുണ്ട്. കോടാനുകോടി ബോധങ്ങൾക്ക് മുകളിൽ ഒരു പൊതുബോധം പ്രവർത്തിക്കുന്നുണ്ട്. അതിനു മുകളിൽ മറ്റൊന്ന്. അതിനും മുകളിൽ വേറൊന്ന്. സർവബോധവും ഒടുവിൽ ചെന്നുചേരുന്നത് പ്രപഞ്ചബോധത്തിലാണ്. പക്ഷികളുടെ ശരീരത്തിനുള്ളിലും ഒരായിരം ബോധങ്ങൾ പ്രവർത്തിക്കുന്നുണ്ട്. കണ്ണുകൾക്കൊരു ബോധം. ഹൃദയത്തിന് മറ്റൊരു ബോധം. ഓരോ കോശബിന്ദുക്കൾക്കും സ്വന്തമായി ബോധമുണ്ട്. ഇങ്ങനെ ആലോചിക്കുമ്പോൾ ബോധങ്ങളുടെ മഹാപ്രളയമാണ് ഓരോ ജീവിയുമെന്നു കാണാം.'' മീവൽപക്ഷികൾ പറഞ്ഞു.

കൊത്തിതീറ്റി - ടിക് ടിക്.. ഒരു ശബ്ദം അവിടെയാകെ മുഴുകി. അത് ശ്രദ്ധിച്ചുകൊണ്ട് മൂളിപ്പാട്ടുപാടിയിരുന്ന മണ്ണാത്തിപ്പുള്ളുകൾ തമ്മിൽ തമ്മിൽ പറഞ്ഞു. ''വേദാന്തിയുടെ ഊഴമാണിനി.''

''തിത്തിരിപക്ഷികൾ വരുന്നതു കണ്ടില്ലേ. ചിന്തിക്കാൻ തുടങ്ങിയാൽ ഒരന്തവുമുണ്ടാവില്ല. ചിന്തിച്ചില്ലെങ്കിൽ ഒരു കുന്തവുമില്ല. ഒന്നോർത്താൽ അന്തമില്ലാത്തകാര്യങ്ങൾ ചിന്തിക്കാതിരിക്കുന്നതാണ് നല്ലത്. നമുക്ക് ചുറ്റും ഈ പ്രകൃതി എങ്ങനെയാണ് വിതാനിച്ചിരിക്കുന്നതിനെക്കുറിച്ചുള്ള ചിന്തകൾക്കേ ഫലമുള്ളൂ. എന്തിനുവേണ്ടി ഈ പ്രകൃതി ഇങ്ങനെ സൃഷ്ടിക്കപ്പെട്ടിരിക്കുന്നുവെന്ന ചിന്തകൾക്കൊരുത്തരം ആർക്കും പൂർണമായി കണ്ടെത്താനാവില്ല.

ഇങ്ങനെ ചിന്തിച്ചുകൊണ്ടേയിരിക്കാമെന്ന് മാത്രം. കുറച്ചു ചിന്തിക്കുന്നവരാണ് ഏറ്റവും ആഹ്ലാദവാന്മാർ. ചിലർ ഭൂതകാലത്തിൽ

അഭിരമിക്കുന്നു. അവർക്ക് വർത്തമാനകാലവും ഭാവിയും നഷ്ടപ്പെടുന്നു. മറ്റു ചിലർ ഭാവികാലത്തിനുവേണ്ടി ജീവിക്കുന്നു. ഈ കൂട്ടർക്ക് ഭൂതവും വർത്തമാനകാലവും നഷ്ടപ്പെടുന്നു. ഈ രണ്ടു കൂട്ടരും ജീവിക്കുന്നില്ല. കഴിഞ്ഞുപോയതിനും വരാനിരിക്കുന്നതിനും വേണ്ടിയവർ സ്വന്തം ജീവിതം കളഞ്ഞുകുളിക്കുന്നു. അവർക്ക് നഷ്ടപ്പെടുന്നതെന്തെന്നവർ തിരിച്ചറിയുന്നേയില്ല. ഇപ്പോൾ ഈ നിമിഷത്തെ മധുരതരമാക്കുകയെന്നതാണ് വളരെ പ്രധാനം. മൂന്നുകാലത്തെയും സമതുല്യമായി പരിഗണിച്ച് മുന്നോട്ടു പോകാനാകണം.

നമുക്ക് ചുറ്റും സൗന്ദര്യത്തിന്റെ മഹാഭൂമികയാണുള്ളത്. ഇളംതെന്നൽ വീശുമ്പോൾ പൂക്കളിൽനിന്ന് നറുമണം ഒഴുകിവരുന്നു. പൂന്തേൻ രുചിയുള്ള കാറ്റാണ് നമുക്കു ചുറ്റും വീശുന്നത്. എന്തെന്തു നിറങ്ങളിലുള്ള പൂക്കൾകൊണ്ടാണ് ഈ പ്രകൃതിയെ അലങ്കരിച്ചിരിക്കുന്നത്. ഭൂമിയൊന്നാകെയൊരു മഹാപൂന്തോപ്പാണ്. മധുരം കിനിയുന്ന എന്തെന്തു പഴവർഗ്ഗങ്ങളാണ് നമുക്ക് ചുറ്റുമുള്ളത്. എത്രയെത്ര രുചിവൈവിധ്യങ്ങൾ, എത്രയെത്ര വലുപ്പത്തിൽ, എത്രയെത്ര നിറങ്ങളിൽ, എത്രയെത്ര രുചികളിൽ പഴങ്ങൾ നിറഞ്ഞുനിൽക്കുന്ന ഈ ഭൂമിയെത്ര സുന്ദരം. അരുവികളും പുഴകളും ഭൂമിക്ക് എത്ര മാത്രം അലങ്കാരമായിരിക്കുന്നു. കുളങ്ങളും തടാകങ്ങളും മാത്രമല്ല കടലും കണ്ടാലും കണ്ടാലും മതിവരാത്ത വിസ്മയം. മഹാപർവതങ്ങൾ, കാടെന്ന അത്ഭുതം, മഞ്ഞണിഞ്ഞ കൊടുമുടികൾ, നക്ഷത്രങ്ങളെകൊണ്ട് അലങ്കരിച്ച ആകാശം. രാത്രികളെ സ്വർഗതുല്യമാക്കുന്ന നിലാവ്. ആകാശത്ത് കുളിർമ പകർന്നു നിൽക്കുന്ന ചന്ദ്രൻ. എത്രയെത്ര രൂപത്തിലത് മാറിമറിഞ്ഞുകൊണ്ടിരിക്കുന്നു. ചന്ദ്രക്കലയുടെ സൗന്ദര്യം ആരെയാണ് ആകർഷിക്കാത്തത്. പൗർണമിയുടെ നിലാസൗന്ദര്യം ആരെയാണ് മത്തുപിടിപ്പിക്കാത്തത്. കിഴക്കൻമാനത്ത് സൂര്യൻ ഉദിക്കുന്ന കാഴ്ച വർണിച്ചാലും വർണിച്ചാലും മതിയാവില്ല. അന്തിപൊൻകിരണങ്ങൾ വാനിൽ വരച്ചിടുന്ന ചിത്രങ്ങളുടെ വായന ഏതു ജീവിയെയാണ് ഒരു മഹാകലാകാരനാക്കാതെയിരിക്കുക?

മഴയും മഞ്ഞും പോക്കുവെയിലും സുന്ദരാനുഭവങ്ങളാണ്. ഇങ്ങനെ നമുക്കു ചുറ്റുമുള്ള ഈ സൗന്ദര്യത്തെ ആസ്വദിച്ച് ഒരു മൂളിപ്പാട്ടു പാടിയിരിക്കാനാവുകയെന്നതാണ് ഏറ്റവും മഹത്തായ കാര്യം. അതിൽ വലിയൊരു വേദാന്തം വേറെയുണ്ടെന്ന് കരുതുന്നില്ല. ഈ സുന്ദരനിമിഷത്തെ കളഞ്ഞുകുളിച്ചിട്ട് നമുക്ക് എന്തു നേടാനാണ്. താർക്കികന്മാർ തർക്കിക്കട്ടെ. അധികാരത്തിനുവേണ്ടി പോരാടുന്നവർ പോരാടട്ടെ. സ്വത്തു വലിച്ചുകൂട്ടുന്നവർ വലിച്ചു കൂട്ടട്ടെ. അതൊക്കെ ഒരു ഭാരമായി ഒരിക്കലവർക്ക് അനുഭവപ്പെടുക തന്നെ ചെയ്യും. ഭൂമിയിലേക്ക് കാൽവിരലുകൾ ചുരുട്ടിപ്പിടിച്ചു

പിറന്നുവീഴുന്ന പക്ഷികൾ. കാൽവിരലുകൾ നിവർത്തിവച്ചാണ് മരിക്കുന്നത്. കൊക്ക് പൂട്ടി പിറന്നു വീഴുന്ന പക്ഷി. കൊക്ക് പൂട്ടിതന്നെ മടങ്ങുന്നു. ഈ ഭൂമിയിൽനിന്ന് യാതൊന്നും അതു കൊണ്ടുപോകുന്നില്ല.

ഈ മനോഹരഭൂമിയിലെ സന്ദർശകർ മാത്രമാണ് പക്ഷികൾ. ഏതോ ഒരു കാലത്തിനായി നിയോഗിക്കപ്പെട്ടവർ. കാലം കഴിയുന്നതോടെ അവയുടെ വേഷം അഴിച്ചുവച്ചു മടങ്ങുന്നു. ഈ ഭൂമി അടുത്ത വേഷക്കാർക്കായി കൈമാറുന്നു. കൂടുതൽ മെച്ചമായി ഭൂമിയെ അടുത്ത തലമുറയ്ക്കായി കൈമാറാൻ കഴിയണം. എന്നാൽ മനുഷ്യവർഗം ഈ ലളിതമായ കാര്യംപോലും മനസ്സിലാക്കിയിട്ടില്ല. അവർ ഭൂമിയെ ധൂർത്തടിക്കുകയാണ്. വരുംതലമുറ എങ്ങനെ ഈ ഭൂമിയിൽ ജീവിക്കുമെന്നവർ ആശങ്കപ്പെടുന്നില്ല. ആർത്തിയാണവർക്ക്. എല്ലാം വിഷലിപ്തമാക്കി നശിപ്പിക്കുന്നു. പ്രകൃതിയെ സംരക്ഷിക്കുന്നവരെ പ്രകൃതി തിരിച്ചു സംരക്ഷിക്കും. പ്രകൃതിയെ നശിപ്പിക്കുന്നവരെ പ്രകൃതിയും നശിപ്പിക്കും. മനുഷ്യരിത് തിരിച്ചറിയാത്തതെന്താണ്? മനുഷ്യരെ തിരുത്താൻ പക്ഷികൾക്കാകുമോ?''

''അറിയില്ല. ദേ, ആ വേദാന്തി വാ തുറക്കുന്നു.'' മണ്ണാത്തിപ്പുള്ള് പറഞ്ഞു.

മുഖത്തു ചെമപ്പ് കുത്തിയ ചെങ്കണ്ണി തിത്തിരിയും മുഖത്ത് മഞ്ഞ കുത്തിയ മഞ്ഞക്കണ്ണി തിത്തിരിയും കിക്ക് - കിക്ക് - ടിറ്റിടുയി - ടിറ്റിടൂയിന്ന് ശബ്ദം മുഴക്കാൻ തുടങ്ങി.

''കേട്ടില്ലേ അവ മുട്ടയെ തട്ടാതെ പോ മുട്ടയിൽ തട്ടാതെ പോയെന്ന് വിളിച്ചുകൂവുന്നത്.'' മണ്ണാത്തിപ്പുള്ളു പറഞ്ഞു.

''എന്തിനാണ് ഇങ്ങനെ വിളിച്ചുകൂവുന്നത്?''

''അതൊരുപഴയ കഥയാണ്. പണ്ട് പണ്ട് മഹാഭാരതയുദ്ധം നടക്കുന്ന കാലത്തേ തുടങ്ങിയതാണീ വിളി. ഇന്നും ഒരാചാരംപോലെയവ വിളിച്ചുകൂവുകയാണ്.''

''അക്കഥയൊന്നു പറയാമോ?'' കുഞ്ഞുങ്ങളായ മണ്ണാത്തിപ്പുള്ളുകൾ കെഞ്ചി.

''തിത്തിരി പറയുന്നതു കേക്കണ്ടേ?'' അമ്മക്കിളി ചോദിച്ചു.

''ഞങ്ങൾക്ക് അമ്മക്കിളി കഥ പറഞ്ഞാ മതി. കുഞ്ഞുങ്ങൾ വാശി പിടിച്ചു.

''അതോ, പണ്ട് കൗരവരും പാണ്ഡവരും തമ്മിൽ പൊരിഞ്ഞ യുദ്ധം നടക്കുകയാണ്. കുരുക്ഷേത്രയുദ്ധം. ആ പടനിലത്ത് തിത്തിരി പക്ഷി കൂടൊരുക്കിയിരുന്നു. കൂടെന്നു പറയാനൊന്നുമില്ല. നിലത്ത്

നാലഞ്ച് ചെറിയ കല്ലുകൾ കൂട്ടിവച്ച് അതിനിടയിലാണ് മുട്ടയിട്ടു വച്ചിരിക്കുന്നത്. ചെറുതാണങ്കിലും എത്ര ലളിതമാണങ്കിലും സ്വന്തം വാസസ്ഥലം ഓരോ പക്ഷിക്കും പ്രിയപ്പെട്ടതാണ്. സ്വന്തം കൂടും മുട്ടയും കഴിഞ്ഞേ പക്ഷികൾ സ്വന്തം ജീവനുപോലും വില കൽപ്പി ക്കാറുള്ളൂ. നൊന്തിട്ട ഒരു മുട്ടയുടെ വില അതിട്ട പക്ഷിക്കല്ലേയറി യാവൂ. തന്റെ വംശത്തിന്റെ അനുസ്യൂതമായ തുടർച്ച ആ മുട്ടയിലാ ണുള്ളത്. തിത്തിരിപക്ഷിയുടെ മുട്ട കണ്ടാൽ തന്നെ വല്ല കല്ലാണോ യെന്ന് തോന്നും.

തേരും കുതിരയും ആനയും കാലാൾപ്പടയും ഒക്കെ നിരന്ന മഹായുദ്ധത്തിൽ ലക്ഷങ്ങളാണ് ആയുധങ്ങളുമായി ഇരുവശത്തും അണിനിരന്നിരിക്കുന്നത്. കൊടിയ യുദ്ധം ആരംഭിച്ചു. ഇതിനിടയിൽ നിലത്ത് കൂടൊരുക്കിയിരിക്കുന്ന തിത്തിരിപക്ഷിയുടെ കൂടോ മുട്ടയോ വല്ലവരും ശ്രദ്ധിക്കുമോ? മഹാരഥന്മാരായ മനുഷ്യരുടെ ജീവന്മരണ പോരാട്ടമല്ലിയോ നടക്കുന്നത്. കുതിരയും ആനകളും ഓടിക്കൊണ്ടിരി ക്കുകയാണ്. അമ്പുകൾ ചീറിപ്പായുകയാണ്. തേരും കുതിരയും കുതിച്ചുപായുന്നു. ഇതിനിടയിൽപ്പെട്ട് തന്റെ മുട്ട പൊട്ടിപ്പോകുമെന്ന ഭയത്തിൽ തിത്തിരികൾ വെപ്രാളത്തോടെ മുട്ടയിൽ തട്ടാതെ പോ മുട്ടയിൽ തട്ടാതെ പോയെന്ന് വിളിച്ചുകരഞ്ഞുനടന്നു. ഇതാരുകേൾ ക്കാൻ? ആയിരങ്ങൾ വെട്ടിയും കുത്തിയും അമ്പേറ്റും വീണുമരിച്ചു കൊണ്ടിരിക്കുകയാണ്. അതിനിടയിൽ തിത്തിരിപക്ഷിയോ മുട്ടയോ വല്ലതും മനുഷ്യർക്ക് പ്രശ്നമാണോ? എന്നാൽ ഏതു ജീവിക്കും അതിന്റെ കുഞ്ഞുങ്ങൾ കഴിഞ്ഞേ മറ്റെന്തുമുള്ളൂ. പക്ഷികൾക്കവ യുടെ മുട്ടയോളം വലുതായി മറ്റൊന്നുമില്ലല്ലോ. ഈ സത്യം സൃഷ്ടി കർത്താവിന് അറിയാതെ വരുമോ?

എത്ര വലിയ യുദ്ധത്തിനു നടുവിലാണെങ്കിലും നിസ്സാരമായ ഒരു ചെറുജീവിയുടെ ദുഃഖവും ഉടയതമ്പുരാൻ അറിയുന്നുണ്ട്. യഥാർത്ഥത്തിൽ ജീവികളിൽ നിസ്സാരജീവിയെന്നൊന്നില്ല. ഓരോ ജീവിയും ഭൂമിയിലേക്കവതരിക്കുന്നത് വളരെ പ്രധാനപ്പെട്ട ചില ഉത്തരവാദിത്വങ്ങളും ഏറ്റുകൊണ്ടാണ്. ആ ചുമതലയത് നിർവഹി ക്കാതെയിരുന്നാൽ പ്രകൃതിയുടെ പ്രവർത്തനങ്ങൾ നിശ്ചലമാകും. അതുകൊണ്ട് സൃഷ്ടികർത്താവ് സർവ്വജീവിവർഗത്തിനുമേലും അപാരമായ തന്റെ കൃപാകടാക്ഷം ചൊരിഞ്ഞുകൊണ്ടേയിരിക്കുന്നു. യുദ്ധത്തിൽ പങ്കെടുത്തുകൊണ്ടിരുന്ന ഒരാനയുടെ കുടമണി അതിന്റെ കഴുത്തിൽനിന്ന് പൊട്ടി തിത്തിരിപക്ഷിയുടെ മുട്ടയ്ക്ക് ഒരു രക്ഷാ കവചം തീർത്തു. തിത്തിരിപ്പക്ഷിയുടെ നിലവിളിക്കും പ്രാർത്ഥന യ്ക്കും പ്രയോജനം ഉണ്ടായി. ഒരുപക്ഷേ അതുകൊണ്ടുകൂടിയാവാം ജീവിതകാലം മുഴുവൻ മുട്ടയിൽ തട്ടാതെ പോ മുട്ടയിൽ തട്ടാതെ

പോയെന്നവ ഒരു പ്രാർത്ഥനപോലെ ഉരുവിട്ടുകൊണ്ടേയിരിക്കുന്നത്. തങ്ങൾക്ക് നേരെ വരുന്ന ആപത്തുകളെ തട്ടിമാറ്റാൻ കൂടിയാവാമിത്. പ്രാർത്ഥനകൾക്ക് ഫലമുണ്ട്. ഉള്ളിൽതട്ടി പ്രാർത്ഥിച്ചാൽ. ഈ പ്രപഞ്ചത്തിന്റെ ബോധത്തെയത് സ്വാധീനിക്കും. പ്രപഞ്ചബോധം ആ പ്രാർത്ഥനയ്ക്ക് ഉത്തരം നൽകും. എത്രയോ അനുഭവങ്ങൾ എനിക്കു തന്നെയുണ്ടെന്നോ.'' മണ്ണാത്തിപ്പുള്ള് തന്റെ കുഞ്ഞുങ്ങളോടായി പറഞ്ഞു.

''മാലിനി നദിക്കരയിൽ പക്ഷികൾ പരിചരിച്ചു വളർത്തിയ മനുഷ്യക്കുഞ്ഞാണ് ശകുന്തള. വിശ്വാമിത്രനെന്ന മഹർഷിക്ക് ദേവസ്ത്രീയായ മേനകയിലുണ്ടായ പുത്രി. മേനക കുഞ്ഞിനെ നദിക്കരയിലുപേക്ഷിച്ചു. അപ്പോഴവിടെയുണ്ടായിരുന്ന പക്ഷികളാണ് ആ കുഞ്ഞിനെ സംരക്ഷിച്ചത്.''

''കഥ പറ കഥപറ...'' മാണ്ണാത്തിപ്പുള്ളുകളുടെ കുഞ്ഞുങ്ങൾ നിർബന്ധം പിടിച്ചു.

''പോയിക്കിടന്ന് ഉറങ്ങു പിള്ളാരേ...'' തള്ളക്കിളി ശാസിച്ചു.

''നാരായണ... നാരായണ... നാരായണ...'' അങ്ങാടിക്കുരുവികൾ ചിലയ്ക്കാൻ തുടങ്ങി.

''ദേവലോകത്ത് നാരദനെന്നൊരു മുനിയുണ്ട്. എപ്പോഴും നാരായണ... നാരായണ... എന്ന് ജപിച്ചാണ് നടപ്പ്. അതുപോലെയാണ് ഈ അങ്ങാടിക്കുരുവികളും. പട്ടണവാസിയാണെങ്കിലും നാരായണ ജപത്തിന് ഒരു കുറവുമില്ല'' മണ്ണാത്തിപ്പുള്ളു പറഞ്ഞു.

''സ്വീ സീ സ്വീ...'' മണ്ണാത്തിപ്പുള്ളുകൾ കരഞ്ഞു. കഥകേട്ട് മതിയായ ചില മണ്ണാത്തിപ്പുള്ളുകൾ അടുത്ത കുറ്റിക്കാട്ടിൽ ചേക്കേറി ശ് ശ്... ശ് ശ് ചിർർ.. ചിർ.. എന്ന് കരഞ്ഞു. അവയൊരു മയക്കത്തിന് തയ്യാറാവുകയാണ്. നല്ല കഥ കേട്ടാൽ മനസ്സ് നിറയും. മനശ്ശാന്തിയുണ്ടാകും. അപ്പോൾ അറിയാതെ ഉറങ്ങിപ്പോകും. ഉറക്കമെന്നത് ഒരു മഹാഅനുഗ്രഹമാണ്. ഉറക്കമില്ലാതെ വരുമ്പോൾ മാത്രമാണ് ഉറക്കത്തിന്റെ വിലയറിയുക. കണ്ണുള്ളപ്പോൾ കണ്ണിന്റെ വില അറിയാത്തതുപോലെയാണത്.

തത്ത

വിശുദ്ധ തടാകത്തിൽ അമിതമായ തണുപ്പോ അസഹനീയമായ ചൂടോ ഉണ്ടാവില്ല. ഏതുകൊടും മഞ്ഞിലും സുഖകരമായൊരു സ്നാനത്തിനു പറ്റിയ വെള്ളമാണത്. വിശുദ്ധ തടാകത്തിൽ സ്നാനം ചെയ്യുകയെന്നത് പക്ഷികളുടെ ജീവിതാഭിലാഷമാണ്. വെള്ളത്തിൽ മുങ്ങാംകുഴിയിടാൻ കഴിവുള്ള ചേരക്കോഴികളും നീർക്കാക്കയും മുങ്ങാംകോഴികളും മറ്റ് നീർപക്ഷികളും കിട്ടിയ അവസരം മുതലാക്കി ആഴങ്ങളിലേക്ക് ഊളിയിട്ട് ഊളിയിട്ട് പോയി.

വിശുദ്ധ തടാകത്തിന്റെ അടിത്തട്ടിൽ നിറയെ രത്നങ്ങളും മുത്തുകളും പവിഴങ്ങളും നിറഞ്ഞു തൂകിക്കിടക്കുകയാണ്. സ്വർണ്ണത്തരികൾ മണ്ണുപോലെ നിറഞ്ഞുകിടക്കുന്നു. വെള്ളിയും വിലപിടിപ്പുള്ള മറ്റ് അപൂർവ്വ ലോഹങ്ങളുടെയും വലിയ നിക്ഷേപം തടാകത്തിന്റെ അടിത്തട്ടിലുണ്ട്. അതുകൊണ്ടുതന്നെ വിശുദ്ധതടാകത്തിന്റെ അടിത്തട്ടിൽ ലോഹതിളക്കം പ്രകാശമായി മാറിയിരിക്കുന്നു. വിശുദ്ധ തടാകത്തിൽ ജീവിക്കുന്ന മത്സ്യങ്ങൾ ലോകത്തിന്റെ ഒരു കോണിലും വേറെ കാണാനാവില്ല. അത്ഭുതകരമായ നിറസൗകുമാര്യംകൊണ്ട് അനുഗൃഹീതമായ ജീവികളാണതിൽ ജീവിക്കുന്നത്. ആടയാഭരണങ്ങൾ അണിഞ്ഞ മനോഹരമായ മത്സ്യങ്ങൾ. അവയുടെ വിശറിചിറകളും തിളക്കമാർന്ന കണ്ണുകളും വെട്ടിത്തിത്തിളങ്ങുന്ന ചിതമ്പലുകളും പക്ഷികളിൽ വിസ്മയം തീർത്തു. ചിതമ്പലുകൾ നിമിഷംപ്രതി നിറം മാറിക്കൊണ്ടിരുന്നു. ഒരായിരം വർണ്ണരാജികൾ മീനുകൾക്ക് ചുറ്റും പ്രഭാവലയം തീർത്തു.

ഇത്രമാത്രം പവിഴപ്പുറ്റുകളും മത്സ്യങ്ങളും നിറഞ്ഞ ഒരു തടാകം ഭൂമിയിൽ വേറെവിടെയും ഉണ്ടാകില്ലെന്ന് പക്ഷികൾ ഉറപ്പിച്ചു. വിശുദ്ധ പർവ്വതത്തിൽ എത്തിച്ചേർന്നാൽ പക്ഷികൾ സമ്പൂർണ്ണ സസ്യഹാരികളായിരിക്കണമെന്നത് നിർബന്ധമാണ്. ഒരു ജീവിയേയും വേദനിപ്പിക്കാൻ പാടില്ല. കായ്കനികളും ഇലകളും കഴിച്ച് ജീവിച്ചുകൊള്ളണം.

അത്ഭുതകരമായ ജീവശക്തി പ്രധാനം ചെയ്യുന്ന ഔഷധസസ്യങ്ങളുടെ നിധിശേഖരമാണ് ഈ പർവ്വതനിരയാകെ. ഇവിടെയുള്ള വിശുദ്ധ മരങ്ങളിലെ ഇല ഭക്ഷിച്ചാൽ പിന്നെ വിശപ്പോ ദാഹമോ അനുഭവപ്പെടില്ല. കാട്ടുചെടിയുടെ ഫലം സർവ്വരോഗസംഹാരിയാണ്. ഏതുകാലാവസ്ഥയേയും അതിജീവിക്കാനുള്ള ജീവശക്തി ഇവിടുത്തെ പഴങ്ങൾ കഴിച്ചാൽ ലഭിക്കും. കാട്ടിലെ ഔഷധസസ്യത്തിന്റെ രണ്ടില ഭക്ഷിച്ചാൽ ഒരാഴ്ച ഭക്ഷണം കഴിച്ചില്ലെങ്കിലും പൂർണ്ണ ആരോഗ്യത്തോടെ കഴിയാം. ഇവിടം ഭൂമിയിലെ സ്വർഗ്ഗമാണ്. അല്ലെങ്കിൽ സ്വർഗ്ഗത്തിന്റെ ഒരു ചെറുതുരുത്താണ്. താഴെ കൂറ്റൻ മരങ്ങൾ നിരനിരയായി നിൽക്കുന്നിടത്തെ അടിക്കാടുകൾ മറ്റെവിടെയും കാണാൻ കഴിയാത്ത പുരാതന ജൈവവ്യൂഹമാണ്. സർവ്വമാന ജീവിവർഗ്ഗങ്ങളുടെയും ആവാസകേന്ദ്രം. മുകൾത്തട്ടിലേക്ക് വരുംതോറും കുള്ളൻ മരങ്ങളുടെ ചോലക്കാടുകളായതു രൂപം മാറുന്നു. വിശുദ്ധ തടാകത്തിന്റെ ഓരത്ത് വെള്ളത്തിൽ തന്റെ നീണ്ട കൊക്കുകൾ കൊത്തിക്കൊത്തി വെള്ളക്കൊക്കുകൾ നടക്കുന്നതു കണ്ട് നീല തത്തകൾ തമ്മിൽ തമ്മിൽ പറഞ്ഞു.

''ഈ വെള്ളക്കൊറ്റികളെ വിശ്വസിക്കാൻ കൊള്ളില്ല. എപ്പോഴും ശുഭ്രവേഷം ധരിച്ച് പരിശുദ്ധരായി നടക്കുന്ന ഈ കൂട്ടരുടെ ഉള്ളത്ര പരിശുദ്ധമൊന്നുമല്ല. വേഷത്തിലല്ല കാര്യം. പ്രവൃത്തിയിലാണ്. വേഷം കണ്ട് മാത്രം ആരെയും അളക്കരുത്. വെളുത്ത വസ്ത്രം ധരിച്ചവരുടെയെല്ലാം അകം വെളുത്തതാവണമെന്നില്ല. വേഷത്തിന്റെ പ്രൗഢി അവരുടെ ജീവിതത്തിലുണ്ടാവില്ല. ആ കാട്ടുകുളത്തിലെ മീനുകൾ കൊറ്റികളെ കണ്ണുമടച്ച് വിശ്വസിച്ചതിന്റെ ഫലം അവർ അനുഭവിച്ചു.'' ഒരു നെടുവീർപ്പോടെ നീലത്തത്ത പറഞ്ഞു.

''ഏതു കാട്ടുകുളത്തിലെ മീനുകൾ?'' നീലത്തത്തകളിലൊന്ന് കഥ പറഞ്ഞ തത്തയോട് ചോദിച്ചു.

''അക്കഥ നിങ്ങൾക്കറിയില്ലേ?'' തത്ത ചോദിച്ചു.

അറിയില്ലെന്ന് പറഞ്ഞ് മറ്റു തത്തകൾ അതിനു ചുറ്റും കൂട്ടംകൂടി.

''ഈ വെള്ളകൊക്കുകളുടെ ചതിയുടെ കഥ അറിയാത്തവരായി പക്ഷികളുടെ കൂട്ടത്തിൽ ആരുമുണ്ടാവില്ലന്നാണ് ഞാൻ കരുതിയത്? മോശം... മോശം...'' നീലതത്ത പറഞ്ഞു.

തത്തകൾ കഥ കേൾക്കാനായി ബഹളം വച്ചു.

''അടങ്ങ് അടങ്ങ്. ഞാൻ പറഞ്ഞുതരാം.'' തത്ത എല്ലാവരോടുമായി പറഞ്ഞു. അത് കേട്ട് തത്തക്കൂട്ടം ഉച്ചത്തിൽ ചിലച്ചു.

''മനോഹരമായൊരു കാട്ടുപ്രദേശത്ത് ഒരു കുളത്തിൽ കുറെ മീനുകളും ഞണ്ടുകളും തവളകളും ജീവിച്ചിരുന്നു. ചുറ്റും മരങ്ങൾ തിങ്ങി

വിങ്ങി വളർന്നിരുന്ന കുളക്കടവിൽ ധാരാളം മറ്റ് ജീവികളും ജീവിച്ചിരുന്നു. ആഹാരത്തിന് ഒരു മുട്ടും ആർക്കും അനുഭവപ്പെട്ടിരുന്നില്ല. ജീവികളൊക്കെ വളരെ ഉല്ലാസത്തോടെയും ആഹ്ലാദത്തോടെയുമാണ് ജീവിച്ചുവന്നത്. സന്തോഷത്തോടെയും സമാധാനത്തോടെയും ജീവിക്കുകയെന്നതാണ് ഏറ്റവും പ്രധാനം. എന്നാൽ എപ്പോഴും സന്തോഷം മാത്രം ഉണ്ടാവണമെന്നില്ല. അപ്രതീക്ഷിതമായി ദുഃഖവും കടന്നു വരും. സന്തോഷവും ദുഃഖവും ഒരേ ഇലയുടെ രണ്ടു വശങ്ങളാണ്. സന്തോഷത്തിന്റെ മേന്മ തിരിച്ചറിയുന്നതിനു വേണ്ടിയാണ് ദുഃഖത്തെ സൃഷ്ടിച്ചിരിക്കുന്നത്. ദുഃഖം ജീവിതത്തെ ആഴത്തിൽ ചികയാൻ പഠിപ്പിക്കും. ഈ ജീവിതം ഒരു പാഠശാലയാണ്. ബുദ്ധിയുള്ളവർക്ക് സ്വന്തം ജീവിതം തന്നെയാണ് വലിയ സർവ്വകലാശാല.

നമുക്ക് ഇന്ദ്രിയങ്ങളൊക്കെ തന്നിരിക്കുന്നത് ചുറ്റുപാടുകളെ കണ്ടും തൊട്ടും രുചിച്ചും മണത്തും ചിന്തിച്ചും മനസ്സിലാക്കാൻ വേണ്ടിയാണ്. എപ്പോഴും ജാഗ്രതയോടെയിരിക്കുന്ന പക്ഷികൾക്ക് മാത്രമേ ജീവിക്കാൻ അവകാശമുള്ളൂ. മിത്രങ്ങളെക്കാൾ അധികം ശത്രുക്കളാണ് നമുക്കു ചുറ്റുമുള്ളത്. മിത്രങ്ങളുടെ ഭാവത്തിലും ശത്രുക്കൾ വരാം. ശത്രുവായി വരുന്നവനെക്കാൾ ഭയക്കേണ്ടത് മിത്രമായി അഭിനയിച്ചുവരുന്ന ശത്രുവിനെയാണ്. ഒരാളുടെ ഉള്ളിലെന്താണെന്ന് നമുക്ക് തിരിച്ചറിയാൻ കഴിയില്ല. ചതി സംഭവിച്ചു കഴിയുമ്പോഴാവും മിത്രമായി കണ്ണുമടച്ച് വിശ്വസിച്ചവർ കൊടും വഞ്ചകനായിരുന്നുവെന്ന് തിരിച്ചറിയുകയുള്ളൂ. എങ്കിലും ബുദ്ധിയും യുക്തിയും ഉപയോഗിച്ചാൽ മിത്രത്തിനുള്ളിലെ ശത്രുവിനെ കണ്ടെത്താൻ ചിലപ്പോൾ കഴിഞ്ഞേക്കാം.

കണ്ണടച്ച് ആരെയും വിശ്വസിക്കരുത്. എല്ലാ ജീവികളുടെയും ഉള്ളിൽ നന്മയോടൊപ്പം തിന്മയും പ്രവർത്തിക്കുന്നുണ്ട്. സാഹചര്യങ്ങൾ ഒത്തുവന്നാൽ ഏതാണ് മുന്നിൽനിന്ന് പ്രവർത്തിക്കുകയെന്ന് നിശ്ചയിക്കുക എളുപ്പമല്ല. സാഹചര്യങ്ങളാണ് പലപ്പോഴും ശത്രുഭാവേനയാദ്യം എത്തുക. സാഹചര്യങ്ങളെ സസൂക്ഷ്മം ശ്രദ്ധിച്ചാൽ അതിൽ നിന്ന് ഉയർന്നുവരാവുന്ന അപകടങ്ങൾ ബുദ്ധിയുള്ളവർക്ക് മുൻകൂട്ടി മനസ്സിലാവും. അത്തരം സാഹചര്യങ്ങളെ ഒഴിവാക്കുകയെന്നതാണ് പ്രധാനം. കാട്ടുകുളത്തിൽ മീനുകളും മറ്റ് ജലജീവികളും സന്തോഷത്തോടെ ജീവിച്ചു വരുന്നതിനിടയിൽ ഒരു കൊടിയ വേനൽ വന്നു. പ്രകൃതിയിൽ അങ്ങനെയാണ്. പ്രളയവും കൊടും വരൾച്ചയും ഒരു പ്രത്യേക കാലത്തിനിടയിൽ ആവർത്തിച്ചുകൊണ്ടേയിരിക്കും. അതിവർഷവും കൊടുംവരൾച്ചയും പ്രകൃതിയുടെ കലണ്ടറിൽ അങ്ങനെ സംഭവിച്ചുകൊണ്ടേയിരിക്കും. അതിനെല്ലാം പ്രകൃതിക്ക് അതിന്റേതായ കാരണങ്ങളുണ്ട്. ജീവിവർഗ്ഗങ്ങൾക്ക് പ്രളയവും

വരൾച്ചയും ദുരിത പെയ്ത്ത് കൊണ്ടുവരുമെങ്കിലും പ്രകൃതിയുടെ നിലനിൽപ്പിനതൊക്കെ അനിവാര്യമാണ്. പ്രകൃതിയിൽ ഇതൊക്കെ സംഭവിക്കാനിടയുണ്ടെന്ന് മനസ്സിലാക്കി കഴിയാവുന്ന മുൻകരുതലുകൾ ഓരോ ജീവിവർഗ്ഗവും സ്വീകരിക്കുന്നതാണ് ഉത്തമം. ശ്രദ്ധയില്ലാത്തവർക്കാണ് കൂടുതൽ അപകടങ്ങൾ വന്നുഭവിക്കുന്നത്. ശ്രദ്ധയെന്നത് മനസ്സിന്റെ ജാഗ്രതാവസ്ഥയാണ്. ജാഗ്രതയെന്നത് മനസ്സിന്റെയും പഞ്ചേന്ദ്രിയങ്ങളുടെയും ഓരോ കോശബിന്ദുവിന്റെ ഉണർവിന്റെ ഉച്ചാവസ്ഥയാണ്.

പ്രകൃതിയിൽ വരുന്ന കാലാവസ്ഥാവ്യതിയാനങ്ങളുടെ സൂക്ഷ്മ ഭാവമാറ്റങ്ങൾ ഓരോ ജീവിവർഗ്ഗവും ശ്രദ്ധിക്കേണ്ടതാണ്. ഇല്ലെങ്കിൽ അവർ അപകടത്തിൽപ്പെടാം. വേനലിന്റെ കാഠിന്യം അവിടെ ഏറിയേറി വന്നു. മരങ്ങളുടെ ഇലകൾ കൊഴിഞ്ഞു പുല്ലുകൾ കരിഞ്ഞുണങ്ങി. കാട്ടുമൃഗങ്ങളും ചെറുജീവികളും ഉൾക്കാട്ടിലേക്ക് വലിഞ്ഞു. കുളത്തിന്റെ ജലനിരപ്പ് താഴ്ന്ന് താഴ്ന്ന് വന്നു. കാലാവസ്ഥ ചതിച്ചാൽ പക്ഷികൾക്ക് അവിടുന്ന് ഇഷ്ടമുള്ളിടത്തേക്ക് പറന്നുപോകാം. മൃഗങ്ങൾക്ക് ഓടിപ്പോകാം. എന്നാൽ കുളത്തിൽ കഴിയുന്ന മത്സ്യങ്ങൾ എന്തു ചെയ്യാനാണ്? അവ ഓരോ നിമിഷവും ആശങ്കപ്പെട്ടു കഴിഞ്ഞു.

കുളം ഏതാണ്ട് പൂർണ്ണമായി വറ്റുന്ന സ്ഥിതിയിലേക്ക് പോവുകയാണ്. തവളകൾ മഴയ്ക്കായി കൂട്ടപ്രാർത്ഥന തുടങ്ങി. ഞണ്ടുകൾ ആകാശത്തേക്ക് കണ്ണുരുട്ടി കാർമേഘങ്ങളെ തിരയാൻ തുടങ്ങി. അങ്ങനെ ഒരു ദിവസം ഒരു വെള്ളക്കൊക്ക് കുളത്തിന്റെ കരയിൽ വന്നിരുന്ന് ഒറ്റക്കാലിൽ കണ്ണടച്ച് ധ്യാനിക്കാൻ തുടങ്ങി. സാത്വിക ഭാവേന കൊക്ക് മീനുകളുടെ ദുഃസ്ഥിതിയിൽ പരിതപിച്ചുകൊണ്ടിരുന്നു.''

ഇതുകേട്ട് ഏതോ ഒരു മീൻ തല ഉയർത്തി ചോദിച്ചു. ''നാട്ടിലൊക്കെ ചുറ്റിക്കറങ്ങുന്ന കൊക്കച്ചാരേ, എവിടെങ്കിലും മഴ പെയ്ത ലക്ഷണമുണ്ടോ?''

''ഉൾക്കാട്ടിൽ നല്ല മഴയായിരുന്നു. അവിടൊക്കെ കുളങ്ങൾ നിറഞ്ഞു കിടക്കുകയാണ്. പുതുമഴയിൽ ഇഷ്ടംപോലെ കൃമികീടങ്ങളും പെരുത്തു. മത്സ്യങ്ങൾക്കവിടെ ബഹുകുശാലാണ്.'' കൊക്ക് വളരെ ഉത്സാഹപൂർവ്വം പറഞ്ഞു.

''ഇവിടം ഒരു നശിച്ച പ്രദേശമാണ്. ഇവിടെ മഴ പെയ്യുമെന്ന് തോന്നുന്നില്ല. പ്രകൃതിയിൽ അങ്ങനെയാണ്. കാട്ടുപ്രദേശമായിരുന്നിടം കുറെകാലം കഴിയുമ്പോൾ മരുപ്രദേശമായി മാറും. മരുപ്രദേശം കാട്ടുപ്രദേശമാകും. കടൽ പർവ്വതമായി ഉയർന്നുവരും.

പർവ്വതം കടലായി മാറും. അതുകൊണ്ട് നിങ്ങൾ എത്രയും വേഗം ഉൾക്കാട്ടിലെ കുളത്തിലേക്ക് മാറുന്നതാണ് നല്ലത്.''

അതുകേട്ട് മീൻ ചോദിച്ചു. ''ഈ കുളത്തിൽ കിടക്കുന്ന മീനുകൾ എങ്ങനെയാണ് ഉൾക്കാട്ടിൽ ചെല്ലുക? ഞങ്ങൾക്ക് നിങ്ങളെപ്പോലെ പ്രകൃതി ചിറകുകൾ തന്നിട്ടില്ലല്ലോ?

''ഞങ്ങൾക്ക് ചിറകുകൾ ഉള്ളത് മറ്റു ജീവികളെ കൂടി സഹായിക്കാനാണ്. ജീവികൾ പരസ്പരം സഹായിച്ചു ജീവിക്കുന്നതുകൊണ്ടു മാത്രമാണ് ഈ പ്രകൃതി ഇത്തരത്തിൽ നിലനിൽക്കുന്നത്. അതല്ലാതെ സ്വന്തം കാര്യം മാത്രം നോക്കി ഒരു ജീവിയും ഈ പ്രകൃതിയിൽ ജീവിക്കുന്നില്ല.''

''അത് ശരിയാണ്.'' മീൻ പറഞ്ഞു.

കൊക്കും മീനും തമ്മിലുള്ള സംസാരം കേട്ട് മറ്റ് മീനുകളും ജലപ്പരപ്പിലേക്ക് ഉയർന്നു വന്നു. അവർ കൂടിയാലോചിച്ചു. നമ്മുടെ ഈ ദുഃസ്ഥിതിയിൽ നിന്ന് കരകയറ്റാൻ ഒരുപക്ഷേ കൊക്കിന് കഴിഞ്ഞേക്കും. എന്നാൽ ചില മീനുകൾ സംശയം പ്രകടിപ്പിച്ചു.

''ഈ കൊക്കിനെ വിശ്വസിക്കാമോ? തരംക്കിട്ടിയാൽ മീനുകളെ കൊന്നുതിന്നുന്ന വർഗ്ഗമാണവരുടേത്?''

കൊക്ക് കുളത്തിൻകരയിൽ വന്നിരുന്നു ധ്യാനിക്കുന്നതാണ് ഞാൻ കണ്ടതെന്ന് ഒരു മീൻ പറഞ്ഞു. ധ്യാനമെന്നത് മനസ്സിനെ ശൂന്യമാക്കുന്ന അവസ്ഥയാണ്. ചിന്തയുടെ എതിരാളിയാണ്. ധ്യാനിക്കുന്നവർക്ക് പാപം ചെയ്യാനാവില്ല. എല്ലാ ദുർഗുണങ്ങളെയും ധ്യാനം അകറ്റും. ദുഷ്ടന്മാർക്കും മനമാറ്റം വന്നു കൂടായ്കയില്ല. എങ്കിലും ഒരു മീൻ ചോദിച്ചു.

''കൊക്ക് കൊക്കല്ലാതാവുമോ?''

കൊക്കിനോട് തന്നെ അവന്റെ ഉദ്ദേശം നമുക്ക് ചോദിക്കാം. മീൻ പറഞ്ഞു. ''കൊക്കച്ചാരെ കൊക്കച്ചാരെ... നിങ്ങളെങ്ങനെയാണ് ഞങ്ങളെ ഈ ദുരിതത്തിൽനിന്ന് രക്ഷിക്കാൻ പോകുന്നത്?''

''അതോ...'' കൊക്ക് ഉത്സാഹത്തോടെ പറഞ്ഞു.

''നിങ്ങളെ ഓരോരുത്തരെയായി ഞാൻ കൊത്തിയെടുത്ത് ഉൾക്കാട്ടിലെ നിറഞ്ഞുകിടക്കുന്ന പൊയ്കയിൽ കൊണ്ടുപോയി വിടും. അവിടെ നിങ്ങൾക്ക് ഇഷ്ടംപോലെ തിന്നും കുടിച്ചും ജീവിക്കാം.''

മീനുകൾ സംശയപൂർവ്വം കൊക്കിനെ നോക്കി. അതു ശ്രദ്ധിച്ചുകൊണ്ട് കൊക്ക് പറഞ്ഞു. ''നിങ്ങൾക്കെന്നെ വിശ്വസിക്കാം. ഞാൻ ഒരുപാടു മീനുകളെ തിന്നിട്ടുണ്ട്. എന്നാൽ ഇപ്പോൾ ഞാനതിൽ പശ്ചാത്തപിക്കുകയാണ്. കൊക്കുകളെപ്പോലെ തന്നെ അച്ഛനും

അമ്മയും മക്കളും ബന്ധുക്കളുമൊക്കെയായി കഴിയുന്നവരാണ് മീനുകളും. അവയിൽ ഒന്നിനെ കൊന്നാൽ ആ കുടുംബം അനുഭവിക്കുന്ന വേദന ഇന്നെനിക്ക് മനസ്സിലാവും. ചെയ്ത തെറ്റുകൾക്ക് ഞാൻ ദിവസവും പശ്ചാത്തപിക്കുകയാണ്. ഉടയതമ്പുരാനോട് പാപമോചനത്തിനായി ധ്യാനിക്കുകയാണ്. എല്ലാ തെറ്റുകൾക്കുമുള്ള പരിഹാരം പശ്ചാത്താപം മാത്രമാണ്. പിന്നെ ശിഷ്ടകാലം നന്മ മാത്രം ചെയ്ത് ജീവിക്കുക. തന്നെക്കൊണ്ട് ചെയ്യാവുന്ന സഹായങ്ങൾ മറ്റ് പക്ഷികൾക്കും ജീവികൾക്കും ചെയ്തു കൊടുക്കുക. നിങ്ങൾ ഈ കുളത്തിൽ കിടന്നു കൂട്ടമായി ചാകുന്നതൊഴിവാക്കാനായി എന്തു ചെയ്യാനാകുമെന്ന ചിന്തയാണ് എന്നെ ഇവിടെയെത്തിച്ചതു തന്നെ. എന്നെ വിശ്വസിക്കൂ, വിശ്വാസമാണ് ഏറ്റവും വലുതായിട്ടുള്ളത്. അടുത്ത നിമിഷത്തെക്കുറിച്ചുള്ള വിശ്വാസമാണ് നമ്മളോരോരുത്തരെയും മുന്നോട്ട് നയിക്കുന്നത്. ഈ വിശ്വാസം ഇല്ലാതെ വന്നാൽ പിന്നെ എന്താവും ഫലം? ലോകം മുന്നോട്ടു ചലിക്കുമോ? അതുകൊണ്ട് ഒരാശങ്കയുടെയും ആവശ്യമില്ല. ഞാൻ നിങ്ങളെ സുന്ദരസുരഭിലമായ ദേശത്ത് എത്തിച്ചുതരാം.''

കൊക്കിന്റെ വാഗ്‌വിലാസത്തിൽ മീനുകൾ മയങ്ങി. അധികം സംസാരിക്കുന്നവർ കുറച്ചു പ്രവർത്തിക്കുന്നവരായിരിക്കും. മധുരമായി സംസാരിക്കുന്നവരിൽ അപകടം പതിയിരിപ്പുണ്ടാകും. ധ്യാനിക്കുന്നവരെല്ലാം നല്ലവരാവണമെന്നില്ല. പാവം മീനുകൾ അവർ കൊക്കിനെ വിശ്വസിച്ചു.

കൊക്ക് ഒരു മീനിനെയും കൊത്തി പറന്നു. കുറച്ചു ദൂരം കഴിഞ്ഞപ്പോൾ ഒരു പാറ കണ്ടു. കൊക്ക് മീനിനെ പാറപ്പുറത്തു കൊണ്ടുവച്ചു. എന്നിട്ട് കൊക്ക് ചിരിച്ചു. ''ബുദ്ധിയില്ലാത്തവർക്ക് ജീവിക്കാനവകാശമില്ല. ഞാൻ പറഞ്ഞതൊക്കെ നീ അക്ഷരംപ്രതി വിശ്വസിച്ചു. വാക്കുകൾ അപ്പടി വിശ്വസിക്കുന്നത് ബുദ്ധിയല്ല. വാക്കുകൾക്കിടയിലൂടെ സത്യം മനസ്സിലാക്കാൻ പഠിക്കണം. എന്തു പറയുന്നുവെന്നതിലല്ല. എന്തിനു പറയുന്നുവെന്നതിലാണ് കാര്യം.''

കൊക്ക് തങ്ങളെ ചതിക്കുകയായിരുന്നുവെന്ന് അപ്പോഴാണ് മീനിന് മനസ്സിലായത്. ജീവഭയത്താൽ ഒന്നു ശബ്ദിക്കാൻ പോലും അതിനായില്ല. മീനിന്റെ കണ്ണുകൾ നിറഞ്ഞു തുളുമ്പി. ഹൃദയം വിങ്ങി. കുറച്ചു കാലമായി നല്ല മീൻ തിന്നിട്ട് എന്നു പറഞ്ഞിട്ട് കൊക്ക് അതിന്റെ കാലുകൾ മീനിന്റെ മുകളിലേക്ക് എടുത്തു വച്ചു. ഭയന്നു വിറച്ച മീനിന് ഒന്നു ഞരങ്ങാൻ പോലും അവസരം നൽകാതെ കൊക്ക് തന്റെ കൂർത്തു മൂർത്ത കൊക്ക് അതിന്റെ കഴുത്തിലേക്ക് കുത്തിയിറക്കി. ഏതാനും നിമിഷം കൊണ്ട് അവിടെയതിന്റെ മുള്ള് മാത്രം അവശേഷിച്ചു.

''ഇത്ര രുചിയുള്ള ഒരു മീനിനെ മുമ്പു ഞാൻ തിന്നിട്ടേയില്ല.'' കൊക്ക് സ്വയം പറഞ്ഞു.

എന്നിട്ടത് തിരികെ കുളക്കരയിലെത്തി. വശ്യമായൊരു പുഞ്ചിരിയോടെ മീനുകളോട് പറഞ്ഞു. ''ഒരു സഹായം ചെയ്തു കഴിയുമ്പോഴുള്ള ആനന്ദം. അത് പറഞ്ഞറിയിക്കാനാവില്ല അനുഭവിച്ച് തന്നെ അറിയണം. മറ്റുള്ളവർക്ക് സഹായം ചെയ്യുമ്പോൾ മാത്രം ലഭിക്കുന്നതാണ് ആനന്ദം. അല്ലാതെ സ്വന്തമായി നേടുമ്പോഴല്ല. നേടുമ്പോൾ നമ്മൾ നഷ്ടപ്പെടുത്തുകകൂടി ചെയ്യുകയാണ്. ഞാൻ മീനിനെ നിറഞ്ഞ കുളത്തിലേക്കിട്ടതും അത് വെള്ളത്തിലേക്ക് ഊളിയിട്ട് ഒന്നു പുളച്ചു. പിന്നെ അങ്ങോട്ടും ഇങ്ങോട്ടും സന്തോഷം കൊണ്ട് നീന്തിത്തുടിച്ചുകൊണ്ടു പറഞ്ഞു. എന്റെ കൂട്ടരെ ഏറ്റവും വേഗം ഈ കുളത്തിലേക്ക് കൊണ്ടു വരിക. ഞാൻ അനുഭവിക്കുന്ന ഈ ആനന്ദം അവർ കൂടി അനുഭവിക്കട്ടെയെന്ന്. നന്മയുള്ളവർ അങ്ങനെയാണ്. തങ്ങൾക്ക് ലഭിക്കുന്ന നന്മകൾ മറ്റുള്ളവർക്ക് കൂടി പങ്കുവയ്ക്കുവാനവർ വ്യഗ്രതപ്പെടും. ഒറ്റയ്ക്കനുഭവിക്കുന്ന സുഖമൊരുസുഖമല്ല. സുഖമെന്നത് പങ്കുവയ്ക്കലാണ്. ക്വാക്... ക്വാക്... നമ്മൾ അനുഭവിക്കുന്ന സന്തോഷവും സമൃദ്ധിയും മറ്റുള്ളവർക്ക് കൂടി പങ്കുവയ്ക്കുന്നതിലാണ് എല്ലാവരും ആനന്ദം കണ്ടെത്തേണ്ടത്.''

കൊക്കിന്റെ വാക്കുകൾ കേട്ട് എത്രയും വേഗം വാഗ്ദത്തകുളത്തിലേക്ക് യാത്രയാകാനായി മീനുകൾ ആവേശത്തോടെ വരിവരിയായി വന്നു നിന്നു. ഏതാനും ദിവസംകൊണ്ട് ആ കുളത്തിലെ മീനുകളെ മുഴുവൻ കൊക്ക് കൊത്തിക്കൊണ്ടു പോയി തിന്നുതീർത്തു. കൊക്കിന്റെ മേനി കൊഴുത്തു, മീൻ തിന്നു മടുത്ത കൊക്കിന് ഇനി ഞണ്ടിന്റെ ഇറച്ചി തിന്നാൻ മോഹമായി. പതിവുപോലെ കുളക്കരയിൽ വന്ന് കൊക്ക് ഞണ്ടിനെ പ്രലോഭിപ്പിച്ചു.

''ഞങ്ങളുടെ അയൽക്കാരായിരുന്ന ഞണ്ടുകളെകൂടി സമൃദ്ധമായ കുളക്കരയിൽ എത്തിക്കണമെന്ന് മീനുകൾ എന്നെ നിർബന്ധിക്കുകയാണ്. നിങ്ങൾക്കു ഒപ്പം കഴിഞ്ഞിരുന്ന നിമിഷങ്ങളെ ഓർത്തവർ വിഷമിക്കുന്നു. നിമിഷങ്ങളെ ആഹ്ലാദകരമാക്കാൻ നല്ല സുഹൃത്തുകൂടി വേണമല്ലോ?''

എന്നാൽ ഞണ്ട് കുറച്ചുകൂടി ബുദ്ധിയുള്ള കൂട്ടരായിരുന്നു. കൊക്കിന്റെ കൂർത്തകൊക്കിൽ ഇരുന്നാൽ എപ്പോൾ വേണമെങ്കിലും അതിനു തന്നെ കൊത്തിത്തിന്നാം. എന്നാൽ കഴുത്തിലിരുന്നാൽ അതാണു കൂടുതൽ സുരക്ഷിതം. കൊക്ക് പറഞ്ഞതെല്ലാം സത്യമെന്ന് ബോധ്യമായാൽ കുളത്തിലേക്ക് ഇറങ്ങിപ്പോകാം. മറിച്ചാണെങ്കിൽ കൊക്കിന് തന്നെ ഒന്നും ചെയ്യാനുമാവില്ല. ഞണ്ട് ആലോചിച്ചുകൊണ്ട് പറഞ്ഞു. ''എനിക്ക് ആകാശത്തൂടെ പറക്കാൻ ഭയമാണ്.

ഞാൻ കൊക്കിന്റെ തോളിൽ കയറി ഇരുന്നോളാം. അതാകുമ്പോൾ കെട്ടിപ്പിടിച്ചിരിക്കാമല്ലോ.''

കൊക്ക് ഒരു നിമിഷം ആലോചിച്ചു. ഇതപകടം പിടിച്ച പണിയാണെന്ന് അതിന്റെ മനസ്സാക്ഷി മുന്നറിയിപ്പ് നൽകി. മനസ്സാക്ഷി അങ്ങനെയാണ്. അതെപ്പോഴും വരുംവരായ്കകളെക്കുറിച്ചു മുന്നറിയിപ്പ് നൽകിക്കൊണ്ടിരിക്കും. ഞണ്ടിന്റെ ഇറച്ചിയെക്കുറിച്ച് ഓർത്തപ്പോൾ കൊക്കിന്റെ നാവിൽ വെള്ളമൂറി. കൊതി ബോധത്തെ നശിപ്പിക്കും. രതിപോലെയാണ് കൊതിയും. രതിക്കായി എന്തു കൊടിയ അക്രമവും കാണിക്കും. രതിക്കടിമപ്പെട്ടവർ നിർഭയനായി മാറും. കൊതിയുടെ കാര്യവും അങ്ങനെതന്നെ. വരുന്നതുവരട്ടെ.

''ഞണ്ടിനെ തോളിലെടുത്തു കൊണ്ടുപോകാം. എന്നിട്ട് കുടഞ്ഞ് നിലത്ത് വീഴ്ത്താവുന്നതല്ലേയുള്ളൂ. അതൊന്നും മനസ്സിലാക്കാൻ പോകുന്നില്ല.'' കൊക്ക് മനസ്സിൽ പറഞ്ഞു.

''ക്വാക് ക്വാക്... എന്റെ തോളിൽ കയറി ഇരുന്നോളൂ. ഞാൻ കാട്ടുപൊയ്കയിൽ കൊണ്ടുചെന്നു വിടാം.''

ഞണ്ട് കൊക്കിന്റെ തോളിൽ കയറി ഇരിപ്പായി. കൊക്ക് പറന്ന് പാറയ്ക്കു മുകളിലെത്തി. പതിയെ അത് പാറയിലേക്ക് പറന്നിറങ്ങിയപ്പോൾ ഞണ്ട് ആ കാഴ്ച കണ്ടു. 'മീൻ മുള്ളുകളുടെ ഒരു വലിയ കൂന.' ഞണ്ടിന് കാര്യം മനസ്സിലായി. കൊക്ക് തങ്ങളെ ചതിക്കുകയായിരുന്നു. ഞണ്ട് തന്റെ കൂർത്തുമൂർത്ത നഖങ്ങൾ കൊക്കിന്റെ കഴുത്തിൽ ആഞ്ഞ് കുത്തിയിറക്കി. ശ്വാസം കഴിക്കാൻ വിമ്മിട്ടപ്പെട്ടുകൊണ്ട് കൊക്ക് പറഞ്ഞു

''എന്നെ വിടൂ. ഞാൻ നിനക്ക് എന്തുവേണമെങ്കിലും തരാം. എന്നെ കൊല്ലരുതേ...'' കൊക്ക് ജീവനുവേണ്ടി കേണു.

''എടാ വഞ്ചകാ, നിന്നെ വിശ്വസിച്ചു വന്ന മീനുകളും ഇതുപോലെ ജീവനുവേണ്ടി നിന്റെ മുമ്പിൽ കേണിരുന്നുവല്ലോ? നിന്റെ ദുഷ്ടഹൃദയത്തിൽ ഒരിത്തരി കാരുണ്യം അവയോട് നീ കാണിച്ചോ? കൊലയ്ക്ക് പകരം കൊല മാത്രമാണ് പരിഹാരം.'' ഞണ്ട് അതിന്റെ നഖങ്ങൾ കൊക്കിന്റെ കഴുത്തിൽ കുത്തിയറക്കി. കൊക്ക് ഒരലർച്ചയോടെ ശ്വാസം നിലച്ച് പാറപ്പുറത്തു വീണു. ഞണ്ട് ആ ദുഷ്ടന്റെ കഴുത്തറുത്ത് മാറ്റി കല്ലിന്റെ പോട്ടിലേക്ക് നടന്നു പോയി.

''ക്വി...ക്വി...ക്വി...'' നീലത്തത്തകൾ ചിറക് കുടഞ്ഞ് ആശ്വാസത്തോടെ കരഞ്ഞു. ''ഈ കഥകളൊക്കെ ആരാണ് പറഞ്ഞു തന്നത്?'' ഒരു നീലതത്ത ചോദിച്ചു.

''കൊടുംകാട്ടിൽ ഒരു മനുഷ്യനായ സൂഫിവര്യൻ താമസിച്ചിരുന്നു. ബാബാബുഡാൻ എന്നായിരുന്നു ആ സൂഫിയുടെ പേര്.

അദ്ദേഹം അവിടെ ധാരാളം കാപ്പിച്ചെടികൾ വച്ചു പിടിപ്പിച്ചിരുന്നു. മധുരമുള്ള ധാരാളം കാട്ടുപഴങ്ങളും ആ കാട്ടിൽ വിളഞ്ഞു നിന്നിരുന്നു. ഞങ്ങൾ പഴങ്ങൾ തിന്നാനായി അവിടെപ്പോകുമ്പോൾ ബാബാബുഡാൻ ഞങ്ങൾക്ക് ധാരാളം കഥകൾ പറഞ്ഞു തരുമായിരുന്നു. ഖുർ ആൻ എന്ന വേദഗ്രന്ഥം മുഴുവൻ അദ്ദേഹം ഞങ്ങളെ പഠിപ്പിച്ചു. ഖുർ ആൻ ഓതി നടക്കുന്ന നമ്മളെ ബാബാബുഡാൻ തത്തകളെന്നാണ് മനുഷ്യർ വിളിച്ചിരുന്നത്. നിങ്ങൾക്കും ബാബാബുഡാൻ പഠിപ്പിച്ചതൊക്കെ ഞാൻ പഠിപ്പിച്ചു തരാം. പ്രവാചകന്മാർ പഠിപ്പിക്കുന്നത് ഏതെങ്കിലും ഒരു ഭാഷക്കാർക്കോ ജാതിക്കാർക്കോ വേണ്ടിയല്ല. സർവ്വമാന ജീവിവർഗ്ഗങ്ങൾക്കും വേണ്ടി കൂടിയാണ്. ജ്ഞാനത്തിന് ജാതിയോ മതമോ ഭാഷാദേശവ്യത്യാസമോ ഇല്ല. ശരിയായ ജ്ഞാനമെന്നത് ഒന്നേയുള്ളൂ. സർവ്വജീവിയും അതാണു തേടുന്നത്. പരമസത്യത്തിലേക്കുള്ള വാതായനം തുറക്കാനാണ് ഈശ്വരാവതാരങ്ങളായും പ്രവാചകന്മാരായും മഹത്തുക്കളായും സർവ്വജീവിവർഗ്ഗങ്ങളിലും അപൂർവ്വജന്മങ്ങൾ ഉണ്ടാകുന്നത്. അത് മനുഷ്യരുടെ മാത്രം പ്രത്യേകതയല്ല. സർവ്വജീവർഗ്ഗങ്ങളിലും ഇതു സംഭവിക്കുന്നുണ്ട്.'' നീലത്തത്ത പറഞ്ഞു.

മരക്കൊമ്പിലിരുന്ന് ഉച്ചത്തിൽ കഴുകൻ വിളിച്ചു പറഞ്ഞു. ''ഒരു പക്ഷി സംസാരിക്കുമ്പോൾ മറ്റ് പക്ഷികൾ പരസ്പരം സംസാരിക്കുന്നത് ശരിയല്ല. സമ്മേളനത്തിന്റെ അച്ചടക്കത്തിനത് ചേർന്നതല്ല. പരസ്പരം സംസാരിക്കുമ്പോൾ സമ്മേളനസ്ഥലത്തു നിന്ന് മാറിപ്പോകണം. തത്തിരിപ്പക്ഷികൾ സംസാരിക്കുന്നത് മുഴുവൻ പക്ഷികൾക്കും കേൾക്കാൻ കഴിയുന്നില്ല.''

ഇതുകേട്ട് ക്രൗഞ്ചപ്പക്ഷി ആകാശത്തേക്ക് കൊക്ക് ചൂണ്ടി ഉച്ചത്തിലൊന്ന് കരഞ്ഞുകൊണ്ട് തന്റെ വലതുചിറക് ഭൂമിയിലേക്കും മറ്റേ ചിറക് ആകാശത്തേക്കും ചൂണ്ടി ഒന്നു വട്ടം ചുറ്റി. ഏതോ ഒരു ദിവ്യകാഹളം മുഴങ്ങുംപോലെ അതിന്റെ അലയൊലി ആ പ്രദേശത്താകെ മുഴങ്ങി. അത് കേട്ട് ചിലച്ചുകൊണ്ടിരുന്ന പക്ഷിക്കൂട്ടങ്ങൾ നിശ്ശബ്ദമായി. എല്ലാവരും തിത്തിരിപ്പക്ഷിയുടെ ശബ്ദത്തിനായി ചെവിയോർത്തു.

തിത്തിരിപ്പക്ഷി പറഞ്ഞുകൊണ്ടിരുന്നു. ''ജ്ഞാനിയായ പക്ഷിയായി നിങ്ങളൊക്കെ തിത്തിരിപ്പക്ഷികളെ കാണുന്നു. എന്താണ് ഈ ജ്ഞാനം. ലളിതമായി വ്യാഖ്യാനിക്കാവുന്ന ഒന്നല്ല ജ്ഞാനം. ജ്ഞാനത്തെ നാലു തരത്തിൽ കാണാം. ചിലർ ആറും എട്ടും തരത്തിൽ വ്യാഖ്യാനിക്കുന്നു അതൊക്കെയിരിക്കട്ടെ, പ്രത്യക്ഷം, അനുമാനം, സ്മൃതി അന്തർദർശനം എന്നീ അവസ്ഥയലൂടെ ജ്ഞാനം ഉല്പാദിപ്പിക്കപ്പെടുന്നുണ്ടെന്നുള്ളത് സത്യമാണ്. ഇനിയും മറ്റ് ചില

വഴികളും ഉണ്ടെന്നു വരാം. ഇക്കാണുന്ന ദ്രവ്യത്തെ പോലും സൂക്ഷ്മ ഭാവത്തിൽ ഒൻപതായി തരംതിരിക്കാം. പൃഥി, ജലം, തേജസ്സ്, വായു, ആകാശം, കാലം, ദേശം, ആത്മാവ്, മനസ്സ് എന്നിങ്ങനെയുള്ള ഘടക ങ്ങളാണതിൽ തെളിയുന്നത്.''

തിത്തിരിപ്പക്ഷിയുടെ തത്വജ്ഞാനം പുരോഗമിക്കുന്നതു കേട്ട് കാട്ടുകോഴികൾ തമ്മിൽ പറഞ്ഞു. ''ആർക്കും മനസ്സിലാകാത്ത തര ത്തിൽ ഇങ്ങനെ സംസാരിച്ചാൽ എങ്ങനെ കേട്ടുകൊണ്ടിരിക്കാ നാവും? തന്റെ അറിവ് പ്രകടിപ്പിക്കാനുള്ള വേദിയായി തിത്തിരി പക്ഷി കിട്ടിയ അവസരം ഉപയോഗിക്കുകയാണ്. അറിവിന്റെ ഈ ഗർവ്വ് മൂലമാണല്ലോ യാജ്ഞവാൽക്യന് ഗുരുകുലം വിട്ടുപോകേണ്ടി വന്നത്. യാജ്ഞവാൽക്യൻ ഛർദ്ദിച്ചത് ഭക്ഷിച്ച തിത്തിരിപ്പക്ഷിക്കും അതേ ഗതിയല്ലേ വരൂ.''

കാട്ടുകോഴി ചെറുതായൊന്നു കൊക്കരിച്ചു. പിന്നെ അലസമായി തന്റെ തൂവലുകൾക്കിടയിൽനിന്ന് പേനുകൾ കൊത്തിപ്പെറുക്കി ക്കൊണ്ടു പറഞ്ഞു. ''എനിക്കീ വേദാന്തമൊന്നും കേട്ടുകൊണ്ടിരി ക്കാനുള്ള ശേഷിയില്ല. അതിനുതക്ക പാണ്ഡിത്യവുമില്ല. ഞാനൊരു കാട്ടുവാസിയാണ്. അല്ലെങ്കിൽതന്നെ കഴിഞ്ഞുകൂടാനുള്ള അറിവിന പ്പുറം എന്തിനറിയണം?''

അത് കേട്ട് കൂടെയുണ്ടായിരുന്ന കാട്ടുകോഴികൾ മുന്നോട്ടു വന്നു ചോദിച്ചു. ''ഈ തത്തിരിപ്പക്ഷികൾ ആരുടെ ഛർദ്ദി തിന്നെന്നാ പറ ഞ്ഞത്.''

''യാജ്ഞവാൽക്യന്റെ ഛർദ്ദി തന്നെ.''

''ഞങ്ങൾക്ക് ആ കഥയൊന്നു പറഞ്ഞുതരുമോ?'' കാട്ടുകോഴി കൾ അതിനുചുറ്റും വട്ടം കൂടി.

''മരക്കൊമ്പിലുരുന്ന് കഴുകൻ വിളിച്ചു പറഞ്ഞതു കേട്ടില്ലേ എല്ലാ വരും കൊക്കടക്കി തിത്തിരിയുടെ വാക്കുകൾ കേൾക്കണമെന്ന്.'' കാട്ടുകോഴിയൊന്ന് പിനട്ടി പറഞ്ഞു. ''എത്രനാൾ ഈ കഴുകൻ ഇങ്ങനെ വിളിച്ചു പറയാൻ ഈ ഭൂമിയിൽ ഉണ്ടാകുമെന്ന് ഒരു തിട്ട വുമില്ല. കഴുകന്മാർ കൂട്ടത്തോടെ ചത്തുമലയ്ക്കുകയാണ്. ചത്ത കന്നുകാലികളുടെ മാംസം തിന്ന കഴുകന്മാരൊക്കെയാണ് ചത്തു പോകുന്നത്. മനുഷ്യരുടെ ഏതോ ചതിപ്രയോഗമാണ്. പാവം കന്നു കാലികൾ, പാവം കഴുകന്മാർ.'' കാട്ടുകോഴി വീണ്ടും പിനട്ടി.

''കഥ പറ... കഥ പറ... കഥ പറ...'' കാട്ടുകോഴികൾ ബഹളം വച്ചു.

''ക് കോ.... കൊക്കരോ...ക് ക്കോ...'' കോഴി മറ്റുള്ള കാട്ടുകോഴി കളെ ശാസിച്ചു. ''മിണ്ടാതെ ആ കഥ ഞാൻ പറഞ്ഞുതരാം.'' ഒരടക്കം

പറയുന്നതു പോലെ കാട്ടുകോഴി പറഞ്ഞു. ''ബഹളം വച്ചാൽ ഒന്നും നേടാനാവില്ലാ. ശാന്തമായിരുന്നാൽ അവരവർക്ക് കിട്ടാനുള്ളത് അവരവർക്ക് കിട്ടും തട്ടിപ്പറിക്കാൻ നോക്കരുത്. ഉള്ളതും നഷ്ടപ്പെടും.'' കഥ ഇങ്ങനെയാണ്.

''പണ്ട് പണ്ട് വൈശമ്പായനൻ എന്നൊരു മുനിയുണ്ടായിരുന്നു. ഋഗ്വേദം, യജുർവേദം, സാമവേദം, അഥർവവേദം എന്നിങ്ങനെ നാലു വേദങ്ങളാണുള്ളത്. ഇതിൽ യജുർവേദം പഠിപ്പിച്ചിരുന്ന ഗുരുകുലത്തിന്റെ ആചാര്യനായിരുന്നു വൈശമ്പായനൻ. ഒരിക്കൽ വൈശമ്പായന മഹർഷി ബ്രഹ്മഹത്യാപാപം ചെയ്യാനിടയായി. ഇതിൽ മനംനൊന്ത അദ്ദേഹം തന്റെ ശിഷ്യരോട് ബ്രഹ്മഹത്യാപാപത്തിനുള്ള പരിഹാരക്രിയകൾ ചെയ്യാൻ നിർദ്ദേശിച്ചു. എന്നാൽ തന്റെ അറിവിൽ അഹങ്കരിച്ചിരുന്ന യാജ്ഞവാൽക്യൻ മറ്റ് ശിഷ്യന്മാരൊന്നും പരിഹാരക്രിയകൾ ചെയ്യേണ്ട ആവശ്യമില്ലെന്നും താൻതന്നെ അതൊക്കെ ചെയ്ത് ഗുരുവിനെ പാപമോചിതനാക്കാമെന്ന് പ്രഖ്യാപിച്ചു.

തന്റെ ശിഷ്യന്റെ അഹങ്കാരം കണ്ട് കോപിഷ്ഠനായ വൈശമ്പായന മഹർഷി താൻ പഠിപ്പിച്ച വേദഭാഗമെല്ലാം ഇവിടെ ഉപേക്ഷിച്ച് ആശ്രമം വിടാൻ ആവശ്യപ്പെട്ടു. യാജ്ഞവാൽക്യൻ ഗുരുവിനോട് മാപ്പ് അപേക്ഷിച്ചെങ്കിലും കോപിഷ്ഠനായ അദ്ദേഹം അതു ചെവികൊണ്ടില്ല. ഒടുവിൽ താൻ പഠിച്ച വേദഭാഗമെല്ലാം അവിടെ ഛർദ്ദിച്ചു കളഞ്ഞ് യാജ്ഞവാൽക്യൻ ആശ്രമം വിട്ടു. ഇതുകണ്ട് മറ്റ് ശിഷ്യന്മാർ തിത്തിരിപ്പക്ഷിയുടെ രൂപത്തിലെത്തി ഛർദ്ദിച്ച വേദാംശങ്ങളെല്ലാം കൊത്തിപ്പെറുക്കി തിന്നു. ഉപനിഷത്തുകളുടെ ഒരു ശാഖ 'തൈത്തരീയ ശാഖ' എന്നാണിപ്പോഴും അറിയപ്പെടുന്നത്. തിത്തിരിപ്പക്ഷികൾ അതിന്റെ പേരിൽ വേദാന്തികൾ എന്നു പറഞ്ഞു നടന്ന ഹങ്കരിക്കുകയാണ്. അഹങ്കാരമുള്ളിടത്ത് ജ്ഞാനമുണ്ടാവില്ല. ജ്ഞാനം വെള്ളത്തെപ്പോലെയാണ്. താണനിലത്തേക്ക് മാത്രമേ അതൊഴുകയുള്ളൂ. എളിമയുള്ളവരിലേ ജ്ഞാനമുണ്ടാകൂ.

ഈ തിത്തിരിപ്പക്ഷികൾ വേദാന്തം പറയുന്നതിന്റെ പൊരുൾ നിങ്ങൾക്കിപ്പോൾ പിടികിട്ടി കാണുമല്ലോ? '' കാട്ടുകോഴി ചോദിച്ചു.

''ക്വാക് രോ... ക്വക്കരോ...'' കാട്ടുകോഴികൾ ശബ്ദമടക്കി കൊക്കരിച്ചു.

''ശബ്ദം വളരെ ശക്തിയുള്ളതാണ്. പ്രപഞ്ചം ശബ്ദത്തിലൂടെയാണ് ഉണ്ടായത്. ഓംകാര സൃഷ്ടിയാണ് പ്രപഞ്ചം. അലിഫ് ലാം മീം ശബ്ദം പുറത്തേക്ക് ചലിക്കുന്നതുപോലെ ഉള്ളിലേക്കും ചലിക്കുന്നുണ്ട്. അകം പൊരുൾ ശബ്ദം. അതാർക്കും കേൾക്കാനാവില്ല.

സൂക്ഷ്മജ്ഞാനികൾക്കല്ലാതെ പുറംപൊരുൾ ശബ്ദം ഓരോരുത്തരുടെയും കേൾവിശക്തിക്കനുസരിച്ച് കേൾക്കാം. മനുഷ്യരുടെ കേൾവിശക്തിയല്ല പക്ഷികളുടേത്. പക്ഷികളുടെ കേൾവി ശക്തിയല്ല തേനീച്ചകളുടേത്. പട്ടികളുടെ കേൾവിശക്തിയും ആനകളുടെ കേൾവിശക്തി വ്യത്യസ്തമാണ്. ഇങ്ങനെ നോക്കുമ്പോൾ ഈ പ്രപഞ്ചത്തിലെ ഓരോ ജീവിവർഗ്ഗവും കാണുന്നതും കേൾക്കുന്നതും സ്പർശിക്കുന്നതും രുചിക്കുന്നതും വ്യത്യസ്ത നിലയിലാണ്. ഒരേ പ്രപഞ്ചം തന്നെ ഒരായിരം പ്രപഞ്ചമാണ്. ഒരേ രുചി തന്നെ ഒരായിരം രുചിയാണ്. പ്രപഞ്ചമാകെ ഉജ്ജ്വല സ്ഫോടന ശബ്ദങ്ങളാൽ നിറഞ്ഞ് നിൽക്കുകയാണ്. എന്നാൽ അതൊന്നും പക്ഷികളായ നമ്മൾ അറിയുന്നില്ലന്നേയുള്ളൂ.

ഈ ഭൂമിയുടെ ഉരുൾച്ചയുടെ മുഴക്കം പോലും നമ്മൾ അറിയുന്നില്ല. അതിന്റെ വേഗത നമ്മൾ അറിയുന്നില്ല. പ്രപഞ്ചത്തിലെ കോടാനുകോടി ഗോളങ്ങളുടെയും നക്ഷത്രങ്ങളുടെയും ഉരുൾച്ചയും പൊട്ടിത്തെറികളും ആരും അറിയുന്നില്ല. കേൾക്കുന്നില്ല. എന്നു കരുതി അതൊന്നും സംഭവിക്കുന്നില്ലെന്ന അർത്ഥമില്ല.'' കാട്ടുകോഴി പറഞ്ഞു.

''തത്തിരി പക്ഷികളേക്കാൾ നന്നായി തത്ത്വജ്ഞാനം കാട്ടുകോഴികളുടെ മൂപ്പനായ താങ്കൾ വിളമ്പുന്നുണ്ടല്ലോ?'' മറ്റ് കാട്ടുകോഴികൾ അത്ഭുതം കൂറി ചോദിച്ചു.

''തിത്തിരിപ്പക്ഷികൾ പുസ്തകത്തിൽ നിന്നാണ് പഠിക്കുന്നത്. ഞാൻ ജീവിതത്തിൽനിന്നും. സ്വന്തം അറിവാണ് മുന്തിയത്.''

പക്ഷികൾ ചിറകടിക്കുന്ന ശബ്ദം മുഴങ്ങി. തിത്തിരി പക്ഷികളുടെ പ്രസംഗം അവസാനിച്ചതിന്റെ ശബ്ദഘോഷമാണത്. അപ്പോൾ ഏതോ ഒരു കാട്ടുമുളച്ചെടിയിൽ നിന്ന് ശ്രവണമധുരമായൊരു ഗാനം ആ പ്രദേശത്താകെ മുഴങ്ങി. ഇത്ര സുന്ദരമാർന്നൊരു ഗാനം മുഴക്കുന്ന പക്ഷിയാരെന്ന ഭാവത്തിൽ പക്ഷികൾ കുറ്റിക്കാട്ടിലേക്ക് നോക്കി. പക്ഷികളുടെ ലോലമായ ഹൃദയധമനികളെ തൊട്ടുണർത്തുന്ന സംഗീതധാരയിൽ ലയിച്ച് പക്ഷികൾ ഒന്നടക്കം ഒരക്ഷരവും ഉരിയാടാതെങ്ങനെ നിന്നു. പക്ഷിപ്പാട്ടിന്റെ തരിപ്പാർന്നൊരു പ്രകമ്പനം വിശുദ്ധപർവ്വതത്തിലേക്ക് കത്തിപ്പടർന്നു കാറ്റ് ചൂളമിടാൻ തുടങ്ങിയിരിക്കുന്നു. അവാച്യമായൊരു അനുഭൂതി വിശേഷത്താൽ പക്ഷികൾ തരിച്ചു നിൽക്കുമ്പോൾ സംഗീതത്തിന്റെ ഏതോ ഒരു വളവു തിരിവിനിടയിൽ നിന്ന് സ്വയം ഊരിയെടുത്ത് ഒരു ചെറുപക്ഷി എല്ലാവരും കാണത്തക്കവിധം ഒരു മരക്കൊമ്പിൽ വന്നിരുന്നു. സ്വരസൗന്ദര്യംപോലെ തന്നെ കാഴ്ചയിലും സുന്ദരപ്പക്ഷിയാണത്. സാധാരണ സ്വരം നന്നാവുന്നവർക്ക് ഭംഗിയുണ്ടാവില്ല. ഭംഗിയുള്ളവർക്ക്

സ്വരം പരുക്കനായിരിക്കും എന്നൊക്കെ പക്ഷികൾ പറയാറുണ്ട് എന്നാലിവിടെ സൗന്ദര്യവും സ്വരമാധുര്യമുള്ളതുമായ ഒരു പക്ഷി വന്നിരിക്കുന്നു. കണ്ടാൽ ആരുമൊന്നു നോക്കിപ്പോകും. വാനമ്പാടികളും കുയിലുകളും തെല്ലസൂയത്തോടെ ആ പക്ഷിയെ നോക്കിയിരുന്നു.

"മണ്ണാത്തിപ്പുള്ളിനെപ്പോലെയിരിക്കുന്നു." ഒരു മൂങ്ങ ആരോടെന്നില്ലാതെ പറഞ്ഞു.

"മണ്ണാത്തിപുള്ളിന്റെ കാട്ടിലെ ബന്ധുവായ ശ്യാമയാണിത്." വലിയ മൂങ്ങ അത് കേട്ട് തിരുത്തിക്കൊടുത്തു. കറുപ്പും വെളുപ്പുമാണ് മണ്ണാത്തിപ്പുള്ളിന്റെ നിറം. സംഗീതത്തിന്റെ മറുകര കണ്ട പക്ഷിയാണിത്." എന്നിട്ട് മൂങ്ങ മറ്റു മൂങ്ങകളോടായി ശബ്ദം താഴ്ത്തി പറഞ്ഞു. "മധുരമായി പാടുന്ന പക്ഷികളെയാണ് മനുഷ്യർ കൂട്ടിലിട്ട് വളർത്തുന്നത്. പാടാനറിയാത്തതുകൊണ്ട് മൂങ്ങകളെ ആരും കൂട്ടിലിട്ട് വളർത്താറില്ല."

അതുകേട്ട് മൂങ്ങകൾ എല്ലാം തലചുഴറ്റി സന്തോഷം പ്രകടിപ്പിച്ചു.

"മൂങ്ങകൾക്ക് മധുരമായ ശബ്ദം കിട്ടാത്തത് എത്ര നന്നായി." അവ ഉച്ചത്തിൽ തേങ്ങി.

"ഒരർത്ഥത്തിൽ മധുരമായ ശബ്ദം അവയ്ക്കൊരു ശാപമാണ്. സൗന്ദര്യവും ഇതുപോലെയാണ്. കണ്ടില്ലേ, ആ കറമ്പികാക്കയെ. അവയ്ക്ക് നിറമുള്ള തൂവലുകൾ ഇല്ലാത്തത് എന്തനുഗ്രഹമാണ്. നിറമുള്ള സുന്ദരതൂവലുകൾ ഉണ്ടായിരുന്നുവെങ്കിൽ കാക്കകളെ മനുഷ്യർ എന്നേ പിടിച്ച് കൂട്ടിലിട്ടേനേ. ഇറച്ചി രുചികരമല്ലാത്തതുകൊണ്ടവയെ മനുഷ്യർ കൊന്നുതിന്നാറുമില്ല. വലിയ ശരീരമില്ലാത്തതും പക്ഷികൾക്ക് അനുഗ്രഹമാണ്. മനുഷ്യർ തിന്നാനായി അവയെ പിടിക്കാൻ മെനക്കെടില്ലല്ലോ. വൈകൃതം പലപ്പോഴും ഒരനുഗ്രഹമാകാറുണ്ട്."

ശ്യാമപ്പക്ഷി ചുണ്ടു തുറന്നു. "പ്രപഞ്ചനാഥന്റെ പ്രത്യേക അനുഗ്രഹം കിട്ടിയവരാണ് പക്ഷികുലത്തിലെ പാട്ടുകാർ. അവരുടെ പ്രതിനിധിയെന്ന നിലയിലാണ് ഞാനിവിടെ നിൽക്കുന്നത്. നോക്കൂ. ഇവിടെ ലോകത്തിന്റെ നാനാഭാഗത്തുനിന്ന് എത്രയെത്ര ജാതി പക്ഷികളാണെത്തിയിരിക്കുന്നത്. എന്നാൽ നിങ്ങളിൽ എത്രപേർക്ക് മണ്ണാത്തിപ്പുള്ളിനെയോ കുയിലിനെയോ ബുൾബുൾ പക്ഷിയേയോ പോലെ പാടാൻ കഴിയും. ഞാൻ നിങ്ങളെ വെല്ലുവിളിക്കുന്നു. ഞാനിവിടെ ആലപിക്കുന്നതുപോലൊരു സംഗീതധാര നിങ്ങൾക്കാർക്കെങ്കിലും പൊഴിക്കാനാകുമോ?" എന്നിട്ടത് ഉച്ചത്തിൽ പാടാൻ തുടങ്ങി.

പ്രപഞ്ചത്തിന്റെ അഗാധതയും ജീവിതത്തിന്റെ വിഷാദവും ആനന്ദവുമെല്ലാം ചാലിച്ചെടുത്ത മാന്ത്രികാനുഭൂതിയിൽ പക്ഷികളെല്ലാം

ലയിച്ചിരുന്നു. കിളിപ്പാട്ടിലെ വക്രതകളും കമ്പനങ്ങളും ആന്ദോള നകളും ആസ്വദിച്ച് ഒരുപറ്റം പക്ഷികൾ ചിറക് കുടഞ്ഞ് ചുവടുകൾ വച്ച് കൊക്ക് ആകാശത്തേക്കുയർത്തി നൃത്തം തുടങ്ങി. അരയന്ന ങ്ങളും നൃത്തചുവടുകൾ വച്ചു. പാട്ട് ഉച്ചസ്ഥായിൽ ആയപ്പോൾ നൃത്തക്കാരായ പക്ഷികൾ കൊക്ക് ആകാശത്തിന്റെ അപാരതയി ലേക്ക് സൂചിമുനപോലെ കൂർപ്പിച്ച് ചിറകിലൊന്ന് ഭൂമിയിലേക്ക് ചൂണ്ടി വട്ടം കറങ്ങാൻ തുടങ്ങി. അതീന്ദ്രിയമായ അനുഭൂതിയാൽ അവ മാന്ത്രികശബ്ദം ഉരുവിടാൻ തുടങ്ങി. പ്രകൃതിയൊന്നാകെ ധ്യാനാത്മകമായി വട്ടംചുറ്റിക്കൊണ്ടിരുന്നു. സ്വയം കറങ്ങാത്തതായി യാതൊന്നുമില്ല. പുല്ലും മരങ്ങളും പാറയും കുന്നും വിശുദ്ധ തടാക മൊന്നാകെയും വട്ടംചുറ്റാൻ തുടങ്ങി.

“ഉള്ളിന്റെ ഉള്ളിൽനിന്ന് കല്ലുകളും സംഗീതം പൊഴിക്കും. സൂക്ഷ്മ ശബ്ദത്തിലാണന്നു മാത്രം.”

ഏതാനും നിമിഷങ്ങളിലെ ഈ മാന്ത്രിക അനുഭവം പക്ഷികൾക്ക് സമ്മാനിച്ചശേഷം ശ്യാമപ്പക്ഷി പറഞ്ഞു. “നീണ്ട പ്രസംഗത്തിനിവിടെ പ്രസക്തിയില്ല. എനിക്കു പറയാനുള്ളത് എന്റെ സംഗീതത്തിലൂടെ ഞാൻ പറഞ്ഞു കഴിഞ്ഞു. മനസ്സുകളെ ആർദ്രമാക്കാൻ സംഗീത ത്തിനു കഴിയും. എങ്കിലും ഞാനൊരു കാര്യം നിങ്ങളോടുറപ്പിച്ചു പറയാം. ഒരിക്കലും പാട്ട് കേൾക്കാതെ ഒരു തുരുത്തിൽ അകപ്പെട്ട ശ്യാമപ്പക്ഷിയും വളർച്ചയെത്തുമ്പോൾ അതു തനിയെ പാടിത്തുടങ്ങും. എന്നാൽ എത്ര പാട്ട് കേൾപ്പിച്ച് വളർത്തുന്ന പാട്ടുകുലജാതരല്ലാത്ത ഒരു പക്ഷിയും മനോഹരമായി പാടില്ല. ഞങ്ങളുടെ ഉള്ളിൽ ദൈവ ത്തിന്റെ കൈയൊപ്പ് പതിഞ്ഞ ഒരു മനോഹരമായൊരു ഓടക്കുഴ ലുണ്ട്. പാടാനുള്ള ശേഷി കൈവരിക്കുമ്പോൾ തനിയെ പാടും. ഞങ്ങളുടെ കണ്ഠങ്ങളാണ് ഈ മനോഹരപാട്ട് പാടുന്നതെന്ന് പല പക്ഷികളും തെറ്റിദ്ധരിക്കുകയാണ്. അതത്ര ശരിയല്ല. ശ്യാമപ്പക്ഷി യാണ് ഈ പാട്ടു പാടുന്നതെന്ന് മറ്റു ചില പക്ഷികൾ കരുതുന്നു ണ്ടാവും. അതും പൂർണ്ണമായും ശരിയല്ല. കുറച്ചുകൂടി ബുദ്ധിവികാസം പ്രാപിച്ച പക്ഷികൾ ഞങ്ങളുടെ ഉള്ളിലെ സിദ്ധിവൈഭവമാണിതിന്റെ പിന്നിലെന്നു കരുതുന്നുണ്ടാവും. ചിലർ പാട്ടിനു പിന്നിൽ ഞങ്ങളെ ചലിപ്പിക്കുന്ന ആത്മാവാണെന്നാവും കരുതുക.

എന്നാൽ ഓന്നോർത്തുകൊള്ളുക. പ്രപഞ്ചസൃഷ്ടാവിൽ നിന്ന ല്ലാതെ ഇത്തരത്തിലൊരു സുന്ദരഗാനം ഞങ്ങളുടെ ഉള്ളിലെ പുല്ലാ ങ്കുഴലിൽ ഊതപ്പെടുന്നില്ല. പ്രപഞ്ചനാഥന്റെ പുല്ലാങ്കുഴൽ വാദക രായ പക്ഷികളാണ് ഞങ്ങൾ. സൃഷ്ടികർത്താവിന്റെ അംശങ്ങ ളാണ് ഞങ്ങളും. പ്രപഞ്ചത്തിൽ രണ്ടില്ല. ഒന്നേയുള്ളൂ. ഈ പ്രകൃതിയെ ഗാനസുരഭിലമാക്കാനായി നിയോഗിക്കപ്പെട്ടവരായ, ദൈവത്തിന്റെ

അരുമയായ പക്ഷികളാണ് ഞങ്ങൾ. ഞങ്ങളല്ലാതെ മറ്റാർക്കാണ് പക്ഷികളെ നയിക്കാൻ യോഗ്യതയുള്ളത്. ശ്വാസവായുവിനെ സംഗീതമാക്കി മാറ്റാനുള്ള മാന്ത്രികസിദ്ധി ഞങ്ങൾക്കല്ലാതെ മറ്റാർക്കാണുള്ളത്? നിങ്ങളുടെ ജീവിതത്തെ സുന്ദരമാക്കി മാറ്റാൻ ഞങ്ങൾക്കു കഴിയും.''

അവിടെ കൂടിയിരുന്ന പാട്ടുകാരായ പക്ഷികൾ ഹർഷോന്മാദത്തോടെ ഉച്ചത്തിൽ പാടാൻ തുടങ്ങി. ഒരായിരം പക്ഷി കണ്ഠങ്ങളിൽനിന്ന് ഗാനധാര അവിടമാകെ മുഴങ്ങി.

അതുകേട്ട് പരുക്കൻ ശബ്ദത്തിൽ പാതിരാകൊക്കുകൾ ''ക്വാക്... ക്വാക്...'' എന്ന് കരഞ്ഞു. വർണ്ണക്കൊറ്റികൾ കാറിക്കരഞ്ഞു. കാലൻ കോഴികൾ ഭീതിപ്പെടുത്തും പോലെ അലറി. മൂങ്ങകൾ കരഞ്ഞു. കൊറ്റികൾ പരുക്കൻഭാഷയിൽ എന്തൊക്കെയോ വിളിച്ചു പറയുന്നുണ്ടായിരുന്നു. ആ ശബ്ദങ്ങൾ നാനാഭാഗത്തുനിന്നും ഉയർന്നതോടെ പാട്ടുകാരായ പക്ഷികൾ നിശ്ശബ്ദരായി. വെള്ളരിക്കൊക്കുകൾ തങ്ങളുടെ ശുഭ്രവർണ്ണമാർന്ന തൂവലുകൾ വീശി മുന്നോട്ടു വന്നു. അവയുടെ പീലിത്തൂവലും പട്ടുതൂവലുകളും വിരിച്ചപ്പോൾ മറ്റ് പക്ഷികൾ ആഹ്ലാദപൂർവ്വം ചിറകടിച്ചു. ചിന്നമുണ്ടികൾ തലയിലെ കിന്നരി തൂവലുകൾ കുലുക്കി നിന്നു. വെള്ളക്കൊറ്റികളിൽ ഏറ്റവും വലുപ്പമുള്ള പെരുമുണ്ടി പരുക്കൻ ശബ്ദത്തിൽ പറഞ്ഞു: ''നന്നായി പാടാനറിയാമെന്ന് കരുതി പക്ഷികുലത്തെ പ്രതിസന്ധി ഘട്ടങ്ങളിൽ നയിക്കാനുള്ള ശേഷി നിങ്ങൾക്കുണ്ടാകണമെന്നില്ല. പൗരുഷമുള്ള പക്ഷികൾക്ക് മാത്രമേ ഏതാപത്തിലും നിശ്ചയദാർഢ്യത്തോടെ നിന്ന് കാര്യനിർവ്വഹണം നടത്താനുള്ള ശേഷിയുള്ളൂ.''

''പാട്ടുകാർ ലോലഹൃദയരാണ്. സുഖലോലുപരാണ്. ഭീരുക്കളാണ്. അവർക്കങ്ങനെ പക്ഷികളുടെ ശത്രുക്കളോടു പോരാടി അവയെ തുരത്താൻ കഴിയും''

പ്രാപ്പിടിയനുകളും പരുന്തുവർഗ്ഗക്കാരും അതേറ്റു പിടിച്ചു. പാട്ടുകാരായ പക്ഷികളും പാട്ടുകാരല്ലാത്ത പക്ഷികളും രണ്ടു തട്ടിൽനിന്ന് വാദപ്രതിവാദങ്ങൾ തുടങ്ങി. അവ ഒറ്റയ്ക്കും കൂട്ടായും അവരുടെ നിലപാടുകൾ ആവർത്തിച്ചു. പക്ഷികളിൽ മഹാഭൂരിപക്ഷവും പാട്ടുകാരല്ലാത്ത പക്ഷികുലത്തിൽപെട്ടവയായിരുന്നു. അതുകൊണ്ടുതന്നെ എണ്ണത്തിൽ കുറവായ പാട്ടുകാരായ പക്ഷികൾ ഒറ്റപ്പെടുന്ന സ്ഥിതിയിലായി. പക്ഷികൾ തമ്മിൽ തമ്മിൽ പോരടിക്കുന്നതു ശ്രദ്ധിച്ചു കൊണ്ട് അരയന്നങ്ങൾ വിളിച്ചു കൂവി. നിശ്ശബ്ദരാവുക. ഇന്നത്തെ യോഗം ഇവിടെ അവസാനിച്ചിരിക്കുന്നു. രാജഹംസങ്ങളും അതേറ്റു പിടിച്ചു. ഈ യോഗം ഇപ്പോൾ പിരിയുന്നതും നാളെ രാവിലെ സൂര്യൻ ഒരു കൊറ്റി പൊക്കത്തിൽ ഉദിച്ചുയരുമ്പോൾ ആരംഭിക്കുന്നതുമാണ്.

കുയിൽ

രാത്രി കൂടുതൽ തണുപ്പുള്ളതായിരുന്നു. രാത്രിഞ്ചരായ പക്ഷികൾ ഉറക്കമുളച്ചിരുന്നു.

''ക്വാർക്ക്... ക്വാർക്ക്...'' പാതിരാകൊക്കുകൾ ഉറക്കെ കരഞ്ഞു.

ചുവന്ന കണ്ണുകളും പച്ചനിറമുള്ള കറുപ്പ് മേലങ്കിയും പുതച്ച പാതിരാകൊക്കുകൾ തലങ്ങും വിലങ്ങും പറന്നു നടന്നു. രാപ്പാടികൾ വിഷാദമധുരമായി നീട്ടിപ്പാടുന്നുണ്ടായിരുന്നു. ആകാശം കൂടുതൽ ശോഭയുള്ളതായി തോന്നി. അമ്പിളിക്കല ഓരോ ദിനവും വളർന്നുവരുകയാണ്. പൂർണ്ണതയിലേക്ക് വളരാനാണ് എല്ലാവരുടെയും മോഹം. പൂർണ്ണതയിലെത്തുന്നതോടെ എല്ലാം ശൂന്യമായി തീരും. പ്രകൃതിയുടെ കാര്യവും അങ്ങനെ തന്നെ. പൂർണ്ണത ശൂന്യമാണ്. വളർച്ച മാത്രമാണ് സുഖകരമുള്ളത്. മോഹങ്ങളുടെ തേൻകൂടാണത്. മോഹമില്ലെങ്കിൽ പ്രകൃതിയൊരിക്കലും ഇതുപോലെ നിലനിൽക്കില്ല. മോഹമാണ് പ്രകൃതിയെ ചലിപ്പിക്കുന്നത്. അമ്പിളിക്കലയ്ക്ക് പൂർണ്ണചന്ദ്രനായി വളർന്ന് ലോകത്തിനാകെ നിലാവ് ചൊരിഞ്ഞ് നിൽക്കാൻ മോഹം. താരകങ്ങളെ നിഷ്പ്രഭമാക്കാൻ മോഹം. പൗർണ്ണമിയോടെ അതിന്റെ അവരോഹരണം തുടങ്ങുന്നു. വെളുത്ത വാവിനൊരു കറുത്ത വാവുണ്ട്. കുന്നിന് കുഴിയും നിലാവിന്റെ വെട്ടത്തിൽ വിശുദ്ധതടാകമാകെ തിളങ്ങുന്നുണ്ട്. സുവർണ്ണബിന്ദുക്കൾ വെള്ളത്തിൽ വീണ് ചിതറിക്കൊണ്ടിരുന്നു. ഇരുട്ടി വെളുത്തു. ശ്യാമപ്പക്ഷികളുടെ തലേന്നത്തെ ഗീർവാണത്തിന്റെ ആവേശം ഉൾക്കൊണ്ട് കുയിലുകൾ നേരം പരപരാ വെളുത്തപ്പോഴെ രാഗവിസ്താരം തുടങ്ങി.

''കു... കു... കുകു...'' കിഴക്കൻ മാനം ചുവന്ന് തീപടർന്നുകൊണ്ടിരുന്നു. കുയിലിന്റെ നീട്ടിപാടൽ കേട്ടുകൊണ്ട് ചിന്നകുട്ടുറുവനുകൾ ''കൂട്ടൂർ കൂട്ടൂർ'' എന്ന് പരുക്കൻ മട്ടിൽ കരഞ്ഞു. കാടുമുഴക്കി രാഗങ്ങൾ മാറ്റിമാറ്റി പരീക്ഷിച്ചു. പാടാനറിയാവുന്ന പക്ഷികളൊക്കെ കാലത്തെ സാധന തുടങ്ങി. ചില നീർപക്ഷികൾ വെള്ളത്തിൽ ഇറങ്ങി നിന്ന് കൊക്ക് ആകാശത്തേക്കുയർത്തി പാടുന്നുണ്ടായിരുന്നു. ജല

സ്നാനം ചെയ്തുകൊണ്ട് ഇങ്ങനെ നീട്ടിപാടുന്നത് സ്വരം നന്നാവാൻ നല്ലതാണെന്നാണവയുടെ വിശ്വാസം. രാജഹംസങ്ങളും ക്രൗഞ്ചപ്പക്ഷികളും ഇങ്ങനെ വെള്ളത്തിലിറങ്ങി നിന്ന് പാടുന്നത് കാണാമായിരുന്നു. കുയിലിന്റെ കൂകൽ 'കൂ കൂ കൂ' എന്നത് മറ്റെല്ലാ പക്ഷിപ്പാട്ടുകൾക്കും മീതെ ഉയർന്നു കേൾക്കുന്നുണ്ടായിരുന്നു. ഇതുകേട്ടുകൊണ്ട് കുറ്റിക്കാട്ടിലെ കരിയിലകൾക്കിടയിൽ ഇരുന്നുകൊണ്ട് പുള്ളു പറഞ്ഞു.

"കൂ... കൂ... കൂയെന്ന് ഈ കുയിലുകൾ തന്റെ സഹോദരിയെ വിളിച്ചന്വേഷിക്കുകയാണ്. ശ്രദ്ധിച്ചു കേൾക്കുക. വേദനയോടെയാണവ 'കു'വിനെ വിളിച്ചന്വേഷിക്കുന്നത്."

"ആരാണ് ഈ കു?" ഒരു പുള്ളു ചോദിച്ചു.

"അതൊരു വലിയ കഥയാണ്." കഥയെന്ന് കേട്ടതും പുള്ളുകളൊക്കെ ഉഷാറായി. അവ ചിക്കിപിനട്ടി കൂടി ചേർന്നുനിന്നു. "'കൂ' ആരാണ്?" പുള്ളുകൾ ഒരേ സ്വരത്തിൽ ചോദിച്ചു.

ഒരു കഥ പറയാനുള്ള തയ്യാറെടുപ്പോടെ പുള്ള് തന്റെ തൂവലുകൾ ഒന്നു കുടഞ്ഞ് ഉഷാറുവരുത്തി. ചിറകുകൾ പലവുരു കുടഞ്ഞു. പിന്നെ ചെറുതായൊന്നു പിനട്ടി. മറ്റ് പുള്ളുകൾ ക്ഷമയോടെ കാത്തിരുന്നു. കഥകേൾക്കാൻ താൽപര്യമുള്ള മറ്റ് പക്ഷികളും ഒപ്പം കൂടി.

"പണ്ട് പണ്ട് പുള്ളുകൾ ഇങ്ങനെയാണ് എല്ലാ കഥകളും പറഞ്ഞുതുടങ്ങുക. കഴിഞ്ഞതാണ് കഥ. കഥയാണ് ജീവൻ കഥ കഴിയുന്നതോടെ ജീവിതവും തീരുന്നു. കഥയില്ലാത്ത ജീവിതം ജീവിതമില്ല. ഏറ്റവും മഹത്തായ ജീവിതം ഏറ്റവും നല്ല കഥയാണ്. കഥകൾ കേട്ടുകേട്ടാണ് കഥയായിതീരുന്നത്. കഥയിലാണ് ഈ ലോകം നിലനിൽക്കുന്നത്. കല്ലിനും മണ്ണിനും കഥയുണ്ട്. കഥയില്ലാത്തതായി യാതൊന്നുമില്ല. പുറകോട്ട് പുറകോട്ട് പോകുംതോറും കഥയുടെ ആഴവും പരപ്പും വർദ്ധിച്ചുകൊണ്ടേയിരിക്കും. കഥ ഒരു കിണർ പോലെയാണ്. കുഴിച്ചു കുഴിച്ചു ചെല്ലുംതോറും കൂടുതൽ ശുദ്ധമായ നീരുറവ ലഭിക്കുന്നു. ആഴത്തിലുള്ള കിണറിൽ നിന്നാണ് ഏറ്റവും ശുദ്ധമായ വെള്ളം കിട്ടുന്നത്. കഥയും അങ്ങനെയാണ്. കഥക്കു വേണ്ടി ഉള്ളിലേക്കും പുറത്തേക്കും കഴിക്കാം."

"പണ്ട് പണ്ട് പണ്ട്...." പുള്ളു കഥ പറഞ്ഞുതുടങ്ങി.

"ഒരു രാജ്യത്ത് രണ്ടു സുന്ദരികളായ രാജകുമാരിമാർ ഉണ്ടായിരുന്നു. അവർ ഇരട്ടപെറ്റ സഹോദരിമാരായിരുന്നു. ജീവിതത്തിന്റെ ഒരു പ്രധാനഭാഗം അമ്മയുടെ ഗർഭപാത്രത്തിലാണ് മനുഷ്യൻ ജീവിക്കുന്നത്. പക്ഷികൾ മുട്ടയ്ക്കുള്ളിലും. അമ്മയുടെ ഗർഭപാത്രത്തിൽ രണ്ടു രാജകുമാരിമാരും കെട്ടിപ്പിടിച്ചു വളർന്നു. ഭൂമിയിലേക്ക് പിറന്നുവീണപ്പോഴും ഇരുമെയ്യാണെങ്കിലും ഒരേ മനസ്സായിരുന്നു

അവരുടേത്. രാജാവും രാജ്ഞിയും സ്നേഹത്തോടെയവരെ കൂ എന്നും സൂ എന്നും വിളിച്ചു.

പ്രജകളുടെ കണ്ണിലുണ്ണികളായി അവർ സർവ്വവിധ ആഡംബര ങ്ങളോടുകൂടി കൊട്ടാരത്തിൽ വളർന്നു. രാജ്യത്തിലെ ഏറ്റവും സൗന്ദര്യ മുള്ള പെൺകുട്ടികളായിരുന്നു അവർ. പേർഷ്യയിൽ നിന്നും ചൈന യിൽനിന്നും ഇന്ത്യയിൽനിന്നും കൊണ്ടുവരുന്ന വിലമതിക്കാനാവാത്ത ആടയാഭരണങ്ങൾ ധരിച്ചാണവർ നടന്നിരുന്നത്. ചൈനയിൽനിന്നുള്ള മൃദുവാർന്ന പട്ടുവസ്ത്രങ്ങളാണവർ ധരിച്ചിരുന്നത്. അറബിനാട്ടിൽ നിന്നകൊണ്ടുവന്ന ഏഴ് വെള്ളക്കുതിരകളെ പൂട്ടിയ തേരിലാണവർ സഞ്ചരിച്ചിരുന്നത്.

സമ്പൽസമൃദ്ധമായ രാജ്യത്തിന്റെ നേർവകാശികളായിരുന്നു രാജകുമാരിമാർ. ഇരുവരും വേർപിരിയാതെ ജീവിച്ചു. എപ്പോഴും അവർ ഒരുമിച്ചുതന്നെ കഴിയാൻ ഇഷ്ടപ്പെട്ടു. ഊണിലും ഉറക്ക ത്തിലും അവർ ഒന്നിച്ചുകഴിഞ്ഞു. വിവിധകേളികളിൽ ഏർപ്പെട്ട് സമയം ചിലവഴിച്ചു. കലയും ആയോധനമുറകളും സാഹിത്യവും രാജതന്ത്രവും കണക്കും സംഗീതവും തത്വചിന്തയുമൊക്കെ ഒന്നിച്ച വർ പഠിച്ചു.

'കൂ'വിന്റെയും 'സൂ'വിന്റെയും വേർപിരിയാത്ത സ്നേഹബന്ധ ത്തിൽ രാജാവിനും രാജ്ഞിക്കും വലിയ മതിപ്പ് തോന്നി. ഏതെ ങ്കിലും രാജ്യത്തെ ഒരുമയുള്ള സഹോദരന്മാരെക്കൊണ്ടു വേണം ഇരുവരെയും വിവാഹം കഴിപ്പക്കേണ്ടതെന്നവർ തീരുമാനിച്ചു. 'കൂ'വും 'സൂ'വും യൗവനയുക്തമായി വളർന്നു. ഇരുവർക്കും അനുയോജ്യരായ വരന്മാരെ കണ്ടെത്താനുള്ള പരിശ്രമങ്ങൾ രാജാവ് തുടങ്ങി. ഇതി നിടയിൽ വിദൂരദേശത്തുനിന്നൊരു രാജകുമാരൻ പരിവാരസമേതം അവരുടെ രാജ്യത്ത് എത്തി. മറ്റേതോ രാജ്യത്തേക്കുള്ള യാത്രാ മധ്യേയാണവിടെ തങ്ങിയത്. കുറച്ചു ദിവസം കൊട്ടാരത്തിൽ കഴി യുന്നതിനിടയിൽ രാജകുമാരൻ 'കൂ'വിൽ അനുരക്തനായി. 'കൂ' വിന്റെ സൗന്ദര്യത്തിലും കഴിവിലും രാജകുമാരൻ മതിമറന്നു. രാജ കുമാരിക്കും രാജകുമാരനെ കണ്ടമാത്രയിൽ ബോധിച്ചു. കുലീന മായ ആ പെരുമാറ്റം ആരെയും ആകർഷിക്കുന്നതായിരുന്നു. പൗരു ഷവും കരുത്തും രാജകുമാരന്റെ സൗന്ദര്യത്തിന് മാറ്റുകൂട്ടി.

"തന്റെ രാജകുമാരൻ ഇതുതന്നെ"യെന്ന് 'കൂ'വിന്റെ ഹൃദയം മന്ത്രിച്ചു. ഉദ്യാനത്തിൽ ഇരുവരും ഉലാത്തുന്നതിനിടയിൽ രാജകുമാ രൻ തന്റെ ഹൃദയാഭിലാഷം രാജകുമാരിയോട് പങ്കുവച്ചു. 'കൂ' വിനത് കാതിൽ തേൻമഴയായാണനുഭവപ്പെട്ടത്. 'കൂ' തന്റെ പ്രണയ അഭ്യർത്ഥന രാജകുമാരനോട് നടത്താനിരിക്കെയാണ് രാജകുമാര നിൽനിന്നുതന്നെയത് ഉണ്ടായത്. ഇരുവരും തമ്മിലുള്ള സ്നേഹ

ബന്ധം രാജാവിന്റെയും രാജ്ഞിയുടെയും മുമ്പിലെത്തി. എന്നാൽ വിദൂരദേശത്തേക്ക് 'കൂ'വിനെ വിവാഹം ചെയ്തുവിടാൻ രാജാവിനും രാജ്ഞിക്കും മനസ്സ് വന്നില്ല. അവർ ഇരുവരെയും നിരുത്സാഹപ്പെടുത്താൻ ശ്രമിച്ചു. എന്നാൽ പ്രണയത്തിനു കണ്ണും കാതും മൂക്കുമെന്നുമില്ല. കന്യക കാമുകന്റെ സൗന്ദര്യം മാത്രമേ നോക്കുകയുള്ളൂ. മറ്റെല്ലാം കന്യകയ്ക്ക് മുമ്പിൽ അപ്രസക്തം. പ്രണയം കാട്ടുതീ പോലെയാണ്. അതാളിപ്പർന്നാൽ എല്ലാ പ്രതിബന്ധങ്ങളും കത്തിച്ചാമ്പലാവുകയേയുള്ളൂ. അവരുടെ ദൃഢനിശ്ചയത്തിനുമുമ്പിൽ രാജാവിനും രാജ്ഞിക്കും വഴങ്ങേണ്ടിവന്നു.

രാജകുമാരനുമായുള്ള 'കൂ' വിന്റെ വിവാഹം എല്ലാവിധ ആഡംബരങ്ങളോടെയും നടത്തികൊടുത്തു. 'കൂ' വേർപിരിഞ്ഞുപോകുന്നതിൽ 'സൂ'വിന് കടുത്ത മനോവേദയുണ്ടായിരുന്നു. എന്നാൽ യൗവ്വനത്തിൽ ഒരു പെണ്ണിന്റെ എല്ലാ സ്നേഹവും കമിതാവിൽ മാത്രം ചെന്നുചേരും. മാതാപിതാക്കൾക്കും സഹോദരങ്ങൾക്കും സുഹൃത്തുകൾക്കുമൊക്കെ തന്റെ കമിതാവിന് പിന്നിൽ മാത്രമേ സ്ഥാനമുണ്ടാവുകയുള്ളൂ. ഇണയുമായി ചേർന്നാൽ അവർ അവരുടേതായൊരു സാങ്കല്പിക ലോകത്തിനുള്ളിലായിതീരും. ഉള്ളിലെ ചോദനകൾക്കനുസരിച്ചാണ് ജീവിതം മുന്നോട്ടു പോകുന്നത്. ജീവികൾ ഇവിടെ വെറും പാവകൾ മാത്രം. പക്ഷികളുടെ കാര്യവും അങ്ങനെ തന്നെ. ജീവികളുടെ ജീവിതനിയോഗങ്ങളെ നിയന്ത്രിക്കുന്നതും അവയുടെ ശരീരത്തിനുള്ളിലെ ഉറവകളുടെ രസവിന്യാസം തന്നെ. 'കൂ'വിന് 'സൂ' വിനെ വിട്ടുപിരിയുന്നതിൽ വിഷമം ഉണ്ടായിരുന്നു. തന്റെ രാജകുമാരനൊപ്പം കൊട്ടാരം വിട്ടു പോകേണ്ടിവന്നപ്പോൾ 'കൂ', 'സൂ' വിനെ കെട്ടിപ്പിടിച്ചു കരഞ്ഞു. വേർപിരിഞ്ഞുപോവുകയല്ലാതെ വേറെ മാർഗ്ഗമൊന്നും അവരുടെ മുമ്പിലുണ്ടായിരുന്നില്ല. 'കൂ' തന്റെ രാജകുമാരനൊപ്പം ഏതോ വിദൂരദേശത്തേക്ക് പോയതോടെ 'സൂ' വിരഹവേദനയിൽ നീറാൻ തുടങ്ങി. 'കൂ'വിന്റെ വേർപാട് വരെ ഇത്ര ആഴത്തിലാണ് താൻ 'കൂ'വിനെ സ്നേഹിച്ചിരുന്നതെന്ന് 'സൂ' ഓർത്തിരുന്നതേയില്ല. വേർപാടിലൂടെ മാത്രമേ സ്നേഹത്തിന്റെ ആഴം അളക്കാനാവൂ.

'കൂ'വിനൊപ്പം കുട്ടിക്കാലം മുതൽ വളർന്ന ഓർമ്മകൾ 'സൂ' വിനെ നൊമ്പരപ്പെടുത്തി. നേരെചൊവ്വെ ആഹാരം കഴിക്കാൻപോലും 'സൂ'വിന് കഴിയാതെയായി. എപ്പോഴും 'കൂ'വിനെക്കുറിച്ചു മാത്രമായി 'സൂ'വിന്റെ ചിന്ത - 'സൂ'വിന്റെ മനക്ലേശത്തിൽ രാജാവും രാജ്ഞിയും വളരെയധികം വേദനിച്ചു. അങ്ങനെയിരിക്കെ ഒരു ദിവസം ഈജിപ്തിൽനിന്ന് ഒരു വലിയ മാന്ത്രികൻ കൊട്ടാരത്തിലെത്തി. പലതരത്തിലുള്ള അത്ഭുതവേലത്തരങ്ങൾ വിവിധ രാജ്യങ്ങളിൽ കാണിച്ചു വരുകയായിരുന്നു അദ്ദേഹം. മാന്ത്രികരുടെ നാടാണത്. തന്റെ

മകളുടെ മനോവിഷമത്തെക്കുറിച്ചു രാജാവ് മാന്ത്രികനെ ധരിപ്പിച്ചു. കൂവിനെ വിവാഹം ചെയ്തുകൊണ്ടുപോയ രാജകുമാരന്റെ ദേശം വളരെ വളരെ ദൂരെയാണ്. അതെവിടെയാണെന്നുപോലും രാജാവിനും രാജ്ഞിക്കും ഒരു തിട്ടവുമില്ലായിരുന്നു. അവർക്ക് ആ രാജ്യം കേൾവി മാത്രമായിരുന്നു. 'കൂ'വിനെ ഓർത്തു 'സൂ' വിഷമിക്കേണ്ടെന്നും സഹോദരിയെ കണ്ടെത്താൻ ഒരു വഴിയുണ്ടെന്നും മാന്ത്രികൻ പറഞ്ഞു. വസന്തകാലത്ത് 'സൂ'വിനെ ഒരു കുയിലാക്കി മാന്ത്രികൻ മാറ്റി. 'കൂ'വിനെ തേടി നാടായനാട്ടിലൊക്കെ പറന്നുപോകാൻ 'സൂ'വിനിപ്പോൾ കഴിയും. വസന്തകാലത്ത് 'കൂ'വിനെ കണ്ടെത്തിവരാൻ മാന്ത്രികൻ പറഞ്ഞു.

വസന്തകാലം കഴിയുമ്പോൾ തിരികെ രാജകുമാരിയായി മാറാനുള്ള മന്ത്രവും ഉപദേശിച്ചുകൊടുത്തു. കുയിലാവാനുള്ള മന്ത്രവും രാജകുമാരിക്കറിയാം. വസന്തകാലത്ത് രാജകുമാരിയായ 'സൂ' കുയിലിന്റെ രൂപം ധരിച്ച് കൂ... കൂ....യെന്ന് വിളിച്ച് നാടുനീളെ നടക്കുകയാണ് തന്റെ പ്രിയസഹോദരിയെ കണ്ടെത്താൻ. എന്നാൽ പാവം 'സൂ'വിന് ഒരിക്കൽപോലും 'കൂ'വിനെ ഒരുനോക്കുകാണാൻ കഴിഞ്ഞിട്ടില്ല. എങ്കിലും പ്രതീക്ഷ കൈവിടാതെ അന്വേഷണം തുടർന്നുകൊണ്ടേയിരിക്കുന്നു. 'കൂ... കൂ... കൂ...' സ്ഥിരോത്സാഹമാണ് പ്രതിഭ. നിരന്തര പരിശ്രമങ്ങളിലൂടെയല്ലാതെ യാതൊന്നും നേടാനാവില്ല. എല്ലാ നേട്ടങ്ങൾക്ക് പിന്നിലും വിയർപ്പിന്റെയും കണ്ണീരിന്റെയും ഉപ്പുണ്ട്.

കുയിൽ അപ്പോഴും ഒരു മരക്കൊമ്പിലിരുന്ന് വിഷാദമധുരമായി തേങ്ങുന്നുണ്ടായിരുന്നു. പുള്ളുകൾ ശ്വാസമടക്കിപ്പിടിച്ചിരുന്ന് അത് കേട്ടു. ചില പുള്ളുകൾ കണ്ണുനീർ വാർത്തു. സംഗീതം മനസ്സിനെ ആർദ്രമാക്കും. സംഗീതം അവസാനിക്കുന്നിടത്ത് കരുണയുടെ ഉറവ പൊട്ടും. നമുക്ക് ചുറ്റും കാണുന്നതിനെയും കേൾക്കുന്നതിനെയും ഒന്നും നമ്മൾ അന്വേഷിക്കാറില്ല. അറിയാത്തതിനെ സ്നേഹിക്കാനാവില്ല. ഓരോ ജീവിവർഗ്ഗത്തിന്റെ കാര്യവും ഇങ്ങനെയാണ്. അവയെ മനസ്സിലാക്കാൻ ശ്രമിച്ചാൽ നമ്മൾ അവയെ അഗാധമായി സ്നേഹിച്ചുപോകും.

കുയിലിന്റെ കൂ.. കൂ... എന്ന തേങ്ങലിന്റെ പിന്നിൽ ഇങ്ങനെയൊരു നൊമ്പരകഥ ഒളിഞ്ഞിരിപ്പുണ്ടെന്ന് ആരും ഓർത്തിരുന്നില്ല. 'സൂ'വിന്റെ കഥ കേട്ടുകഴിഞ്ഞപ്പോൾ പുള്ളുകൾ അതിനുമുമ്പ് കേട്ട കൂവലുപോലെയല്ലല്ലോ നമ്മളിതിപ്പോൾ കേൾക്കുന്നതെന്ന് ഓർത്തുപോയി. അതാണ് പറയുന്നത് അറിയാതെ ഒന്നിനെയും അപഹസിക്കരുത്. ഏതു ശബ്ദത്തിനു പിന്നിലും ഒരു കഥയുണ്ടാവും. ശബ്ദമാണ് പ്രപഞ്ചം. ശബ്ദത്തോടെയാണ് എല്ലാം പിറക്കുന്നതും. ഈ മഹാപ്രപഞ്ചത്തിന്റെ പിറവിയും അങ്ങനെതന്നെ. ഏതു ജീവിക്കും

ഒരു കഥയുണ്ടാവും. അതെത്ര ചെറുതാണെങ്കിലും കുയിലുകൾ കൂവിയപ്പോൾ വിഷാദത്തോടെയതിനെ പുള്ളുകൾ നോക്കിയിരുന്നു.

വിശുദ്ധ പർവ്വതം ഒന്നാകെ കുയിൽ നാദത്തിൽ കേഴുന്നതായി കുയിലുകൾക്ക് തോന്നി. നമ്മുടെ ഹൃദയമാണ് നമ്മൾ ചുറ്റും കാണുന്നതും കേൾക്കുന്നതും. 'കൂ'വിനെക്കുറിച്ചുള്ള കഥ കേട്ടില്ലായിരുന്നുവെങ്കിൽ കുയിൽനാദം ഒരു സാധാരണ പക്ഷി പാട്ടുമാത്രമായി തോന്നുമായിരുന്നു. എന്നാൽ ഇപ്പോഴതൊരു ഗാഢപ്രണയത്തിന്റെ കാഹളമാണ്. ത്യാഗത്തിന്റെയും സാഹോദര്യത്തിന്റെയും കുഴൽ വിളിയാണ്. കൂ... കൂ... കുയിലിന്റെ കൂവലിനൊപ്പം കൂവാൻ പുള്ളുകൾ പരിശ്രമിച്ചുനോക്കി. പുള്ളുകൾക്കൊരിക്കലും കുയിലുകളെപ്പോലെ കൂവാനാവില്ല. പുള്ളുകൾക്ക് തേടാൻ 'കൂ' എന്നൊരു സഹോദരി ഇല്ലല്ലോ?''

കുയിലിന്റെ വിളികേട്ട് അടുത്തെവിടെയോ നിന്ന് പുള്ളിക്കുയിലിന്റെ കരച്ചിൽകേട്ടു. ആൺകുയിൽ വിളിച്ചാൽ പെൺകുയിലിന് ഓടിവരാതിരിക്കാനാകുമോ? ആണിനു പെണ്ണിനോടും പെണ്ണിന് ആണിനോടും കാന്തിക ആകർഷണമുണ്ട്. അവ പരസ്പരം ആകർഷിച്ചുകൊണ്ടേയിരിക്കും. പുള്ളുകളായ നമ്മൾ എത്ര കഷ്ടപ്പെട്ടിട്ടാണ് കൂടൊരുക്കുന്നത്?

''എന്തുകൊണ്ടാണ് കുയിലുകൾ കൂടൊരുക്കാത്തത്?'' ഒരു പുള്ളു ചോദിച്ചു.

''കുയിലുകളൊക്കെ അങ്ങനെയാണ്. അവ കൂടൊരുക്കാൻ മെനക്കെടാറില്ല പുള്ളികുയിൽ കാക്കകൂട്ടിലാണ് മുട്ടയിടുക. കാക്ക സ്വന്തം മുട്ടയാണെന്നു കരുതി കുയിലിന്റെ മുട്ടയേയും അടയിരുന്നു വിരിയിച്ചിറക്കും. മുട്ട വിരിഞ്ഞിറങ്ങുന്ന കുയിൽ കുഞ്ഞ് കാക്കമുട്ടകൾ കൂട്ടിൽനിന്ന് തള്ളിതാഴെയിട്ടു നശിപ്പിക്കുകയാണാദ്യം ചെയ്യുക. അതാണ് പറയുന്നത് അഭയാർത്ഥികളെ വിശ്വസിക്കരുതെന്ന്. അയ്യോ, പൊന്നെയെന്നൊക്കെ പറഞ്ഞവർ വരും. കിടക്കാൻ കിടപ്പാടമില്ലല്ലോയെന്ന് കരുതി കാരുണ്യം കാണിച്ചാൽ ഒടുക്കം തറവാടവർ കയ്യേറും. ഉടമകൾ പുറത്തുമാകും. മൂങ്ങകൾക്ക് പറ്റിയ അബദ്ധം അതാണ്.''

''മൂങ്ങയ്ക്ക് എന്താണ് പറ്റിയത്?'' പുള്ളുകൾ വിടാൻ ഭാവമില്ലായിരുന്നു.

''അതൊരു നീണ്ടകഥയാണ്. അത് പിന്നൊരിക്കൽ പറഞ്ഞുതരാം.''

പുള്ളുകൾ കൂട്ടത്തോടെ ചിറക് വിറപ്പിച്ചു കരഞ്ഞു പ്രതിഷേധിച്ചു. ''ഞങ്ങൾക്ക് കഥയിപ്പോൾ കേൾക്കണം.'' അവ വാശിപിടിച്ചു.

ഒടുക്കം പുള്ളു സമ്മതിച്ചു.

''ഞാൻ വാരിവലിച്ചൊന്നും പറയില്ല. ചുരുക്കിപറയാം. ശ്രദ്ധിച്ചു കേട്ടോളണം.''

പുള്ളുകൾ ചിറക് വിറപ്പിച്ച് ഒരു പ്രത്യേക താളത്തിൽ കൊഞ്ചി കരഞ്ഞുകൊണ്ടത് സമ്മതിച്ചു.

''ഒരു ഗ്രാമത്തിൽ ഒരു ആൽമരമുണ്ടായിരുന്നു. അതിനോട് ചേർന്നൊരു കുളവും. മനുഷ്യർ ആൽമരച്ചുവട്ടിൽ വന്നിരുന്നു വിശ്രമിക്കുക പതിവായിരുന്നു. വഴിപോക്കർ കുളത്തിൽ നിന്നും വെള്ളമെടുത്തു കുടിക്കുകയും മറ്റാവശ്യങ്ങൾക്ക് ഉപയോഗിക്കുകയും ചെയ്തിരുന്നു. ഗ്രാമമായാൽ ഒരാൽമരം വേണം അതിനോടു ചേർന്നൊരു കുളവും. എങ്കിൽ പ്രാണവായുവിനും കുടിവെള്ളത്തിനും അവിടൊരു മുട്ടുമുണ്ടാവില്ല. ആലിൽ ഒരു മൂങ്ങയും കുടുംബവും താമസിച്ചിരുന്നു. പകൽനേരം മൂങ്ങകൾ ആലിലിരുന്ന് ഉറക്കം തൂങ്ങും. രാത്രി ഇരതേടിയിറങ്ങും. അങ്ങനെയിരിക്കെ ഒരു ദിവസം രണ്ടു കാക്കകൾ ആലിൽ വന്നു മൂങ്ങയോടു പറഞ്ഞു.

''ഞങ്ങൾ കൂടും നാടുമില്ലാത്ത അഭയാർത്ഥികളാണ്. ഞങ്ങൾക്ക് അന്തിയുറങ്ങാൻ ഈ ആലിൽ ഇത്തിരി ഇടം തരണം.''

അച്ഛൻ മൂങ്ങയും അമ്മ മൂങ്ങയും കൂടിയാലോചിച്ചു. എന്തു കാര്യവും കൂടിയാലോചിച്ചു ചെയ്യുന്നതാണ് ഉത്തമം. പലരുടെ ആലോചനയിൽനിന്ന് ശരിയായ തീരുമാനം ഉരുത്തിരിഞ്ഞുവരാം. ഒരാളുടെ ചിന്തയിൽ എല്ലാ കാര്യങ്ങളും വരണമെന്നില്ല. ജനാധിപത്യപരമായ സമീപനം കുടുംബങ്ങളിൽ നിന്നാണ് തുടങ്ങേണ്ടത്. കുടുംബനാഥൻ സ്വന്തം തീരുമാനങ്ങൾ കുടുംബാംഗങ്ങളുടെ മേൽ ഏകപക്ഷീയമായി അടിച്ചേൽപ്പിക്കുന്നത് ശരിയല്ല. അത്, ശരിയായ തീരുമാനം ആണെങ്കിൽകൂടി കുടുംബാംഗങ്ങളെയതു ബോധ്യപ്പെടുത്തുന്നതിന് കൂടിയാലോചനകൾ ആവശ്യമാണ്.

പല കുടുംബങ്ങളിലും ഇതുണ്ടാവുന്നില്ല. ഭാര്യയോടും മക്കളോടും കൂടിയാലോചിക്കുന്നത് കുറച്ചിലായി ഗൃഹനാഥൻ കരുതുന്നു. ഇത് ശരിയല്ല. മക്കൾ വളരുമ്പോൾ അവരെ തന്നോടെന്നപോലെ കാണണം. അവരുടെ വ്യക്തിത്വത്തെ മാനിക്കണം. ചെറിയ പക്ഷിക്കുഞ്ഞുങ്ങൾക്കും സ്വന്തമായി വ്യക്തിത്വമുണ്ട്. അതിനെ മുറിപ്പെടുത്തുന്ന തരത്തിൽ ആരുടെ ഭാഗത്തുനിന്നും പെരുമാറ്റം ഉണ്ടാകരുത്. ആത്മാഭിമാനത്തിൽ മുറിവേറ്റാൽ വ്യക്തിത്വത്തെ ദോഷകരമായി ബാധിക്കും. സ്വഭാവരൂപീകരണം കുട്ടിക്കാലത്താണ് നടക്കുന്നത്. കുട്ടികൾക്ക് മുന്തിയ പരിഗണന നൽകണം എങ്കിൽ മികച്ച പൗരന്മാരാകും. കുട്ടിക്കാലത്തെ അനുഭവങ്ങൾ മരണംവരെ മറക്കില്ല. നല്ല അനുഭവമാണെങ്കിലും ദുരനുഭവമാണെങ്കിലും പ്രായം ഏറും തോറും അതിന്റെ ഓർമ്മകളുടെ തെളിമ കൂടിക്കൂടി വരും. പ്രായമാകുമ്പോൾ ജീവികൾ ബാല്യത്തിലേക്ക് മടങ്ങിപ്പോവുകയാണ്

ചെയ്യുന്നത്. മനസ്സും കുട്ടിക്കാലത്തേക്ക് മടങ്ങും. ബാല്യത്തിന്റെ രണ്ടാംവരവാണിത്.

എല്ലാ പക്ഷികളും ഇത് ഓർമ്മവയ്ക്കണം. മാതാപിതാക്കളേക്കാൾ ശരി കുട്ടികളാകാം. കാരണം അവർ കൂടുതൽ മെച്ചപ്പെട്ട ജന്മങ്ങളാണ്. ഭാവികരുപ്പിടിപ്പിക്കേണ്ട ബുദ്ധി പ്രകൃതി അവരിലാണ് നിയോഗിച്ചിട്ടുള്ളത്. ഭാവി വിടരുന്നത് കുട്ടികളിലൂടെയാണ്. ഭാവിയുടെ നിക്ഷേപങ്ങളൊക്കെ കുഞ്ഞുങ്ങളിലാണുള്ളത്. അമ്മ മൂങ്ങയ്ക്കും അച്ഛൻ മൂങ്ങയ്ക്കും കാക്കകളോട് ദയ തോന്നി. കാക്കകളുടെ അപേക്ഷ അവർ സ്വീകരിച്ചു. അതിഥികളെ ബഹുമാനിക്കുന്നതാണ് മൂങ്ങകളുടെ പാരമ്പര്യം. കാക്കകൾ സന്തോഷത്തോടെ അവിടെ രാപാർത്തു. അടുത്ത ദിവസം നന്ദിപറഞ്ഞവർ പിരിയുകയും ചെയ്തു.

കുറച്ചു ദിവസം കഴിഞ്ഞപ്പോൾ എട്ടുപത്ത് കാക്കകൾ ആലിൽ എത്തി. ഞങ്ങൾക്ക് അന്തിയുറങ്ങാൻ ഇടം തരണമെന്നഭ്യർത്ഥിച്ചു. മൂങ്ങകൾ കൂടിയാലോചിച്ചു. നേരം വെളുക്കുമ്പോൾ അവർ മടങ്ങിക്കൊള്ളുമല്ലോയെന്ന വിചാരത്തിൽ അവർക്കിടം നൽകി. കാക്കകൾ വർഗ്ഗസ്നേഹമുള്ള പക്ഷികളാണ്. അവ എവിടെ അലഞ്ഞുതിരിഞ്ഞാലും ഒരുമിച്ച് ഒരു മരത്തിലാവും ചേക്കേറുക. എന്തുകിട്ടിയാലും എല്ലാവരെയും വിളിച്ചുവരുത്തി പങ്കുവച്ചു കഴിക്കും.

മറ്റ് പക്ഷികൾക്കൊന്നും കാക്കകളുടെ ഈ വർഗ്ഗസ്നേഹമില്ല. ഒന്നു രണ്ടു ദിവസം കഴിഞ്ഞ് കുറെയധികം കാക്കകൾ ആലിലെത്തി ഇരിപ്പുറപ്പിച്ചു. ഞങ്ങൾക്ക് പോകാൻ വേറെ ഇടമില്ലന്നും ഞങ്ങളെ കൂടി ഇവിടെ താമസിപ്പിക്കണമെന്നും ആവശ്യപ്പെട്ടു. മൂങ്ങകൾ കൂടിയാലോചിച്ചു. ഇതപകടമാണ്. കാക്കകൾ ഇനി ആലിൽ നിന്ന് മടങ്ങില്ല. അവയെ തുരത്തിയില്ലെങ്കിൽ നമ്മൾ പുറത്തുപോകേണ്ടതായി വരും. മൂങ്ങകൾ അവരുടെ ബന്ധുക്കളെയൊക്കെ വിളിച്ചു വരുത്തി. കാക്കകളുമായി ശണ്ഠയായി. കൊത്തും ബഹളവും ദിവസങ്ങളോളം നീണ്ടു നിന്നു. നാട്ടുകാർ സ്വൈരമായി വിശ്രമിച്ചിരുന്ന ആലിൽ പക്ഷികളുടെ ബഹളം വർദ്ധിച്ചതോടെ അവരത് മുറിച്ചു കളഞ്ഞു. അങ്ങനെ മൂങ്ങകളുടെ വാസസ്ഥലം എന്നന്നേയ്ക്കുമായി അവർക്കു നഷ്ടമായി.''

''കാക്കകൾ വളരെ സൂത്രശാലികളാണ്.'' കഥ കേട്ടുകൊണ്ടിരുന്ന പുള്ളുകൾ തമ്മിൽത്തമ്മിൽ പറഞ്ഞു.

''ശരിയാണ്.'' കഥപറഞ്ഞുകൊണ്ടിരുന്ന പുള്ള് അത് കേട്ടു പറഞ്ഞു. ''അല്ലെങ്കിൽപിന്നെ ആ പാമ്പിനെയവ മനുഷ്യരെക്കൊണ്ടു കൊല്ലിക്കുമോ?''

''പാമ്പിനെ കൊല്ലിച്ചുവെന്നോ? അതെങ്ങനെയാണ് സംഭവിച്ചത്?'' പുള്ളുകൾ ചോദിച്ചു.

''നിങ്ങളെല്ലാവരും കൂടി എന്നെക്കൊണ്ടിങ്ങനെ കഥ പറയിച്ചു കൊണ്ടിരിക്കുകയാണോ? കഥ കേൾക്കലല്ലാതെ ഇവിടെ മറ്റെന്താണൊരു വിനോദം?'' പുള്ളുകൾ ചോദിച്ചു. മറ്റ് പക്ഷികളും അതേറ്റു പിടിച്ചു.

''ക്ർ... ക്ർ...'' പുള്ളുകൾ പറഞ്ഞു. ''ഈ കഥകൂടി പറഞ്ഞാൽ മതി. അപ്പോഴേക്കും സമ്മേളനം തുടങ്ങാനുള്ള അറിയിപ്പുണ്ടാകും.''

''നിങ്ങൾ എന്നെ വെറുതെയിരിക്കാൻ സമ്മതിക്കില്ലേ? ങും. ഇതൂടെ പറയാം. ഇനി നിർബന്ധിക്കരുത്.''

പുള്ളുകൾ ഒരു പ്രത്യേക ഭാവത്തിൽ തലയും വാലും കുലുക്കി സമ്മതിച്ചു.

''പണ്ട്... പണ്ട്...'' വീണ്ടും പുള്ളൊരു കഥയ്ക്കുള്ള ഒരുക്കം കൂട്ടി. മറ്റ് പുള്ളുകൾ എല്ലാവരും കൂട്ടമായി അതിനോട് ചേർന്നിരുന്നു.

''ഒരു മരത്തിൽ ഒരു കാക്ക കൂടൊരുക്കിയിരുന്നു. പെൺകാക്ക കൂട്ടിലൊരു മുട്ടയിട്ടു. ആ മരത്തിന്റെ ചുവട്ടിൽ ഒരു പോടുണ്ടായിരുന്നു. ആ പോട്ടിൽ ഒരു പാമ്പ് താമസിച്ചിരുന്നു. മരച്ചില്ലയിൽ കാക്ക കൂടൊരുക്കുന്നതൊക്കെ അത് ശ്രദ്ധിക്കുന്നുണ്ടായിരുന്നു. കാക്ക തീറ്റ തേടി പോയ തക്കം നോക്കി പാമ്പ് കാക്കക്കൂട്ടിലേക്ക് ഇഴഞ്ഞു കയറിച്ചെന്ന് കാക്കയുടെ മുട്ടയെടുത്തു തിന്നു. തള്ളക്കാക്ക തിരികെയെത്തിയപ്പോൾ പാമ്പ് താൻ നൊന്തിട്ട മുട്ട തിന്ന് മടങ്ങുന്നതാണ് കണ്ടത്. കാക്കയതിനെ കൊത്തി തുരത്താൻ ശ്രമിച്ചു. പാമ്പ് അതൊന്നും ഗൗനിക്കാതെ വേഗം ഇഴഞ്ഞ് മരത്തിന്റെ ചുവട്ടിലുള്ള പോട്ടിൽ ഒളിച്ചു. കാക്ക ചിറക് വിറപ്പിച്ച് വലിയ വായിൽ കരഞ്ഞു. തന്തക്കാക്ക പറന്നെത്തി വിവരമറിഞ്ഞ് വല്ലാതെ വിഷമിച്ചു. പെൺകാക്ക വീണ്ടുമൊരു മുട്ടയിട്ടു. ആൺകാക്കയും പെൺകാക്കയും മാറിമാറി മുട്ടയ്ക്ക് കാവലിരുന്നു. എന്നിട്ടും ആ ക്രൂരനായ പാമ്പിഴഞ്ഞു വന്നു മുട്ട കൊത്തിയെടുത്തു തിന്നു. കാക്കയുടെ ആക്രമണമൊന്നും പാമ്പിന്റെടുത്ത് ഫലിച്ചില്ല. കാക്കകൾ പാമ്പിനെക്കൊണ്ടു പൊറുതി മുട്ടി. ഇവിടെനിന്ന് പാമ്പിനെ തുരത്താൻ എങ്ങനൊരു പോംവഴിയെന്ന് കാക്ക തല പുകഞ്ഞാലോചിച്ചു.

അങ്ങനെയിരിക്കെ ഒരു ദിവസം ഒരു കർഷകൻ തൊട്ടടുത്തുള്ള ഒരു കുളത്തിൽ കുളിക്കാൻ വന്നു. തന്റെ കൈയിലിരുന്ന പണക്കിഴി അയാൾ കുളത്തിന്റെ കരയിൽ വച്ചിട്ട് വെള്ളത്തിലിറങ്ങി. പെട്ടെന്ന് കാക്കയ്ക്കൊരുപായം തോന്നി. കാക്ക വേഗത്തിൽ പറന്നുചെന്ന് പണക്കിഴി കൊത്തിയെടുത്തു. കാക്കേ കാക്കേന്ന് ബഹളംവച്ച് കർഷകൻ ഓടിച്ചെന്നു. കാക്ക പണക്കിഴി കൊത്തിയെടുത്ത് പാമ്പ് വസിക്കുന്ന പോട്ടിൽ കൊണ്ടിട്ടു. കർഷകൻ പിന്നാലെ ചെന്നു. മരപ്പൊത്തിൽ എന്തെങ്കിലും ജീവി പാർപ്പുണ്ടാകുമെന്ന് കരുതി

അയാൾ ഒരു വലിയ വടിയെടുത്ത് അതിലേക്ക് കുത്തിനോക്കി. അതിലുണ്ടായിരുന്ന പാമ്പിനു കുത്തേറ്റു. അത് ചീറിക്കൊണ്ട് പത്തി ഉയർത്തി. കർഷകൻ കമ്പുകൊണ്ടതിനെ കുത്തി വെളിയിൽ ചാടിച്ച് അടിച്ചുകൊന്നു. എന്നിട്ട് തന്റെ പണക്കിഴിയെടുത്ത് നടന്നുപോയി. അങ്ങനെ കാക്കയ്ക്ക് പാമ്പിന്റെ ശല്യം എന്നന്നേക്കുമായി ഒഴിവായിക്കിട്ടി. ഏതൊരു കാര്യവും ചെയ്യുന്നതിനുമുമ്പ് ആലോചന ആവശ്യമാണ്.

കാക്ക ബുദ്ധിപൂർവ്വം സമയത്ത് പ്രവർത്തിച്ചതുകൊണ്ടാണ് പാമ്പിനെ വകവരുത്തുവാൻ കഴിഞ്ഞത്. അവസരം വരുമ്പോൾ അത് പ്രയോജനപ്പെടുത്താൻ കഴിയണം. കർഷകൻ തന്റെ പണക്കിഴിക്കുവേണ്ടി ആ മരപ്പൊത്തിൽ കൈയിട്ടിരുന്നുവെങ്കിൽ അയാളുടെ ഗതി എന്താകുമായിരുന്നു. ആലോചനയാണ് അയാളെ രക്ഷിച്ചത്. എന്തു കാര്യം ചെയ്യുന്നതിനുമുമ്പ് പലവട്ടം ആലോചിക്കണം. പുള്ള് മറ്റു പക്ഷികളോടായി പറഞ്ഞു. കഥകളിൽനിന്ന് ഒരുപാട് കാര്യങ്ങൾ നമുക്ക് പഠിക്കാനുണ്ട്. പഠനം കഥയാകണം. എങ്കിലേ അതു മികച്ച പഠനമാകൂ. പഠനം കഥപോലെ മധുരിക്കണം.''

കരിങ്കുയിൽ വീണ്ടും നീട്ടി കൂവാൻ തുടങ്ങി ''കു... കു... കു...''

''ഈ കരിങ്കുയിൽ പണ്ട് വെള്ള നിറമുള്ള കുയിലായിരുന്നു പോലും. പാതാളത്തിൽ സ്വർണ്ണം വാരാൻ പോയതിന്റെ ഫലമാണവ കറുമ്പന്മാരായത്.''ഒരു പുള്ള് പറഞ്ഞു.

''ആ കഥ ഞാൻ കേട്ടിട്ടില്ലല്ലോ.'' കഥ പറഞ്ഞുകൊണ്ടിരുന്ന പുള്ളു പറഞ്ഞു.

''എനിക്ക് ആ കഥ അമ്മൂമ്മക്കിളി പറഞ്ഞുതന്നതാണ്. പാവം അമ്മൂമ്മക്കിളി. ഞങ്ങൾക്കൊരുപാടു കഥ പറഞ്ഞുതരുമായിരുന്നു. ഒരു ദിവസം രാത്രി മരക്കൊമ്പിൽ ഞങ്ങളൊന്നിച്ചുറങ്ങാനിന്നരുന്നതാണ്. രാത്രി ഏതോ ദുഷ്ടജീവി വന്നു ഞങ്ങളെ ആക്രമിച്ചു. ഞങ്ങളൊക്കെ പറന്നകന്നു. പാവം അമ്മൂമ്മക്കിളിക്ക് വേഗത്തിൽ പറക്കാൻ കഴിയുമായിരുന്നില്ല ഒരു പിടച്ചിലും കരച്ചിലും മാത്രം ഞങ്ങൾ കേട്ടു. പിന്നെയൊരിക്കലും അമ്മൂമ്മക്കിളിയെ കണ്ടിട്ടേയില്ല.'' പുള്ളു പറഞ്ഞു. അമ്മൂമ്മക്കിളിയെക്കുറിച്ചുള്ള ഓർമ്മകൾ അതിന്റെ കണ്ണുകളെ ഈറനണിയിച്ചു.

''വെള്ളക്കുയിൽ എങ്ങനെയാണ് കറുത്ത കുയിലായത്?'' പുള്ള് ചോദിച്ചു.

''അക്കഥ പറയാം. ഒരു മരത്തിൽ ഒരു ചിലപ്പൻ കിളിയും കുടുംബവും താമസിച്ചിരുന്നു. ഒരു ദിവസം അതുവഴിവന്ന വെള്ളക്കുയിൽ ചിലപ്പൻകിളിയുടെ കൂട്ടിൽ ഒരു സൗഹൃദസന്ദർശനം നടത്തി. ചിലപ്പൻകിളികളുടെ മക്കളൊക്കെ രത്നങ്ങളും മുത്തുകളും പതിച്ച

വിലകൂടി ആഭരണങ്ങളാണ് ധരിച്ചിരിക്കുന്നത്. സ്വർണ്ണംകൊണ്ടും വെള്ളികൊണ്ടും ഉണ്ടാക്കിയ പാത്രങ്ങളിലാണവർ ആഹാരം കഴിച്ചിരുന്നത്. എല്ലാവിധ ആഡംബരവും ആ കൂട്ടിൽ ഉണ്ടായിരുന്നു. ചിലപ്പൻകിളിയുടെ ഭാര്യയുടെ ദേഹത്തില്ലാത്ത ഒരാഭരണവും വേറെയുണ്ടായിരുന്നില്ല. വെള്ളക്കുയിൽ ആർത്തിയോടെയതിലൊക്കെ നോക്കുന്നത് കണ്ട് ചിലപ്പന്റെ ഭാര്യ ചിലപ്പി പറഞ്ഞു.

''കില്കാറ്കില്. ഈ വിലകൂടിയ ആഭരണങ്ങളൊക്കെ ധരിച്ചു മടുത്തു. എങ്ങനെയാണിതൊക്കെ ധരിച്ച് പുറത്തിറങ്ങി നടക്കുക. കള്ളന്മാരും പിടിച്ചുപറിക്കാരെയും ഭയന്നിട്ട് ഞാൻ കൂട്ടിൽനിന്ന് പുറത്തിറങ്ങാറില്ല. ഇത്രയധികം ധനം കൂട്ടിലുണ്ടെന്നറിഞ്ഞാൽ മോഷ്ടാക്കൾ ഇവിടേക്കുവരും അതുകൊണ്ടിപ്പോൾ ഉറക്കവുമില്ല.''

ഇത്രയധികം സമ്പത്ത് ചിലപ്പൻ കിളിക്കെവിടുന്ന് കിട്ടിയെന്ന് വെള്ളക്കുയിൽ ചോദിച്ചു.

''അതൊക്കെ ഞാൻ പറഞ്ഞുതരാം. ഇപ്പോൾ നീയൊരു പാട്ട് പാട്. എത്രനാളായി സുന്ദരമായൊരു പാട്ട് കേട്ടിട്ട്?'' ചിലപ്പൻകിളി പറഞ്ഞു.

''വെള്ളക്കുയിൽ മനോഹരമായൊരു പാട്ട് പാടി ചിലപ്പനെയും കുടുംബത്തേയും സന്തോഷിപ്പിച്ചു. അതിനുശേഷം അവർ സ്വർണ്ണത്തളികയിൽ രുചികരമായ ഫലങ്ങൾ ഇഷ്ടംപോലെ ഭുജിച്ചു. ചിലപ്പന്റെ കൂട്ടിൽ വെള്ളക്കുയിൽ വിശ്രമിക്കുന്നതിനിടയിൽ ചിലപ്പൻകിളി തന്റെ വമ്പിച്ച സ്വത്തിന്റെ രഹസ്യം വെളിപ്പെടുത്തി. ഭൂമിക്കടിയിൽ പാതാളമെന്നൊരു രാജ്യമുണ്ട്. കുന്നുപോലെ രത്നങ്ങൾ അവിടെ കൂടിക്കിടക്കുകയാണ്. പാതാളം ഭരിക്കുന്ന കുബേരന്റെ അനുമതിയോടെ നമുക്കാവശ്യമുള്ളത്ര കൊത്തിയെടുക്കാം. വലിയ ദാനശീലനാണ് പാതാളകുബേരൻ. എന്നാൽ എന്തെങ്കിലും കളവ് കാണിച്ചാൽ പാതാള കുബേരൻ മാപ്പു തരില്ല. പാതാളവേതാളമെന്നൊരു ഭയങ്കരനാണ് അവയുടെ കാവൽക്കാരൻ. പാതാളത്തിലേക്കു പോകാനുള്ള വഴിയൊക്കെ കൃത്യമായി ചിലപ്പൻകിളിയിൽനിന്ന് വെള്ളക്കുയിൽ ചോദിച്ചു മനസ്സിലാക്കി. ഒരു ദിവസം ധനമോഹിയായ വെള്ളക്കുയിൽ എന്തുംവരട്ടെയെന്ന് കരുതി പാതാളരാജ്യത്തേക്ക് പോയി.

ഏറെ കഷ്ടപ്പാടുകൾക്കൊടുവിൽ പാതാളരാജ്യത്ത് എത്തി. അവിടെയുള്ള കുന്നുകൾ നിറയെ വെള്ളിയും സ്വർണ്ണവുമായിരുന്നു. സ്വർണ്ണത്തരിമണ്ണുകൾ റോഡിലാകെ കുന്നുകൂടിക്കിടന്നു. വെള്ളക്കുയിലിന് അത് കണ്ട് മോഹം അടക്കാനായില്ല. തന്റെ കൊക്കിൽ കൊള്ളാവുന്നത്ര സ്വർണ്ണത്തരികൾ അത് കൊത്തിയെടുത്തു. പെട്ടെന്നവിടെ പാതാളവേതാളം ഓടിയെത്തി.

തന്റെ വായിൽനിന്നും മൂക്കിൽനിന്നും തീ വമിപ്പിച്ചുകൊണ്ടാണ് വേതാളം വന്നത്. കുയിൽ ഭയന്ന് ജീവനുംകൊണ്ട് ഭൂമിയിലേക്ക് തിരികെ പറന്നു. പാതാളവേതാളം അഗ്നികൊണ്ടതിനെ ഊതി. ഒരു വിധം കുയിൽ ഭൂമിയിൽ തിരികെയെത്തി. എന്നാൽ തീയിൽ അതിന്റെ തൂവലുകളാകെ കത്തിക്കരിഞ്ഞിരുന്നു. സ്വർണ്ണം കൊത്തിയെടുത്ത ചുണ്ടുമാത്രം മഞ്ഞിച്ചിരുന്നു. വെള്ളക്കുയിൽ കരിങ്കുയിലായി മാറി. ആരും അതിനെ തിരിച്ചറിഞ്ഞില്ല.

കരിങ്കുയിൽ ചിലപ്പന്റെ കൂട് തേടി നടന്നു. എന്നാൽ കൂട് അവിടെയുണ്ടായിരുന്നില്ല. അടുത്തുകണ്ട ഓലഞ്ഞേലിയുടെ കൂട്ടിൽ കയറി ചിലപ്പന്റെ കൂടിനെക്കുറിച്ച് ചോദിച്ചു. ഒരു രാത്രി കൊള്ളക്കാർ വന്നു കൂടുകൊള്ള ചെയ്തുവെന്നും ചിലപ്പൻ കിളിയുടെ കുടുംബത്തെയൊന്നാകെ കൊന്നുവെന്നുമുള്ള ദുഃഖവാർത്തയാണ് കേട്ടത്. ധനം ഉപകാരമുള്ളതുപോലെ ഉപദ്രവവുമാണ്. അമിതധനമോഹികൾക്ക് ഒരിക്കലും സമാധാനവും സംതൃപ്തിയുമുണ്ടാവില്ല. ധനം കൂട്ടിവയ്ക്കുന്നത് അപകടം ക്ഷണിച്ചുവരുത്തുകയാണ്. ഉപയോഗിക്കാത്ത ധനം വെറും മണ്ണുമാത്രമാണ്. ചിലവഴിക്കുമ്പോഴാണ് ധനത്തിന്റെ മാറ്റ് കൂടുന്നത്. ദാനധർമ്മങ്ങൾ അപകടം തടയും. ധനവാന്മാർ തങ്ങളുടെ ധനം പൊതുനന്മയ്ക്കായി ചിലവഴിക്കുമ്പോഴാണവർക്ക് സമാധാനം ലഭിക്കുക. ധനം കൂട്ടിവയ്ക്കുന്നത് ദുഃഖമാണുണ്ടാകുക.''

''അച്ഛൻ കൊമ്പത്ത്, അമ്മ വരമ്പത്ത്, കള്ളൻ ചക്കേട്ടു, കണ്ടാൽ മിണ്ടണ്ട.'' ആരോ വിളിച്ചു കൂവാൻ തുടങ്ങി

ആരാണാക്കിളി. തേൻ കുരുവികൾ തമ്മിൽതമ്മിൽ നോക്കി. പിന്നെ ഉറക്കെയത് വിളിച്ചു പറയാൻ തുടങ്ങി. ''അച്ഛൻ പെൺകട്ടു... അച്ഛൻ പെൺകട്ടു...'' ആരാണ് അച്ഛൻ പെൺകട്ടു അച്ഛൻ പെൺ കട്ടുവെന്ന് വിളിച്ചു പറയുന്നത്. ചക്കയ്ക്ക് ഉപ്പുണ്ടോന്ന് വിളിച്ചു ചോദിക്കുന്ന കുയിൽ തന്നെ.

''എന്തിനാണതിങ്ങനെ വിളിച്ചുകൂവി നടക്കുന്നത്? തേൻ കുരുവി മറ്റേ കുരുവിയോടു ചോദിച്ചു.

''അവന്റെ അച്ഛൻ പെണ്ണിനെ കട്ടുകൊണ്ടുപോയിട്ട്.''

''പേക്കുയിലിന്റെ അച്ഛൻ പെണ്ണിനെ കട്ടുകൊണ്ടുപോയെന്നോ?'' ആശ്ചര്യത്തോടെ തേൻകിളി ചോദിച്ചു.

''ഇന്ദ്രജിത്തിന്റെ ആത്മാവാണ് ചക്കയ്ക്കുപ്പുണ്ടോ കുയിലായി മാറിയത്.''

''ഇന്ദ്രജിത്ത് ആരാണ്?''

''രാവണന്റെ പുത്രൻ.''

''ആരാണീ രാവണൻ.''

‘‘അതോ പണ്ട് ദശരഥപുത്രനായ രാമനും ഭാര്യ സീതയും കാനന വാസം നടത്തുന്നകാലം. രാജാധികാരത്തെപ്പൊല്ലിയുള്ള തർക്ക ത്തിൽ ഭരതന് രാജ്യം കിട്ടുവാൻ വേണ്ടി അമ്മ കൈകേയിയാണ് രാമനെ കാട്ടിൽ അയച്ചത്. കാട്ടിൽ വച്ച് രാവണൻ എന്നൊരു രാക്ഷസ രാജാവ് സീതയെ കട്ടുകൊണ്ട് ലങ്കയിലേക്ക് പുഷ്പക വിമാനത്തിൽ പോയി. ഈ രാവണന്റെ മകനാണ് ഇന്ദ്രജിത്ത്.’’ തേൻകുരുവി ഒറ്റ വായിൽ പറഞ്ഞു നിർത്തി.

‘‘അച്ഛൻ പെണ്ണിനെ കട്ടുകൊണ്ടു വന്നതിൽ മനംനൊന്ത് ഇന്ദ്ര ജിത്ത് ആത്മഹത്യ ചെയ്തു. ഇന്ദ്രജിത്തിന്റെ ആത്മാവ് ഒരു കുയി ലിന്റെ രൂപം പൂണ്ടു. തന്റെ അച്ഛൻ പെൺകട്ടുവെന്ന് ലോകത്തൊക്കെ യതു വിളിച്ചു കൂവിനടക്കുകയാണ്.’’ തേൻ കുരുവി പറഞ്ഞു.

പിപ്പിയാ... പിപ്പിയാ... കിഴക്കേവാ... കിഴക്കേവാ...’’ എന്നൊരു വിളി അന്തരീക്ഷത്തിൽ മുഴങ്ങി. ‘‘ഇനി ചെവിതല കേൾക്കണ്ട. പേക്കുയിലിന്റെ നിലവിളിയാണ്. കരിയിലക്കിളിയുടെ കൂട്ടിൽ കട്ട് മൊട്ടയിടുന്ന കുയിലാണിത്.’’

‘‘പേ പിടിച്ച കുയിൽ...’’ ചിറകുകൊണ്ട് ചെവിപൊത്തി തേൻ കിളി പറഞ്ഞു.

സൂര്യൻ ഒരു കൊറ്റി പൊക്കത്തിൽ ഉയർന്നു നിന്നു. ക്രൗഞ്ച പക്ഷികൾ പതിവുപോലെ ആകാശത്തേക്ക് കൊക്കുകൾ ഉയർത്തി ഉച്ചത്തിൽ കാഹളമുതിർത്തു. അരയന്നം കുണുങ്ങിക്കുണുങ്ങി അങ്ങോട്ടുമിങ്ങോട്ടും നടന്നു. നൃത്തലാസ്യതയോടുള്ള അന്നനട നോക്കി മറ്റുപക്ഷികളിരുന്നു. സമ്മേളനത്തിൽ ഉത്തരവാദിത്വം മുഴു വൻ തന്റെ തലയിൽ കൂടിയാണ് പോകുന്നതെന്ന ഭാവമായിരുന്നു അരയന്നത്തിന്റേത്. കാര്യങ്ങൾ ചെയ്താൽ മാത്രം പോരാ. മറ്റാളു കളെയതു ബോധ്യപ്പെടുത്തുകകൂടി വേണം. അരയന്നങ്ങൾ അതിൽ മിടുക്കരായിരുന്നു. സ്വയം സമ്മേളനത്തിന്റെ അധ്യക്ഷസ്ഥാനത്തിരി ക്കാൻ വ്യഗ്രത കാട്ടുന്ന പക്ഷിയാണത്. എന്നാൽ എത്രതന്നെ നല്ല പിള്ള ചമഞ്ഞാലും മറ്റു പക്ഷികളുടെ അഭിപ്രായത്തിന്റെ വില വളരെ വലുതാണ്. മുഖദാവിൽ നല്ലവാക്കു പറയുന്നവർ രഹസ്യമായി അയാളെക്കുറിച്ച് എന്തു പറയുന്നു എന്നതാണ് പ്രധാനപ്പെട്ട കാര്യം. ഈ രണ്ടാം വാക്കിനാണ് ചെവികൊടുക്കേണ്ടത്. സത്യത്തോട് ചേർന്നു നിൽക്കുന്നത് അതാണ്.

മുങ്ങാംകോഴികൾ വെള്ളത്തിൽ മുങ്ങി നിവർന്നു. അരയന്ന ത്തിന്റെ മട്ടും ഭാവവും അത്ര പിടിക്കാത്തതുപോലെ മുങ്ങാംങ്കോഴി കൾ പറഞ്ഞു. ‘‘അരയന്നത്തെ വിശ്വസിക്കാൻ കൊള്ളില്ല. പണ്ട് മുട്ടകട്ടുതിന്ന കൂട്ടരാ.’’

മുങ്ങാംകോഴിയുടെ വർത്തമാനം ശ്രദ്ധിച്ചുകൊണ്ട് അടുത്തിരുന്ന എരണ്ട ചോദിച്ചു. ''ആരുടെ മുട്ടയാണ് അരയന്നങ്ങൾ കട്ടുതിന്നത്?''

''അതോ. പണ്ട് ഒരു വയസ്സൻ അരയന്നം ഒരു ദ്വീപിൽ പാർത്തിരുന്നു. അവിടെയുണ്ടായിരുന്ന പക്ഷികൾക്കൊക്കെ അതിനെ വലിയ ബഹുമാനമായിരുന്നു. മറ്റ് പക്ഷികളോട് വളരെ മര്യദയോടെയായിരുന്നു അരയന്നം പെരുമാറിയിരുന്നത്. ആളു നല്ലവനാണെന്ന് മറ്റ് പക്ഷികൾ ഉറപ്പിച്ചു. ഒരു പക്ഷിയുടെ പെരുമാറ്റം ഒന്നുകൊണ്ടുമാത്രം അതിനെ വിലയിരുത്തുന്നത് നന്നല്ല. നല്ലതു കേൾപ്പിക്കാൻ മുഖംമൂടിയോടെയാവാം പെരുമാറ്റം. അതുകൊണ്ട് ഒന്നുകിൽ ആ പക്ഷിയുമൊത്തൊരു യാത്ര പോകണം. അല്ലെങ്കിൽ ഒരന്തിയെങ്കിലും അവയോടൊപ്പം കഴിയണം. അതിനിടയിൽ ആ പക്ഷിയുടെ തനിസ്വരൂപം പുറത്തുവരാതിരിക്കില്ല. യഥാർത്ഥ പ്രകൃതം അധികനേരം ഒളിപ്പിച്ചുവെക്കാനാവില്ല. പൊയ്മുഖം ഒരിക്കൽ അഴിച്ചു വയ്ക്കേണ്ടിവരും. എന്നാൽ പക്ഷികൾ അരയന്നത്തെ വേണ്ടവിധം മനസ്സിലാക്കിയില്ല. തങ്ങൾ തീറ്റതേടി പോകുമ്പോൾ തങ്ങളുടെ മുട്ടകളൊക്കെ സൂക്ഷിക്കാൻ അവ അരയന്നങ്ങളെ ഏൽപ്പിച്ചു.

അരയന്നം എല്ലാം പൊന്നുപോലെ നോക്കികൊള്ളാമെന്ന് അവയ്ക്ക് ഉറപ്പുനൽകി. തീറ്റതേടിപ്പോയ പക്ഷികളിൽ ഒന്ന് തിരികെ വന്നു നോക്കുമ്പോൾ അരയന്നം നല്ലതുപോലെ മിനുങ്ങിയിരിക്കുന്നു. ശരീരത്തിനൊരു നെയ്കൊഴുപ്പൊക്കെ വന്നിട്ടുണ്ട്. സൂക്ഷിക്കാൻ ഏൽപ്പിച്ച മുട്ട തിരികെ ചോദിച്ചപ്പോൾ അതൊക്കെ ഏതോ പക്ഷികൾ വന്ന് തട്ടിയെടുത്തുകൊണ്ടുപോയന്ന് അരയന്നം പറഞ്ഞു. എന്നാൽ പക്ഷികൾ ചുറ്റുംപാടും നോക്കിയപ്പോൾ മുട്ടത്തോടുകൾ ധാരാളം കിടക്കുന്നതുകണ്ട് പക്ഷികൾക്ക് കാര്യം മനസ്സിലായി. അരയന്നം തങ്ങളെ ചതിച്ചിരിക്കുന്നു. പക്ഷി വേഗത്തിൽ പറന്നുപോയി മറ്റ് പക്ഷികളെ മുഴുവൻ വിളിച്ചുകൊണ്ടുവന്നു. അരയന്നത്തെ കൊത്തിക്കൊത്തി വകവരുത്തി. വിശ്വാസവഞ്ചകർക്ക് കഠിനശിക്ഷതന്നെ നൽകണം. അരയന്നത്തിനത് കിട്ടി.'' മുങ്ങാംങ്കോഴി പറഞ്ഞു.

പക്ഷികൾ കൂട്ടംകൂട്ടമായി സമ്മേളനസ്ഥലത്തേക്ക് വന്നുചേർന്നുകൊണ്ടിരുന്നു. പക്ഷികൾക്കിനിയും ഒരു നേതാവിനെ തെരഞ്ഞെടുക്കാനായിട്ടില്ല. ഓരോ പക്ഷിയും തങ്ങളുടെ കഴിവുകൾ മറ്റ് പക്ഷികളെ ബോധ്യപ്പെടുത്താനുള്ള തിരക്കിലാണ്. ഇതെല്ലാം കേട്ട് പക്ഷികൾ ഒരാളെ നേതാവായി തെരഞ്ഞെടുക്കുമെന്നാണ് പ്രതീക്ഷ. മുമ്പൊരിക്കലും പക്ഷിലോകം അഭിമുഖീകരിച്ചിട്ടില്ലാത്ത ഒരു പ്രതിസന്ധിഘട്ടത്തിലൂടെയാണിപ്പോൾ കടന്നുപോകുന്നത്. അങ്ങനെയുള്ള ഒരു ഘട്ടത്തിൽ പക്ഷികളെ നയിക്കാൻ കഴിവും പ്രാപ്തിയും ബുദ്ധിയും തന്ത്രജ്ഞതയും ഗാഭീര്യവും ഒക്കെ ചേർന്നൊരു പക്ഷിയെ കണ്ടെത്തേണ്ടിയിരിക്കുന്നു. മനുഷ്യർ പക്ഷികളോട് കാണിക്കുന്ന ക്രൂരതയിൽ

എല്ലാ പക്ഷികളും ഒരുപോലെ ആശങ്കാകുലരാണ്. ഇത് മനസ്സി ലാക്കി അരയന്നം പറഞ്ഞു. ''ഈ മനുഷ്യരെന്തിനാണ് പക്ഷികളെ ഇങ്ങനെ വെറുക്കുന്നത്. മനുഷ്യർക്കെന്നും നന്മ മാത്രമേ പക്ഷികൾ ചെയ്തിട്ടുള്ളൂ. വിശ്വമിത്രനും മേനകയുടെയും കാട്ടിൽ ഉപേക്ഷിച്ച കുഞ്ഞിനെ പോറ്റിവളർത്തിയത് പക്ഷികളാണ്.''

യൂറോപ്പിൽ നിന്നുവന്ന ഒരുകൂട്ടം പക്ഷികൾ വിളിച്ചു ചോദിച്ചു. ''ആരാണീ വിശ്വാമിത്രനും മേനകയും.''

''വിശ്വാമിത്രൻ ഒരു മുനിയാണ്. മേനക ദേവസുന്ദരിമാരിൽ ഒരാൾ. ദേവലോകം ഭരിക്കുന്നത് ഇന്ദ്രനാണ്. വിശ്വാമിത്രൻ കാട്ടിൽ ഉഗ്രതപസ്സ് തുടങ്ങി ഇങ്ങനെ തപസ്സ് തുടർന്നാൽ ഇന്ദ്രന് ദേവന്മാ രുടെ രാജാവ് സ്ഥാനം നഷ്ടമാകും. വിശ്വാമിത്രൻ ഇന്ദ്രനെക്കാൾ കേമനായി വരും. അതെങ്ങനെയും തടയണം. അതിന് ദേവലോക സുന്ദരിയായ മേനകയെ ഭൂമിയിലേക്കയച്ചു.

ഏതു പുരുഷന്റെയും വളർച്ചയ്ക്ക് പിന്നിലും ഒരു സ്ത്രീയുണ്ടാകും. ഏതു പുരുഷന്റെ തകർച്ചയ്ക്കു പിന്നിലും ഒരു സ്ത്രീയുണ്ടാകും. പുരുഷൻ സ്ത്രീയെന്ന അത്ഭുതത്തിനു ചുറ്റും കറങ്ങുന്ന ഒരു പാവ മാത്രമാണ്. പുരുഷൻ നേടുന്ന എല്ലാ നേട്ടങ്ങളും അനുഭവിക്കുന്നത് സ്ത്രീയാണ്. സ്ത്രീയുടെ മുമ്പിൽ അടിയറവയ്ക്കാത്തതായി പുരുഷന് ഒന്നുമില്ല. വലിയ സാമ്രാജ്യങ്ങൾപോലും ത്യജിച്ച് രാജ കുമാരന്മാർ കാമിനികൾക്ക് പിന്നാലെ പോകുന്നു. മനുഷ്യന് ദേവ ന്മാരെപ്പോലെ ഉയരാൻ കഴിയും. എന്നാൽ പുരുഷനെ സ്ത്രീ സാധാ രണ മനുഷ്യനായി തന്റെ പഞ്ചബാണങ്ങളിൽ കെട്ടിയിടുന്നു. അടിമയാക്കുന്നു. വിശ്വമിത്രനും അതീവസുന്ദരിയായ മേനകയുടെ മുമ്പിൽ അടിയറവ് പറഞ്ഞു. വിശ്വമിത്രനും മേനകയും കാട്ടിൽ പ്രണയിച്ചു നടന്നു.

മേനക ഗർഭിണിയായി. ഒരു കുഞ്ഞിനെ പ്രസവിച്ചു. സൗന്ദര്യ മുള്ള പെൺകുഞ്ഞ്. മനുഷ്യക്കുഞ്ഞിനെ ദേവലോകത്ത് കൊണ്ടു പോകാനാവില്ല. മേനക കുഞ്ഞിനെ കാട്ടിൽ ഉപേക്ഷിച്ചു ദേവലോക ത്തേക്ക് മടങ്ങി. വിശ്വാമിത്രൻ വീണ്ടും തപസ്സ് ചെയ്യാനായി പോവു കയും ചെയ്തു. ആരോരുമില്ലാത്ത കുഞ്ഞ് കാട്ടിൽ കിടന്ന് കരഞ്ഞു പക്ഷികൾ കുഞ്ഞിന്റെ കരച്ചിൽ കേട്ടു. കുഞ്ഞിനെ പക്ഷികൾ വളർത്തി. ഒരിക്കൽ അതുവഴി വന്ന കണ്വമഹർഷി കുഞ്ഞിനെ കാണാനിടയായി. കണ്വമഹർഷി കുഞ്ഞിനെയെടുത്തു ആശ്രമത്തി ലേക്ക് കൊണ്ടുപോയി സ്വന്തം മകളെപോലെ ലാളിച്ചു വളർത്തി. പക്ഷികൾ വളർത്തിയ കുഞ്ഞിന് ശകുന്തളയെന്ന് പേരിട്ടു. പക്ഷികൾ ആ കുഞ്ഞിനെ സംരക്ഷിച്ചില്ലായിരുന്നുവെങ്കിൽ വല്ല കുറുക്കനും അതിനെ തിന്നുമായിരുന്നു.'' അരയന്നം പറഞ്ഞു.

‘‘കെന്നത്ത് പുണ്യവാളനെ വളർത്തിയത് പക്ഷികളാണ്.’’

യൂറോപ്പിലെ പക്ഷികൾ അക്കഥ പറയാനായി തിടുക്കം കൂട്ടി.

രാജഹംസം വിളിച്ചു പറഞ്ഞു, ‘‘ഞാൻ പറയാം അക്കഥ.’’

എന്നാൽ കടൽക്കാക്കകൾ അതു സമ്മതിച്ചില്ല. ‘‘ഞങ്ങൾ വളർത്തിയ പുണ്യപുരുഷനാണ് കെന്നത്ത്. അക്കഥ ഞങ്ങൾതന്നെ പറയും.’’

രാജഹംസം അതു സമ്മതിച്ചു.

‘‘കടൽക്കാക്കകളാണ് ഒരു തോണിയിൽ മടക്കിവെച്ച തുണി വിരിപ്പിൽ ഒരു കുഞ്ഞിനെ കണ്ടത്. ആരോ ഉപേക്ഷിച്ച കുഞ്ഞാണത്. ഞങ്ങളുടെ പൂർവ്വികരായ കടൽക്കാക്കകൾക്ക് കുഞ്ഞിനോട് ദയ തോന്നി. അവറ്റകൾ താണു പറന്നുവന്നു വിരിപ്പിന്റെ ചുറ്റും കൊത്തിപ്പിടിച്ച് സമീപമുള്ള ഒരു പാറയിടുക്കിൽ കൊണ്ടുചെന്നു സുരക്ഷിതമായി വച്ചു. പക്ഷിത്തൂവലുകൾകൊണ്ട് കുഞ്ഞിന് മെത്തയൊരുക്കിക്കൊടുത്തു. കുഞ്ഞിനു കുടിക്കാൻ കുറ്റികാട്ടിൽ കഴിഞ്ഞിരുന്ന മാൻപേടയെ വിളിച്ചുകൊണ്ടുവന്നു പാൽകൊടുത്തു. മാനിന്റെ പാലും കടൽക്കാക്കകളുടെ ലാളനയും ഏറ്റ് കുഞ്ഞ് സന്തോഷത്തോടെ കഴിഞ്ഞു.

ഒരു ദിവസം അതുവഴി വന്ന ഒരാട്ടിടയൻ കുഞ്ഞിനെ കാണാനിടയായി. അയാൾ തുണിവിരിപ്പോടെ കുഞ്ഞിനെയും എടുത്ത് അയാളുടെ ഗ്രാമത്തിലേക്കു പോയി. കടൽക്കാക്കകൾ വന്നുനോക്കുമ്പോൾ കുഞ്ഞിനെ കാണാനില്ല. കടൽക്കാക്കകൾ ഏറെ വിഷമിച്ചു. കടൽക്കാക്കകൾ പാലമ്മയായ പേടമാനിനോടു തിരക്കി. ഒരാട്ടിടയൻ വന്നു കുഞ്ഞിനെ കൊണ്ടുപോയ വിവരം മാൻപേട കടൽക്കാക്കകളോടു വേദനയോടെ പറഞ്ഞു. കടൽക്കാക്കകൾ ഏറെ പരിശ്രമത്തിനൊടുവിൽ ആട്ടിടയന്റെ വീടു കണ്ടെത്തി അയാളുടെ കുടിലിനു മുമ്പിൽ കുഞ്ഞിനെ വിരിപ്പിൽ കിടത്തിയിരിക്കുന്നു. ആരും അടുത്തില്ലാത്ത തക്കം നോക്കി കടൽക്കാക്കകൾ വിരിപ്പിൽ നാലു വശത്തുനിന്നും കൊത്തിയെടുത്തു കുഞ്ഞുമായി ആരും കാണാത്ത മറ്റൊരു മലയിടുക്കിലെത്തിച്ചു. അവിടെ മാനിനെ രഹസ്യമായി വിളിച്ചുവരുത്തി പാലുകൊടുത്തു. കുഞ്ഞിനെ വളർത്തി. ഈ കുഞ്ഞാണ് വിശുദ്ധനായ കെന്നത്ത് ആയിമാറിയത്.’’ കടൽക്കാക്കകൾ പറഞ്ഞു.

‘‘ഇങ്ങനെയെന്തെല്ലാം സഹായങ്ങൾ പക്ഷികൾ മനുഷ്യർക്ക് ചെയ്തിരിക്കുന്നു. മനുഷ്യരോ? പക്ഷികുലത്തെ ഒന്നാകെ മുടിക്കുകയാണ്.’’ കടൽക്കാക്കകൾ രോഷത്തോടെ പറഞ്ഞു.

മറ്റ് പക്ഷികൾ അതേറ്റുപിടിച്ചു.

മൂങ്ങ

ഇതെല്ലാം കേട്ടുകൊണ്ടിരുന്ന മൂങ്ങകൾ തങ്ങൾക്കും ചിലതു പറയാനുണ്ടെന്ന് വിളിച്ചു പറഞ്ഞു. ''ലോകപ്രശസ്തനായ ചെങ്കിസ് ഖാനെന്ന രാജകുമാരനെ ശത്രുക്കളിൽ നിന്ന് രക്ഷിച്ചത് ഞങ്ങളാണ്. ഞങ്ങളത് അന്ന് ചെയ്തില്ലായിരുന്നുവെങ്കിൽ ചെങ്കിസ്ഖാനെന്ന വീരശൂരപരാക്രമിയായ രാജാവോ ഒരു വലിയ സാമ്രാജ്യമോ ഉണ്ടാകുമായിരുന്നില്ല. ചെങ്കിസ്ഖാൻ നന്ദിയുള്ളവനായിരുന്നു. ടാർട്ടാർ ദേശക്കാർ തങ്ങൾക്ക് എല്ലാ ആദരവും തന്നു. സാമ്രാജ്യസ്ഥാപകന്റെ ജീവൻ രക്ഷിച്ചതിനുള്ള പാരിതോഷികമായി ഒരു വിശുദ്ധപക്ഷിയായാണ് അവർ തങ്ങളെ കണ്ടത്. മൂങ്ങളോടുള്ള ആദരസൂചകമായി ഞങ്ങളുടെ തൂവലുകൾ അവർ തലപ്പാവിൽ തിരുകി നടക്കുന്നു. മംഗളോയിഡ് വംശക്കാരായ മനുഷ്യർ അങ്ങനെയാണ് ശത്രുക്കളെയും മിത്രങ്ങളെയും അവർക്ക് നന്നായി തിരിച്ചറിയാനാവും.''

ഇതുകേട്ട് ഒരു ബലിക്കാക്ക വിളിച്ചു ചോദിച്ചു. ''മൂങ്ങകൾ എങ്ങനെയാണ് ചെങ്കിസ്ഖാനെ സഹായിച്ചതെന്ന് പറഞ്ഞില്ലല്ലോ. അതു പറഞ്ഞാലല്ലേ നിങ്ങൾ എന്താണ് ചെയ്തതെന്ന് മറ്റ് പക്ഷികൾക്ക് മനസ്സിലാവുകയുള്ളൂ.''

''ഹു... ഹ്... ഹു... ഹ്...'' മൂങ്ങമൂളി. ''മംഗോളിയയിലെ 'തേമുജിൻ' എന്ന രാജകുമാരനെ ശത്രുക്കൾ പിന്തുടർന്ന് ആക്രമിക്കുകയായിരുന്നു. തന്റെ കറുത്ത പടയ്ക്കുതിരയെ അതിവേഗം 'തേമുജിൻ' പായിച്ചുകൊണ്ടിരുന്നു. കാട്ടുപാതയിലൂടെ കുതിരപായുന്നതിനിടയിൽ അത് ഒരു കുഴിയിലേക്ക് കാൽ വഴുതി വീണു. 'തേമുജിൻ' കുതിരപ്പുറത്ത് നിന്ന് താഴേക്ക് വീണു. ഭാഗ്യത്തിന് അദ്ദേഹം സമീപത്തുണ്ടായിരുന്ന ഒരു മരച്ചില്ലയിൽ പിടിച്ചു തൂങ്ങി രക്ഷപ്പെട്ടു. എന്നാൽ കുതിര അഗാധമായ കുഴിയിലേക്ക് ഉരുണ്ടുപോയി. 'തേമുജിൻ' തന്റെ സന്തതസഹചാരിയായിരുന്ന കുതിരയുടെ അപ്രതീക്ഷിതമായ അപകടമരണത്തിൽ സ്തംഭിച്ചു നിന്നു.

എന്നാൽ ശത്രുക്കൾ കുതിരപ്പുറത്ത് അയാളെ തേടി വരുന്നതിന്റെ അലയൊലി ദൂരെ കേൾക്കാമായിരുന്നു. തേമുജിൻ മരങ്ങളും വള്ളിപടർപ്പുകളും തിങ്ങി വളർന്നു നിന്നിരുന്ന ഒരു കാട്ടുപ്രദേശത്ത് വേഗം ചെന്ന് ഒളിച്ചു. ശത്രുക്കൾ മുന്നിൽ പോയ കുതിരയേയും തേമുജിനെയും കാണാതെ അവിടെ തമ്പടിച്ചു. 'തേമുജിൻ' പച്ചിലപ്പടർപ്പുകൾക്കിടയിൽ പതുങ്ങിയിരിക്കുന്നത് അവിടെ ഒരു മരക്കൊമ്പിൽ ഇരിക്കുകയായിരുന്ന മൂങ്ങകൾ കാണുന്നുണ്ടായിരുന്നു. മൂങ്ങകളെക്കുറിച്ചു ധാരാളം അന്ധവിശ്വാസങ്ങളുള്ളവരാണ് മനുഷ്യരെന്ന് ഞങ്ങൾക്കറിയാം. ഇതിലൊന്ന് മൂങ്ങ കരയുന്നിടത്ത് മനുഷ്യരുണ്ടാവില്ലെന്നതാണ്. തേമുജിനെ രക്ഷിക്കാനായി മൂങ്ങകൾ കരയാൻ തുടങ്ങി. ഹു... ഹുക്... ഹു... തേമുജിനെ അവിടെ തിരയുകയായിരുന്ന ശത്രുക്കളുടെ നേതാവ് അതുകേട്ടുകൊണ്ടുപറഞ്ഞു.

''ഇവിടെ തെരഞ്ഞിട്ട് ഒരു കാര്യവുമില്ല. മൂങ്ങ മൂളുന്നതു കേട്ടില്ലേ. മൂങ്ങകൾ ചേക്കേറുന്നിടത്ത് മനുഷ്യരുണ്ടാവില്ല.''

ശത്രുസൈന്യം തേമുജിനെ തേടി മുന്നോട്ടു കുതിച്ചു. ശത്രുസൈന്യം പോയിക്കഴിഞ്ഞപ്പോൾ തേമുജിൻ നന്ദിപൂർവ്വം തന്റെ ജീവൻ രക്ഷിച്ച മൂങ്ങകൾക്ക് നേർക്കൊന്നു നോക്കി. ഒരു രാജാവിന് മാത്രം നോക്കാൻ കഴിയുന്ന നോട്ടം. ആ നോട്ടത്തിൽ എല്ലാമടങ്ങിയിരുന്നു. ഒരു മഹാസാമ്രാജ്യം കെട്ടിപ്പടുത്ത തേമുജിൻ ചെങ്കീസ് ഖാനെന്ന പേരിൽ വിശ്വപ്രസിദ്ധനായി അപ്പോഴും തന്റെ ജീവൻ രക്ഷിച്ച മൂങ്ങകളെ അദ്ദേഹം മറന്നില്ല.'' മൂങ്ങ പറഞ്ഞു നിർത്തി.

പെട്ടെന്ന് ഒരുകൂട്ടം പ്രാവുകൾ മുന്നോട്ടുവന്നു പറഞ്ഞു. ''ഞങ്ങൾക്കും ചിലത് പറയാനുണ്ട്. മൂങ്ങകൾ ചെങ്കിസ്ഖാന്റെ ജീവൻ രക്ഷിച്ചതുപോലെ ഞങ്ങളും ജപ്പാനിലെ രാജാവിന്റെ ജീവൻ രക്ഷിച്ചിട്ടുണ്ട്.''

''എങ്കിൽ അക്കഥ കേൾക്കട്ടെ.'' കാക്കകൾ വിളിച്ചു പറഞ്ഞു.

''ജപ്പാനിലെ വീരയോദ്ധാവായ യോറിമോട്ടോവിനെ രക്ഷിച്ചതു ഞങ്ങളാണ്. ഞങ്ങളാക്കഥ പറയാം.''

''ഞാൻ പറഞ്ഞുകഴിഞ്ഞില്ല.'' മൂങ്ങയതു കേട്ടു പറഞ്ഞു.

''ഒരു ചെങ്കിസ് ഖാനെ മാത്രമല്ല ഞങ്ങൾ രക്ഷിച്ചത്. ഇംഗ്ലണ്ടിലെ ചാൾസ് രണ്ടാമനെ രക്ഷിച്ചതും മൂങ്ങകളാണ്.''

''എങ്കിൽ മൂങ്ങ കഥപറഞ്ഞു കഴിഞ്ഞിട്ട് പ്രാവുകൾ പറഞ്ഞാൽ മതി.'' കഴുകൻ തന്റെ ഒച്ച പരമാവധി ഉയർത്തി പറഞ്ഞു.

പിന്നെ തല ചുരുക്കി ചെവി വട്ടം പിടിച്ചു. മൂങ്ങകൾ പറഞ്ഞു തുടങ്ങി.

''ചാൾസ് രണ്ടാമനെ ശത്രുക്കൾ പിൻതുടരുകയായിരുന്നു. രക്ഷപ്പെടാൻ ഒരു വഴിയും കാണാതെ ചാൾസ് രണ്ടാമൻ ആകെ വിയർത്തു.

തന്റെ മരണം അടുത്തെത്തിയെന്ന് രാജകുമാരൻ ഉറപ്പിച്ചു. കുതിരയെ പായിച്ച് ഇങ്ങനെ പോകുമ്പോൾ ഒരു വലിയ ഓക്ക് മരത്തിൽ ഒരു വലിയ പോടു കണ്ടു. ഒരു മനുഷ്യന് ഇറങ്ങി ഇരിക്കാൻ കഴിയുന്നത്ര ആഴമുള്ള പോടായിരുന്നു അത്. മറ്റൊരു മാർഗ്ഗവും മുന്നിൽ ഇല്ലാതിരുന്ന ചാൾസ് രാജകുമാരൻ ഓക്ക് മരത്തിന്റെ പോട്ടിൽ കയറി ഒളിച്ചു. ശത്രുക്കൾ ആ പ്രദേശം വളയുന്നത് മൂങ്ങകൾ കണ്ടു. രാജകുമാരനെ ശത്രുക്കളിൽ നിന്ന് എങ്ങനെയും രക്ഷിക്കണമെന്ന് മൂങ്ങകൾ തീരുമാനിച്ചു. മൂങ്ങകൾ ആ മരത്തിന്റെ വലിയ പോട്ടിന്റെ മുകളിലിരുന്ന് ഹൂ... ഹൂ.... ക്... ഹൂ.... എന്ന് ശബ്ദിക്കാൻ തുടങ്ങി. ചാൾസ് രാജകുമാരന്റെ നെഞ്ചിടിപ്പ് മൂങ്ങകൾക്ക് കേൾക്കാമായിരുന്നു.

ശത്രുക്കൾ അവിടെയൊക്കെ അരിച്ചുപെറുക്കിയിട്ടും രാജകുമാരനെ കണ്ടെത്താൻ കഴിഞ്ഞില്ല. മരപ്പോട്ടിലിരുന്ന് മൂങ്ങ കരഞ്ഞു കൊണ്ടിരുന്നതിനാൽ അതിനുള്ളിൽ ഒരു മനുഷ്യൻ ഒളിച്ചിരിക്കുകയെന്നത് അസാധ്യമെന്നവർ ധരിച്ചു. അതുകൊണ്ട് മരപ്പോടിൽ അവർ തിരയാതെ മടങ്ങിപ്പോവുകയും ചെയ്തു. മൂങ്ങകൾ അങ്ങനെ ചെയ്തില്ലായിരുന്നുവെങ്കിൽ ചാൾസ് രണ്ടാമന്റെ ഗതി എന്താകുമായിരുന്നു?'' മൂങ്ങകൾ ചോദിച്ചു.

പക്ഷികൾ ചോദ്യം കേട്ട് മിണ്ടാതെയിരുന്നു.

''ചാൾസ് രണ്ടാമനെ ശത്രുക്കൾ കൊല്ലുമായിരുന്നു.'' മൂങ്ങ തന്നെ തന്റെ ചോദ്യത്തിന് ഉറക്കെ ഉത്തരം പറഞ്ഞു.

മൂങ്ങയുടെ കഥ കേട്ടിരുന്ന പൊൻമാനുകൾ തെളിവെള്ളത്തിൽ നോക്കി മുഖം മിനുക്കാൻ തുടങ്ങി. കൂർത്തു മൂർത്ത പവിഴമുഖം നോക്കിക്കൊണ്ടിരിക്കുമ്പോൾ പൊന്മാനിന് ഒരു ചിന്ത ഉദിച്ചു.

''തങ്ങളുടെ മുഖം കൂർത്തുമൂർത്തതാണ്. എന്നാൽ മൂങ്ങകളുടെ മുഖം പരന്നാണിരിക്കുന്നത്. എന്തുകൊണ്ടാണിങ്ങനെ?'' പൊന്മാൻ മറ്റു പൊന്മാനുകളോടു ചോദിച്ചു.

''മൂങ്ങകളുടെ മുഖം പരന്നിരിക്കാൻ കാരണമെന്താണ്?'' പൊന്മാനുകൾ കൂടിയാലോചിച്ചു. അവയ്ക്കൊരു എത്തുംപിടിയും കിട്ടിയില്ല. മൂങ്ങയുടെ മുഖം പരന്നിരിക്കാനുള്ള കാരണമെന്തെന്ന് ഇതുവരെ ഒരു പൊന്മാനും ആലോചിച്ചിട്ടേയില്ലായിരുന്നു. ചോദ്യം ചോദിച്ച പൊന്മാനോട് മറ്റ് പൊന്മാനുകൾ പറഞ്ഞു

''ഞങ്ങൾക്കറിയില്ല. മൂങ്ങയല്ലേ ദേ, അവിടെയിരിക്കുന്നത്. അതിനോടുതന്നെ നേരിട്ടു ചോദിച്ചുകൂടെ?''

അതാണ് ശരിയെന്ന് പൊന്മാനിന് തോന്നി. പൊന്മാൻ ഒന്നുറക്കെ കരഞ്ഞ് മൂങ്ങയുടെ ശ്രദ്ധയാകർഷിച്ചു. എന്നിട്ട് ഉറക്കെ ചോദിച്ചു.

''മൂങ്ങാ... മൂങ്ങാ... മൂങ്ങയുടെ മുഖം പരന്നിരിക്കാൻ എന്താണ് കാരണം? ഇവിടെ കൂടിയിരിക്കുന്ന മറ്റെല്ലാപക്ഷികളുടെയും മുഖം കൂർത്തതാണല്ലോ?''

മൂങ്ങയത് കേട്ട് ഒന്നു ദീർഘമായി നിശ്വസിച്ചു. എന്നിട്ട് തപ്പി ത്തടഞ്ഞ് തന്റെ പ്രായമുള്ള കണ്ണുകൾ പരമാവധി ചുരുക്കി ചോദ്യം ചോദിച്ച പക്ഷിക്കു നേരെ നോക്കി. ശബ്ദംകൊണ്ടുതന്നെ ചോദിച്ച പക്ഷിയേതെന്ന് മൂങ്ങയ്ക്ക് തിട്ടമുണ്ടായിരുന്നു. എങ്കിലും അതിനെ യൊന്നു കാണാമല്ലോയെന്നു കരുതിയാണ് നോക്കിയത്. നേരിയ നിഴൽപോലെ പൊന്മാൻ അതിന്റെ കണ്ണിൽപ്പെട്ടു.

''ഞങ്ങളുടെ മുഖമെന്തേ പരന്നിരിക്കുന്നുവെന്ന് ഒരു പക്ഷി എന്നോട് ചോദിക്കുന്നത് ആദ്യമാണ്? മറ്റ് പക്ഷികളൊന്നും ഞങ്ങളെ ശ്രദ്ധിക്കാറില്ല. ആരും ഞങ്ങളോട് വർത്തമാനം പറയാൻ വരാറു മില്ല. പൊന്മാൻ ഞങ്ങളെക്കുറിച്ച് ഓർത്തതിൽ വളരെ നന്ദിയുണ്ട്.'' എന്നിട്ടത് സ്വയം തലകൊണ്ടൊരു വൃത്തം വരച്ചു.

പൊന്മാൻ അത്ഭുതത്തോടെ ആ വിദ്യ നോക്കി നിന്നു. എന്നിട്ട് അതനുകരിക്കാനായി തലയൊന്ന് വട്ടംചുറ്റാൻ ശ്രമിച്ചിട്ട് വേദന യോടെ ഒരു പരുക്കൻ ശബ്ദം പുറപ്പെടുവിച്ചുകൊണ്ട് സ്വയം പറഞ്ഞു

''ക്ർർ. ഇപ്പോ കഴുത്തുളുക്കിയേനേ?''

അതുകേട്ട് ഒരു പുഞ്ചിരിയോടെ മൂങ്ങ പറഞ്ഞു.

''സൃഷ്ടികർത്താവ് ഓരോ പക്ഷിക്കും ഓരോ കഴിവ് നൽകുന്നു. ഞങ്ങൾക്ക് പൊന്മാനുകളെപ്പോലെ അന്തരീക്ഷത്തിൽ കാറ്റു ചവിട്ടി നിന്ന് വെള്ളത്തിലേക്ക് കൂപ്പുകുത്താനാവില്ല. നിങ്ങൾക്ക് ഞങ്ങളെ പ്പോലെ തലചുഴറ്റാനും. പ്രകൃതിയുടെ സൃഷ്ടി രഹസ്യങ്ങൾ ആർ ക്കറിയാം. പ്രകൃതി നിയമങ്ങൾ എല്ലാം അളന്നു തൂക്കി കിറുകൃത്യ മായുള്ളതാണ്. പ്രകൃതിയുടെ നീതിയാണ് ഏറ്റവും നീതിയായുള്ളത്.''

''മൂങ്ങേ... മൂങ്ങേ... മുഖമെങ്ങനെ പരന്നുവെന്നിനിയും പറഞ്ഞില്ല.''

''ങ്ങും...ങ്ങും...ഹും...'' മൂങ്ങ ആലോചനയിലാണ്ടുകൊണ്ടു പറഞ്ഞു. ''ഞങ്ങൾ ഭാഗ്യദോഷികളാണ്. അല്ലെങ്കിൽ കൊട്ടാരത്തിൽ സുഖിച്ചു പാർക്കേണ്ടവരായിരുന്നു. ആ മന്ത്രവാദിയായ വൈദ്യൻ ഞങ്ങളോട് ദയ കാട്ടിയില്ല. അയാളാണ് ഞങ്ങളെ മൂങ്ങകളാക്കി മാറ്റിയത്?''

''ഏതു മന്ത്രവാദി?'' ആകാംക്ഷയോടെ പൊന്മാൻ ചോദിച്ചു.

''ആ കഥ ഞാൻ പറഞ്ഞു തരാം. ഒരു രാജാവിനും രാജ്ഞിക്കും സുന്ദരിയായൊരു മകളുണ്ടായിരുന്നു. സർവ്വവിധ ആഡംബരങ്ങ ളോടുമായിരുന്നു രാജകുമാരിയെ കൊട്ടാരത്തിൽ വളർത്തിയത്.

ഏതാവശ്യത്തിനും തോഴിമാർ കൂട്ടിനുണ്ടായിരുന്നു. സമ്പന്നമായ കൊട്ടാരത്തിൽ ഇല്ലാത്തതായി യാതൊന്നും തന്നെയില്ലായിരുന്നു. എന്നാൽ എന്തുകൊണ്ടോ രാജകുമാരിക്ക് ഈ ആഡംബരത്തിലൊന്നും ലവലേശം താൽപര്യമുണ്ടായിരുന്നില്ല. രാജകുമാരിയുടെ മനസ്സ് എപ്പോഴും വിഷാദംകൊണ്ട് നിറഞ്ഞു നിന്നു. ആകാശത്ത് പെയ്യാൻ വിതുമ്പിനിൽക്കുന്ന കാൽമേഘങ്ങളെപ്പോലെയായിരുന്നു. രാജകുമാരിയുടെ അവസ്ഥ. ചിലപ്പോഴങ്ങനെയാണ്. പ്രത്യേക കാരണങ്ങളില്ലാതെതന്നെ മനസ്സ് വിഷാദംകൊണ്ടും നിറയും. മനസ്സിന്റെ കുഴപ്പംകൊണ്ടാണിതൊക്കെ സംഭവിക്കുന്നത്. മനസ്സ് എന്നത് വായുവിനെപ്പോലെയാണ്. കാണാൻ കഴിയില്ലെങ്കിലും അനുഭവിക്കാനാവുമല്ലോ. ശരീരത്തിനു രോഗം വരുന്നതുപോലെ മനസ്സിനു രോഗം വരും. ആരോഗ്യമുള്ള ശരീരത്തിൽ ആരോഗ്യമുള്ള മനസ്സ് ഉണ്ടാകണമെന്നില്ല. ആരോഗ്യമുള്ള മനസ്സിന് ആരോഗ്യമുള്ള ശരീരം ഉണ്ടാവണമെന്നുമില്ല. ദുർബലരിൽ ആരോഗ്യമുള്ള മനസ്സുണ്ടാകും.

രാജകുമാരിയുടെ ദുഃഖം ഏറി വന്നു. അതോടെ രാജകുമാരി മെലിഞ്ഞു. മുഖസൗന്ദര്യം കെട്ടു. കറുത്തു. ആഹ്ലാദമാണ് മനസ്സിനെ പ്രകാശിപ്പിക്കുന്നത്. മനസ്സ് പ്രകാശിക്കുമ്പോൾ മുഖം കൂടുതൽ സുന്ദരമുള്ളതായി തീരും. മുഖം പ്രകാശമാനമാകും. അതുകൊണ്ടാണ് പറയുന്നത് മുഖം മനസ്സിന്റെ കണ്ണാടിയാണെന്ന്. മനസ്സിൽ ദുഃഖം തളംകെട്ടി കിടന്നാൽ മുഖത്തത് പ്രതിഫലിപ്പിക്കും. മുഖം കറുത്തിരുളും സൗന്ദര്യം കെട്ട് ശരീരം എല്ലുംതോലുമാകും. രാജകുമാരിയുടെ ഈ വിഷമസ്ഥിതി കണ്ട് രാജാവും രാജ്ഞിയും ഏറെ ദുഃഖിച്ചു. കന്യകയായ കുമാരിയെ അനുയോജ്യനായ ഒരു രാജകുമാരന് വിവാഹം കഴിച്ചു കൊടുക്കേണ്ട കാലമായിരിക്കുകയാണ്. എന്നാൽ ഇന്നത്തെ സ്ഥിതിയിൽ രാജകുമാരിയെ ഇഷ്ടപ്പെടാൻ ഒരു രാജകുമാരനും മുന്നോട്ടു വരാൻ പോകുന്നില്ല. രാജകുമാരിയുടെ ജീവൻ തന്നെ അപകടത്തിലേക്ക് പോവുകയാണെന്നും രാജാവ് ഭയപ്പെട്ടു. കൊട്ടാരവൈദ്യന്മാർ പഠിച്ച പണി പതിനെട്ടും നോക്കി. വിദൂരദേശത്തു നിന്ന് വിദഗ്ധരായ വൈദ്യന്മാരുടെ സേവനവും പരീക്ഷിച്ചു നോക്കി. എന്നാൽ അതുകൊണ്ടൊന്നും യാതൊരു ഫലവും ഉണ്ടായില്ല.

ഇനിയിപ്പോ രാജകുമാരിയെ സുഖപ്പെടുത്തുന്ന ആരാണെങ്കിലും അയാൾക്ക് രാജകുമാരിയെ വിവാഹം ചെയ്തു കൊടുക്കാമെന്നും രാജ്യത്തിന്റെ പകുതി ദാനമായി നൽകാമെന്നും രാജാവും രാജ്ഞിയും കൂടി തീരുമാനിച്ചു. രാജ്യമൊട്ടാകെ ഇക്കാര്യം രാജാവ് വിളമ്പരം ചെയ്തു. അയൽരാജ്യങ്ങളിലും വിവരം അറിയിച്ചു. പലരും മുന്നോട്ടു വന്നു പരീക്ഷിച്ചു നോക്കിയെങ്കിലും ഫലം കണ്ടില്ല. എന്നെങ്കിലും

ഒരിക്കൽ ഒരാൾ രാജകുമാരിയുടെ രക്ഷകനായി എത്തുമെന്ന് രാജാവും രാജ്ഞിയും പ്രതീക്ഷിച്ചു. അങ്ങനെയിരിക്കെ ഒരു ദിവസം ഒരു ഗ്രാമീണനും വിരൂപനുമായ ഒരു യുവാവ് കൊട്ടാരത്തിലെത്തി. രാജകുമാരിയെ താൻ ചികിത്സിച്ചു ഭേദപ്പെടുത്താമെന്ന് പറഞ്ഞു.

കൊട്ടാരം വൈദ്യന്മാർ അയാളുടെ ബുദ്ധിപരീക്ഷിച്ചു നോക്കി. ആളു മിടുക്കനെന്നു കണ്ടു. അയാൾ രാജകുമാരിയെ ചികിത്സിക്കാനാരംഭിച്ചു. എല്ലാവരെയും അത്ഭുതപ്പെടുത്തികൊണ്ട് രാജകുമാരി വേഗത്തിൽ സുഖം പ്രാപിച്ചു. ശരീരം സുന്ദരമായി. മുഖപ്രസാദം വർദ്ധിച്ചു. മാസങ്ങൾകൊണ്ട് രാജകുമാരി അതീവസുന്ദരിയായൊരു യുവതിയായി മാറി. രാജകുമാരി തോഴിമാരോടൊപ്പം ഉദ്യാനത്തിൽ കളി തമാശകൾ പറഞ്ഞു വിനോദങ്ങളിൽ ഏർപ്പെട്ടു. രാജകാര്യങ്ങൾ ശ്രദ്ധിക്കാൻ തുടങ്ങി. രാജകുമാരിയുടെ മനംമാറ്റത്തിൽ രാജ്യത്തെ പ്രജകളും വളരെ സന്തോഷിച്ചു. രാജാവ് ധാരാളം ദാനധർമ്മങ്ങൾ ചെയ്തു. സന്തോഷിക്കുമ്പോൾ ദാനധർമ്മങ്ങൾ ചെയ്യുന്നത് സന്തോഷം ഇരട്ടിപ്പിക്കും. ദുഃഖിക്കുമ്പോൾ ദാനധർമ്മങ്ങൾ ചെയ്യുമ്പോൾ ദുഃഖത്തിന്റെ തോത് കുറയും.

മകളുടെ രോഗം മാറ്റുന്നയാൾക്ക് പകുതി രാജ്യവും മകളെയും നൽകണമെന്ന വാഗ്ദാനം രാജാവ് മറന്നതായി ഭാവിച്ചു. കുലമഹിമയോ പാരമ്പര്യമോ തറവാടിത്തമോയില്ലാത്ത ഒരു ഗ്രാമീണനായ ഒരു വൈദ്യൻ രാജകുമാരിയെ വിവാഹം ചെയ്തു കൊടുക്കുകയെന്നത് രാജാവിന് സങ്കല്പിക്കാനേ കഴിയുമായിരുന്നില്ല. ബുദ്ധിമുട്ടുള്ളപ്പോൾ നമ്മൾ ചെയ്യുന്ന പല പ്രതിജ്ഞകളും ബുദ്ധിമുട്ട് ഒഴിവായി കഴിയുമ്പോൾ മറക്കും. ആപത്തുകാലത്ത് സഹായിക്കുന്നവരെ ജീവിതത്തിലൊരിക്കലും മറക്കില്ലെന്ന് പറയും. എന്നാൽ സമ്പത്ത് കാലത്ത് അവർ ഒരു ബാധ്യതയായി തോന്നും. പുതുപെണ്ണിനോട് മണവാളൻ പറയുന്ന മുഖസ്തുതിക്കപ്പുറം ഇത്തരം വാഗ്ദാനങ്ങൾക്കും ആയുസ്സില്ല. രാജകുമാരിയുടെ രോഗം മാറ്റിയ യുവാവ് രാജാവിന്റെ തിരുമുമ്പിലെത്തി വാഗ്ദാനം ചെയ്തതുപോലെ തനിക്ക് രാജകുമാരിയെ വിവാഹം കഴിച്ചു നൽകണമെന്നും രാജ്യത്തിന്റെ പകുതി തരണമെന്നും ആവശ്യപ്പെട്ടു.

രാജകുമാരിക്കുപകരം ധാരാളം വസ്തുവകകളും സ്വത്തും ദാനമായി നൽകാമെന്ന് രാജാവ് യുവാവിനോടു പറഞ്ഞു. എന്നാൽ അയാൾ അതിനു തയ്യാറായില്ല. രാജകുമാരിയെ തനിക്ക് വിവാഹം ചെയ്തു തരണമെന്നും യുവാവ് വാശിപിടിച്ചു. അതൊരിക്കലും നടപ്പുള്ള കാര്യമല്ലെന്ന് രാജാവ് ഉറപ്പിച്ചു പറഞ്ഞു. തുല്യതയുള്ളവർ തമ്മിലേ വിവാഹബന്ധത്തിൽ ഏർപ്പെടാൻ പാടുള്ളൂ. രാജകുമാരിക്ക് രാജകുമാരനാണ് ചേരുക. വിരൂപനായ ഒരു നാട്ടു

വൈദ്യനല്ല. ഇതോടെ കോപിഷ്ഠനായ യുവാവ് തന്റെ മന്ത്രസിദ്ധിയാൽ രാജകുമാരിയെ ഒരു പക്ഷിയാക്കി മാറ്റി. പക്ഷിയായി മാറിയ രാജകുമാരി ഭയന്ന് കൊട്ടാരത്തിൽ പറന്നുനടന്ന് കൽക്കെട്ടുകളിൽ മുഖമിടിച്ചു വീണു. അങ്ങനെ കൂർത്ത മുഖമുണ്ടായിരുന്ന ആ പക്ഷിയുടെ മുഖം പരന്നതായി മാറി. ആ രാജകുമാരിയുടെ പിൻമുറക്കാരാണ് മൂങ്ങകൾ.'' മരകൊമ്പിലിരുന്നു മൂങ്ങ കഥ പറഞ്ഞു നിർത്തി. പിന്നെ എങ്ങലോടെ ഹും...ഹും...ഹും എന്ന് മൂളാൻ തുടങ്ങി.

''കഷ്ടം...'' മീൻകൊത്തികൾ തമ്മിൽ തമ്മിൽ പറഞ്ഞു.

''ആ പത്തായപ്പക്ഷിയെ കണ്ടിട്ടില്ലേ? പത്തായപ്പക്ഷിയോ? വെള്ളി മൂങ്ങതന്നെ'' ഒരു മീൻ കൊത്തി പറഞ്ഞു. ''ഒരു മനുഷ്യസ്ത്രീയുടെ മുഖംപോലെ തന്നെയുണ്ടതിന്റെ മുഖം.''

''ഈ മൂങ്ങ പറയുന്ന കഥ അത്ര കണ്ട് വിശ്വസിക്കാമോ?'' പുള്ളി പൊൻമാൻ ചോദിച്ചു.

''എല്ലാ വംശങ്ങളും അവരവരുടെ പൂർവ്വമഹത്വം ഉത്ഘോഷിക്കാനാണ് ശ്രമിക്കുക. രാജപാരമ്പര്യവുമായും വൈദികപാരമ്പര്യവുമായും തങ്ങളുടെ വംശചരിത്രത്തെ കൂട്ടിക്കെട്ടും. മഹാന്മാരുടെ പിൻതലമുറക്കാരെന്ന് പ്രചരിപ്പിക്കും. മഹത്തായ വംശമാണ് തങ്ങളുടേതെന്ന് സ്ഥാപിക്കാൻ എന്തു നുണക്കഥകളും എഴുതിയുണ്ടാക്കും. കഥയെ സത്യമാക്കാൻ കൃത്രിമരേഖകൾ ഉണ്ടാകും. സത്യവുമായി പുലബന്ധംപോലുമില്ലാത്ത കാര്യങ്ങൾ ചരിത്രമായി തങ്ങളുടെ തലമുറയെ പഠിപ്പിക്കും. അങ്ങനെ മിഥ്യാഭിമാനത്തിന്റെ രാവണൻ കോട്ടയിലാണ് ഓരോ വംശങ്ങളും ജീവിക്കുന്നത്. സുന്ദരിയായ രാജകുമാരിയാണ് മൂങ്ങയായി മാറിയതെന്നതും കഥയാകും. അങ്ങനെ കണ്ടാൽ മതി. ഈ മൂങ്ങകളെക്കുറിച്ചു ഞാൻ കേട്ട കഥ വേറൊന്നാണ്.''

''അതെന്താണ്?'' പുള്ളി പൊന്മാൻ കാക്കപൊന്മാനോടു ചോദിച്ചു.

കാക്ക പൊന്മാന്റെ കഥ കേൾക്കാൻ പൊടിപൊന്മാനും മാറത്തു വെള്ള ഉടുപ്പിട്ട പൊന്മാനും പിന്നെ അവരുടെ ബന്ധുക്കളായ പല ജാതി പൊന്മാനുകളും ഒത്തുകൂടി.

''അതാണ് പറയുന്നത് ജാത്യാലുള്ളത് തൂത്താൽ പോകില്ലെന്ന്. ഒരേ ജാതിസ്വാഭവമുള്ളവരും വർഗ്ഗസ്വഭാവമുള്ളവരും ഒരുമിച്ചു ചേരുകയെന്നത് സാധാരണമാണ്. രക്തത്തിന്റെ ഒഴുക്ക് അങ്ങനെയാണ്. താൽപര്യങ്ങൾ കൂട്ടായ്മയുണ്ടാക്കും. താൽപര്യം അവസാനിക്കുന്നതോടെ കൂട്ടായ്മയും തകരും.''

കാക്കപൊന്മാൻ തന്റെ പവിഴക്കൊക്ക് അടുത്തുള്ള ഒരു മരക്കുറ്റിയിൽ ഉരസി മിനുസപ്പെടുത്തിക്കൊണ്ടു പറഞ്ഞു.

‘‘രണ്ടായിരം വർഷം മുമ്പ് നടന്നൊരു കഥയാണത്. യേശുദേവൻ കാലത്തെ കഥ. യഹൂദമാരുടെ അസാന്മാർഗ്ഗിക ജീവിതത്തെ ശരിപ്പെടുത്താനായി യേശുദേവൻ നാട്ടിൽ അലഞ്ഞു നടക്കുന്ന കാലം. ചുങ്കക്കാരും കള്ളന്മാരും അസാന്മാർഗ്ഗികളും യേശുവിനെ ഭയപ്പെട്ടു. മനുഷ്യരോടു നന്മ ഉപദേശിച്ചു നാടായ നാട്ടിലൊക്കെ അലഞ്ഞു വന്ന യേശു ഒരു റൊട്ടിക്കടയിൽ കയറി. യേശുവിന് നന്നായി വിശക്കുന്നുണ്ടായിരുന്നു. തന്റെ ജീവിതം ജനസേവനത്തിനായി സമർപ്പിച്ച യേശു സ്വന്തമായി പണം ഉണ്ടാക്കാൻ മിനക്കെട്ടിരുന്നില്ല. മറ്റുള്ളവരുടെ വേദനയ്ക്ക് പരിഹാരം കാണാനാണ് ആ മനസ്സ് വെമ്പിയത്. ഇങ്ങനെ സർവ്വതും സഹജീവികളുടെ ക്ഷേമത്തിനായി സമർപ്പിക്കുന്നവരുടെ ക്ഷേമത്തെക്കുറിച്ച് ജനം ഓർക്കാറുണ്ടോ?

സ്വന്തം കാര്യം നേടിയാൽ പിന്നെ മറ്റുള്ളവരുടെ കാര്യം അന്വേഷിക്കുന്നവർ വളരെ വിരളമാണ്. യേശുദേവന് നന്നായി വിശക്കുന്നുണ്ടായിരുന്നു. കൈയിലാണെങ്കിൽ കാശൊന്നുമുണ്ടായിരുന്നില്ല. യേശുദേവൻ റൊട്ടിക്കടയിലേക്ക് കയറി ഒരു റൊട്ടി ആവശ്യപ്പെട്ടു. റൊട്ടിക്കാരന്റെ മകൾ റൊട്ടിചുട്ടെടുക്കുന്നുണ്ടായിരുന്നു. യേശുവിൽനിന്ന് കാശൊന്നും കിട്ടില്ലെന്നറിയാമായിരുന്ന അവർ ആ വലിയ റൊട്ടി യേശുവിന് നൽകാൻ തയ്യാറായില്ല.

യേശുവിന് ചെറിയൊരു റൊട്ടി ചുട്ടുകൊടുക്കാൻ തീരുമാനിച്ചു. കുറച്ച് മാവ് യേശുവിന് വേണ്ടി കുഴച്ച് റൊട്ടിക്കായി തീയിൽ വച്ചു. അത്ഭുതം! അതൊരു വലിയ റൊട്ടിയായി മാറി. അത് കൊടുക്കാനും അവൾക്ക് മനസ്സ് വന്നില്ല. അതിലും വളരെ കുറച്ച് മാവ് എടുത്ത് വീണ്ടും റൊട്ടി ചുട്ടു. അപ്പോഴും അത്ഭുതം. വലിയൊരു റൊട്ടിയായത് മാറി. ആ റൊട്ടിയും അവർ മാറ്റിവച്ചു. വീണ്ടും അൽപം മാവ് എടുത്ത് റൊട്ടി ചുട്ടതും വലിയ റൊട്ടിയായി. ഇതെന്ത് അത്ഭുതമെന്ന് കണ്ട് ആ റൊട്ടിയും മാറ്റി വച്ചു. പെട്ടന്നവിടെ ഈശ്വരൻ പ്രത്യക്ഷപ്പെട്ട് അവളോടു പറഞ്ഞു.

‘‘ദാനധർമ്മമാണ് ഏറ്റവും വലിയ നന്മ. അത് ചെയ്യാത്ത നീയൊരു പക്ഷിയായി മാറട്ടെ.’’

ഉടൻ ആ യുവതി ഒരു മൂങ്ങയായി മാറി. ഉടനെ കരഞ്ഞുവിളിച്ചു കൊണ്ട് മൂങ്ങ റൊട്ടിക്കടയിൽനിന്ന് പറന്നകന്നു. അങ്ങനെയാണ് ലോകത്ത് മൂങ്ങയുണ്ടായത്.’’ കാക്കപൊന്മാൻ പറഞ്ഞു.

മറ്റ് പൊന്മാനുകൾ അത്ഭുതത്തോടെ കണ്ണുമിഴിച്ചു. പിന്നെ ചിറക് കുടഞ്ഞു. ആകാശത്തേക്ക് പറന്ന് ഒന്ന് വട്ടം ചുറ്റി പഴയ സ്ഥാനത്ത് വന്നിരുന്നു.

എല്ലാ പക്ഷികളും ആരാണിനി മുന്നോട്ട് വരുന്നതെന്ന് നോക്കിയിരുന്നു. കുറ്റിക്കാട്ടിൽനിന്ന് കാവിച്ചിറകുകളും കറുത്ത ശരീരവും ചുവന്ന കണ്ണുകളുമുള്ള ഒരു പക്ഷി ചിറക് വീശി പാറപ്പുറത്ത് വന്നിരുന്നു. സമ്മേളനത്തിന്റെ വേദിയായാണ് ആ പാറപ്പുറം പരിഗണിക്കപ്പെടുന്നത്.

എന്നിട്ടതു ഉക്കാൻ തുടങ്ങി. ''ഗും...ഗും...ഗും...''

തുടികൊട്ടുംപോലെ കുറച്ചുനേരം ഉപ്പന്റെ ശബ്ദം അന്തരീക്ഷത്തിൽ പ്രകമ്പനംകൊണ്ടു. ഉപ്പൻ പറഞ്ഞു. ''കുയിൽവർഗ്ഗക്കാരായ പക്ഷികളാണ് ഞങ്ങൾ. സംഗീതം ഞങ്ങളുടെ കുലത്തൊഴിലാണ്. പ്രകൃതിയാകെ സംഗീതത്തിലാണ് നിലകൊള്ളുന്നത്. പ്രപഞ്ചനാദം സംഗീതമാണ്. സംഗീതത്തിന്റെ പരകോടിയാണ് മഹാമൗനം. ഈ മഹാപ്രപഞ്ചം മഹാമൗനത്തിലാണ്. മഹാമൗനത്തിനുള്ളിലാണ് സംഗീതം അലതല്ലുന്നത്. ജ്ഞാനം ആനന്ദം ഉല്പാദിപ്പിക്കുംപോലെയാണത്. മഹത്തായ സംഗീതം മൗനത്തെ സൃഷ്ടിക്കുന്നത്. ഇവിടെ മൗനമായിരിക്കണമെന്നാണ് ഞങ്ങൾ ആഗ്രഹിച്ചത്. മൗനം വിദ്വാന് ഭൂഷണം എന്നാണ് പറയുന്നത്. എന്നാൽ വാ തുറന്ന് സംസാരിക്കുമ്പോഴല്ലാതെ ഒരു പക്ഷിയുടെ ഉള്ളിൽ രത്നങ്ങളാണോയുള്ളത് അതോ വെറും പാറക്കല്ലാണോയെന്ന് മറ്റ് പക്ഷികൾക്ക് മനസ്സിലാക്കാനാവുകയില്ലല്ലോ?

പക്ഷികൾക്ക് സ്വയം പ്രകാശിപ്പിക്കാനുള്ള വേദിയാണിത്. മുട്ടയിട്ടാൽ കോഴി കൊക്കരിച്ച് മാലോകരെയത് അറിയിക്കാറുണ്ട്. നമ്മൾ ചെയ്യുന്ന നല്ല കാര്യങ്ങൾ വിളിച്ചുപറയുകതന്നെ വേണം. അതൊരു മോശം കാര്യമായി കാണേണ്ടതില്ല. സ്വന്തം കഴിവുകളെക്കുറിച്ച് പറയുന്നതിൽ എന്താണ് തെറ്റ്. ഇല്ലാത്ത കാര്യങ്ങൾ പറഞ്ഞു നടക്കുന്നതാണ് ഒഴിവാക്കേണ്ടത്. ഞങ്ങളെക്കുറിച്ച് ഞങ്ങൾ പറയാനുള്ളത് നിങ്ങൾ ശ്രദ്ധിച്ചു കേട്ടിരിക്കണം.''

എന്നിട്ട് ഉപ്പൻ തന്റെ ചുവന്ന കണ്ണുകൾ ചുഴറ്റി പക്ഷികളുടെ കൂട്ടത്തെയൊന്നു നോക്കി.

ഉപ്പൻ

"**ഞ**ങ്ങളെക്കുറിച്ച് മനുഷ്യർക്ക് വലിയ മതിപ്പാണ്. ആരെയും അംഗീകരിക്കാത്ത മനുഷ്യർ ഞങ്ങളുടെ കഴിവുകളെ അംഗീകരിക്കുന്നുവെങ്കിൽ പക്ഷികൾക്കും അംഗീകരിക്കാം.'' ഉപ്പൻ പറഞ്ഞു തുടങ്ങി.

"ഇവിടെ വെളിയിൽനിന്ന് വരുന്നവർക്കാണ് എല്ലാ ആദരവും നൽകുന്നത്. അതിഥി ദേവോ ഭവഃ എന്ന ആപ്തവാക്യം നല്ലതുതന്നെ. എന്നാൽ സ്വന്തം കൂട്ടത്തിലുള്ളവരുടെ മികവ് കൂടി കാണാനുള്ള കണ്ണ് പക്ഷികൾക്ക് ഉണ്ടാകണം. കൂട്ടത്തിലുള്ളവരുടെ കുറ്റം കാണാനാണ് എല്ലാവർക്കും മിടുക്ക്, കൂട്ടത്തിലുള്ളവരെ ആരും ശ്രദ്ധിക്കില്ല. സ്വന്തം കുറവുകൾ ഒട്ടുമേ കാണില്ല. സ്വന്തം കണ്ണിലെ കോലെടുത്ത് മാറ്റിയിട്ടു വേണം അന്യന്റെ കണ്ണിലെ കരടെടുത്തു മാറ്റുന്നതിനെക്കുറിച്ച് പറയാനെന്ന് പറയുന്നതും നൂറുവട്ടം ശരിയാണ്. ഞാൻ നീട്ടുന്നില്ല. കാര്യത്തിലേക്ക് കടക്കാം. ആർക്കും അറിവില്ലാത്ത അത്ഭുതകരമായ പല മരുന്നുകളെക്കുറിച്ചും ഞങ്ങൾക്കറിയാം. ഏത് മഹാരോഗവും മാറ്റാനുള്ള ദിവ്യഔഷധ വേരുകളെക്കുറിച്ച് ഞങ്ങൾക്ക് മാത്രമേ അറിയുകയുള്ളൂ. മനുഷ്യർക്കു ഞങ്ങളുടെ കുഞ്ഞുങ്ങളുടെ രക്ഷയ്ക്കാണ് ദിവ്യശക്തിയുള്ള വേരുകൾ കൂട്ടിൽ സൂക്ഷിക്കുന്നത്.

മനുഷ്യർക്ക് ഈ വേരുകളെക്കുറിച്ച് കേട്ടറിവുണ്ട്. അവരുടെ ചില പുരാണങ്ങളിൽ മരിച്ചവരെ ജീവിപ്പിക്കാൻ മൃതസഞ്ജീവിനി എന്ന ഔഷധസസ്യം ഉപയോഗിച്ചിരുന്നതായി പറയുന്നുണ്ട്. എന്നാൽ ഇടയ്ക്കെപ്പോഴോ മനുഷ്യർക്ക് ആ ചെടിയെക്കുറിച്ചുള്ള അറിവ് നഷ്ടമായി. ഇപ്പോഴും ഉപ്പനുകൾക്ക് മാത്രമേ ആ ചെടി എവിടെയുണ്ടെന്നറിയാവൂ. ഞങ്ങളുടെ ജീവിതം തന്നെ കുറ്റിച്ചെടികൾക്ക് ഇടയിലാണ്. ഔഷധഗുണമില്ലാതായി യാതൊന്നുംതന്നെയില്ലായെന്ന് ഞങ്ങൾക്ക് അറിയാം. ഞങ്ങൾ എല്ലാവരിൽനിന്നും ഒളിച്ച് ഉണ്ടാക്കുന്ന കൂടുകൾ ഈ മനുഷ്യർ കണ്ടെത്തി പറിച്ചെടുത്ത് പുഴയിൽ കൊണ്ടിടും.

അപ്പോൾ അത്ഭുതസിദ്ധിയുള്ള വേരു മാത്രം ഒഴുക്കിനെതിരെ നീന്തും. മനുഷ്യർ അപ്പോഴാ വേര് പിടിച്ചെടുക്കും. ഇങ്ങനെ ചില സംഭവങ്ങൾ മുമ്പ് ഉണ്ടായിട്ടുണ്ട്. അതുകൊണ്ട് ഇപ്പോൾ ഞങ്ങൾ കൂടുതൽ കരുതലോടെയാണ് പ്രവർത്തിക്കുന്നത്. മനുഷ്യർ ഉപ്പൻ കൂട് മോഷ്ടിച്ചാലും അത്ഭുതസിദ്ധിയുള്ള വേര് കിട്ടണമെന്നില്ല. ഞങ്ങൾ അത് പ്രത്യേകമായി സൂക്ഷിക്കുകയാണ്. എല്ലാ രോഗങ്ങളെയും ശമിപ്പിക്കാനുള്ള ഔഷധം ഈ പ്രകൃതിയിൽ തന്നെയുണ്ട്. അതു കണ്ടെത്തുകയെന്നതാണ് ശ്രമകരം. ഇരുമ്പുരുക്കുന്ന ചില വേരുകളുണ്ട് അതേക്കുറിച്ചും ഞങ്ങൾക്കറിയാം. മനുഷ്യർ ഞങ്ങളുടെ കുഞ്ഞുങ്ങളെ പിടിച്ചുകൊണ്ടുപോയി ഇരുമ്പുചങ്ങലയിൽ ബന്ധിക്കും. അപ്പോൾ ഞങ്ങൾ ഈ വേര് പറിച്ചുകൊണ്ടുവന്ന് ഇരുമ്പുചങ്ങലയിൽ ഒന്നു തഴുകും. അപ്പോഴത് വെള്ളംപോലെ ഒലിച്ചുപോകും. ഇരുമ്പുരുക്കി ചെടിയെവിടെയുണ്ടെന്ന് ഞങ്ങൾക്ക് മാത്രമേ അറിവുള്ളൂ.'' ഉപ്പൻ വിളിച്ചു പറഞ്ഞു.

ഉപ്പന്റെ വാക്കുകൾ ശ്രവിച്ചുകൊണ്ടിരുന്ന വാലുകുലുക്കിപ്പക്ഷികൾ ആശ്ചര്യപൂർവ്വം തമ്മിൽ തമ്മിൽ നോക്കി. അതിലൊരു വാലുകുലുക്കിപ്പക്ഷി പറഞ്ഞു പുളുവാണിത്. നട്ടാൽ കുരുക്കാത്ത പുളു. മരിച്ചവരെ ഉയിർപ്പിക്കാൻ ശേഷിയുള്ള ഒരു മരുന്നുമില്ല. ജീവിവർഗ്ഗങ്ങളുടെ അടിസ്ഥാന ഊർജ്ജത്തിൽ കൈകടത്താനാവില്ല. മനുഷ്യർക്ക് വിവേകമുണ്ട്. എന്നാൽ അമരത്വമില്ല. സ്രഷ്ടാവത് തന്നിട്ടില്ല. ഉപ്പന്റെ കൈയിൽ അത്ഭുതസിദ്ധിയുള്ള വേരുകൾ ഉണ്ടെങ്കിൽ അതിങ്ങനെ ഗോപ്യമായി സൂക്ഷിക്കുന്നത് ശരിയാണോ? എല്ലാവർക്കും പകർന്നുനൽകേണ്ടതല്ലേ?'' തന്റെ വാല് കുലുക്കി കുലുക്കി അവയിലൊരു പക്ഷി ചോദിച്ചു.

ജ്ഞാനം അധികാരമാണ്. അത് ചിലർ മറ്റുള്ളവർക്ക് പകർന്നു നൽകാതെ സ്വന്തം ഹൃദയത്തിൽതന്നെ സൂക്ഷിക്കുന്നു. അവരുടെ മരണത്തോടെ ആ അറിവു അപ്രത്യക്ഷമാകുന്നു. അങ്ങനെ പുരാതനമായ എത്രയെത്ര അറിവുകളാണെന്നോ പക്ഷിവർഗ്ഗത്തിനു നഷ്ടമായത്. ശരിയായ അറിവുകൾ എല്ലാവരിലും എത്തിക്കുന്ന സമൂഹമാണ് ഉത്തമസമൂഹം. ആ സമൂഹത്തിനാണ് ലോകത്തെ നയിക്കാനുള്ള ശേഷി കൈവരുക. ഉപ്പൻ അറിവുകൾ ഗോപ്യമായി സൂക്ഷിക്കുന്നവരാണ്. അവർക്കെങ്ങനെയാണ് പക്ഷിവർഗ്ഗത്തെ നയിക്കാനാവുക.''

''ശരിയാണ്.''

വാലുകുലുക്കിപ്പക്ഷികൾ അതുകേട്ട് വാലുകുലുക്കി കുലുക്കിയിരുന്നു. ഉപ്പൻ വിളിച്ചു പറഞ്ഞു.

''കുയിൽവർഗ്ഗക്കാരായ ഞങ്ങളിൽ മഹാഭൂരിപക്ഷം പക്ഷികളും അന്യരുടെ കൂട്ടിലാണ് മുട്ടയിടുന്നതെന്ന് പറഞ്ഞ് പല പക്ഷികളും ഞങ്ങളുടെ കുലത്തെ ആക്ഷേപിക്കാറുണ്ട്. എന്നാൽ ഞങ്ങൾ ഉപ്പനുകൾ അത്തരം കുറുക്കുവഴികളൊന്നും സ്വീകരിക്കുന്നവരല്ല. സ്വന്തമായി കൂടൊരുക്കുന്ന അഭിമാനികളായ പക്ഷികളാണ് ഉപ്പനുകൾ.''

അതുകേട്ട് കുയിൽ പുച്ഛരസത്തോടെ പറഞ്ഞു. ''ഒരു പുണ്യവാളൻ വന്നിരിക്കുന്നു. കുയിൽപാട്ടുകാരുടെ കുലമഹിമ ഉപ്പനു വേണം. നാലുപക്ഷികൾ കേൾക്കെയത് ഉറക്കെ പറയും. എന്നിട്ട് സ്വയം കൂടൊരുക്കുന്നുവെന്ന് പറഞ്ഞ് തൊഴുത്തിൽകുത്തുകയും ചെയ്യും.''

കുയിലുകൾ രോഷത്തോടെ തമ്മിൽ തമ്മിൽ പറഞ്ഞു. ''ഈ ഉപ്പന് കിടന്ന് ഉക്കാനല്ലാതെ രാഗവിസ്താരം വല്ലതും തിട്ടമുണ്ടോ. സംഗീതത്തിന്റെ വകതിരിവുകൾ വല്ലതും അറിയാമോ. അല്ലെങ്കിൽ തന്നെ മൂങ്ങയിൽനിന്ന് ഉപ്പനിതു വല്ലതും പഠിച്ചിട്ടുണ്ടോ?''

''മൂങ്ങയിൽ നിന്നോ?'' ഒരു കുയിൽ സംശയത്തോടെ കണ്ണു മിഴിച്ചു.

''മൂങ്ങ തന്നെ?''

''മൂങ്ങ നന്നായി പാടുന്നത്. ഞങ്ങളാരും കേട്ടിട്ടില്ലല്ലോ. ക്രൂസ് ക്രൂസ് എന്നൊരു ഞരക്കമല്ലേത് മുഴക്കാറുള്ളൂ.''

''അതു ശരിയാണ്. എന്നാൽ മുമ്പങ്ങനെയായിരുന്നില്ല. അറിയപ്പെടുന്ന വലിയൊരു ഭാഗവതരായിരുന്നു മൂങ്ങ. സംഗീതത്തിന്റെ മറുകര കണ്ട ഒരു സംഗീതജ്ഞൻ. മാനസികാഘാതം ഏറ്റിട്ടാണ് ഇങ്ങനെയായി തീർന്നത്?''

''മനസ്സിന് ആഘാതം ഏറ്റെന്നോ? അതെപ്പോ? ''അതൊന്നും ആരും പറഞ്ഞിതുവരെ കേട്ടിട്ടില്ലല്ലോ.'' കുയിൽ ചോദിച്ചു.

അറിയില്ലന്ന ഭാവത്തിൽ മറ്റ് കുയിലുകൾ നീട്ടി കൂവി.

''ഈ മൂങ്ങ വലിയൊരു സംഗീതാധ്യാപകനായിരുന്നു. പക്ഷികളൊക്കെ പാട്ടു പഠിപ്പിക്കുന്ന ഭാഗവതർ. എല്ലാ പക്ഷികളും ഈ മൂങ്ങയിൽനിന്നാണ് പാട്ട് പഠിച്ചിരുന്നത്. വിനയമാണ് വിദ്യാഭ്യാസത്തിന് അനിവാര്യമായിവേണ്ടത്. അഹങ്കാരം നിറഞ്ഞ മനസ്സിൽ ജ്ഞാനമുണ്ടാവില്ല. പുതുതായൊന്നും ആ മനസ്സിലേക്ക് കയറില്ല. കമഴ്ത്തിയ കുടം പോലെയാണത്തരം പക്ഷികളുടെ മനസ്സ്. ചെറിയ പക്ഷികൾ വിനയത്തോടെ മൂങ്ങ പഠിപ്പിച്ച രാഗം താനം പല്ലവികളൊക്കെ ഉരുവിട്ടു പഠിച്ചു. എന്നാൽ അഹങ്കാരംമൂലം വർണ്ണക്കൊറ്റികളും കൊക്കുകളും ഞങ്ങളെക്കാൾ ചെറിയ പക്ഷിയായ മൂങ്ങയിൽ

നിന്ന് സംഗീതം പഠിച്ചില്ല. സംഗീതക്ലാസ്സിൽ കൊക്കുകൾ ബഹളം വച്ചു. പാഠങ്ങൾ കൃത്യമായി പഠിക്കാതെ ഉഴപ്പി. ഭാഗവതർ മൂങ്ങ അഹങ്കാരികളായ വലിയ പക്ഷികളിൽ പലതിനെയും വിദ്യാലയത്തിൽനിന്ന് പുറത്താക്കി. അതുകൊണ്ടവയ്ക്കിപ്പോൾ പാടാനറിയില്ല. വെറുതെ ഒച്ചമുഴക്കുമെന്നേയുള്ളൂ. കുയിലുകളായ നമ്മൾ പാട്ടുകളൊക്കെ ശരിക്കും കഷ്ടപ്പെട്ട് തന്നെയാണ് പഠിച്ചത്. എല്ലുമുറിയെ പണി ചെയ്താൽ പല്ലുമുറിയെ തിന്നാം എന്ന പഴഞ്ചൊല്ലു പോലെ നന്നായി കഷ്ടപ്പെട്ട് പഠിച്ചാൽ അതിന്റെ ഫലം കിട്ടും. പക്ഷികുലത്തിൽ നല്ല പാട്ടുകാരെന്ന കീർത്തി കഷ്ടപ്പെട്ടാണ് നമ്മൾ നേടിയെടുത്തത്. ഇതിന്റെ പിന്നിൽ നിരന്തരപരിശ്രമമുണ്ട്.''

കൂ കൂ കൂ കുയിലുകൾ കൂവിക്കൊണ്ടു ചോദിച്ചു. ''ഈ മൂങ്ങയ്ക്ക് യഥാർത്ഥത്തിൽ എന്താണ് പറ്റിയത്? അവയുടെ തൊണ്ടയടച്ചു പോകാനെന്താണ് കാരണം?''

''കൂ കൂ അതു പറയാൻ മറന്നു. റോബിൻപക്ഷികളെ മൂങ്ങ പാട്ടു പഠിപ്പിച്ചുകൊണ്ടിരിക്കുമ്പോഴാണ് ക്രിസ്തുദേവനെ യഹൂദർ കാൽവരിക്കുന്നിൽ കുരിശിൽ തറച്ചു വകവരുത്താൻ ശ്രമിച്ചത്. നീതിമാനായ മനുഷ്യന്റെ രക്തം ദുഷ്ടന്മാരായ മനുഷ്യർ ഭൂമിയിൽ വീഴ്ത്തുന്നതിന്റെ വേദനയോടെ ഗുരുവും ശിഷ്യനുംകൂടി വേഗം പാട്ട് പഠനം അവസാനിപ്പിച്ച് അവിടേക്ക് വച്ചുപിടിച്ചു. അതിദാരുണമായിരുന്നു അവിടുത്തെ കാഴ്ച. യേശുദേവന്റെ തലയിൽ ആ തെമ്മാടികൾ മുൾക്കിരീടം അണിയിച്ചിരുന്നു. കൈയിലും കാലിലും ഒക്കെ ഇരുമ്പാണികൾ അടിച്ചു കയറ്റി കുരിശിൽ തൂക്കിയിരിക്കുന്നു.

രക്തം വാർന്ന് അവിടമാക്കെ ചുവന്നു കിടന്നു. കലാകാരന്മാർ പൊതുവെ ലോലഹൃദയരാണ്. ആ ദാരുണരംഗം കണാനാവാതെ മൂങ്ങ ബോധമറ്റ് നിലത്തു വീണു. റോബിൻപക്ഷിയാകട്ടെ മുന്നോട്ട് കുതിച്ച് യേശുദേവന്റെ ദേഹത്ത് തറച്ച ആണികളിലൊന്ന് കൊത്തി വലിച്ചു മാറ്റി. റോബിൻപക്ഷിയുടെ മാറെല്ലാം രക്തം പുരുണ്ട് ചുവന്നു. ഇത്തരം സന്ദർഭങ്ങളിൽ മനസ്സാന്നിധ്യത്തോടെ പ്രവർത്തിക്കാൻ അപൂർവ്വം പക്ഷികൾക്ക് മാത്രമേ കഴിയുകയുള്ളൂ. രക്തം കണ്ടാൽ തന്നെ ചിലർ ബോധമറ്റ് വിലപിക്കുന്നവരാണ്. റോബിൻപക്ഷി ധീരനായിരുന്നു. അതുകൊണ്ടാണതിന് ഒരാണിയെങ്കിലും വലിച്ചൂരിക്കളയാൻ കഴിഞ്ഞത്. 'പാവം മൂങ്ങ.' ഞടുക്കുന്ന ആ ദൃശ്യത്തിന്റെ ആഘാതത്തിൽ അതിന്റെ ശബ്ദം അടച്ചു പോയി. അതിന് ശബ്ദിക്കാൻ കഴിയാതെയായി. മഹാപാട്ടുകാരിൽ ചിലർക്കൊക്കെ ഇങ്ങനെ

ശബ്ദം നിലച്ചുപോയിട്ടുണ്ട്. മൂങ്ങയ്ക്കുമത് സംഭവിച്ചു. നിരന്തര സാധന കൊണ്ടാണ് ക്രൂഡ്. ക്രൂഡ് എന്നെങ്കിലും അതിന് വിളിച്ചു പറയാൻ കഴിയുന്നത്.''

''മൂങ്ങകൾ ഈശ്വരശാപമേറ്റിട്ടാണ് മറ്റു പക്ഷികളുടെ ശത്രുവായി തീർന്നതെന്ന് കേൾക്കുന്നത് ശരിയാണോ?'' പുള്ളിക്കുയിലാണത് ചോദിച്ചത്.

''അങ്ങനെ പറഞ്ഞു കേൾക്കുന്നു.'' ആൺകുയിലുകൾ പറഞ്ഞു.

''അക്കഥയൊന്നു പറയാമോ?''

''കൂകൂ... പണ്ട് പണ്ട് ഒരു കുരുവിക്കുഞ്ഞിന് ദീനം വന്ന് അതിന്റെ തൂവലുകളൊക്കെ കൊഴിഞ്ഞുപോയി. പക്ഷിക്ക് തൂവലില്ലെങ്കിൽ പിന്നെയത് പക്ഷിയാകുമോ? മാനത്തോടെ പുറത്തിറങ്ങി നടക്കാനാകുമോ? ആകാശസഞ്ചാരം നടത്താനാകുമോ? പക്ഷിയെ പക്ഷിയാക്കുന്നത് അതിന്റെ തൂവലുകളാണ്. തങ്ങൾക്ക് അനുഗ്രഹമായി ലഭിച്ച തൂവലുകൾ എപ്പോഴും കോതിയൊതുക്കി എണ്ണ പുരട്ടി മിനുസപ്പെടുത്തി സൂക്ഷിക്കുകയെന്നത് ഒരു കലയാണ്. എല്ലാ പക്ഷികളും ഇതിൽ ഒരമാന്തവും വരുത്താൻ പാടില്ല. കുളിയും തേവാരവും പക്ഷികൾക്ക് നിർബന്ധമാണ്. വൃത്തിയും വെടിപ്പുമുള്ളതിനെയേ എല്ലാവരും ഇഷ്ടപ്പെടുകയുള്ളൂ. വ്യക്തിശുചിത്വമെന്നത് വളരെ പ്രധാനപ്പെട്ട കാര്യമാണ്. എല്ലാ രോഗാണുക്കളും വ്യക്തിശുചിത്വത്തിന്റെ കുറവുകൊണ്ടാണ് പക്ഷിശരീരത്തെ ആക്രമിക്കുന്നത്. ആദ്യം സ്വയം നന്നാവുക. പിന്നെ നാടും നഗരവും വൃത്തിയാക്കുക.''

''കഥ പറയൂ.'' പുള്ളിക്കുയിൽ ആകാംക്ഷയോടെ പറഞ്ഞു.

''തൂവലില്ലാത്ത കുഞ്ഞുക്കുരുവിയുടെ ദുഃഖം ഈശ്വരൻ കേട്ടു. ഈശ്വൻ എല്ലാ പക്ഷികളോടും തങ്ങളുടെ ശരീരത്തിൽ നിന്ന് ഓരോ തൂവലു പറിച്ച് ഈ കുരുവിക്കുഞ്ഞിനു നൽകാൻ ആവശ്യപ്പെട്ടു. ഈശ്വരകല്പന മാനിച്ച് പക്ഷികളെല്ലാം തൂവലുമായി എത്തി. കുരുവിക്കുഞ്ഞിന് ഉടയതമ്പുരാൻ തൂവലുകൾ വച്ചുപിടിപ്പിച്ചുകൊണ്ടിരുന്നു. അപ്പോഴാണ് മഞ്ഞക്കിളികൾ രണ്ടു തൂവലുകളുമായി എത്തിയത്.''

ദൈവം ചോദിച്ചു. ''ഒന്നിനു പകരം രണ്ടു തൂവലുണ്ടല്ലോ?''

''പാവം കുരുവിക്കുഞ്ഞിന് രണ്ടു തൂവലിരിക്കട്ടെ. മഞ്ഞതൂവലുകൾ അതിന്റെ രണ്ടു ചിറകിലും ഒരോന്നുവച്ചു പിടിപ്പിച്ചാൽ അതവ സുന്ദരമായിരിക്കും.''

ദൈവം അത് കേട്ട് ചിരിച്ചു.

''നീ ഹൃദയശുദ്ധിയുള്ള പക്ഷിയാണ്. കൊടുക്കുംതോറും ഏറിടും. ഒന്നു ചോദിച്ചപ്പോൾ മഞ്ഞക്കിളി രണ്ടു തന്നു. നിന്റെ ഈ

ദാനധർമ്മംകൊണ്ട് എല്ലാവരും നിന്നെ ഇഷ്ടപ്പെടും. മഞ്ഞക്കിളിയെ കാണുമ്പോൾ എല്ലാവരുടെയും മനസ്സ് സന്തോഷിക്കും.'' ദൈവ വചനം കേട്ട് മഞ്ഞക്കിളികൾ ഏറെ സന്തോഷിച്ചു.

അപ്പോഴാണ് മൂങ്ങ തൂവലുമായി എത്തിയിട്ടില്ലല്ലോ എന്ന കാര്യം ദൈവം ഓർത്തത്. ദൈവം മൂങ്ങയെ വിളിച്ചുവരുത്തി ചോദിച്ചു.

''എന്തേ തൂവലുമായി എത്താതിരുന്നത്?''

മൂങ്ങയതു കേട്ട് നിഷേധസ്വരത്തിൽ പറഞ്ഞു. ''ഇപ്പോൾ ഉള്ള തൂവലുകൾപോലും എനിക്ക് തികയുന്നില്ല. മഞ്ഞുകാലം വരുകയാണ്. തൂവൽ വല്ലവർക്കും പറിച്ചുകൊടുത്താൽ മഞ്ഞത്ത് കോച്ചി വിറച്ചു ചാവുകയാവും ഫലം. ബുദ്ധിയുള്ളവരാരും സ്വന്തം ശരീരത്തിലെ തൂവലൂരി മറ്റുള്ളവർക്ക് ദാനം ചെയ്യില്ല.''

മൂങ്ങയുടെ വാക്ക് കേട്ട് ദൈവത്തിന് കോപം വന്നു.

''ദാനം ചെയ്യാത്ത നിന്നെ മറ്റ് പക്ഷികളൊക്കെ വെറുക്കട്ടെ. അവയൊക്കെ നിന്റെ ശത്രുക്കളായി തീരട്ടെ.'' ദൈവം ശപിച്ചു.

അതോടെ മൂങ്ങകൾ മറ്റ് പക്ഷികളിൽനിന്ന് ഒറ്റപ്പെട്ടു. പകൽ മൂങ്ങകൾ പുറത്തിറങ്ങുന്നത് കണ്ടാൽതന്നെ മറ്റ് പക്ഷികൾ അവയെ ആട്ടിയകറ്റാൻ തുടങ്ങി. കൊത്തി മുറിവേൽപ്പിക്കാൻ തുടങ്ങി. മൂങ്ങകൾ ആരും കാണാത്ത കുറ്റിക്കാട്ടിൽ ഒളിച്ചു.''

''കൂ... കൂ... കൂ... ഈ മൂങ്ങയെ പകൽ പുറത്തു കാണാത്തതിന്റെ രഹസ്യം ഇപ്പോഴല്ലേ പിടികിട്ടിയത്. ''

കുയിലുകൾ കൂവാൻ തുടങ്ങി. ''കൂ കൂ കൂ...''

അതുകേട്ട് ഉപ്പൻ ചെവിവട്ടം പിടിച്ചിരുന്നു. കുയിലുകളെപ്പോലെ കൂവാൻ ഉപ്പനുകൾക്കാവില്ലല്ലോ.

കഴുകൻ

നേരിയൊരു വിറയൽ വിശുദ്ധ പർവ്വതത്തിലാകെ പടർന്നു. പതിയെ പതിയെ വിറയൽ ഒരു തുള്ളൽപോലെ തീവ്രമാകാൻ തുടങ്ങി. പക്ഷിക്കൂട്ടം ഒന്നടങ്കം പരിഭ്രമത്തോടെ ചുറ്റും നോക്കി. എന്താണ് സംഭവിക്കാൻ പോകുന്നത്? ഭൂമിയൊന്നാകെ അതിനെ ഉറപ്പിച്ചിരിക്കുന്ന കൂറ്റൻ ആണിക്കല്ലുകളിൽനിന്നും ഇളകിമാറുന്നതുപോലെ പക്ഷികൾക്കനുഭവപ്പെട്ടു. ഭൂചലനം മഹാപർവതശൃംഗങ്ങളെകൂടി പിടിച്ചുലയ്ക്കാറുണ്ടെന്ന് പർവതപക്ഷികൾ എല്ലാവരെയും ഓർമ്മിപ്പിച്ചു. പർവതം മുരുളാൻ തുടങ്ങി. ആകാശം ഇരുണ്ടുവന്നു. മരങ്ങളെ വിറപ്പിച്ചുകൊണ്ട് കാറ്റ് വീശാൻ തുടങ്ങി. ഭൂമിക്കുള്ളിൽ നിന്ന് ഏതോ ഹിംസ്രജന്തു ഉച്ചത്തിൽ അലറുംപോലെ ഭയാനകമായൊരു ശബ്ദം വിശുദ്ധപർവതത്തിൽ മുഴുകി. മഞ്ഞുപുക ആകാശത്തേക്ക് ഉയർന്ന് പ്രവഹിക്കാൻ തുടങ്ങി. മഞ്ഞ് പുകയ്ക്കിടയിലൂടെ ഒരു കഴുകൻ കിതപ്പോടെ പക്ഷിക്കൂട്ടത്തിനിടയിലേക്ക് കൂപ്പുകുത്തി വീണു. കഴുകന്റെ ചുറ്റും കുറച്ചു പക്ഷികൾ വെപ്രാളപ്പെട്ട് ഓടിക്കൂടി. എന്നിട്ട് ഭയപ്പെട്ട് ആകാംക്ഷയോടെ ചോദിച്ചു.

"എന്താണ് സംഭവിക്കുന്നത്?"

കഴുകൻ ശ്വാസം കഴിക്കാൻ പാടുപെട്ടുകൊണ്ടു വിക്കി വിക്കി പറഞ്ഞു. "മറ്റൊരു റൂഖ് പക്ഷി കൂടി ആകാശത്ത് വട്ടമിട്ടുപറക്കുന്നുണ്ട്. ഒരു വലിയ പർവ്വതത്തോളം വലുപ്പമുള്ള പക്ഷിയാണത്. അതിന്റെ കൂർത്തുവളഞ്ഞ കൊക്കിന് ഒരു വലിയ മരത്തിന്റെ നീളമുണ്ടാകും. ചുകന്ന് തിളങ്ങുന്ന മുട്ടൻ കണ്ണുകളാണ്. അഗ്നിസ്ഫുലിംഗങ്ങൾ തെറിക്കുന്ന കണ്ണുകൾ. എനിക്കൊന്നേ നോക്കാൻ കഴിഞ്ഞുള്ളൂ. അപ്പോഴേക്കും അതൊന്നു ചിറക് വീശി. അതിശക്തമായ കൊടുങ്കാറ്റിൽ സമതല തെറ്റി ഞാൻ താഴേക്ക് പതിച്ചു. എന്റെ ചിറകൊന്നു വിടർത്താൻപോലും കഴിയുമായിരുന്നില്ല." എന്നിട്ട് കഴുകൻ ഓർമ്മയിൽ മുങ്ങിത്തപ്പിക്കൊണ്ടു പറഞ്ഞു. "അതിന്റെ ചുണ്ടുകൾ കടുംമഞ്ഞനിറത്തിലാണ്. തൂവലുകൾ കാർമേഘത്തിന്റെ നിറം. തലയിൽ

കുറെ തൂവലുകൾ ഉയർന്നുനിൽപുണ്ട്. ഏതോ പർവതമുകളിലെ കൊടുംകാടിനെയാണത് ഓർമ്മിപ്പിക്കുക. തൂവലുകൾക്ക് മുകളിൽ പലവർണങ്ങളിലുള്ള പൂവുകളുണ്ട്. ബലിഷ്ഠമായ കാലുകൾ. വലിയൊരു പാറയൊന്നാകെ റാഞ്ചാനുള്ള കരുത്ത് ആ കാലുകൾക്കുണ്ട്. കൂർത്തുവളഞ്ഞ നഖങ്ങൾ. രണ്ടു കാലുകൾ കൂട്ടിപ്പിടിച്ച് ഏതോ ഒരു വലിയൊരു ജീവിയേയും തൂക്കിയാണതിന്റെ വരവ്.''

കഴുകന്റ വിവരണം കേട്ട് പക്ഷികൾ ആകെ ഭയന്നു വിറച്ചു.

''എവിടേക്കാണത് വരുന്നത്?'' വർണ്ണക്കൊറ്റികൾ പടപടാണ് തങ്ങളുടെ കൊക്കുകൾ ഭയംകൊണ്ട് കൂട്ടിയടിച്ചുകൊണ്ട് ചോദിച്ചു.

''വിശുദ്ധപർവതശിഖരത്തിലേക്ക് തന്നെ?''

അവിടെ കൂടിയ പക്ഷികൾ തമ്മിൽ തമ്മിൽ നിസ്സംഗതയോടെ നോക്കി. പെട്ടെന്ന് ഒരപായ സൈറൻപോലെ ക്രൗഞ്ചപ്പക്ഷികൾ ഉച്ചത്തിലൊരു ശബ്ദം പുറപ്പെടുവിച്ചു. പക്ഷികൾ ഭയപ്പാടോടെ കാതോർത്തു. ക്രൗഞ്ചപ്പക്ഷി തനിക്ക് കഴിയുന്നത്ര ഉച്ചത്തിൽ വിളിച്ചു പറഞ്ഞു.

''എത്രയും വേഗം എല്ലാ പക്ഷികളും സുരക്ഷിതയിടങ്ങളിലേക്ക് ഒളിക്കുക. ശക്തമായ കാറ്റും മലയിടിച്ചിലും പ്രതീക്ഷിക്കാം. വലിയ പാറകൾ ഇളകിവീഴാം. മഞ്ഞ് പൊഴിയാം. പ്രവചനാതീതമാണ് കാര്യങ്ങൾ. നമ്മൾ മുമ്പ് ഇത്തരം സന്ദർഭങ്ങളെ അഭിമുഖീകരിച്ചിട്ടില്ല. അതുകൊണ്ട് ആരുടെയും ഉത്തരവുകൾക്ക് കാത്തുനിൽക്കാതെ ഓരോ പക്ഷിയും തങ്ങളുടെ ജീവൻ രക്ഷിക്കാൻ അവരവരുടെ ബുദ്ധിക്കു തോന്നുംവിധം പ്രവർത്തിക്കുക. ആരും ഉയർന്നുപറക്കാതിരിക്കുന്നതാണ് നല്ലതെന്ന് തോന്നുന്നു. മൂടൽമഞ്ഞ് നമ്മളെ വിഴുങ്ങുകയാണ്. മുകളിലെവിടെയോ ശക്തമായ കാറ്റ് വീശുന്നുണ്ട്. പർവ്വതം ഒന്നാകെ കുലുങ്ങുന്നുണ്ട്. റൂഖ് പക്ഷിയുടെ വിവരം അന്വേഷിക്കാൻ പോയ കഴുകൻ ഭയാനകമായൊരു വാർത്തയുമായാണ് വന്നിരിക്കുന്നത്. ഈ മലമുകളിൽ ഇനിയും കൂടുതൽ റൂഖ് പക്ഷികൾ ഉണ്ടെന്നതിന്റെ തെളിവു ലഭിച്ചിരിക്കുന്നു.

ആകാശത്ത് ഒരു റൂഖ് പക്ഷി പ്രത്യക്ഷപ്പെട്ടതിന്റെ പ്രതിധ്വനികളാണിപ്പോൾ നമ്മൾ അനുഭവിക്കുന്നത്. ഭൂമികുലുക്കമല്ലിത്. റൂഖ് പക്ഷിയുടെ വരവാണ്. പൂവൻ റൂഖ് പക്ഷി അതിന്റെ പിടപക്ഷിക്കരികിലേക്ക് വരുന്ന വരവാകാം. നമ്മൾ അമിതമായി ഭയപ്പെട്ടിട്ട് ഒരു കാര്യവുമില്ല. ഭയം തെറ്റായ തീരുമാനത്തിലേക്ക് നമ്മളെ നയിക്കും. അതുകൊണ്ട് സമചിത്തതയോടെ സുരക്ഷിതയിടം തേടുക.''

ക്രൗഞ്ചപ്പക്ഷിയുടെ വാക്കുകൾ കേട്ട് പക്ഷികൾ വിറയലോടെ പരക്കംപാഞ്ഞു. പക്ഷികൾ തമ്മിൽ തിക്കും തിരക്കും കൂട്ടി. എവിടെപ്പോയി ഒളിക്കണമെന്ന് ആർക്കും ഒരു തിട്ടവുമില്ലായിരുന്നു. നീർപക്ഷികൾ മാത്രം വിശുദ്ധതടാകത്തിലേക്ക് ചാടി ഊളിയിട്ടു. പുകമഞ്ഞ് അവിടമാകെ മൂടിയിരുന്നു. ആകാശം ഇരുണ്ടുതന്നെ കിടക്കുകയാണ്. തിക്കിലും തിരക്കിലുംപെട്ട് പക്ഷികൾ പലതും കാലുതെറ്റി വീഴുകയാണ്. പരുക്കേറ്റ് ഉറക്കെ കരയുകയും ചെയ്തുകൊണ്ടിരുന്നു. ആരെയും ആരും നിയന്ത്രിക്കാനാവാത്ത സ്ഥിതിയായിരുന്നു. മഹാദുരിതങ്ങൾ വരുമ്പോൾ നേതൃത്വത്തിനുതന്നെ പ്രസക്തിയില്ലാതാവുന്നു. അതുവരെ സ്വരുക്കൂട്ടിയതെല്ലാം താറുമാറാകുന്നു. നിയമങ്ങൾക്ക് പുല്ലുവിലപോലും ഇല്ലാതാകും. അരാജകത്വം കാടടക്കിവാഴും. നാടടക്കിവാഴും. പക്ഷികളിലെ ദുഷ്ടവിചാരങ്ങൾ മുൻകൈനേടും. കൊള്ളയും കൊള്ളിവയ്പ്പും അറുംകൊലകളും നടക്കും. ജിവികൾക്കുള്ളിൽ നന്മയേക്കാൾ വേഗത്തിൽ സഞ്ചരിക്കുന്നത് തിന്മയാണ്.

നല്ല വിചാരങ്ങളെ പിന്തള്ളി ദുർവിചാരങ്ങൾ ജീവികളെ നിയന്ത്രിക്കും. സ്വബോധത്തോടെയല്ലാതെ പ്രവർത്തിക്കും. ആസുരമായ ദുഷ്ടതകളുടെ കൊടും യുദ്ധഭൂമിയായി ഓരോ പക്ഷിമനസ്സും മാറും. സദാചാരത്തിന്റെ പക്വതയാർന്ന സാമൂഹ്യബന്ധങ്ങളൊക്കെ കടപുഴകിയെറിയും. പ്രകൃതിയുടെ ബീഭത്സമുഖം ലോകം കാണും. വേലിയേറ്റംപോലെ അത് ഇരച്ചുകയറി സർവ്വതും സംഹരിച്ച് ഒടുവിൽ വേലിയിറക്കംപോലെ പിൻവാങ്ങും. വീണ്ടുമൊരു സംഹാരനൃത്തത്തിനുവേണ്ടി ശാന്തമായ കാത്തിരിപ്പ്.

കടുത്ത മനസ്സംഘർഷവും ശരീരക്ഷീണവും മൂലം കുഴഞ്ഞുകിടന്ന കഴുകൻ ഒരുവിധം എണീറ്റിരുന്നു. കഴുകന് കുടിക്കാനും തിന്നാനുമുള്ളത് മറ്റ് പക്ഷികൾ എത്തിച്ചുനൽകി. ചുറ്റും അന്തരീക്ഷം കൂടുതൽ ഇരുളുകയും ഭയാനകമായി പ്രകമ്പനം കൊള്ളുകയും ചെയ്തുകൊണ്ടിരുന്നു. കാറ്റ് മരങ്ങളെ പിടിച്ചുകുലുക്കി. മഞ്ഞുപാറകൾ അടർന്നുവീഴുന്നതിന്റെ അലർച്ച പക്ഷികളെ പരിഭ്രാന്തരാക്കി.

ചിറക് ഉയർന്ന് പറക്കാൻ പോലും കഴിയാത്തവിധം മൂടൽ മഞ്ഞുവന്നവിടമാകെ ചുഴറ്റിവീശിക്കൊണ്ടിരുന്നു. പക്ഷിക്കൂട്ടം നിലത്തമർന്നു കിടന്നു. എന്നിട്ടും പാറകല്ലുകൾ ഉരുണ്ടുവീണും മരങ്ങൾ ഒടിഞ്ഞുവീണും പക്ഷികൾ മരണപ്പെട്ടു. പക്ഷികളുടെ കൂട്ടക്കരച്ചിൽ ഉയർന്നുവെങ്കിലും എല്ലാ ശബ്ദങ്ങൾക്കും മുഴക്കങ്ങൾക്കും മീതെ മലപിളർന്ന് വീഴുംപോലെ ഉച്ചത്തിൽ ഒരലർച്ച ആകാശത്തെയാകെ പ്രകമ്പനം കൊള്ളിച്ചു. ദൂരെ മലമുകളിൽ അടയിരുന്ന റൂഖ്പക്ഷി

തന്റെ ചിറകുൾ ആഞ്ഞുവീശി ആകാശത്തേക്ക് കൊക്കുകൾ വിടർത്തി ഉച്ചത്തിൽ കരയുന്നതിന്റെ ശബ്ദമാണതെന്ന് പക്ഷികൾക്ക് മനസ്സിലായി.

ആകാശത്തെ ഇരുണ്ട കാർമേഘങ്ങൾ ഭൂമിയിലേക്ക് പതിക്കാൻ തുടങ്ങി. പ്രകമ്പനാത്മകമായൊരു ഉഗ്രൻ മുരൾച്ചയോടെ ഒരു പടുകൂറ്റൻ പക്ഷിയുടെ കാലുകൾ മലമുകളിലേക്ക് തൂങ്ങിയിറങ്ങുന്നത് അവ്യക്തമായി പക്ഷികൾ കാണുന്നുണ്ടായിരുന്നു. വലിയൊരു ജീവിയേയും തൂക്കിപിടിച്ചാണവയുടെ ഇറങ്ങൽ. പർവതത്തിന്റെ രണ്ടു കൂറ്റൻ ചിറകുകൾപോലെ ആകാശത്തേക്ക് ചൂണ്ടി നിൽക്കുന്ന റൂഖ് പക്ഷിയുടെ ചിറകുകൾ ശക്തിയായത് വീശികൊണ്ടിരുന്നു. മുട്ടയ്ക്കടയിരുന്ന പക്ഷിയുടെ ഉഗ്രമായ സ്ഫോടനശബ്ദം വീണ്ടും വീണ്ടും മുഴങ്ങി. താങ്ങാവുന്നതിലും അധികമുള്ള അതിന്റെ ശബ്ദത്തിന്റെ തീവ്രതയിൽ ചെറുപക്ഷികളിൽ പലതും മയങ്ങിവീണു. മറ്റു പക്ഷികൾ ചെവിക്കല്ലുപൊട്ടുന്ന ശബ്ദത്തിൽനിന്ന് രക്ഷപ്പെടാനായി പരമാവധി തല ഭൂമിയിലേക്ക് ചേർത്തുവച്ചുകിടന്നു. വവ്വാലുകൾ മാത്രം തലകീഴായി തൂങ്ങിക്കിടന്ന് ആകാശത്തേക്ക് തുറിച്ചു നോക്കി.

റൂഖ് പക്ഷി കാലിൽ തൂക്കിയെടുത്തുകൊണ്ടുവന്ന വലിയൊരു തിമിംഗലത്തെ മലമുകളിൽ കൊണ്ടുവച്ചു. എന്നിട്ട് ചിറക് പല തവണ ആഞ്ഞുവീശി അത്യുച്ചത്തിൽ കാഹളധ്വനി മുഴക്കി. പ്രണയചേഷ്ടയോടെ ഇണയോട് ചേർന്നുനിന്നു. ഇണപക്ഷി മുട്ടയ്ക്കു മുകളിൽ എണീറ്റ് നിന്ന് ചിറക് കുടഞ്ഞു. അടഞ്ഞതും പ്രേമാതുരവുമായ ഒരു മുഴക്കത്തോടെ കാറിക്കരഞ്ഞു. ഉരുൾപൊട്ടൽ പോലെയത് കലമ്പിച്ചിരുന്നു.

പൂവൻ തന്റെ കൊക്കുകൾ പിടയുടെ കൊക്കുമായി ചേർത്തുരസിക്കളിച്ചു. പിട ശൃംഗാരചേഷ്ടകളോടെ ചിറക് കൂടുകുടെ വിറപ്പിച്ചു ഞരങ്ങിക്കരയുന്നുണ്ടായിരുന്നു. റൂഖ് പക്ഷികളുടെ പ്രണയലീലകളിൽ മലമുകളിൽ അട്ടിയായി കിടന്നിരുന്ന മഞ്ഞുപാളികൾ ഇളകി വീഴുകയും ശക്തമായ കാറ്റിൽ മഞ്ഞ് പുക മുകളിലേക്ക് ഉയർന്നു പറക്കുകയും ചെയ്തുകൊണ്ടിരുന്നു. വിശുദ്ധതടാകക്കരയിൽ മരണവെപ്രാളത്തോടെ നിലത്തമർന്ന് കിടന്നിരുന്ന പക്ഷിക്കൂട്ടങ്ങൾ ഇതൊക്കെ ആകാശത്ത് നടക്കുന്ന അത്ഭുതക്കാഴ്ചയായാണ് നോക്കിക്കണ്ടത്. സ്വപ്നമോ സത്യമോയെന്നുപോലും പല പക്ഷികൾക്കും ഈ കാഴ്ചകളിൽ തീർച്ചയുണ്ടായിരുന്നില്ല. സ്വപ്നത്തിനുള്ളിലെ സ്വപ്നമാണോ ഇതൊക്കെ. ജീവിതംതന്നെ നീണ്ടൊരു സ്വപ്നമാണ്. സ്വപ്നം വിട്ടുണരുന്നതോടെ ജീവികളുടെ മരണം സംഭവിക്കുന്നു.

സ്വപ്നത്തിനുള്ളിൽ പിന്നെയും സ്വപ്നങ്ങൾ ഉണ്ടാകുന്നു. അത്ഭുതകരമാണ് ഈ പ്രവഞ്ചം.

പക്ഷിബോധത്തിന് ഒരിക്കലും പൂർണമായ വഴങ്ങാത്ത അത്ഭുതമാണ് ചുറ്റും സംഭവിക്കുന്നത്. പ്രപഞ്ചത്തെ മനസ്സിലാക്കാൻ ശ്രമിക്കും തോറും യഥാർത്ഥ്യം അകന്നകന്ന് പോകുന്നു. അർദ്ധസത്യങ്ങളും ആപേക്ഷിക സത്യങ്ങളും അൽപസത്യങ്ങളുംകൊണ്ട് പക്ഷികൾക്ക് തൃപ്തിപ്പെടുകയേ നിവൃത്തിയുള്ളൂ. പ്രപഞ്ചത്തിൽ നിയന്ത്രിക്കപ്പെടുന്ന ബോധം മാത്രമേ സർവമാനജീവിക്കുമുള്ളൂ. അതിന്റെ അതിർവരമ്പ് മുമ്പേ നിശ്ചയിക്കപ്പെട്ടിരിക്കുന്നു. വരുന്നത് അനുഭവിക്കുകയേ നിവൃത്തിയുള്ളൂ. അതിനെ വ്യാഖ്യാനിച്ചു സ്വയം തൃപ്തിപ്പെടാമെന്ന് മാത്രം. അത് സത്യമായിക്കൊള്ളണമെന്നില്ല. അവനവന്റെ ആത്മസുഖത്തിന് ഇത്തരം വ്യാഖ്യാനങ്ങൾ ആവശ്യമായിരിക്കാം. മലമുകളിൽ ഒരു കൂറ്റൻ പാറപോലെ കിടന്ന തിമിംഗലത്തെ തന്റെ കരുത്താർന്ന കാലുകൾകൊണ്ട് റൂഖ് പക്ഷി ഒന്നു മറിച്ചിട്ടു. എന്നിട്ട് കൂർത്ത മൂർത്ത ചുണ്ടുകൾ കൊണ്ടതിനെ കൊത്തിവലിച്ചു കീറി ഒരു കഷ്ണം തന്റെ ഇണപ്പക്ഷിയുടെ വായിലേക്ക് തിരുകി. ഇണ തന്റെ വലിയ കൊക്ക് പരമാവധി വിടർത്തി കുഞ്ഞുപക്ഷികൾ തള്ളപ്പക്ഷിയിൽ നിന്ന് തീറ്റ സ്വീകരിക്കുന്നതുപോലെ ചിറക് വിറപ്പിച്ച് ആഹ്ലാദത്തോടെ തീറ്റ വീഴുങ്ങി. പ്രണയതീറ്റയാണത്.

പ്രണയത്തെ തീവ്രമാക്കുന്നതിന് അതിനുമുമ്പുള്ള ലീലകൾക്ക് വലിയപങ്കുണ്ട്. ഇണചേരുന്നത് പ്രകൃതിയുടെ അനുസ്യൂതമായ ഒഴുക്കിന് അനിവര്യമാണ്. ഇണചേരലിനെ ഒരു ദിവ്യാനുഷ്ഠാനമാക്കുന്നതിന് ഇണകളുടെ ശരീരവും മനസ്സും ഒരേ പാതയിലൂടെ ശരിയായ വേഗത്തിൽ ചലിക്കേണ്ടതുണ്ട്. അതിനായുള്ള ഇന്ധനമാണ് ഒരുമിച്ചുള്ള തീറ്റയും കുടിയും ലീലകളും.

പക്ഷികളുടെ ലോകത്ത് ഇത്ര ഭീമാകാരന്മാരായ പക്ഷികൾ ഉണ്ടെന്ന സത്യം മറ്റ് പക്ഷികൾക്കിനിയും പൂർണമായി വിശ്വസിക്കാനാവുന്നില്ല. തങ്ങളും പക്ഷികളാണന്ന വർഗസ്നേഹം റൂഖ് പക്ഷികൾക്കുണ്ടാകുമോ? അതോ കാണുന്ന മാത്രയിൽ തങ്ങളെയൊന്നാകെയത് നശിപ്പിച്ചുകളയുമോ? അവയുടെ സ്വഭാവരീതികളൊന്നും ആർക്കും അറിയില്ല. പക്ഷികൾ ആകെ ആശങ്കാകുലരായിരുന്നു.

സമ്മേളനം നിർത്തിവച്ച് എത്രയും വേഗം വിശുദ്ധ തടാകക്കരയിൽനിന്നു രക്ഷപ്പെടുന്നതാണുത്തമമെന്ന് പല പക്ഷികളും ചിന്തിച്ചു. എന്നാൽ തലയ്ക്കു മുകളിൽ ഒരു ഭീകരരൂപിയായി റൂഖ് പക്ഷികൾ ആസുരമായി നിലകൊള്ളുന്ന സാഹചര്യത്തിൽ ഇവിടെ നിന്ന്

പറക്കാൻ ശ്രമിക്കുന്നതും അത്രകണ്ട് പന്തിയല്ല. മലമുഴക്കിവേഴാമ്പൽ തന്റെ കിരീടം കഴുകന് നേരെ തിരിച്ചുകൊണ്ടു ചോദിച്ചു. ''ഉപ്പൂപ്പൻ പക്ഷിയെക്കുറിച്ച് വല്ല വിവരവും ഉണ്ടോ? കഴുകനൊപ്പം ഉപ്പൂപ്പൻപക്ഷിയും റൂഖ് പക്ഷിയുടെ വിവരം തേടിപുറപ്പെട്ടിരുന്നതാണല്ലോ?''

അതുകേട്ട് കഴുകൻ പറഞ്ഞു. ''ഉപ്പൂപ്പന് റൂഖ് പക്ഷിയുടെ അരികിൽ എത്താനാവുമെന്ന് തോന്നുന്നില്ല. അവിടുത്തെ തണുപ്പ് കഴുകനായ എനിക്കുതന്നെ സഹിക്കാവുന്നതിലും അപ്പുറമാണ്. ഉപ്പൂപ്പന് അതൊക്കെ താങ്ങാനുള്ള ശേഷിയുണ്ടോ? അവരവർക്ക് കഴിയാവുന്ന ഉത്തരവാദിത്വമേ ഏറ്റെടുക്കാവൂ. സുലൈമാൻ രാജാവിന്റെ സൈന്യത്തിലെ രഹസ്യാന്വേഷണത്തിൽ ഉപ്പൂപ്പൻ മികവ് കാട്ടിയെന്നത് നേരാണ്. മരുഭൂമിയോ, സമതലമോ, നഗരമോ അല്ലിത്. മഞ്ഞുമൂടിയ കൊടുമുടിയാണ്. ഉപ്പൂപ്പന് ഈ ഗിരിശൃംഗം വഴങ്ങുമെന്ന് തോന്നുന്നില്ല. ഉപ്പൂപ്പന് എന്തു സംഭവിച്ചുകാണുമെന്ന് പ്രവചിക്കാൻ ഞാനാളല്ല. പ്രവചനം എന്നത് മനസ്സിന്റെ ഒരവസ്ഥയാണ്. സാധാരണ മനസ്സിനും അപ്പുറത്തുള്ള ഒരവസ്ഥ. ത്രികാലജ്ഞാനികളാണ് പ്രവാചകർ. ഭാവി പ്രവചനക്കാരിലും മനസ്സ് ഒരു പ്രത്യേക ഊഷ്മാവിൽ വെന്തുരുകുന്നുണ്ട്. പ്രവചനസമയത്ത് മാത്രമേ അത് സംഭവിക്കുന്നുള്ളൂ. അല്ലാത്തപ്പോൾ അവയും വെറും സാധാരണപക്ഷികൾ മാത്രം.

വർത്തമാനകാലത്ത് നിന്ന് ഭാവിയിലേക്ക് അവയുടെ മനസ്സ് പ്രവചനസമയത്തും പായും. വരാനിരിക്കുന്നതൊക്കെ മനസ്സിൽ പ്രതിഫലിക്കും. അത്ഭുതകരമാണ് മനസ്സിന്റെ ശക്തി. ഭൂമിയിലുണ്ടായ സർവ്വമാന പുരോഗതിയും ഇത്തരം പ്രവചനയാദൃച്ഛികതകളിലൂടെയുണ്ടായതാണ്. മനസ്സിന്റെ ശേഷിയുടെ വളരെ ചെറിയൊരംശം മാത്രമേ സാധാരണ ജീവജാലങ്ങളൊക്കെ ഉപയോഗിക്കുന്നുള്ളൂ. മനസ്സിന്റെ അനന്തസാധ്യതകൾ തരിശായിക്കിടക്കുകയാണ്. ധ്യാനത്തിലൂടെ മനസ്സിന്റെ മഹാപ്രപഞ്ചങ്ങളിൽ നല്ലൊരു ഭാഗവും വരുതിയിൽ കൊണ്ടുവരാവുന്നതേയുള്ളൂ. മഹാപ്രവാചക പക്ഷികൾക്ക് മനസ്സിന്റെ ശേഷി വളരെ വളരെ കൂടുതലായിരിക്കും. മറ്റാരും കാണാത്ത സൂക്ഷ്മജ്ഞാനികളായിരിക്കും. ജീവിതത്തെ അവ സമഗ്രതയോടെ തിരിച്ചറിയും. കഴിഞ്ഞ കാലവും വർത്തമാനകാലവും വരുംകാലവും ഒരു കണ്ണാടിയിലെന്നപോലെ അവയിൽ പ്രതിഫലിക്കും. ജീവിതത്തിന്റെ ഇരുളടഞ്ഞ വശങ്ങളൊക്കെ അവയിൽ പ്രകാശമാനമാകും. മനസ്സിന്റെ സർവമണ്ഡലങ്ങളും അവയ്ക്കു മുന്നിൽ അനാവരണം ചെയ്യപ്പെടും. പ്രവാചകരിലോളം ഉന്നതമായ

മനസ്സ് മറ്റാർക്കുമുണ്ടെന്ന് തോന്നുന്നില്ല. പ്രവാചക മനസ്സ് സമഗ്രതയോട് കൂടുതൽ അടുത്തുനിൽക്കുന്നു. ഞാനൊരു പ്രവാചകനോ ഒരു ഭാവി പ്രവചനക്കാരനോ അല്ല. അതുകൊണ്ട് ഉപ്പൂപ്പന് എന്താണ് സംഭവിച്ചതെന്ന് എനിക്ക് പറയാനാവില്ല.''

''ഇനി എന്താണിവിടെ സംഭവിക്കുകയെന്നും എനിക്ക് അറിയില്ല. ആകാശത്തെ കാറ്റും കോളും ഇടിനാദവും പ്രവചനാതീതമായി പെരുകിവരുകയാണ്. എന്താണവിടെ സംഭവിക്കുന്നതെന്ന് കാണാനാവാത്ത സ്ഥിതിയിലാണ് പക്ഷികൾ. ഏതോ മഹായുദ്ധത്തിന്റെ ഒരന്തരീക്ഷമാണന്ന് മാത്രം പക്ഷികൾക്കറിയാം. അതിന്റെയൊരു ഭീതിദമായ ശബ്ദഘോഷം അന്തരീക്ഷത്തെയാകെ പ്രകമ്പനംകൊള്ളിക്കുന്നു.'' ഉപ്പൂപ്പൻ പക്ഷിയെക്കുറിച്ചുള്ള ചിന്തയിൽ വേഴാമ്പൽ മ്ലാനമായി.

''എപ്പോഴും അങ്ങനെയാണ്. പൊതുനന്മയ്ക്കായി ചിലർ തങ്ങളുടെ ജീവിതം ഹോമിക്കുന്നു. എന്നാൽ വിജയം കൊണ്ടുവരുന്നവർക്കാവും ചരിത്രത്തിലിടം കിട്ടുക. അവരെയാവും പക്ഷികൾ എക്കാലവും സ്മരിക്കുക. വലിയൊരു ലക്ഷ്യത്തിനുവേണ്ടി ജീവിതം ബലികഴിച്ചവർ ചരിത്രത്തിന്റെ പിന്നാമ്പുറത്തേക്ക് തൊഴിച്ചെറിയപ്പെടും. പണ്ട് കാക്കയ്ക്കും അതാണ് സംഭവിച്ചത്.'' ഓർമ്മയിൽ നിന്ന് ഉണർന്ന് വേഴാമ്പൽ വിളിച്ചുപറഞ്ഞു.

കാക്കയ്ക്ക് എന്താണ് സംഭവിച്ചതെന്നറിയാൻ മറ്റ് പക്ഷികൾക്ക് താൽപര്യമുണ്ടായിരുന്നു. എന്നാൽ ആസ്വാദനത്തെ നിയന്ത്രിക്കുന്ന പ്രധാനഘടകം മനോനിലയാണ്. സുഖകരമായ മനോനിലയില്ലെങ്കിൽ യാതൊന്നും നേരാംവണ്ണം ആസ്വദിക്കാനാവില്ല. കഥപറയുന്ന പക്ഷിക്കും ആകർഷകമായി കഥ പറയാനാവില്ല. കഥ കേൾക്കുന്നവർക്ക് ശരിയായത് ആസ്വദിക്കാനുമാവില്ല. ഒന്നോർത്താൽ എല്ലാം മനോനിലയുമായി ബന്ധപ്പെട്ടാണിരിക്കുന്നത്. സുഖകരമായ മനോനില കൈവരിക്കാനാവുകയെന്നത് ഭാഗ്യമാണ്. സുഖകരമായ മനോനില നിലനിർത്താനാവുകയെന്നത് മഹാഭാഗ്യമാണ്. ഭൗതികവും ആത്മീയവുമായ നിരവധി ഘടകങ്ങളുടെ ആകെത്തുക മാത്രമാണ് മനോനില. നിരവധി സ്ഥൂലവും സൂക്ഷ്മവുമായ ഘടകങ്ങളുമായി ബന്ധപ്പെട്ടുകിടക്കുന്നത്.

ഭൗതികസാഹചര്യങ്ങളിലുള്ള അസന്തുലനം മനോഘടനയേയും ബാധിക്കും. ശരീരത്തിലെ ലോഹാംശങ്ങളുടെ ഏറ്റക്കുറച്ചിലുകൾ മനസ്സിനെ ഉടഞ്ഞ കണ്ണാടിപോലെയാക്കും. രാസസന്തുലനം മനസ്സിനെ തിളക്കമുള്ളതാക്കും. ശാരീരികക്ഷമത മനോനിലയുമായി ബന്ധപ്പെട്ടിരിക്കുന്നു. ആരോഗ്യമുള്ള ശരീരം ആരോഗ്യമുള്ള മനസ്സിന്

ആവശ്യമാണ്. അപൂർവ്വമായി മറിച്ചും സംഭവിക്കാമെന്ന് മാത്രം. ഭീതിദമായ അന്തരീക്ഷത്തിൽ നിന്ന് മനസ്സിനൊരു അയവു വരുത്താൻ ഒരു കഥ കേൾക്കുന്നതു നന്നായിരിക്കുമെന്ന് കരിയിലക്കിളികൾക്ക് തോന്നി. ഭീതി ഞരമ്പുകളെ വരിഞ്ഞുമുറുക്കുന്നു. ഹാസ്യം ഞരമ്പുകൾക്ക് വിശ്രമം നൽകുന്നു. കരുണ മനസ്സിനെ ആർദ്രമാക്കുന്നു. പ്രണയം മനസ്സിനെ നൊമ്പരപ്പെടുത്തുന്നു. ബീഭത്സം മനസ്സിനെ പ്രക്ഷുബ്ധമാക്കുന്നു.

ചിലപ്പൻ കിളികളിലൊന്നിന് കാക്കയ്ക്ക് എന്താണ് സംഭവിച്ചതെന്നറിയാനുള്ള ആകാംക്ഷ വർദ്ധിച്ചുവന്നു. ആകാംക്ഷയങ്ങനെയാണ്. കുളത്തിലെ ഓളമായത് സൗമ്യഭാവത്തോടെയാവും തുടങ്ങുക. പിന്നെയത് പുഴയായി മാറും. പുഴ മഹാസമുദ്രമായി ഇരമ്പിയാർക്കും. ആകാംക്ഷയെ അതിന് ഉത്തരം കിട്ടുന്നതുവരെ തടഞ്ഞു നിർത്തുക ആർക്കും സാധ്യമല്ല. ചിലപ്പൻകിളി ഞെരിപിരികൊണ്ടു. അസ്വസ്ഥതയിലൂടെ അത് അങ്ങോട്ടും ഇങ്ങോട്ടും ചിലച്ചുകൊണ്ടു നടന്നു. ഒടുക്കം ആകാംക്ഷ അണപൊട്ടിയൊഴുകുകതന്നെ ചെയ്തു.

''കാക്കയ്ക്ക് എന്താണ് സംഭവിച്ചത്?'' ചിലപ്പൻകിളി വേഴാമ്പലിനോട് ചോദിച്ചു.

ചോദ്യം അത്ര ഇഷ്ടപ്പെടാത്തതുപോലെ വേഴാമ്പൽ പറഞ്ഞു.

''അത് മുമ്പ് പ്രാവിവിടെ പറഞ്ഞതുതന്നെ. നോഹാ പ്രവാചകന്റെ കാലത്ത് മഹാപ്രളയമുണ്ടായപ്പോൾ പ്രളയജലം വറ്റിയോയെന്നറിയാൻ കാക്കയെയാണല്ലോ ആദ്യം പറഞ്ഞയച്ചത്. അതു മടങ്ങിവന്നില്ല. അക്കാര്യമാണ് ഞാൻ സൂചിപ്പിച്ചത്.

''ക്ര് ക്ര്.... അതായിരുന്നോ കാര്യം.'' ചിലപ്പൻകിളി നിസാരമട്ടിൽ പറഞ്ഞു.

ആകാശം വീണ്ടും ഗർജിക്കാൻ തുടങ്ങി. ഏതോ ഭീകരരൂപികളായ രണ്ടു ഹിംസ്രജന്തുക്കൾ തമ്മിൽ ഘോരമായി ഏറ്റുമുട്ടുമ്പോലെ അലർച്ചയും കോലാഹലവും ഉയർന്നു. റൂഖ് പക്ഷികളുടെ ഇണചേരലാണ്.

രതി യുദ്ധംതന്നെ. രതി മൃദുലവികാരങ്ങൾക്കും അപ്പുറത്തെയൊരു പോരാട്ടമാണ്. പരസ്പരം കീഴ്പ്പെടുത്താനുള്ള ഉഗ്രപോരാട്ടം. സർവ്വജീവികളിലും അങ്ങനെയാണ് രതി പ്രവർത്തിക്കുന്നത്. ബോധത്തിനും അബോധത്തിനും ഇടയിലുള്ള ഒരു തലത്തിലേക്ക് മനസ്സ് ഉയർന്ന് പ്രവർത്തിക്കുമ്പോൾ ശരീരക്ഷമത അതിന്റെ മൂർദ്ധന്യത്തിലേക്ക് എടുത്തെറിയപ്പെടുന്നു. പൂർണ ആരോഗ്യമുള്ളവർക്കേ രതിയുടെ ആഴങ്ങളെ സ്പർശിക്കാനാവുകയുള്ളൂ. ഇവിടെ പർവതങ്ങൾ

ഇണചേരുകയാണ്. അതിന്റെ പ്രകമ്പനത്തിൽ വിശുദ്ധതടാകം ഒന്നാകെ വിറകൊണ്ടു. എന്തും വരട്ടെയെന്ന് മനസ്സിലുറച്ച് പക്ഷികൾ ബലം പിടിച്ചിരുന്നു. വിശുദ്ധപർവതത്തിൽ വിലയം പ്രാപിക്കുകയെന്നത് പക്ഷികളുടെ സ്വകാര്യമോഹങ്ങളിലൊന്നാണ്. വിശുദ്ധതടാകക്കരയിൽ അന്ത്യവിശ്രമം കൊള്ളാനാവുകയെന്നത് മഹാഭാഗ്യമാണ്. അതുകൊണ്ട് മരണത്തെ തോൽപ്പിക്കാൻ മരണത്തെ മോഹിക്കുക മാത്രമേ നിവൃത്തിയുള്ളൂ. മരണത്തെ ഭയക്കുന്നവരെ മരണം വേഗം തേടിയെത്തും. ഭീരുക്കളെ കീഴ്പ്പെടുത്താനാണ് എളുപ്പം. മരണത്തെ പ്രണയിക്കുന്നവരെ മരണം അവഗണിക്കും. മൂടൽമഞ്ഞിനിടയിലൂടെ ഒരു ചെറുപക്ഷി തടാകക്കരയിൽ വന്നുവീണു. എല്ലാവരും ആകാംക്ഷപൂർവ്വം അതിന്റെ അരികിലേക്ക് ഓടിയെത്തി.

‘‘ഉപ്പൂപ്പൻ... ഉപ്പൂപ്പൻ...’’ പക്ഷികൾ പുറുപുറുത്തു. റൂഖ് പക്ഷിയുടെ വിവരം തേടാൻ പോയ ഉപ്പൂപ്പൻ മടങ്ങിയെത്തിയിരിക്കുന്നു. രാജഹംസം വിളിച്ചുപറഞ്ഞു. ഭീതിദമായ അന്തരീക്ഷത്തിലും മറ്റ് പക്ഷികൾക്കത് ആശ്വാസം പകരുന്ന ഒരു വാർത്തയായിരുന്നു.

പക്ഷികൾ ഉപ്പൂപ്പന് ചുറ്റും വട്ടംകൂടിയിരുന്നു. കഴുകൻ അത്ഭുതത്തോടെയതിനെ തുറിച്ചുനോക്കി.

‘‘എന്താണവിടെ സംഭവിക്കുന്നത്?’’ ഒട്ടകപ്പക്ഷി ചോദിച്ചു.

‘‘പടുകൂറ്റൻ പക്ഷികൾ ഇണചേരുകയാണ്.’’ ഉപ്പൂപ്പൻ പറഞ്ഞു.

‘‘പടുകൂറ്റൻ പക്ഷിയോ? തന്നെക്കാൾ വലിയൊരു പക്ഷിയോ? വിശ്വസിക്കാനാവുന്നില്ല. എനിക്ക് തോന്നുന്നത് ഇതൊക്കെ നിങ്ങളുടെ തോന്നലുകളാണന്നാണ്. ഭൂമി വിറയ്ക്കുന്നതും പ്രകമ്പനം കൊള്ളുന്നതും വലിയ ഇടിമുഴക്കങ്ങൾ ഉണ്ടാകുന്നതും മരുഭൂമിയിലും സംഭവിക്കാറുള്ളതാണ്. പർവതങ്ങളിൽ അതിങ്ങനെയാവും സംഭവിക്കുക. ബാക്കിയുള്ളതെല്ലാം തോന്നൽ മാത്രമാണ്. ഒരുവനെതന്നെ നിനച്ചിരുന്നാൽ വരുന്നവരെല്ലാം അവനെന്നു തോന്നും. ആരാണീ കള്ളക്കഥകളൊക്കെ നിങ്ങളുടെ മുമ്പിൽ വിളമ്പിയത്?’’ ഒട്ടകപ്പക്ഷി തെല്ലുരോഷത്തോടെ ചോദിച്ചു. ‘‘എത്ര വലിയ പക്ഷിയാണങ്കിലും ഞാനവനെ കൊത്തിവലിച്ചുകീറും. കല്ലും എല്ലും കുപ്പിച്ചില്ലും കൊത്തിവിഴുങ്ങുന്ന കൊക്കാണെന്റേത്. ഇരുമ്പുപോലും ഉരുകുന്ന ആമാശയമാണെനിക്കുള്ളത്. ഏതു വലിയ പക്ഷിയാണങ്കിലും ഞാനതിനെ കൊത്തിക്കീറി എന്റെ ആമാശയലായനിയിൽ അലിയിച്ചുകളയും.’’

ഒട്ടകപ്പക്ഷിയുടെ അറിവില്ലായ്മ കേട്ട് മറ്റു പക്ഷികൾ നിശ്ശബ്ദരായിരുന്നതേയുള്ളൂ. ഇതൊക്കെ കേൾക്കുമ്പോൾ എന്തുപറയാനാണ് എന്ന ഭാവമായിരുന്നു അവയ്ക്ക്. എന്നാൽ കഴുകൻ മാത്രം ഉച്ചത്തിൽ വിളിച്ചുപറഞ്ഞു.

"വിഡ്ഢിത്തം വിളമ്പാതെ. പർവ്വതസമാനമായ ഒരുപക്ഷിയുടെ ഏഴയലത്തുപോലും ഒട്ടകപ്പക്ഷിക്ക് ചെല്ലാനാവില്ല. റൂഖ് പക്ഷിയുടെ ഒരു തൂവലിലെ ഒരു രോമത്തിന്റെ വലുപ്പമേ ഒട്ടകപ്പക്ഷിക്കുള്ളൂ."

"ഈ കഴുകൻ നിങ്ങളെ ഓരോന്നു പറഞ്ഞു പേടിപ്പിക്കുകയാണ്. നിങ്ങൾ എന്നെ വിശ്വസിക്കൂ. ഇല്ലാത്ത പക്ഷികളെയോർത്ത് ഭയപ്പെടാതെയിരിക്കൂ. മരുഭൂമിവാസികളായ ഞങ്ങൾ നല്ല മനോബലമുള്ളവരാണ്. മരുഭൂമിയുടെ പരുക്കൻ പ്രകൃതിയോട് നിരന്തരം പൊരുതി വളർന്നവരാണ് ഞങ്ങൾ. ഒട്ടകപ്പക്ഷികൾ കള്ളം പറയില്ല. കാണുന്നതേ ഞങ്ങൾ വിശ്വസിക്കൂ." ഒട്ടകപ്പക്ഷി പറഞ്ഞു.

അതുകേട്ട് ഉപ്പൂപ്പൻ പറഞ്ഞു. "ജീവവായുവിനെ നമ്മൾ കാണുന്നുണ്ടോ. നമ്മൾ അത് അനുഭവിക്കുന്നുണ്ടല്ലോ. ജീവവായുവില്ലാതെ ഒരു പക്ഷിക്കും ജീവിക്കാനാവില്ലല്ലോ. കാണുന്നതേ വിശ്വസിക്കൂ എന്നു പറയുന്നതിൽ എന്തർത്ഥമാണുള്ളത്? ഞാൻ ആ കൂറ്റൻ പർവ്വതത്തിൽ ചെന്ന് റൂഖ് പക്ഷിയെ കണ്ടുവരുകയാണ്."

"ഉപ്പൂപ്പനോ?" ഒരു പരിഹാസത്തോടെ ഒട്ടകപ്പക്ഷി ചോദിച്ചു.

"ഏറ്റവും വലിയ പക്ഷിയായ ഒട്ടകപ്പക്ഷിക്ക് സാധിക്കാത്തത് ചെറിയ പക്ഷികൾക്ക് സാധിക്കും. ഒട്ടകപ്പക്ഷികൾക്ക് കടന്നുകയറാനാവാത്ത വഴികളിലൂടെ മൂളൽകുരുവികൾക്ക് കടന്നുചെല്ലാം. ഉപ്പൂപ്പന് പോകാം. അതുകൊണ്ട് ശരീരവലുപ്പത്തെ മാത്രം വലുപ്പത്തിന്റെ അളവുകോലായി കാണരുത്." ഉപ്പൂപ്പൻ പറഞ്ഞു.

"റൂഖ് പക്ഷികളുടെ കൂർത്തുമൂർത്ത നഖത്തിൽ ഒരു നൂറു ഒട്ടകപ്പക്ഷികൾക്ക് കൂടൊരുക്കാം. അടയിരിക്കാം. അപ്പോഴതിന്റെ വിരലുകളുടെ വലുപ്പം ഊഹിക്കാവുന്നതല്ലേയുള്ളൂ." ഉപ്പൂപ്പൻ ചോദിച്ചു. "കാട്ടിലൂടെ പാറിപ്പറക്കുന്ന അനുഭവമായിരുന്നു എനിക്കതിന്റെ തൂവലുകൾക്കിടയിലൂടെയുള്ള സഞ്ചാരം. പടുകൂറ്റൻ വൃക്ഷങ്ങളും കുറ്റിച്ചെടികളും ഹിംസ്രജന്തുക്കളുമൊക്കെയുള്ള ഒരു കാനന പ്രദേശം തന്നെയാണത്." ഉപ്പൂപ്പൻ തന്റെ അത്ഭുതകരമായ യാത്ര ഓർമ്മിച്ചെടുത്തുകൊണ്ട് പറഞ്ഞു. എന്നിട്ടെന്തോ ഓർത്ത് അത് സ്വയം ഒന്നു അടങ്ങിക്കൊണ്ട് പറഞ്ഞു. "ഞാനതിന്റെ തൂവലുകൾക്കിടയിലൂടെ പറന്നുപോകുമ്പോൾ ഒരു കൂറ്റൻജീവി എന്നെ കടിച്ചുകീറാൻ വന്നു. മരങ്ങൾപോലെയുള്ള അതിന്റെ തൂവലുകളിൽ അതോടി നടക്കുകയായിരുന്നു. ഒരു നായയേക്കാൾ വലുപ്പമുണ്ടാകും. അങ്ങനെയൊരു ജീവിയെ ഞാൻ ഇതിനു മുമ്പൊരിക്കലും കണ്ടിട്ടില്ല."

"ഒരെണ്ണമെയുണ്ടായിരുന്നുള്ളോ?" കഴുകനാണത് ചോദിച്ചത്.

"ഒന്നല്ല, ഒരായിരമെണ്ണം കാണും." ഉപ്പൂപ്പൻ പറഞ്ഞു.

“എങ്കിൽ അതൊക്കെ പേനുകളായിരിക്കും. കൂറ്റൻ പേനുകൾ.” ഓലേഞ്ഞാലി പക്ഷി പറഞ്ഞു.

“ശരിയാണ്. പേനുകളാവാനാണ് സാധ്യത.” എരണ്ടക്കൂട്ടം ഒരേ സ്വരത്തിൽ പറഞ്ഞു.

“ഹൂപ്പ്... ഹൂപ്പ്... പിന്നെ എന്തൊക്കെയോ ജീവികൾ അവിടെ യുണ്ടായിരുന്നു. പറക്കുന്ന കൂറ്റൻജീവികൾ. അതിന്റെ കണ്ണിൽ പെട്ടിരുന്നുവെങ്കിൽ എനിക്കിവിടെ തിരികെയെത്താൻ കഴിയുമായി രുന്നില്ല. അല്ല ഞാനവയുടെ കണ്ണിൽപ്പെടുകതന്നെ ചെയ്തു. ഭയം കൊണ്ട് ഞാൻ മുന്നോട്ടുനീങ്ങാനാവാതെ തരിച്ചുനിന്നു. ഭാഗ്യത്തിന് അതിശക്തമായൊരു കുലുക്കത്തോടെ തൂവലുകൾ മുഴുവൻ കുട ഞ്ഞെറിയപ്പെട്ടു. അതിന്റെ ശക്തിയിൽ ഞാൻ താഴേക്ക് വലിച്ചെറി യപ്പെടുകയായിരുന്നു.”

“ആ കൂറ്റൻപക്ഷി ചിറക് കുടഞ്ഞതാണ്. യാതൊരു സംശയ വുമില്ല. അതായിരിക്കും സംഭവിച്ചിരിക്കുക. ചെറിയ ജീവികൾക്ക് വലിയ കാര്യങ്ങൾ കാണാനാവില്ല. അല്ലെങ്കിൽ ഉയരത്തിൽ പറ ക്കാൻ കഴിയണം.” കഴുകൻ അതുകേട്ടുകൊണ്ട് പറഞ്ഞു.

ഒട്ടകപ്പക്ഷിക്ക് ഇതൊക്കെ അത്ഭുതമായാണ് തോന്നിയത്. റൂഖ് പക്ഷികളെക്കുറിച്ച് ഒട്ടകപ്പക്ഷി ആദ്യമായി കേൾക്കുകയായിരുന്നു. തങ്ങളാണ് പക്ഷികളിൽ ഏറ്റവും വലിയവർ എന്നായിരുന്നു ധരിച്ചു വച്ചിരുന്നത്. അതിൽ ഒട്ടകപ്പക്ഷികളെല്ലാം അഹങ്കരിച്ചിരുന്നു. എന്നാൽ ഇപ്പോൾ പക്ഷികൾ പറയുന്നു. പർവ്വതത്തോളം വലുപ്പമുള്ള പക്ഷി കൾ ഈ വിശുദ്ധപർവതത്തിൽ ജീവിച്ചിരിക്കുന്നുവെന്ന്. എങ്ങനെ വിശ്വസിക്കും. എങ്ങനെ വിശ്വസിക്കാതിരിക്കും? ക് ർ ക്വ... ക് ർ ക്വാ...” ഒട്ടകപ്പക്ഷി ഒന്നുച്ചത്തിൽ കരഞ്ഞു. “ഇതൊക്കെ കേട്ടിട്ട് എനിക്ക് തലചുറ്റുന്നു.” ഒട്ടകപ്പക്ഷി ആരോടെന്നില്ലാതെ പറഞ്ഞു.

മരുഭൂമിയാണ് ആർക്കും പിടികൊടുക്കാത്ത അത്ഭുതദേശ മെന്നാണ് ഇതുവരെ കരുതിയിരുന്നത്. നോക്കിനിൽക്കുമ്പോൾ മണൽക്കുന്നുകൾ അപ്രത്യക്ഷമാകും. പുതിയ മണൽപ്പരപ്പ് പ്രത്യ ക്ഷപ്പെടും. ചിലപ്പോൾ ആകാശത്തുനിന്ന് മണൽക്കൂനകൾ ഭൂമി നിറയെ ആരോ കൊണ്ടുവയ്ക്കുന്നതു കാണാം. മരുഭൂമിയെ ഒരി ക്കലും ആർക്കും പൂർണമായി മനസ്സിലാക്കാനാവില്ല. ഓരോ നിമി ഷവും മരുഭൂമി മാറിമറിഞ്ഞുകൊണ്ടേയിരിക്കും. മരുഭൂമിയാണ് യഥാർത്ഥ പാഠപുസ്തകം. അവിടുന്നാണ് പ്രവാചകന്മാരൊക്കെ പ്രപഞ്ചത്തെക്കുറിച്ച് പഠിച്ചത്. മരുഭൂമിയേക്കാൾ വലിയൊരു ഗുരു നാഥനെ ഞാനിതുവരെ കണ്ടിട്ടില്ല. അങ്ങനെയുള്ള മരുഭൂമിയിൽ കഴിയുന്ന തങ്ങൾക്ക് കൂടി മനസ്സിലാക്കാൻ കഴിയാത്ത അത്ഭുത

കാര്യങ്ങളൊക്കെയാണ് ഇവിടെ കേൾക്കുന്നത്. വിശുദ്ധപർവതം അത്ഭുതങ്ങളുടെ കലവറയാണന്ന് പഴമക്കാരായ ഒട്ടകപ്പക്ഷികൾ പറഞ്ഞുതന്നിട്ടുണ്ടായിരുന്നു. എന്നാൽ അവരാരും റൂഖ് പക്ഷികളെക്കുറിച്ച് ഒരിക്കൽപോലും പറഞ്ഞുതന്നിട്ടില്ല. അത്ഭുതമായിരിക്കുന്നു. ഇവിടെയെല്ലാം അത്ഭുതമായിരിക്കുന്നു.'' ഒട്ടകപക്ഷി പുലമ്പിക്കൊണ്ടിരുന്നു.

''ങ്ങേ...ങ്ങേ...'' മരക്കൊമ്പിലിരുന്ന് പൂച്ചയെപ്പോലെ സ്ത്രൈണമായൊരു ശബ്ദത്തിൽ കൃഷ്ണപ്പരുന്ത് നീട്ടിക്കരഞ്ഞു. എന്നിട്ട് സ്വയം പറഞ്ഞു. ''ഈ കഴുകനും ഉപ്പൂപ്പനും ഒക്കെ അനുഭവിച്ചത് ഗരുഡൻ അനുഭവിച്ചതിന്റെ ഒരു കൊണിശം വരുമോ?''

''ഗരുഡൻ എന്താണനുഭവിച്ചത്?'' ചക്കിപരുന്ത് ചോദിച്ചു.

''അതോ അതൊരു വലിയ കഥയാണ്. അതു പറഞ്ഞാൽ ഇന്നും നാളെയും തീരില്ല. പക്ഷേ ഒരു കാര്യം ഞാൻ പറയാം. സ്വന്തം അമ്മയെ ദാസ്യപ്പണിയിൽനിന്ന് രക്ഷിക്കാൻ സ്വർഗത്തിൽ പോയി അമൃത് മോഷ്ടിച്ചുകൊണ്ടുവരുകയെന്ന് പറഞ്ഞാൽ അത്ര എളുപ്പമുള്ള പണിയൊന്നുമല്ല. ദേവലോകം ഭരിക്കുന്ന ഇന്ദ്രന്റെ എല്ലാവിധ തടസ്സങ്ങളെയും മറികടന്നാണത് സാധിച്ചത്. പക്ഷികളിൽ ഗരുഡന് മാത്രമേ അതിനു കഴിയൂ.

കൃഷ്ണപ്പരുന്തിന്റെ വർത്തമാനം കേട്ട് തലവരയൻ വാത്തകൾ പറഞ്ഞു. ''കഴുകനും ഉപ്പൂപ്പനും അനുഭവിച്ച ദുരിതങ്ങളെ കൃഷ്ണപ്പരുന്ത് വിലകുറച്ചു കാണരുത്. ഭൂതകാലമഹത്വം ഉത്ഘോഷിച്ച് വർത്തമാനകാലത്തിന്റെ മഹിമ കെടുത്തരുത്. റൂഖ് പക്ഷികളുടെ വിവരങ്ങൾ തേടിപ്പോകാൻ കൃഷ്ണപ്പരുന്തിനും കഴിയുമായിരുന്നല്ലോ? എന്തുകൊണ്ടു പോയില്ല?''

തലവരയൻ വാത്തകളുടെ വർത്തമാനം തന്റെ വംശവീര്യത്തെ ചോദ്യം ചെയ്യുന്നതായി കൃഷ്ണപ്പരുന്തിനുതോന്നി. കഴുകനും ഉപ്പൂപ്പനും പറഞ്ഞതൊക്കെ ശരിയാണോയെന്ന് ഞാൻ പരിശോധിക്കാൻ തീരുമാനിച്ചിരിക്കുകയാണ്. ആരെങ്കിലും പറഞ്ഞറിയുന്നതിനേക്കാൾ ഉത്തമം നേരിൽ കണ്ടു കാര്യങ്ങൾ ബോധ്യപ്പെടുന്നതു തന്നെയാണ്. സ്വന്തം അനുഭവങ്ങൾ കഴിഞ്ഞേ മറ്റെന്ത് അറിവും വരുകയുള്ളൂ. ഞാൻ മടങ്ങിവരുകയാണങ്കിൽ കൂടുതൽ പുതിയ വിവരങ്ങൾ നിങ്ങളിലെത്തിക്കും. ഇല്ലെങ്കിൽ ആ ഭീകരരൂപിയായ പക്ഷി എന്നെ വകവരുത്തിയെന്നു കരുതി നിങ്ങളൊക്കെ സമാധാനിച്ചുകൊള്ളണം.''

ഗരുഡഭഗവാനെ മനസ്സിൽ ധ്യാനിച്ച് കൃഷ്ണപ്പരുന്ത് വാനിലേക്ക് ഉയർന്നുപൊങ്ങി. മറ്റ് പക്ഷികൾ ആകാശത്ത് പൊട്ടുപോലെ

അകന്നുപോകുന്ന കൃഷ്ണപ്പരുന്തിനെ നോക്കിനിൽക്കുന്നതു കണ്ട് രാജഹംസം പറഞ്ഞു.

"കൃഷ്ണപ്പരുന്തിന്റേത് രണ്ടും കൽപിച്ചുള്ള പോക്കാണ്. അതുകൊണ്ട് അത് വിജയിച്ചുവരുകതന്നെ ചെയ്യും. ജീവിതത്തിൽ അപായസാധ്യതകളെ തൃണവൽഗണിച്ച് മുന്നേറുന്നവർക്കു മാത്രമേ വിജയം നേടാനാവൂ. അറച്ചറച്ചു നിൽക്കുന്നവർക്ക് ഒന്നും നേടാനാവില്ല. അവർ നിൽക്കുന്നിടത്തുതന്നെ നിൽക്കുകയേയുള്ളൂ. എല്ലാ വിജയത്തിനുപിന്നിലും ജീവൻ പണയം വച്ചുള്ള പോരാട്ടമുണ്ട്."

ക്രൗഞ്ചപ്പക്ഷിയും അതിനോടു യോജിച്ചു. എന്നിട്ട് പറഞ്ഞു, "കൃഷ്ണപ്പരുന്തുകളുടെ കണ്ണുകളോളം തിളക്കം മറ്റൊരു പക്ഷിക്കുമില്ല. അതിവിദൂരതയിലുള്ളതൊക്കെ ആ കണ്ണുകൾ കൊത്തിയെടുക്കും. കൃഷ്ണപ്പരുന്ത് എന്തെങ്കിലും പുതിയവിശേഷം കൊണ്ടുവരാതിരിക്കില്ല. എന്തുകൊണ്ടാണ് കൃഷ്ണപ്പരുന്തുകളുടെ കണ്ണുകൾക്കിത്ര മൂർച്ചയെന്നു നിങ്ങൾക്കറിയാമോ?"

രാജഹംസങ്ങൾ അറിയില്ലന്ന അർത്ഥത്തിൽ തലയാട്ടി കാതോർത്തു.

മുട്ട വിരിഞ്ഞുവരുന്ന പൊടിക്കുഞ്ഞുങ്ങളുടെ പ്രായത്തിൽ കൃഷ്ണപ്പരുന്തുകൾ സൂര്യനെ നോക്കി ധ്യാനിക്കാൻ തുടങ്ങുന്നതാണ്. നിരന്തരം സൂര്യനെ നോക്കി നോക്കി അതിന്റെ കണ്ണ് പ്രകാശരശ്മികളെപ്പോലെയായിത്തീരും. പ്രകാശവേഗതയിൽ കാഴ്ച പായും. എത്രയകലെയുള്ളതിനെയും എത്ര ചെറുതായിരുന്നാലും കൃഷ്ണപ്പരുന്തിന്റെ കണ്ണുകൾ കൊത്തിയെടുക്കും. ഇങ്ങനെ കണ്ണുകൾ അഗ്നിപോലെ ജ്വലിക്കുന്ന കൃഷ്ണപ്പരുന്തുകളെ മാത്രമേ അവർ കൂട്ടത്തിൽ കൂട്ടുകയുള്ളു."

"അത്ഭുതം തന്നെ." രാജഹംസം പറഞ്ഞു.

"തീർന്നില്ല. സൂര്യമണ്ഡലത്തിൽ നോക്കിയിരിക്കുന്ന കൃഷ്ണപ്പരുന്തിന്റെ ഏതെങ്കിലും കുഞ്ഞുങ്ങൾ കണ്ണ് ചിമ്മിയാൽ അവയെ കൂട്ടത്തിൽനിന്ന് പുറന്തള്ളും. കണ്ണുചിമ്മാതെ സൂര്യനെ നോക്കാൻ ശേഷിയുള്ളവർ മാത്രമേ കൃഷ്ണപ്പരുന്തുകളുടെ കുലമഹിമ കാത്തുസൂക്ഷിക്കുന്നവരായുള്ളൂ എന്നാണവരുടെ ഇടയിലെ വിശ്വാസം."

"കൂട്ടത്തിൽനിന്ന് താഴെ വീഴുന്ന കുഞ്ഞുങ്ങളെ ഞങ്ങൾ ഉപേക്ഷിക്കുന്നതുപോലെതന്നെ ഇതും." വർണ്ണക്കൊറ്റി അതുകേട്ടുകൊണ്ടു പറഞ്ഞു.

"കൃഷ്ണപ്പരുന്തിന് നിത്യയൗവ്വനമാണന്ന് പറയുന്നതിൽ വല്ല സത്യവുമുണ്ടോ?" പെലിക്കൻ ചോദിച്ചു.

"കൃഷ്ണപ്പരുന്തുകൾ വയസ്സാകുമ്പോൾ സൂര്യനെ നോക്കി ഒരു പറക്കലാണ്. ആകാശത്തിന്റെ അതിരുകളിലേക്ക് അതു പറയുന്നുയരും.

സൂര്യന്റെ അടുത്തേക്ക് ചെല്ലുംതോറും ചിറകുകൾ കരിഞ്ഞ് അത് സമുദ്രത്തിലേക്ക് പതിക്കും. കടലിനുള്ളിൽ അത് ധ്യാനനിദ്രയിൽ ആണ്ടുകിടക്കും. പുതിയ തൂവലുകൾ ശരീരം നിറയെ കിളിർത്തു യൗവ്വനരൂപിയായി സമുദ്രത്തിന്റെ അന്തർഭാഗത്തുനിന്ന് മുകളിലേക്കത് ഉയർന്നുവരും. പുതുതൂവൽ പുതച്ച് വീണ്ടും ജീവിക്കും. ഇതു ഞാൻ കേട്ട കഥയാണ്.'' ക്രൗഞ്ചപ്പക്ഷികൾ പറഞ്ഞു.

''ഇതിൽ എത്രകണ്ട് സത്യമുണ്ട്. എത്രകണ്ട് സങ്കൽപമുണ്ടെന്നൊന്നും എനിക്കറിയില്ല. പക്ഷികളുടെ കൂട്ടത്തിൽ ദൂരക്കാഴ്ച ഏറ്റവും കൂടുതലുള്ളവർ ഗരുഡവർഗക്കാരായ പരുന്തുകൾക്കാണന്നതിന് ഒരു സംശയവുമില്ല. അതുകൊണ്ട് അവയുടെ നിത്യയൗവ്വനത്തിന്റെ പിന്നിലും ചില രഹസ്യങ്ങൾ കാണാതിരിക്കില്ല.'' ക്രൗഞ്ചപ്പക്ഷി പറഞ്ഞു.

പക്ഷികൾ കൂട്ടമായി ആകാശത്തേക്ക് നോക്കി. കൃഷ്ണപ്പരുന്തിന്റെ പൊടിപോലും കാണാനുണ്ടായിരുന്നില്ല.

കഴുകൻ മരക്കൊമ്പിലിരുന്നു കോട്ടുവായിട്ടുകൊണ്ട് അലസമായി പറഞ്ഞു, ''അറിയാത്ത പിള്ള ചൊറിയുമ്പോൾ അറിയും.''

അതുകേട്ട് പുള്ളുകൾ തമ്മിൽ തമ്മിൽ പറഞ്ഞു. ''കൃഷ്ണപ്പരുന്തിനെക്കുറിച്ചു പറഞ്ഞതൊക്കെ വെറും കഥകളാണ്. സൂര്യനെ നോക്കിയാൽ ഏതു ജീവിയുടെ കണ്ണും കരിഞ്ഞുപോകും?'' എന്നിട്ട് കുട്ടിപ്പുള്ളുകളോടു പറഞ്ഞു, ''നിങ്ങളീ കഥയൊക്കെ കേട്ട് സൂര്യനെ നോക്കാൻ നിൽക്കണ്ട. ഉള്ള കാഴ്ചയും ഇല്ലാണ്ടാവും.''

കൃഷ്ണപ്പരുന്ത്

വിശുദ്ധ തടാകക്കരയിൽ പക്ഷികൾ ഒത്തുകൂട്ടിയിട്ട് ദിവസങ്ങൾ പലതു കഴിഞ്ഞു. എന്നാൽ ചർച്ചകൾ നടക്കുന്നതല്ലാതെ ഒരു കാര്യത്തിലും ഒരു യോജിപ്പ് ഉണ്ടായില്ല. സ്വന്തം മഹിമയും വംശവിശുദ്ധിയും പക്ഷികൾ മറ്റ് പക്ഷികളെ ബോധ്യപ്പെടുത്താൻ ആവതു ശ്രമിച്ചു കൊണ്ടിരുന്നുവെന്നു മാത്രം. വ്യത്യസ്ത ഗോത്രങ്ങളായും ജാതികളായും വിഭജിക്കപ്പെട്ടു കഴിയുന്ന പക്ഷികൾക്ക് പൊതുവായൊരു നേതാവിനെ കണ്ടെത്തുകയെന്നതു തന്നെ അസാധ്യമായി തീരുകയാണെന്ന് പല പക്ഷികൾക്കും ബോധ്യപ്പെട്ടു തുടങ്ങി. പക്ഷികൾക്കെല്ലാം ഒരു ഭാഷയെന്ന സ്വപ്നം സ്വപ്നമായിതന്നെ നിൽക്കുകയാണ്. സ്വന്തം ഭാഷയും ജീവിതരീതിയും കളഞ്ഞുകുളിക്കാൻ പക്ഷികൾ തയ്യാറല്ല. സ്വത്വബോധം മറ്റേതൊരു ജീവികളെക്കാൾ ഗാഢമായി പക്ഷികളിൽ അലിഞ്ഞുചേർന്നിട്ടുണ്ട്.

ഇങ്ങനെയുള്ള പതിനായിരക്കണക്കിന് വരുന്ന പക്ഷി ജാതികളെയൊക്കെ യോജിപ്പിച്ച് ഒരു നേതാവിന്റെ കീഴിൽ അണിനിരത്തുകയെന്നത് നടപ്പുള്ള കാര്യമല്ലെന്ന ബോധ്യം ക്രൗഞ്ചപ്പക്ഷിയേയും രാജഹംസത്തെയും അലട്ടിത്തുടങ്ങി. പക്ഷികളുടെയെല്ലാം നേതാവാകുകയെന്ന മോഹം ഉപേക്ഷിക്കണമോ വേണ്ടയോ എന്ന ആശങ്കയിലായി അവ. പക്ഷികളെ ഒരു വഴിയിൽ നയിക്കാൻ ശ്രമിക്കുമ്പോഴും അവയൊക്കെ പലവഴിയെ തിരിഞ്ഞു പോകുന്നത് ക്രൗഞ്ചപ്പക്ഷികളെ നിരാശപ്പെടുത്തിയിരിക്കുന്നു. മനുഷ്യരെന്ന പൊതുശത്രുവിനെ മുൻനിർത്തി പക്ഷികളെയെല്ലാം ഒരുമിപ്പിക്കാമെന്ന വിശ്വാസക്കാരും പക്ഷികളുടെ ഇടയിൽ ഉണ്ടായിരുന്നു.

ഭീകരരൂപിയായൊരു പൊതുശത്രുവിനെ സൃഷ്ടിച്ചാൽ മാത്രമേ പക്ഷികളുടെ ഇടയിലെ ഭിന്നതകളെ ഉരുക്കി ഒരൊറ്റവർഗ്ഗമാക്കി പരിവർത്തിപ്പിക്കാനാവുകയുള്ളൂവെന്ന് പക്ഷികളുടെ ഇടയിലെ രാഷ്ട്രതന്ത്രജ്ഞർ മുമ്പേ പറഞ്ഞിട്ടുള്ളതാണുതാനും. പ്രഖ്യാപിത ശത്രു അതിക്രമം കാട്ടുന്നില്ലെങ്കിൽ പക്ഷികൾ അതിക്രമങ്ങൾ കാണിച്ചിട്ടതിന്റെ ഉത്തരവാദിത്വം ശത്രുവിന്റെ മേൽ കെട്ടിവയ്ക്കണം.

ശത്രുവിനെതിരെ കൃത്രിമത്തെളിവുകൾ ഉണ്ടാകണം. ഇതേക്കുറിച്ചൊക്കെ വിശദമായി പക്ഷികളുടെ സ്മൃതിഗ്രന്ഥത്തിൽ പ്രതിപാദിച്ചിട്ടുണ്ട്. പക്ഷികളെല്ലാവരും കൂടി തന്നെ നേതാവായി തെരഞ്ഞെടുക്കുമെന്ന പ്രതീക്ഷയാണ് അരയന്നത്തിനുണ്ടായിരുന്നത്. സ്വയം ഒരു നേതാവായി നടിച്ചായിരുന്നു അതിന്റെ നടപ്പ്. പക്ഷികളൊക്കെ ഒരേ വർഗ്ഗമാണെന്ന് ഉദ്ഘോഷിക്കുമ്പോഴും എന്തുകൊണ്ട് അവയൊക്കെ പരസ്പരം ഇണചേർന്ന് കൂടൊരുക്കുന്നില്ലെന്ന മൗലിക ചോദ്യത്തിന് മുമ്പിൽ പക്ഷികൾക്കൊക്കെ ഉത്തരം മുട്ടി. അരയന്ന ജാതികൾ തമ്മിൽ തമ്മിൽ പോലും ഇണചേരില്ല. പിന്നെയല്ലേ കാക്കയും കുരുവിയുമായുള്ള കൂട്ടുകെട്ട്. ഞങ്ങളുടെ വംശമൊഴികെ മറ്റ് പക്ഷിവർഗ്ഗങ്ങളും മ്ലേച്ഛരാണെന്നാണ് അരയന്നങ്ങളുടെ ചിന്ത. രാജഹംസങ്ങളും വാത്തകളും എരണ്ടകളും ആ വഴിക്കാണ് ചിന്തിക്കുന്നത്.

ഓരോ ജാതിപക്ഷികൾക്കും അവയുടെ വംശമഹിമയെക്കുറിച്ച് ഏറെ പറയാനുണ്ട്. നിറത്തിലും രൂപത്തിലുമുള്ള ഭിന്നതകൊണ്ട് മാത്രം ഒരു പക്ഷിയേയും മാറ്റിനിർത്താനാവില്ലെന്ന് അവയൊക്കെ ശക്തിയുക്തം വാദിച്ചു. പക്ഷിവർഗ്ഗത്തിന് വലിയ നാശമുണ്ടാകുന്ന മനുഷ്യർക്കെതിരെ പോലും യോജിച്ച ഒരു നിലപാട് സ്വീകരിക്കാൻ യോഗത്തിൽ ഇതുവരെ കഴിഞ്ഞില്ല. ഇതു സംബന്ധിച്ചുള്ള ഒരു പ്രമേയം കാട്ടുതാറാവുകൾ കൊണ്ടുവന്നെങ്കിലും മനുഷ്യരെ ചുറ്റിപ്പറ്റിക്കഴിയുന്ന കാക്കകളും ചന്തക്കുരുവികളും കോഴികളും താറാവുകളുമൊക്കെകൂടി അത് അലങ്കോലപ്പെടുത്തി. ഒടുക്കം കാട്ടുതാറാവുകൾക്ക് മനുഷ്യരുമായിനി പക്ഷികൾ സഹകരിക്കുകയില്ലെന്ന പ്രമേയം പിൻവലിക്കേണ്ടതായി വന്നു. ഇങ്ങനെ ഓരോ ദിവസം കഴിയുതോറും പക്ഷികളിലെ ഭിന്നത മൂർച്ഛിച്ചു വന്നുകൊണ്ടിരുന്നു.

ഇതൊക്കെ കണ്ടുംകേട്ടുമിരുന്ന കാക്കകൾ പറഞ്ഞു. ''പ്രപഞ്ചത്തിന്റെ ഉല്പത്തി മുതലുള്ള കാര്യങ്ങളൊക്കെയറിയാവുന്നവർ കാക്കകളാണ്. എന്തിന്, ഏതാഗ്രഹവും സാധിച്ചു കൊടുക്കുന്ന പാരിജാത വൃക്ഷത്തിനുപോലും കാക്കകളുടെ ചോദ്യത്തിനുത്തരം നൽകാനുള്ള ശേഷിയുണ്ടായിരുന്നില്ല. പ്രപഞ്ചത്തെക്കുറിച്ച് കാക്കകളോളം ആഴത്തിൽ ചിന്തിച്ചിട്ടുള്ള മറ്റൊരു പക്ഷിയും ഉണ്ടെന്ന് ഞങ്ങൾ കരുതുന്നില്ല. കാകൻ കാലത്തെ അതിജീവിക്കുന്നവനാണ്. അങ്ങനെയുള്ളവർ വേണം പക്ഷികുലത്തെ നയിക്കാൻ.''

അതുകേട്ട് ഒരു കുരുവി മുന്നോട്ടു വന്നു പറഞ്ഞു. ''കാക്കയ്ക്കു സ്വയം തോന്നുന്നതാണ് തങ്ങളാണ് മഹാജ്ഞാനികളെന്ന്. കല്പതരുവിന്റെയും കാകഭിശുമ്പിയുടെയും കാര്യമൊക്കെ ഞങ്ങൾക്കും അറിയാം. എന്നാൽ കുരുവികളെക്കുറിച്ചുകൂടി കാക്ക ഒന്നു പഠിക്കുന്നത് നന്നായിരിക്കും.''

അതുകേട്ട് കാക്ക നിസ്സാരഭാവത്തിൽ ചോദിച്ചു. ''കുരുവിയെ ക്കുറിച്ച് എന്താണ് അറിയാൻ കിടക്കുന്നത്?''

കാക്കകളുടെ ചോദ്യം കേട്ട് കുരുവി പറഞ്ഞു. ''ഇതാണു കുഴപ്പം. ശരീരം കൊണ്ട് ഞങ്ങൾ ചെറുതായിരിക്കും. എന്നാൽ മനസ്സുകൊണ്ടും ജ്ഞാനംകൊണ്ടും ഞങ്ങൾ മറ്റേതു പക്ഷിയേക്കാളും പുറകിലല്ല. കുരുവികളെപ്പോലെ ആനന്ദത്തിൽ ജീവിക്കുന്ന എത്ര പക്ഷികളുണ്ട് ലോകത്ത്. ശരിയായ ജ്ഞാനം ആനന്ദത്തെ ഉല്പാദിപ്പിക്കുന്നതു കൊണ്ടാണിത്. ശരിയായ ജ്ഞാനം ലഭിക്കാത്ത പക്ഷികളാണ്. മൂക രായും രോഷാകുലരായും ആർത്തിപൂണ്ടു കഴിയുന്നത്.''

കാക്ക അത് കേട്ട് പറഞ്ഞു ''വെറുതെ വാചകമടിക്കാതെ. കുരു വിയെന്തു ചെയ്തുവെന്നു പറയൂ. നിങ്ങളുടെ ജ്ഞാനത്തെ ബോധ്യ പ്പെടുത്തുന്ന ഒരു കഥയെങ്കിലും പറഞ്ഞു കേൾപ്പിക്കൂ.''

കുരുവി ഗൗരമായി ആലോചനയിലാണ്ടു. പിന്നെ തൊട്ടടുത്തു ണ്ടായിരുന്ന ഒരു കുറ്റിച്ചെടിയുടെ കൊമ്പിൽ കയറിയിരുന്ന് ഒന്നു രണ്ടുതവണ കരഞ്ഞു ശബ്ദം ശരിപ്പെടുത്തിക്കൊണ്ടു പറഞ്ഞു.

''മുഹമ്മദ് നബിയുടെ കാലത്തു നടന്നൊരു കഥയാണ്. അറേ ബ്യൻ മണലാരണ്യത്തിൽ കൂട്ടംകൂടി പാർത്തിരുന്ന കുരുവികുടുംബ ത്തിലെ പെൺകുരുവി ഒരു ദിവസം രണ്ടു മുട്ടയിട്ടു. അപൂർവ്വമായി പക്ഷികളിൽ ഇതു സംഭവിക്കുന്ന കാര്യമാണ്. എന്നാൽ ആൺ കുരുവി അത് വകവച്ചു കൊടുത്തില്ല. മുട്ടകളിലൊന്ന് ജാരസന്തതി യാണെന്നത് ഉറപ്പിച്ചു പറഞ്ഞു. എന്നാൽ പതിവ്രതാരത്നമായിരുന്ന പിടക്കുരുവിക്ക് പൂവൻകുരുവിയുടെ ആരോപണം നെഞ്ചിലേക്ക് തീകോരിയിട്ടതുപോലെയാണ് അനുഭവപ്പെട്ടത്. മറ്റൊരു ആൺ കുരുവിയുടെയും മുഖത്തുപോലും നോക്കാതെ ജീവിക്കുന്ന തന്റെ ചാരിത്ര്യത്തിൽ പൂവൻ സംശയിക്കുന്നതിൽ പിടപ്പക്ഷി മനസ്സു നൊന്തു കരഞ്ഞു. എന്നാൽ കോപാന്ധനായ ആൺപക്ഷിയതൊന്നും കണ്ടു കൂസിയില്ല. അതു കൂട്ടിൽ കിടന്ന് ബഹളം വെച്ചു. പിടപ്പക്ഷി സത്യപ്രവാചകനായ മുഹമ്മദ് നബിയുടെ മുമ്പിലെത്തി ആവലാതി ബോധിപ്പിച്ചു. കുരുവിയുടെ ആത്മാർത്ഥതയിൽ ഉറച്ച ബോധ്യമുണ്ടാ യിരുന്ന അന്ത്യപ്രവാചകൻ തന്റെ അനുചരനായ ബിലാലിനോട് ഉടൻ ആൺകുരുവിയെ എന്റെ മുമ്പിൽ ഹാജരാക്കാൻ ആവശ്യ പ്പെട്ടു. ബിലാൽ കുരുവിയുടെ കൂട്ടിലെത്തി ഒന്നുവിളിച്ചു. ഒരനക്കവും കേട്ടില്ല. രണ്ടു വിളിച്ചു. ഒരു മറുപടിയുമില്ല. മൂന്നാമതും വിളിച്ചു. അപ്പോൾ വളരെ ശാന്തമായൊരു ശബ്ദം കേട്ടു.

''എന്താ കുട്ടി നീ വന്നത്?''

''എന്നോടൊപ്പം വരുക. മുഹമ്മദ് നബി വിളിക്കുന്നു.''

അതുകേട്ട് ആൺകിളി പറഞ്ഞു. ''അങ്ങനെയൊരു നബിയെ എനിക്കറിയില്ലല്ലോ. ആദം നബി മുതലുള്ള എല്ലാ നബിന്മാരെയും ഞാനറിയും. ഞാനൊരു പഴയ കിളിയാണ്. ഞാൻ ഭൂമിയിലെത്തിയപ്പോൾ ഭൂമിയുടെ നിറം പൊന്നിന്റേതായിരുന്നു. പിന്നെയത് വെള്ളി നിറമായി. വെള്ളിത്തറ ചെമ്പുതറയായി. ചെമ്പുതറ ഇരുമ്പുത്തറയായി ഈ ഭൂമിമണ്ണായി മാറിയിട്ടധികകാലമൊന്നുമായില്ല കുട്ടീ. ഞാനിതുവരെ നിന്റെ നബിയെക്കുറിച്ചു മാത്രം കേട്ടിട്ടില്ലല്ലോ. ഞാനിതുവരെ ഒരു നബിയേയും അങ്ങോട്ടുപോയി കണ്ടിട്ടില്ല. ബിലാലേ, നീ പോയി നിന്റെ നബിയോട് എന്നെ വന്ന് കാണാൻ പറ.''

ഈ കിളി സാധാരണ കിളിയല്ലെന്നു ബിലാലിനു ബോധ്യമായി. ബിലാൽ മദീനയിലെത്തി നബിയോട് നടന്ന കാര്യമൊക്കെ ഉണർത്തിച്ചു. നബി ഉടൻ നീതിമാനായ ഉമറിനെ വിളിച്ചു കിളിയെ കൂട്ടി വരാൻ പറഞ്ഞു. ഉമർ കിളിക്കൂടിനരുകിലെത്തി ഒന്നു വിളിച്ചു. മിണ്ടാട്ടമില്ല. രണ്ടു വിളിച്ചു. നിശ്ശബ്ദം. മൂന്നാംവിളിക്ക് മറുപടി കിട്ടി.

''എന്താ കുട്ടി വന്നത്?''

''മുത്തുനബി വിളിക്കുന്നു. എന്നോടൊപ്പം വേഗം വരുക.'' ഉമർ ആജ്ഞാസ്വരത്തിൽ പറഞ്ഞു.

''ഞാനൊരു നബിയേയും അങ്ങോട്ടുപോയി കാണാറില്ലല്ലോ. നബിയോട് ഇവിടേക്ക് വരാൻ പറയൂ.'' കിളി പറഞ്ഞു.

അതുകേട്ട് രോഷത്തോടെ ഉമർ പറഞ്ഞു. ''എന്നോടിതു പറഞ്ഞതിരിക്കട്ടെ. അലിയാർ ഇതുകേട്ടിരുന്നെങ്കിൽ അനുസരണക്കേടിന് നിന്നെ 'ദുൽഫക്കർ' വാളുകൊണ്ടപ്പോൾതന്നെ വെട്ടിനുറുക്കിയേനേ.''

''എനിക്കലിയേയും ഉമറിനെയും അറിയാം. എരിനോടു തോറ്റവനല്ലേ ഉമറേ നീ.'' കിളി പരിഹാസത്തോടെ ചോദിച്ചു.

എല്ലാ കാര്യങ്ങളും അറിയുന്ന കുരുവി സാധാരണ കിളിയല്ലെന്ന് ഉമറിന് ബോധ്യമായി. ഉമറും തിരികെ മദീനയിലെത്തി നടന്ന സംഭവങ്ങളൊക്കെ നബി തിരുമേനിയുടെ മുമ്പിൽ അവതരിപ്പിച്ചു. അലിയാര് ഇവിടെയുണ്ടായിരുന്നുവെങ്കിൽ ആൺകിളിയെ ഉടൻ തന്റെ മുമ്പിലെത്തിക്കുമായിരുന്നുവല്ലോ എന്ന് നബി ആത്മഗതം പറഞ്ഞു. തൊണ്ണൂറ്റിമൂന്ന് ദിവസത്തെ വഴിദൂരത്തിനപ്പുറം ഈജിപ്തിൽ കഴിയുകയായിരുന്ന അലിയാർ ഒരു സ്വപ്നം കണ്ടു എത്രയും വേഗം നബി തിരുമേനിയുടെ അടുക്കൽ എത്തണമെന്ന്. അലിയാർ തന്റെ 'ദുൽദുൽ' കുതിരയോട് വേഗത്തിൽതന്നെ നബിയുടെ അരികിലെത്തിക്കാൻ ആവശ്യപ്പെട്ടു. പെട്ടെന്ന് ജിബ്രീൽ മലക്ക് ഭൂമിയെ ചുരുക്കി തൊണ്ണൂറ്റിമൂന്ന് ദിവസത്തെ വഴി ദൂരം അൻപത് ചവിട്ടടിയാക്കി

മാറ്റി. അലിമദീനയിൽ എത്തിയപ്പോൾ നബി പറഞ്ഞു. തുരിസിനാ മലയിൽ പോയി അക്ബർ സാദിക്കെന്ന കിളിയെ കൂട്ടിയുടൻ എന്ന രികിലെത്തണം.

സംഗതി ഗൗരമുള്ളതാണെന്ന് ബോധ്യപ്പെട്ട അലിയാർ ഉടൻ കിളിയുടെ കുട്ടിനരുകിലെത്തി ഉജ്ജ്വലശബ്ദത്തിലതിനെ വിളിച്ചു. പതിവുപോലെ ഒരനക്കവും കേട്ടില്ല. കോപിഷ്ഠനായ അലിയാർ വീണ്ടും വിളിച്ചു. അപ്പോഴും മിണ്ടാട്ടമില്ല. തന്റെ സർവ്വശക്തിയും സംഭരിച്ച അലിയാർ ഇടിമുഴക്കത്തിൽ അലറി വിളിച്ചു. മൂന്നാംവിളി യിൽ ഭൂമിപോലും വിറകൊണ്ടു.

എന്നാൽ യാതൊന്നും സംഭവിക്കാത്ത മട്ടിൽ കിളി ചോദിച്ചു. ''എന്തിനാ അലിയാരെ എന്നെ വിളിച്ചത്?''

''അന്ത്യപ്രവാചകനായ മുഹമ്മദ് നബി വിളിക്കുന്നു. നീ എന്നോ ടൊപ്പം വരുക.''

അപ്പോൾ കിളി പറഞ്ഞു. ''ഭൂമിയിൽ വന്ന മുന്നൂറ്റിപന്ത്രണ്ട് നബി ന്മാരെയും എനിക്കറിയാം. നിങ്ങളുടെ നബിയെമാത്രം എനിക്കറിയി ല്ലല്ലോ.''

''എന്നാൽ മുന്നൂറ്റിപതിമ്മൂന്ന് തികഞ്ഞ നബിയാണ് നിന്നെ വിളിക്കുന്നത്. വേഗം പുറപ്പെടുക.''അലിയാർ ധൃതികൂട്ടി.

''അങ്ങനെയൊരു നബി ഇവിടെയുണ്ടെങ്കിൽ നാലായവേദം നെറി തെറ്റിപ്പോകുമോ?'' കിളി ചോദിച്ചു.

''എന്താണ് നെറിതെറ്റിയത്?''

''അതോ പറയാം.'' കിളി ഒരു നിമിഷം ആലോചനയിലാണ്ടു. ''ജിന്നുകളുടെ രാജാവ് ഇഫ്രിജിത്ത് ഇബ്നു ഉവൈദില്ല എന്ന അസ്ഹാബിയുടെ സുന്ദരിയായ പെൺകുട്ടിയെ തട്ടിക്കൊണ്ടു പോയിട്ട് പതിനാറ് വർഷം കഴിഞ്ഞിരിക്കുന്നു. ആ നിഷ്കളങ്കയായ പെൺകുട്ടിയെ രക്ഷിക്കാൻ കഴിയാത്തവരാണോ എന്നെ കൊണ്ടു പോകാൻ വന്നിരിക്കുന്നത്.'' കിളി പരിഹാസച്ചുവയോടെ ചോദിച്ചു.

''എവിടെയാണ് ഇഫ്രിജിത്ത് പെൺകുട്ടിയെ തടവിലിട്ടിരിക്കു ന്നത്?'' രോഷത്തോടെ അലിയാർ ചോദിച്ചു.

''തുരിസിനമലയുടെ വലതുവശത്തേക്ക് ഒന്നുപോയി നോക്കുക. അവിടെയൊരു ഗുഹ കാണാം. അതിലൂടെയാണവന്റെ കോട്ടയിലേ ക്കുള്ളവഴി.''

അലിയാർ ഉടൻ തന്റെ കുതിരപ്പുറത്തു കയറി ഊരിയ വാളു മായി ഗുഹയ്ക്കുരുകിലെത്തി. അവിടെയൊരു ശിലാഫലകം കണ്ടു. ഗുഹയ്ക്കുള്ളിലേക്ക് കടക്കുന്നവരെ ചുട്ടുകരിച്ചുകളയുമെന്നാണ് എഴുതിവച്ചിരിക്കുന്നത്. അലിയാർ കുതിരയെ അവിടെ നിർത്തിയിട്ട്

ഊരിയ വാളുമായി ഗുഹയ്ക്കുള്ളിലേക്ക് കടന്നു. കുറച്ചുദൂരം ഗുഹയിലൂടെ നടന്നപ്പോൾ ഒരു കടൽത്തീരത്ത് എത്തി. അതിൽ അതിഭീകരങ്ങളായ രണ്ട് നാഗങ്ങൾ കിടന്നു പുളയുന്നു. ഉദയം മുതൽ അസ്തമയം വരെ നീളമുള്ള നാഗങ്ങൾ.

അലിയാർ നാഗങ്ങളോട് ചോദിച്ചു. ''ഇഫ്രിജത്തിന്റെ കോട്ടയിലേക്കുള്ള വഴി പറഞ്ഞുതരാമോ?''

നാഗങ്ങൾ അതുകേട്ട് പറഞ്ഞു. ''ഈ കടലിനക്കരെയാണ് ഇഫ്രിജിത്തിന്റെ കോട്ടയുള്ളത്. എന്നാൽ അവിടേക്ക് പോകരുത്. ഭീകരക്കോട്ടയാണത്. കോട്ടയിൽ തന്നാലെ കുത്തുന്ന വാളുണ്ട്. തന്നാലെ വന്നടിക്കുന്ന ദണ്ഡുണ്ട്. തന്നാലെ കത്തുന്ന തീയുണ്ട്. തന്നാലെ വീശുന്ന വലയുണ്ട്. അതിനുള്ളിൽ കടക്കുന്ന ആർക്കും ജീവനോടെ പുറത്തുവരാനാവില്ല.''

അതൊന്നും കേട്ട് അലിയാർ കുലുങ്ങിയില്ല. ജിന്നിന്റെ കോട്ടയിൽ പോകണമെന്നു നിർബന്ധം പറഞ്ഞുനിന്നു. ഒടുക്കം പാമ്പുകൾ അലിയാരെ അക്കരെയെത്തിക്കാമെന്നേറ്റു. പക്ഷേ അവ ഒരു നിബന്ധന മുന്നോട്ടുവച്ചു. ''ഭൂമിയുടെ അന്ത്യനാളിൽ സർവ്വമാനജീവികളുടെയും ശരിതെറ്റുകൾ തൂക്കിനോക്കി സ്വർഗത്തിലേക്കും നരകത്തിലേക്കും അയയ്ക്കുന്ന കാലം വരുമല്ലോ. അപ്പോൾ സ്വർഗത്തിലേക്കുള്ള ചീട്ട് കൊടുക്കുന്നതിനുള്ള ചുമതല അലിയാർക്കാണ്. അപ്പോൾ ഇതിനു പ്രത്യുപകാരമായി ഞങ്ങൾക്കും സ്വർഗത്തിലേക്ക് കടക്കാൻ ചീട്ടുതരണേ?'' അലിയാർ അതു സമ്മതിച്ചു.

അലിയാരെ വാലിൽ തൂക്കിയെടുത്ത് പാമ്പ് കടൽ കടത്തി. ഭീകരരൂപിയായയൊരു കോട്ടവാതുക്കലാണ് അലിയാർ ചെന്നുനിന്നത്. ഹിംസ്രജന്തുവിന്റെ മുഖംപോലെയുള്ള കോട്ട കവാടത്തിനരുകിൽ ഒരു വള്ളിച്ചെടി മാത്രം നിൽപ്പുണ്ടായിരുന്നു. കാവൽക്കാരെയൊന്നും തന്നെ കാണാനില്ല. അലിയാരെ കണ്ടപ്പോൾ ആ വള്ളിമരം ചോദിച്ചു.

''മനുഷ്യരാരും വരാത്ത ഇവിടെ താങ്കൾ എങ്ങനെയെത്തി?

അതിനുത്തരം പറയാതെ അലിയാർ പറഞ്ഞു. ''എനിക്ക് ജിന്നുകളുടെ രാജാവായ ഇഫ്രിജിത്തിന്റെ കോട്ടയ്ക്കുള്ളിൽ പോകണം.''

അതുകേട്ട വള്ളിച്ചെടി ചിരിച്ചുകൊണ്ടു പറഞ്ഞു. ''അതത്ര എളുപ്പമുള്ള കാര്യമല്ല. ഈ കോട്ടയിൽ ഒരു മനുഷ്യ പെൺകുട്ടിയെ ജിന്നുകളുടെ രാജാവ് തടവിൽ പാർപ്പിച്ചിട്ടുണ്ട്.''

അവളെ രക്ഷിക്കാനാണ് താൻ വന്നിരിക്കുന്നതെന്ന് വള്ളിച്ചെടിയോട് അലിയാർ പറഞ്ഞു. ഒരു പെൺകുട്ടിയെ തട്ടിക്കൊണ്ടുവന്നതൊക്കെ വള്ളിച്ചെടിക്കറിയാമായിരുന്നു. അവളോട് വള്ളിച്ചെടിക്ക് വലിയ സഹപാതവും ഉണ്ടായിരുന്നു. വള്ളിച്ചെടിയുടെ മനസ്സ് അലിഞ്ഞു. അതു പറഞ്ഞു.

''കോട്ടവാതിൽ തുറക്കാനുള്ള താക്കോൽ എന്നെ ഏൽപ്പിച്ച് ആ ദുഷ്ടൻ പുറത്തുപോയിരിക്കുകയാണ്. നാൽപ്പതുദിവസത്തെ വേട്ടയ്ക്കായാണ് പോയിരിക്കുന്നത്. മുപ്പത്തിഒമ്പതു ദിവസം കഴിഞ്ഞു. നാളെ ഇവിടെ മടങ്ങിയെത്തും. കോട്ടയ്ക്കുള്ളിൽ പല അപകടങ്ങളും പതിയിരിപ്പുണ്ട്. അതൊക്കെ കടന്ന് ഇഫ്രിജിത്തിന്റെ കൊട്ടാരത്തി ലെത്തുകയെന്നത് അസാധ്യമാണ്''

''എന്തൊക്കെയാണ് ഈ കോട്ടയ്ക്കുള്ളിൽ ഒരുക്കിവച്ചിരിക്കു ന്നത്?'' അലിയാർ ചോദിച്ചു.

''ഒന്നാമത്തെ കോട്ടയിൽ തന്നാലെ വീശുന്ന വലയുണ്ട്. ആര് ഉള്ളിലേക്ക് കടന്നാലും വലവീശിയെടുത്ത് ഞെരുക്കികൊല്ലും. രണ്ടാംകോട്ടയിലേക്ക് കടക്കുമ്പോൾ തനിയെ ജലാശയം ഉയർന്ന് മാനംമുട്ടും. ചുഴികളും തിരകളുമുള്ള ജലാശയം കടക്കുക അസാധ്യം. മൂന്നാം കോട്ടയിൽ കടക്കുമ്പോൾ പലദിക്കുകളിൽ നിന്നായി തനിയെ വലിയ ദണ്ഡുകൾ വന്നടിക്കും. നാലാം കോട്ടയ്ക്കുള്ളിൽ കടക്കുന്ന താരാണെങ്കിലും വാളുകൾ പറന്നുവന്ന് അരിഞ്ഞുവീഴ്ത്തും. അഞ്ചാം കോട്ടയിൽ ജിന്നുകളുടെ കാവലുണ്ട്. ഓരോവരിയിലും എഴുപതി നായിരം വീതം ജിന്നു യോദ്ധാക്കളാണുള്ളത്. അങ്ങനെ നിരവധി വരികളുണ്ട്. ആറാംകോട്ടയിൽ ഏതു പുരുഷനെയും മോഹിപ്പിക്കുന്ന അതീവസുന്ദരികളായ യുവതികൾ ഇരുന്നുറങ്ങുന്നു, നിന്നുറങ്ങുന്നു, കിടന്നുറങ്ങുന്നു. ഏഴാംകോട്ടയിലാണ് അലിയാർ തേടിവന്ന മനുഷ്യ കുമാരിയുള്ളത്. അവളെ ജിന്നുകളുടെ രാജാവ് ഉറക്കിക്കിടത്തി യിരിക്കുകയാണ്. കുമാരിയുടെ ഇടതും വലതും ഓരോ ഗ്ലാസിൽ വെള്ളം വച്ചിട്ടുണ്ട്. ഇതിൽ വലതുഗ്ലാസിലെ വെള്ളം തളിച്ചാൽ മാത്രം കുമാരി ഉണരും.''

അലിയാർ എല്ലാം സശ്രദ്ധം കേട്ടു.

''എന്റെ പേര് അറാക്ക് മരം. മനുഷ്യർ എന്നെ നട്ടുവളർത്തി കൊമ്പുകൾ ഒടിച്ച് അവരുടെ പല്ലുകൾ വൃത്തിയാക്കി നടക്കുന്നതിന് അനുഗ്രഹിക്കണം. ശുചിത്വത്തെക്കാൾ മഹത്തായ സൽക്കർമ്മം മറ്റൊന്നുമില്ല'' അറാക്ക് മരം പറഞ്ഞു.

അലിയാർ അതു സമ്മതിച്ചു. അറാക്ക് വള്ളിമരം ചില്ലകൾ താഴ്ത്തി കോട്ടതുറക്കാനുള്ള താക്കോൽ കൈമാറി. അലിയാർ ഊരിപ്പിടിച്ച വാളുമായി കോട്ട തുറന്ന് ഉള്ളിൽ കയറി എല്ലാ തടസ്സ ങ്ങളും അതിജീവിച്ച് മനുഷ്യകുമാരിയുടെ അരികിലെത്തി. അവളുടെ മുഖത്തേക്ക് വലതുഭാഗത്തെ ഗ്ലാസ്സിലെ വെള്ളം തളിച്ചുണർത്തി യിട്ട് നിന്നെ രക്ഷിക്കാനായി വന്ന അലിയാരാണന്ന് പറഞ്ഞു.

മനുഷ്യകുമാരിക്ക് തന്റെ കണ്ണുകളെ വിശ്വസിക്കാൻ കഴിഞ്ഞില്ല. പതിനാറു വർഷത്തിനുശേഷം ആദ്യമായാണ് ഒരു മനുഷ്യനെ

കാണുന്നത്. അവളുടെ കണ്ണുകൾ നിറഞ്ഞുതുളുമ്പി. പെട്ടെന്ന് കോട്ട വാതുക്കൽ ജിന്നുകളുടെ രാജാവ് എത്തിയതിന്റെ അട്ടഹാസം മുഴങ്ങി. എവിടെയെങ്കിലും പെട്ടെന്ന് ഒളിക്കാൻ പെൺകുട്ടി അലി യാരോട് പറഞ്ഞു. അലിയാർ അതു വിസമ്മതിച്ചു. തനിക്ക് ഒരു ജിന്നിനെയും ഭയമില്ലെന്ന് പറഞ്ഞു. എന്നാൽ പെൺകുട്ടിയുടെ നിർബന്ധത്തിനു വഴങ്ങി അലിയാർ ഒളിച്ചുനിന്നു. പെൺകുട്ടി ഉറക്കം നടിച്ചുകിടന്നു. ഭീകരരൂപിയായ ജഫ്രിജിത്ത് പെൺകുട്ടിയുടെ അരി കിലെത്തി വെള്ളം തളിച്ച് ഉണർത്തി. എന്നിട്ട് മൂക്ക് വിടർത്തി പറഞ്ഞു

''മനുഷ്യനെ മണക്കുന്നു.''

''ദിനവും പാലിൽ ഏഴുതവണ കുളിപ്പിച്ചാലും മനുഷ്യഗന്ധം എന്നിൽനിന്ന് മാറിപ്പോകുമോ?'' പെൺകുട്ടി ചോദിച്ചു.

''അതല്ല. എനിക്ക് അലിയാരെ മണക്കുന്നു.'' ജിന്നുകളുടെ രാജാവ് പറഞ്ഞു.

പെട്ടെന്ന് അലിയാർ ഊരിയ വാളുമായി ചാടിവീണു. ഇരുവരും തമ്മിൽ ഉഗ്രപോരാട്ടം നടന്നു. അലിയാർ ജഫ്രിജിത്തിനെ പൊരിഞ്ഞ യുദ്ധത്തിനൊടുവിൽ വകവരുത്തി. പെൺകുട്ടിയേയുംകൂട്ടി കിളി യുടെ അരികിലെത്തി. ആൺകിളിക്ക് സന്തോഷമായി. മുഹമ്മദ് നബിയെ കാണാനായി കിളി അലിയാരോടൊപ്പം പോയി. മുഹമ്മദ് നബി പെൺകിളിയുടെ സത്യസന്ധതയെക്കുറിച്ച് പറഞ്ഞു മനസ്സി ലാക്കിക്കൊടുത്തു. ഉടയതമ്പുരാന്റെ അനുഗ്രഹം കൊണ്ടാണ് പെൺ കിളി രണ്ടു മുട്ടയിട്ടതെന്ന് നബി പറഞ്ഞത് ആൺകിളി വിശ്വസിച്ചു. രണ്ടുകിളികളും സന്തോഷത്തോടെ കൂട്ടിലേക്ക് മടങ്ങി.

''ഇതിൽ എന്തിരിക്കുന്നു കുരുവി ചെയ്ത വലിയ കാര്യം?'' കാക്ക ചോദിച്ചു.

''ബുദ്ധിയുള്ളവർക്കതു മനസ്സിലാകും. മനസ്സിൽ അന്ധത ബാധിച്ച കാക്കയ്ക്കതു മനസ്സിലാവില്ല.'' രോഷത്തോടെ കുരുവി പറഞ്ഞു.

മരപ്പൊത്തിലിരുന്ന് മൂങ്ങ സ്വയം പറഞ്ഞു. ''ചെറുതാണ് സുന്ദരം. എന്നാൽ ആ സൗന്ദര്യം കാണാൻ പലർക്കും കണ്ണില്ലെന്നുമാത്രം.''

റോബിൻപക്ഷി മുന്നോട്ടു വന്നു പറഞ്ഞു. ''അമേരിക്കയിൽ വസന്തകാലത്ത് തങ്ങളുടെ പാട്ട് കേൾക്കാതെവന്നപ്പോൾ അതിന്റെ കാരണം തേടിപ്പുറപ്പെട്ട മനുഷ്യർക്ക് ഒരു വലിയ തിരിച്ചറിവുണ്ടായി. അവർ എം മരങ്ങളിലെ പ്യൂപ്പൽ നശിപ്പിക്കാനായി കൊണ്ടുതളിച്ചി രുന്ന മരുന്ന് മരുന്നല്ലെന്നും കൊടുംവിഷമാണന്നും മനസ്സിലാക്കി യതിനു കാരണക്കാർ ഞങ്ങളാണ്.

പെട്ടെന്ന് ആകാശത്ത് ഒരു പക്ഷി പ്രത്യക്ഷപ്പെട്ട് അത് വേഗ ത്തിൽ പക്ഷിക്കൂട്ടത്തിനരുകിലേക്ക് പാഞ്ഞുവന്നുകൊണ്ടിരുന്നു.

എന്തോ വലിയ വാർത്തയുമായണതിന്റെ വരവെന്ന് വ്യക്തമാണ്. എല്ലാ പക്ഷികളും ആകാംക്ഷാപൂർവം കൃഷ്ണപ്പരുന്തിൽ കണ്ണു നട്ടുനിന്നു. റോബിൻപക്ഷികൾ നിശ്ശബ്ദനായി. എന്നിട്ട് അസ്വസ്ഥത യോടെ പുറുപുറുത്തു 'നിശ്ശബ്ദവസന്തം'.

കൃഷ്ണപ്പരുന്ത് താണിറങ്ങി മരച്ചില്ലയിലിരുന്ന് അണച്ചു. എന്നിട്ട് കഴിയുന്നത്ര ഉച്ചത്തിൽ വിളിച്ചുപറഞ്ഞു.

"എല്ലാവരും വേഗത്തിൽ ഇവിടെനിന്നു രക്ഷപ്പെട്ടുകൊള്ളുക. ക്രൂരന്മായ മനുഷ്യരുടെ ഒരു സംഘം വിശുദ്ധപർവതത്തിലെത്തി ക്കഴിഞ്ഞു. താമസിയാതെ അവർ വിശുദ്ധ തടാകക്കരയിൽ എത്തും. കണ്ണിൽ കണ്ട ജീവിവർഗങ്ങളെയൊക്കെ വെടിവച്ചുകൊന്നാണവരുടെ വരവ്. വേട്ടക്കാരുടെ വലിയൊരു സംഘമാണത്. എന്റെ കണ്ണുകൾ എത്തുന്നതിനും അപ്പുറത്തുള്ള കാര്യങ്ങൾ കാണാനുള്ള സൂത്ര ക്കുഴലുകൾ അവരുടെ കൈവശമുണ്ട്. അകാശത്തെവിടോ അവർ ചാരകണ്ണുകൾ സ്ഥാപിച്ചിട്ടുണ്ടെന്നുറപ്പാണ്. ആകാശത്തിന്റെ ഏതോ കോണിലൂടെ പറക്കുന്ന പക്ഷിക്കൂട്ടങ്ങളെയവർ തങ്ങളുടെ കൈ വശമുള്ള സൂത്രത്തളികയിലൂടെ നോക്കിക്കാണുന്നുണ്ട്.

പക്ഷികളുടെ ഇവിടേക്കുള്ള വരവ് ആ ചാരക്കണ്ണിലൂടെയവർ മനസ്സിലാക്കിയിട്ടുണ്ടെന്നുറപ്പാണ്. എനിക്കറിയില്ല. എന്തൊക്കെയോ അത്ഭുതകരമായ ഉപകരണങ്ങൾ അവരുടെ പക്കലുണ്ട്. വലിയൊരു കാട്ടുപോത്തിനു നേരെയവർ ഒരു തോക്കു ചൂണ്ടിയപ്പോൾ അതി നുള്ളിൽനിന്ന് ഒരുതവണ തീതുപ്പിയത് ഞാൻ കണ്ടു. നിമിഷനേരം കൊണ്ട് കാട്ടുപോത്ത് തല ചിതറിത്തെറിച്ചു നിലത്തുവീണു പിടച്ചു. ആകാശത്തുകൂടെ പോകുകയായിരുന്ന ഒരുകൂട്ടം വാത്തകൂട്ടത്തിനു നേരെയവർ തോക്കുചൂണ്ടി. ശബ്ദംപോലും കേട്ടില്ല. ആകാശത്തിന്റെ അതിരുകളിലൂടെ പറക്കുകയായിരുന്ന വാത്തക്കൂട്ടം ഒന്നൊഴിയാതെ നിലത്തുവീണു പിടച്ചുചത്തു. ക്റക്വ.... ക്റ്ക്... കണ്ടതെല്ലാം ഞാനി വിടെ വിവരിക്കുന്നില്ല. എത്രയും വേഗം ഇവിടെ നിന്നു രക്ഷപ്പെടുന്ന താണ് നല്ലത്. നമ്മളെയവർ കണ്ടെത്തിക്കഴിഞ്ഞു.

റൂഖ് പക്ഷികളല്ല നമ്മളുടെ മുമ്പിലുള്ള യഥാർത്ഥ വെല്ലുവിളി. മനുഷ്യരുടെ ഈ വേട്ടസംഘമാണ്. വേട്ടസംഘം കാട്ടിനുള്ളിൽ എത്തിയാൽ എന്തു സംഭവിക്കുമെന്ന് എനിക്ക് നന്നായറിയാം. അവർ ഇവിടെയെത്തിയാലും അതൊക്കെ സംഭവിക്കും."

കൃഷ്ണപ്പരുന്തിന്റെ വാക്കുകൾ കേട്ട് പക്ഷികളെല്ലാം ഭയപ്പാ ടോടെ ചിറകടിച്ചു. എന്തു ചെയ്യണമെന്നറിയാതെ പക്ഷികൾ തമ്മിൽ തമ്മിൽ നോക്കി.

ഒടുക്കം ക്രൗഞ്ചപ്പക്ഷികൾ പറഞ്ഞു. "മനുഷ്യരുടെ നീക്കങ്ങൾ സസൂക്ഷ്മം ശ്രദ്ധിക്കണം. അതിനു ചെറുകുരുവിക്കൂട്ടത്തെ അയയ്ക്കണം.

കുരുവികളാകുമ്പോൾ അവരുടെ ശ്രദ്ധയിൽപെടാതെ അപ്പപ്പോൾ കാര്യങ്ങൾ ഇവിടെയെത്തിക്കും. വിവരങ്ങൾ നേരത്തെയറിയുന്നവ നാണ് എപ്പോഴും സുരക്ഷിതനായിരിക്കുക.''

രാജഹംസങ്ങളും കാട്ടുകോഴിയും ചിലപ്പൻകിളികളും അതിനോട് യോജിച്ചു. മറ്റു പക്ഷികൾ ഇതൊക്കെ കേട്ട് സ്തബ്ധരായിരുന്ന തേയുള്ളൂ. മൗനം സമ്മതമാണ്. ചെറുകുരുവികളുടെ ഒരുസംഘം മുന്നോട്ടുവന്നു ചോദിച്ചു.

''ഏതു വഴിക്കാണവർ വന്നുകൊണ്ടിരിക്കുന്നത്?''

കൃഷ്ണപ്പരുന്ത് മനുഷ്യരുടെ സംഘത്തെ കണ്ടയിടങ്ങളുടെ പ്രത്യേകതകളൊക്കെ വിശദമായി പറഞ്ഞു കൊടുത്തു. പുൽമേടു കളും കുറ്റിക്കാടുകളും നിറഞ്ഞയിടമായതുകൊണ്ട് കുരുവികൾക്ക് ഒളിച്ചിരുന്നവരുടെ നീക്കങ്ങൾ മനസ്സിലാക്കാവുന്നതേയുള്ളൂ.

''കുരുവികൾക്ക് സഹായിയായി കാടുമുഴക്കികളെ കൂടെ പറഞ്ഞു വിടുന്നത് നന്നായിരിക്കും.'' കാട്ടുകോഴി തന്റെ അങ്കവാൽ വിറപ്പിച്ചു കൊണ്ടു പറഞ്ഞു.

കുരുവികൾ തരുന്ന വിവരങ്ങൾ അപ്പപ്പോൾ ഇവിടെയെത്തി ക്കുന്നതിന് പക്ഷികളുടെ പല സംഘങ്ങൾ വഴിനീളെ തയ്യാറായി നിൽക്കുന്നത് ഗുണം ചെയ്യുമെന്ന് ഇതൊക്കെ കണ്ടും കേട്ടുമിരുന്ന മൂങ്ങ വിളിച്ചുപറഞ്ഞു. അതു ശരിയാണന്ന് കാക്കയും പറഞ്ഞു. തത്തകളും കുയിലുകളും കുട്ടുറുവനും മരംകൊത്തികളും റോബിൻ പക്ഷികളും തുടങ്ങി കുറെ ചെറുപക്ഷികൾ അതിനു തയ്യാറായി മുന്നോട്ടുവന്നു. വേഗത്തിൽ പറക്കാൻ കഴിവുള്ള പക്ഷികളെ പ്രത്യേകം തെരഞ്ഞുപിടിച്ച് ഇതിനായി നിയോഗിച്ചു.

പരുന്തുവർഗക്കാരും നിരീക്ഷണത്തിന് നിയോഗിക്കപ്പെട്ടു. ആകാശ നിരീക്ഷണം അത്രകണ്ട് സുരക്ഷിതമാണെന്നു പറയാനാവില്ല. അതു കൊണ്ട് മറ്റ് വഴികൾ തേടുന്നതാവും നല്ലതെന്ന് കഴുകൻ പരുന്തു കളെ ഉപദേശിച്ചു.

വിവരശേഖരണത്തിനു പോകുന്ന പക്ഷികളെ ഏകോപിപ്പിക്കുന്ന ചുമതല ചിലപ്പൻകിളികളെ ഏൽപ്പിച്ചു.

ചെറുപക്ഷികളുടെ അന്വേഷണ സംഘം പലവഴിതിരിഞ്ഞ് ലക്ഷ്യ സ്ഥാനത്തേക്ക് നീങ്ങി. വളരെ ദുരത്തു ചെല്ലുന്നതിനു മുമ്പ് തന്നെ കുരുവിസംഘം മനുഷ്യരുടെ ഒരുകൂട്ടം എന്തൊക്കെയോ കെട്ടി പ്പെറുക്കി നടപ്പാതകൾ വെട്ടിയൊരുകി വരുന്നതു കണ്ടു. കട്ടിയുള്ള തുകൽകോട്ടുകളവർ ധരിച്ചിരിക്കുന്നത്. ആണും പെണ്ണും കൂട്ടത്തി ലുണ്ട്. എല്ലാവരുടെയും കൈകളിൽ ആയുധങ്ങളുണ്ട്. സംഘത്തിന്റെ മുന്നിലായി എന്തൊക്കെയോ കെട്ടിപ്പെറുക്കി തോളിലും തലയിലും തൂക്കി ഇറുങ്ങിയ കണ്ണുകളും പരന്ന മുഖവും മഞ്ഞ നിറവുമുള്ള

കരുത്തരായ മനുഷ്യരാണ് നീങ്ങുന്നത്. മറ്റുള്ളവരുടെ വഴികാട്ടികളാവും അവരെന്ന് കുരുവികൾ ആലോചിച്ചു. ഏറ്റവും പുറകിലായി മറ്റൊരു ചുമട്ടുകാരുടെ സംഘവുമുണ്ട്.

"ഇവർ എന്തിനാവും വിശുദ്ധ പർവ്വതനിരകളിലേക്ക് കടന്നുവന്നിരിക്കുന്നത്. പക്ഷികളെയും മൃഗങ്ങളെയും വേട്ടയാടി കൊല്ലുന്നതിനുവേണ്ടി മാത്രമാകുമോ? അതിനായി ഇത്രയധികം ത്യാഗം സഹിച്ചവർ ഇവിടേക്ക് വരേണ്ടതുണ്ടോ? താഴ്വാരങ്ങളിൽ ഇപ്പോഴും കാട്ടുമൃഗങ്ങളും പക്ഷികളും ഇഷ്ടംപോലെ ജീവിക്കുന്നുണ്ടല്ലോ?" കാട്ടുപുല്ലുകൾക്കിടയിൽ മറഞ്ഞിരുന്ന് കുരുവികൾ തമ്മിൽ തമ്മിൽ ചോദിച്ചു.

"നമുക്ക് കാത്തിരുന്നു കാണാം. എന്താണവരുടെ പരിപാടിയെന്ന്." ഒരു കുരുവി പറഞ്ഞു.

കാടുമുഴക്കി തന്റെ ഇരട്ടവാലുകൾ വീശി മനുഷ്യരുടെ കൂടുതൽ അടുത്തേക്ക് പറന്നുചെന്നു. എന്നിട്ട് അന്തരീക്ഷത്തിൽ തന്റെ നീണ്ട വാലുകൾ വീശി ഒരു ചിത്രം വരച്ചുകൊണ്ട് ഒന്നുറക്കെ കരഞ്ഞു. മനുഷ്യരിൽ ആരോ ഒരാൾ അതു കാണുന്നുണ്ടായിരുന്നു. അയാൾ തന്റെ കൈയിലിരുന്ന തോക്ക് നൊടിയിടനേരംകൊണ്ട് കാടുമുഴക്കി നേരെയൊന്നു ചൂണ്ടി. ഒരു ചെറിയ ശബ്ദത്തോടെ കാടുമുഴക്കി രക്തത്തുള്ളികളായി അന്തരീക്ഷത്തിൽ പൊട്ടിച്ചിതറിത്തെറിച്ചു.

ആ മനുഷ്യൻ ക്രൂരമായൊന്നു ചിരിച്ചു. തന്റെ വെടിവയ്ക്കുന്നതിലുള്ള മിടുക്ക് മറ്റുള്ളവരെ ബോധ്യപ്പെടുത്തിയതിലൂള്ള ചിരിയാണതെന്ന് കുരുവികൾക്ക് മനസ്സിലായി.

"കഷ്ടം.. കഷ്ടം..." കുരുവികൾ നാവടക്കി വേദനയോടെ പറഞ്ഞു.

"കാട്ടുമുഴക്കി..." ഗദ്ഗദത്തോടെ മരപ്പൊത്തിലിരുന്ന് മരംകൊത്തി തേങ്ങി. ഇക്കഥ വിശുദ്ധതടാകക്കരയിലെ പക്ഷികൾക്കരുകിലേക്കെത്തിക്കാനായി വാണംവിട്ടതുപോലെ കുറ്റിക്കാടുകൾക്കിടയിലൂടെ പാഞ്ഞു.

മനുഷ്യരുടെ സംഘത്തിനൊപ്പം കുരുവികൾ അവരറിയാതെ പിന്തുടർന്നുകൊണ്ടിരുന്നു. കുറച്ചു സമയം കഴിഞ്ഞപ്പോൾ ഒരു പാറക്കെട്ടിൽ അവർ നിന്നു. ആരൊക്കെയോ ചേർന്ന് ഒരു ചെറുകൂടാരം അവിടെ ഉയർത്തി. തിന്നാനും കുടിക്കാനും കുറച്ചു വിശ്രമിക്കാനുമുള്ള പുറപ്പാടാണന്ന് കുരുവികൾക്ക് മനസ്സിലായി. മനുഷ്യസംഘം ഈ രീതിയിൽ സഞ്ചരിച്ചാൽ വളരെവേഗം വിശുദ്ധതടാകക്കരയിൽ എത്തുമെന്നുറപ്പാണ്. ഇതൊരു പ്രധാനപ്പെട്ട വിവരമാണന്ന് കുരുവികൾക്ക് തോന്നി. പാറയിടുക്കിൽ മനുഷ്യരെ ശ്രദ്ധിച്ചിരിക്കുകയായിരുന്ന കരിയിലക്കിളികളുടെ അരുകിൽ നിർണായകമായ ഈ വിവരം

കുരുവികൾ എത്തിച്ചു. കരിയിലക്കിളികളത് തത്തകളോട് പറഞ്ഞു. തത്തകൾ കുയിലിനോടു പറഞ്ഞു. കുയിൽ മീൻകൊത്തിയോടു പറഞ്ഞു. അങ്ങനെയങ്ങനെ മനുഷ്യരുടെ സംഘം അടുത്തെത്തി യെന്ന വിവരം രാജഹംസം എല്ലാ പക്ഷികളും കേൾക്കെ വിളിച്ചു പറഞ്ഞു. ആരും ഭയപ്പെടേണ്ടതില്ലന്നും സ്രഷ്ടാവ് പക്ഷികൾക്ക് ചിറകുകൾ തന്നിരിക്കുന്നത് ഇത്തരം ആപത്തുകളിൽനിന്ന് അതി വേഗം പറന്ന് രക്ഷപ്പെടുന്നതിനുകൂടിയാണന്നും രാജഹംസം പറഞ്ഞു. എന്നാൽ പക്ഷികളൊക്കെ ആശങ്കാകുലരായിരുന്നു.

മനുഷ്യർ അഞ്ചോളം കൂടാരങ്ങൾ അവിടെ ഉയർത്തി. ഇരുമ്പു കുറ്റിയും ചരടുകളും ഒക്കെയുണ്ട്. വളരെ വേഗത്തിലാണ് കൂടാരം സ്ഥാപിച്ചത്. തീ കത്തുന്നതും അവർ കൂട്ടമായി വട്ടത്തിലിരുന്നു എന്തൊക്കെയോ സംസാരിച്ചുകൊണ്ട് തിന്നുന്നതും കുടിക്കുന്നതും കാണാമായിരുന്നു. കുറച്ചുപേർ ഭൂമി കുഴിച്ച് മണ്ണെടുത്തു ഏതോ ഉപകരണം വഴി നോക്കുകയും വെള്ളത്തിൽ കഴുകി അരിക്കുകയും ഒക്കെ ചെയ്യുന്നുണ്ടായിരുന്നു.

“വേട്ടക്കാർ എന്തിനാണ് അവിടെയും ഇവിടെയും മണ്ണ് കുത്തി ത്തുരന്ന് നോക്കുന്നത്?” കുരുവികൾ ആലോചിച്ചു. കുരുവികൾ മനുഷ്യരുമായി ചങ്ങാത്തമുള്ള കാക്കയോട് ഇക്കാര്യം ചോദിച്ചു. കാക്കകൾ മനുഷ്യർക്കൊപ്പം ആയിരക്കണക്കിന് വർഷങ്ങളായി ക ഴിയുന്നവരാണ്. കാക്ക കാണാത്ത യാതൊരു കാര്യവും മനുഷ്യ രുടെ ഇടയിൽ നടക്കുന്നുണ്ടെന്ന് തോന്നുന്നില്ല.

ബലിക്കാക്ക ചാഞ്ഞും ചരിഞ്ഞും നോക്കിയിരിക്കുകയായിരുന്നു. കുരുവികളുടെ ചോദ്യം കേട്ട് പരുക്കൻ ശബ്ദത്തിലതു പറഞ്ഞു. “ഞാൻ നോക്കട്ടെ, ഞാൻ നോക്കട്ടെ. ധൃതികൂട്ടാതെ.” കുരുവികൾ അതോടെ നിശ്ശബ്ദരായി. കരിയിലക്കിളികളും ഒരു വാർത്തയ്ക്കു വേണ്ടി കാക്കയുടെ ചുണ്ടിലേക്ക് നോക്കി കാതോർത്തു ഒടുക്കം കാക്ക വാ തുറന്നു.

“ഇക്കൂട്ടർ വേട്ടക്കാരല്ല.”

“പിന്നെ?” കുരുവികളും കരിയിലക്കിളികളും ഒരു പോലെ അതി ശയത്തോടെ ചോദിച്ചു.

“സ്വർണ്ണവേട്ടക്കാരാണ്.”

“സ്വർണ്ണവേട്ടക്കാരോ?” കുരുവികൾക്ക് അതിശയം അടക്കാനാ യില്ല.

“ഭൂമിയിൽ സ്വർണ്ണവും വെള്ളിയും തുടങ്ങി മനുഷ്യർക്ക് പ്രിയപ്പെട്ട ഒരുപാട് ലോഹങ്ങൾ അടങ്ങിയിട്ടുണ്ട്. മനുഷ്യർക്കത് വലിയ സമ്പ ത്താണ്. മനുഷ്യസ്ത്രീകൾ സ്വർണ്ണംകൊണ്ടുള്ള ആഭരണങ്ങളാണ്

കൈയിലും കാതിലും കഴുത്തിലുമൊക്കെ ധരിക്കുന്നത്.'' കരിയില ക്കിളികൾ പറഞ്ഞു.

''അതു ഞങ്ങൾ കണ്ടിട്ടുണ്ട്.''

''വിശുദ്ധപർവ്വതത്തിൽ സ്വർണ്ണത്തിന്റെ വലിയ നിക്ഷേപമുണ്ട്. വിശുദ്ധ തടാകം നിറയെ രത്നകളും പവിഴങ്ങളും മുത്തുകളുമാണ്. സ്വർണ്ണമണ്ണും വെള്ളിമണ്ണും തടാകത്തിൽ അടിത്തട്ടിൽ അട്ടിയട്ടി യായി കിടക്കുന്നുണ്ട്. ഈ മനുഷ്യർ വിശുദ്ധതടാകക്കര കണ്ടെത്തി യാൽ പിന്നെ അതിന്റെ പവിത്രതയവർ നശിപ്പിക്കും. വിലപിടിച്ച തെല്ലാം തുരന്നെടുത്ത് മനുഷ്യർ ആ വിശുദ്ധജലത്തെ മലിനമാക്കും.'' വേദനയോടെ കാക്ക പറഞ്ഞു.

''മനുഷ്യർ അവിടം കയ്യേറുമെന്നുറപ്പ്.'' കരിയിലക്കിളികളും ശബ്ദം താഴ്ത്തി പറഞ്ഞു.

''ഇനി ഭൂമിയിൽ മനുഷ്യസ്പർശമേറ്റ് മലിനമാകാത്തതായി വിശുദ്ധ തടാകം മാത്രമേയുള്ളൂ. അതുകൂടി മലിനപ്പെട്ടാൽ...'' കുരു വികൾ വേദനയോടെ പറഞ്ഞു.

''നമുക്ക് എന്തു ചെയ്യാനാകും. വിധിയെ മറിക്കടക്കാൻ ആരാലും സാധ്യമല്ല. സർവേശ്വരൻ ഇച്ഛിക്കുമ്പോഴല്ലാതെ. പ്രപഞ്ചനാഥൻ വിശുദ്ധ തടാകത്തെ സംരക്ഷിക്കാതിരിക്കില്ല.''

എന്തായാലും ഇക്കൂട്ടർ ഒരു വേട്ടസംഘമല്ലെന്നുള്ള വിവരം പക്ഷികൾക്ക് അൽപം ആശ്വാസം പകർന്നു.

കരിയിലകിളികൾ പറഞ്ഞു. ''പ്രധാനപ്പെട്ട ഈ വിവരം തടാക ക്കരയിലെത്തിക്കാനായി കരിയിലകിളികൾ കൂട്ടുറുവന്റെ ചെവി യിലെന്തോ മന്ത്രിച്ചു. അതു വേഗത്തിൽ പറന്നകന്നു. പക്ഷികളിൽ നിന്ന് പക്ഷികളിലേക്ക് വിവരങ്ങൾ കൈമാറി കൈമാറി വിശുദ്ധ തടാകക്കരയിലും വിവരമെത്തി.

കാട്ടുകോഴി തന്റെ അങ്കവാലു കുലുക്കി ഉച്ചത്തിലൊന്നു കൊക്ക രിച്ചു. ''ഇപ്പോൾ കിട്ടിയ വാർത്ത.'' അതു വിളിച്ചു പറഞ്ഞു.

പക്ഷികളെല്ലാം ശബ്ദമുണ്ടാക്കാതെ ആകാംക്ഷയോടെ കാതോർത്തു. ''എന്താവും പുതിയ വാർത്ത?''

അവയുടെ ഭാവന ചിറകു വിടർത്തി. ആകാംക്ഷ മുറ്റി നിന്ന നിമിഷത്തിൽ പല പക്ഷികൾക്കും വിമ്മിട്ടം വന്നു. ക്റ് പറപറയെന്ന് പക്ഷികൾ ശ്വാസത്തിലൂടെ ആത്മഗതം പറഞ്ഞുകൊണ്ടിരുന്നു.

''വിശുദ്ധ തടാകക്കരയിലേക്ക് അടുത്തുകൊണ്ടിരിക്കുന്ന മനു ഷ്യരുടെ സംഘം പക്ഷിവേട്ടക്കാരോ മൃഗവേട്ടക്കാരോ അല്ല. അവർ ഭൂമിയിൽനിന്ന് സ്വർണ്ണം കുഴിച്ചെടുക്കുന്ന കൂട്ടരാണ്.''

ക്റ് ക്റ് പക്ഷികൾ ആശ്വാസത്തോടെ ശ്വാസം എടുക്കുകയും പുറത്തുവിടുകയും ചെയ്തുകൊണ്ടിരുന്നു. ഒരു പ്രധാന കാര്യം കൂടി അറിയാക്കാനുണ്ട്. സ്വർണ്ണവേട്ടക്കാരുടെ സംഘം വിശുദ്ധ പർവ്വതത്തിനോടു ചേർന്നുള്ള പർവ്വതത്തിൽ തമ്പടിച്ചിരിക്കുകയാണ്. പത്തോ പതിനഞ്ചോ ദിവസത്തെ വഴിദൂരം കൊണ്ടവർക്ക് വിശുദ്ധ പർവ്വതത്തിലെ തടാകക്കരയിൽ എത്താവുന്നതേയുള്ളൂ. അതുകൊണ്ട് അപകടം ഒഴിഞ്ഞുപോയെന്ന് കരുതാനാവില്ല. അവർ എപ്പോ വേണ മെങ്കിലും ഇവിടേക്ക് കടന്നു വരാം.''

ഇതൊക്കെ ശ്രദ്ധിച്ചുകൊണ്ടിരുന്ന കഴുകൻ മരക്കൊമ്പിലിരുന്ന് ഉച്ചത്തിൽ പറഞ്ഞു. ''മനുഷ്യരുടെ ശല്യം ഒഴിവാക്കാൻ ഞാൻ ഒരു വഴിയേ കാണുന്നുള്ളൂ.''

''എന്താണത്?'' രാജഹംസം ചോദിച്ചു.

''ശത്രുക്കളെ തമ്മിൽ തല്ലിച്ച് അവയുടെ ശക്തി ക്ഷയിപ്പിക്കണം. ശത്രു ദൂർബലമായിരിക്കുമ്പോൾ സർവ്വശക്തിയുമെടുത്ത് ആക്രമി ച്ചവയെ നശിപ്പിക്കണം.''

''തെളിച്ചു പറയൂ'' രാജഹംസം പറഞ്ഞു.

''ആരാണ് നമ്മുടെ ശത്രുക്കളായി ഇവിടെയുള്ളത്?'' കഴുകൻ ചോദിച്ചു.

''മനുഷ്യർ.'' രാജഹംസം നിഷ്കളങ്കമായി മറുപടി പറഞ്ഞു.

''മനുഷ്യർ മാത്രമാണോ? മനുഷ്യർ വരുന്നതിനുമുമ്പും നമ്മൾ ഭയവിഹ്വലരായിട്ടാണല്ലോ ഇവിടെ കഴിഞ്ഞിരുന്നത്?'' ക്ർക്ർക്ർ... മൂങ്ങ വിളിച്ചു പറഞ്ഞു.

റൂഖ് പക്ഷികളുടെ കാര്യമാകും പറഞ്ഞുവരുന്നത്.

''അതെ അതുതന്നെ. മനുഷ്യരെയും റൂഖ് പക്ഷികളെയും തമ്മിൽ അടിപ്പിക്കണം. അതോടെ മനുഷ്യരുടെ ശല്യവും റൂഖ് പക്ഷികളുടെ ശല്യവും അവസാനിക്കും.''

''കൊള്ളാം.'' ക്രൗഞ്ചപ്പക്ഷി ചിറകടിച്ചുകൊണ്ട് കഴുകന്റെ ബുദ്ധിയെ അഭിനന്ദിച്ചു.

''ബുദ്ധിയില്ലാത്ത വർഗ്ഗങ്ങൾ ചിലനേരം ബുദ്ധിപൂർവ്വം കാര്യ ങ്ങൾ സംഗ്രഹിക്കും. കഴുകവർഗ്ഗത്തിൽനിന്നും പുതിയ ആശയങ്ങൾ ഉയർന്നു വരുന്നതു കേട്ടില്ലേ.'' മൂങ്ങകൾ തമ്മിൽ തമ്മിൽ അടക്കം പറഞ്ഞു.

''മനുഷ്യരെയും റൂഖ് പക്ഷികളെയും തമ്മിൽ കൂട്ടിയടിപ്പിക്കാ നുള്ള ഉപായംകൂടി കഴുകൻ പറഞ്ഞു തരണം.''അരയന്നം വിളിച്ചു പറഞ്ഞു.

“ഞാനൊരു വഴി തുറന്നു തന്നിട്ടുണ്ട്. അതു വെട്ടി നിരപ്പാക്കി ലക്ഷ്യത്തിലെത്തേണ്ടത് നിങ്ങളുടെ ഉത്തരവാദിത്വമാണ്.” കഴുകൻ പറഞ്ഞു.

അതുകേട്ട് പക്ഷികൾ എല്ലാവരും ഉച്ചത്തിൽ ആലോചന തുടങ്ങി. ആയിരക്കണക്കിന് പക്ഷികൾ ആലോചിച്ചാലും ഒരു പക്ഷിയാവും ശരിയായ മാർഗ്ഗം കണ്ടെത്തുക. ആ പക്ഷിയാവും യഥാർത്ഥ നേതാവ്. യഥാർത്ഥ ജ്ഞാനി. മറ്റുള്ള പക്ഷികൾക്കൊക്കെ വെറുതെ ആലോചിക്കാമെന്ന് മാത്രം. ഓന്നോർത്താൽ ഈ ആലോചനകളൊക്കെ സ്രഷ്ടാവ് ഉള്ളിൽ നിക്ഷേപിച്ചു സൂക്ഷിച്ചിരിക്കുകയാണ്. ഓരോന്നിന്റെ സമയമാകുമ്പോൾ ഓരോ ഓരോ ആലോചനകൾ ഉയർന്നു വരും. പക്ഷികളുടെ ജീവിതത്തെയത് മാറ്റിമറിക്കും. മുന്നോട്ടു നയിക്കുന്ന ആലോചനകളും പിന്നോട്ടു പായിക്കുന്ന ആലോചനകളുമുണ്ട്. അതൊക്കെ അതാതിന്റെ കാലത്ത് സംഭവിച്ചുകൊണ്ടേയിരിക്കും. തന്റെ സൂചിപോലെ കൂർത്ത ചുണ്ടും വാലും മുകളിലേക്ക് താഴേക്കും ചൂണ്ടി ആലോചനയിലിരിക്കുകയായിരുന്ന വേലിത്തത്ത കൂട്ടത്തിൽനിന്ന് ഒരു പക്ഷി വെളിപാടു കിട്ടിയതുപോലെ അന്തരീക്ഷത്തിലേക്ക് ഒന്നുയർന്നു പറന്ന് വിളിച്ചു പറഞ്ഞു.

“പക്ഷികൾ എല്ലാവരും കൂടി റൂഖ് പക്ഷികളുടെ മുമ്പിലെത്തി തങ്ങളുടെ സങ്കടം പറയാം. മനുഷ്യർ പക്ഷികളെ നശിപ്പിക്കാനായി വന്നിരിക്കുന്നുവെന്നും അവരിൽ നിന്ന് രക്ഷ നൽകണമെന്നും അപേക്ഷിക്കാം. റൂഖ് പക്ഷികളും പക്ഷികളാണല്ലോ. അവയ്ക്ക് നമ്മളെ മനസ്സിലാക്കാൻ കഴിയുമായിരിക്കും.”

വേലിത്തത്തയുടെ വാക്കുകൾ കേട്ട് പക്ഷികളൊക്കെ മൂകമായിരുന്നു. ഒടുക്കം ക്രൗഞ്ചപ്പക്ഷി പറഞ്ഞു. “റൂഖ് പക്ഷി നമ്മളോട് എങ്ങനെ പ്രതികരിക്കുമെന്ന് ഒരു തിട്ടവുമില്ല. അതൊന്നു ആഞ്ഞ് ചിറക് വീശിയാൽതന്നെ ഇവിടെ കൂടിയിരിക്കുന്ന പക്ഷികളൊക്കെ ചിന്നിച്ചിതറിപ്പോകും. എത്ര പക്ഷികൾ ചത്തുപോകുമെന്ന് പറയാൻ പോലും ആവില്ല. നമുക്കിതുവരെ അറിയാൻ കഴിയാത്ത ഭീകരരൂപിയായ റൂഖ് പക്ഷിയോട് സഹായം അഭ്യർത്ഥിക്കുന്നത് ഒരുതരത്തിലും ബുദ്ധിപരമല്ല. മറ്റുവഴികൾ ആലോചിക്കുന്നതാണ് നല്ലത്.”

ക്രൗഞ്ചപ്പക്ഷിയുടെ വാക്കുകൾ കേട്ട് മറ്റ് പക്ഷികൾ ആലോചന തുടങ്ങി.

പഞ്ചവർണ്ണക്കിളി

നേരം പരപരാ വെളുത്തു തുടങ്ങിയപ്പോൾ മണലാരണ്യത്തിൽ നിന്നു വന്ന ഒട്ടകപ്പക്ഷികളിലൊന്നിന് ഒരു പൂതി തോന്നി. ഇക്കണ്ട ദൂരമൊക്കെ താണ്ടി വിശുദ്ധപർവ്വതനിരയിൽ എത്തിയ സ്ഥിതിക്ക് ഈ കാനനപ്രദേശമൊക്കെയൊന്നു ചുറ്റിയടിച്ചു കണ്ടില്ലെങ്കിലതൊരു വൻനഷ്ടമാണ്. നരച്ച മണ്ണിന്റെ പരപ്പ് മാത്രം കണ്ടുകണ്ട് കണ്ണിനാകെയൊരു മന്ദതയാണ്.

മരുഭൂമിയിൽ മായക്കാഴ്ചയായി ജലപ്പരപ്പ് കാണാം. എന്നാൽ ഇവിടെ പരിമളം തൂകുന്ന തടാകമാണുള്ളത്. മരുഭൂമിയിൽ എവിടെയെങ്കിലും ഒരു പച്ച തുരുത്ത് കണ്ടേക്കാം. കുറച്ച് ഈന്തപ്പനകളും നരച്ച പുല്ലുകളും വള്ളിപ്പടർപ്പും മുൾമരങ്ങളും നിൽപ്പുണ്ടാകും. ഒരു ചെറുകുളമോ അരുവിയോ ചിലപ്പോ അവിടെയുണ്ടാകും. എന്നാൽ ഇവിടെയതാണോ സ്ഥിതി. എവിടെതിരിഞ്ഞു നോക്കിയാലും അവിടെയൊക്കെ പൂത്തമരങ്ങളും നീർച്ചാലുകളും കണ്ണിന് കുളിരു പകരുന്ന പുൽപ്പരപ്പുകളും മഞ്ഞുകണങ്ങൾ ഇറ്റിറ്റുവീഴുന്ന ആകാശനീലിമയും മഞ്ഞുറഞ്ഞ പർവ്വതശൃംഗങ്ങളും. ഇതാവും പക്ഷികളുടെ വേദപുസ്തകത്തിൽ പറയുന്ന സ്വർഗ്ഗലോകം. നരകം മരുഭൂമിയും. ഒന്നോർത്താൽ സ്വർഗ്ഗവും നരകവുമൊക്കെ നമ്മുടെ മനസ്സു തന്നെയാണ്.

സ്വർഗ്ഗവും നരകവും ഈ ഭൂമിയിൽ തന്നെയാണുള്ളതെന്ന് മരുഭൂമി ചുറ്റിവന്ന ദേശാടനപക്ഷികളിലൊന്ന് മുമ്പ് തനിക്ക് പറഞ്ഞു തന്നിട്ടുള്ള കാര്യം ഒട്ടകപ്പക്ഷിയോർത്തു. മരുഭൂമിയാണ് പക്ഷികളെ ആഴത്തിൽ ചിന്തിപ്പിക്കാൻ പ്രേരിപ്പിക്കുന്നത്. വലിയ വലിയ ചിന്തകളൊക്കെ മരുഭൂമിയിൽ നിന്നാണുണ്ടായിട്ടുള്ളത്. മരുഭൂമി ഊഷരമെന്നു തോന്നുമെങ്കിലും അവിടം ചിന്തകളാൽ പുഷ്കരമാണ്. മണൽപ്പരപ്പിനുള്ളിൽ ജീവിവർഗ്ഗങ്ങളുടെ മറ്റൊരു അത്ഭുതലോകമാണ്. കടൽജീവി ലോകംപോലെ മരുഭൂമി ജീവലോകവും ആരെയും അത്ഭുതപ്പെടുത്തുന്നതാണ്. മരുഭൂമിയിലാണ് നമുക്ക് അപാരതയുടെ സംഗീതം കേൾക്കാനാവുക. പിന്നെ പർവ്വതങ്ങളിലും. ലോകത്തിന്റെ

എല്ലാ മുക്കിലും മൂലയിലും സഞ്ചരിക്കുന്ന ദേശാടനപക്ഷികൾ ഭൂമിയിലെ സ്വവർഗ്ഗവും നരകവും നേരിൽ കണ്ടിട്ടുണ്ടാവണം. എന്നാൽ നരകം സ്വർഗ്ഗമാക്കുന്നതും സ്വർഗ്ഗം നരകമാക്കുന്നതും മനസ്സാണെന്ന് ചിലപ്പോ തോന്നാറുണ്ട്. ആരെയും കൂട്ടിന് വിളിക്കാതെ ഒട്ടകപ്പക്ഷി തന്റെ കരുത്തുള്ള നീണ്ടകാലുകൾ പെറുക്കിവച്ച് വസന്തം പൂവിരിച്ചിട്ട വിശാലമായ പുൽപ്പരപ്പിലൂടെ നടന്നു. മൂടൽ മഞ്ഞ് കാഴ്ചയെ വഴിമുട്ടിക്കുന്നുണ്ട്. എന്നാൽ ഇടയ്ക്കിടെ വീശിയടിക്കുന്ന കാറ്റ് മഞ്ഞിനെ അഴിക്കുകയും മൂടുകയും ചെയ്തുകൊണ്ടിരുന്നു.

കാട് കാണാൻ പോകുമ്പോൾ ഒറ്റയ്ക്ക് പോകുന്നതാണ് നല്ലത്. സംഘം ചേർന്നാൽ കാഴ്ച കാണാനാവില്ല. മരം കാണുകയും കാട് കാണാതെയും പോകരുതല്ലോ. കൂട്ടുകൂടിയാൽ പരസ്പരം കൊച്ചു വർത്തമാനം പറഞ്ഞും കളിതമാശകളിൽ ഏർപ്പെട്ടും കാണേണ്ട കാഴ്ചകളൊക്കെ കാണാതെ പോകും. ഒറ്റയ്ക്കാകുമ്പോൾ ഒരു തരത്തിലുള്ള തൊന്തരവുമില്ല. സംഘത്തിൽ അരസികന്മാർ ഉണ്ടെങ്കിൽ ആ യാത്രയൊരു ദുരിതക്കടലാവുകയും ചെയ്യും. എല്ലാകെട്ടുപാടുകളും ഇട്ടെറിഞ്ഞുള്ള യാത്രയാണ് സത്യത്തിലേക്ക് കൂടുതൽ അടുപ്പിക്കുക. ഒന്നുമേ നേടാനാഗ്രഹിക്കാതെയുള്ള യാത്ര. ഉപേക്ഷിക്കുമ്പോഴാണ് നേടുക. കൈക്കലാക്കാൻ ശ്രമിക്കുമ്പോൾ ഉള്ളത് വഴുതിപ്പോകുകയും ചെയ്യും. അതുകൊണ്ട് അറിയാത്ത ദേശത്തൂടെ ഒറ്റയ്ക്ക് തന്നെ നടക്കുന്നതാണ് നല്ലത്. എന്നാൽ അത്തരം യാത്രകൾക്ക് അതിന്റേതായ ചില പ്രയാസങ്ങൾ ഉണ്ടുതാനും.

വിശുദ്ധപർവ്വതനിരകളുടെ മടക്കുകൾ നീലച്ചായം തേച്ചതുപോലെ മഞ്ഞ് ഒഴിയുമ്പോൾ വിദൂരതയിൽ കാണാനാവുന്നുണ്ട്. മണൽപ്പരപ്പിലൂടെ ഓടുന്നതുപോലെ എളുപ്പമുള്ളതല്ല മലഞ്ചെരുവുകളിലൂടെയുള്ള യാത്ര. കുണ്ടും കുഴിയുമൊന്നും ഒട്ടകപ്പക്ഷികളുടെ കാലുകൾക്കത്ര പരിചിതവുമില്ല. എങ്കിലും കഴിയുന്നത്ര വേഗത്തിൽ ഒട്ടകപ്പക്ഷി നടന്നു. ചിലയിടങ്ങളിൽ ഓടി. ചില കാഴ്ചകൾ കണ്ട് അവിടെ നിന്നു. ഇങ്ങനെ പലവിധത്തിലായിരുന്നു ഒട്ടകപ്പക്ഷിയുടെ സഞ്ചാരം. നയനമനോഹരമായ കാഴ്ചകളിൽ മതിമയങ്ങി ഒട്ടപ്പക്ഷി അർദ്ധബോധത്തോടെ നടന്നുകൊണ്ടേയിരുന്നു. ചതുപ്പുകൾ നിറഞ്ഞതും കൂറ്റൻമരങ്ങൾ ഇടതിങ്ങി വളരുന്നമായ ഒരു കാട്ടുപ്രദേശത്ത് എത്തിയപ്പോൾ പക്ഷികളുടെ ഇടതടവില്ലാതെയുള്ള ചിലയ്ക്കൽ കേൾക്കാൻ തുടങ്ങി.

ഒട്ടകപ്പക്ഷി കുറച്ചുനേരം അവിടെ നിന്ന് ആരാണിങ്ങനെ കിടന്ന് ചെവിതല കേൾക്കാനാവാത്ത രീതിയിൽ ചിലയ്ക്കുന്നതെന്ന് നോക്കി. കടുംപച്ച നിറമുള്ള കുറെ തത്തകളാണെന്ന് ഒട്ടകപ്പക്ഷിക്ക് മനസ്സിലായി. കടുംപച്ച ശരീരത്തിൽ നീണ്ട പച്ച വാലുകളും കടുംമഞ്ഞ നിറമുള്ള തലയും ഓറഞ്ച് നിറമുള്ള മുഖവുമായിരുന്നു അവയ്ക്ക്.

ശരീരത്തിന്റെ അടിവശം കടുംപച്ചയെന്നു പറയാനാവില്ല. ചുണ്ടിന് വിളറിയ മഞ്ഞ നിറമാണ്. കാലുകളും വിരലുകളും ഇളംതവിട്ട്. കണ്ണിന് ചുറ്റും വെളുത്ത വലയം ആരോ വരച്ചുവച്ചിട്ടുണ്ട്. ചിറകിന്റെ പുറംഅരികുകളിൽ മഞ്ഞച്ഛായ കലർന്നിട്ടുണ്ട്.

എല്ലാ പക്ഷികളും ഏതാണ്ട് ഒരുപോലെയിരിക്കും. കൂട്ടത്തിൽ വലുപ്പമുള്ളത് പൂവനാകുമെന്ന് ഒട്ടകപ്പക്ഷിയോർത്തു. ഒട്ടകപ്പക്ഷി ആദ്യമായാണ് ഇത്തരത്തിലുള്ള തത്തകളെ കാണുന്നത്. ഇത് പഞ്ചവർണ്ണക്കിളിയാവും. മരുഭൂമിയിൽ ചില കാലങ്ങളിൽ തത്ത ക്കൂട്ടങ്ങൾ എത്താറുണ്ട്. എന്നാൽ ഇത്ര സുന്ദരമായ തത്തകളെ ആദ്യമായി കാണുകയാണ്. വിശുദ്ധ തടാകക്കരയിൽനിന്ന് ഏതെ ങ്കിലും ഒരു പക്ഷിയെകൂടി കൂടെ കൂട്ടാമായിരുന്നുവെന്ന് ഒട്ടകപ്പക്ഷിക്ക് ഇപ്പോൾ തോന്നി. അപൂർവ്വമായ കാഴ്ചകൾ ആരുമായിട്ടെങ്കിലും ഒന്നു പങ്കുവയ്ക്കുമ്പോൾ അതിന്റെ ആസ്വാദ്യത കൂടും. ഞാനൊരു പൊട്ടനാണ്. അറിയാത്ത വഴികളിലൂടെയുള്ള സഞ്ചാരത്തിന് ഒരു തുണയാവശ്യമാണ്. താനോടിയെത്തിയ ഇക്കണ്ട ദൂരമെല്ലാം ഒറ്റ യ്ക്ക് തിരികെ സഞ്ചരിക്കണമല്ലോയെന്ന് ഒട്ടകപ്പക്ഷി ഞെട്ടലോടെ ഓർത്തു. കലപില കലപിലാണ് അത്യുച്ചത്തിൽ ചിലച്ചുകൊണ്ടിരുന്ന തത്തകളുടെ ശ്രദ്ധയാർഷിക്കുംവിധം ഒട്ടകപ്പക്ഷി കാട്ടിൽ അത്യു ഗ്രൻ ശബ്ദം മുഴക്കി. എന്തൊക്കെയോ വർത്തമാനങ്ങളിൽ മുഴുകി യിരുന്ന തത്തകൾ ഒരുനേരം നിശ്ശബ്ദരായി. ഈ കാട്ടുപ്രദേശത്ത് സാധാരണ മുഴങ്ങിക്കേൾക്കാത്ത ശബ്ദമാണ് മുഴങ്ങിയിരിക്കുന്നത്. ഏതോ അപായസൂചന മണത്തതുപോലെ അവയൊക്കെ ചിറകടി യോടെ പറന്നുയരാൻ തുടങ്ങി.

മരച്ചില്ലകൾ അപ്പാടെ വാനിലേക്ക് പറന്നുയരുംപോലെയാണത് ഒട്ടകപ്പക്ഷിക്ക് അനുഭവപ്പെട്ടത്.

‘‘ഒന്നു നിൽക്കണേ... ആരാണ് നിങ്ങൾ?’’ തന്റെ മുമ്പിൽ കണ്ട തത്തയോട് ഒട്ടകപ്പക്ഷി വിളിച്ചു പറഞ്ഞു.

‘‘കരോളിനതത്തകളാണ് ഞങ്ങൾ.’’

‘‘എന്റെ ശബ്ദം കേട്ടിട്ടാണോ നിങ്ങൾ ഭയപ്പെട്ട് പറക്കാനൊരുങ്ങു ന്നത്?’’ ആശങ്കയോടെ ഒട്ടകപ്പക്ഷി ചോദിച്ചു.

‘‘കിഴക്കൻ പർവ്വതനിരകളിൽ ധാരാളം കാട്ടുപഴങ്ങളും കായകളും വിളഞ്ഞു നിൽക്കുന്നുണ്ട്. അവിടേക്കുള്ള യാത്ര, മധ്യേ ഒന്നു വിശ്രമി ക്കാനായി ഇരുന്നുവെന്നേയുള്ളൂ.’’

‘‘കരോളിന സുന്ദരന്മാരും സുന്ദരികളുമായ തത്തകൾക്ക് ചേരുന്ന പേരുതന്നെ.’’ ഒട്ടകപ്പക്ഷി പറഞ്ഞു.

ഒട്ടകപ്പക്ഷിയുടെ മുഖസ്തുതി ഇഷ്ടപ്പെട്ടിട്ടാകും കരോളിന തത്ത ചോദിച്ചു. ‘‘പേരെന്താണ്. എവിടെനിന്നു വരുന്നു.’’

''ഒട്ടകപ്പക്ഷി. ആഫ്രിക്കയിൽ നിന്ന് വരുകയാണ്.''

''ക്ർർ...'' കരോളിനത്തത്ത വിസ്മയത്തോടെയൊരു ശബ്ദം പുറപ്പെടുവിച്ചു.

''ഭൂമിയിലെ ഏറ്റവും വലിയ പക്ഷിയാണ് ഞാൻ.''

ഒട്ടകപ്പക്ഷി തെല്ലഭിമാനത്തോടെ കരോളിനനോട് പറഞ്ഞു. സ്വന്തം മഹത്വം സ്വയം പറയുന്നതോടെ അതില്ലാതാകുമെന്ന് ഒട്ടകപ്പക്ഷിക്ക് അറിവില്ലായിരിക്കാം.

കരോളിന കൗതുകപൂർവ്വം ഒട്ടകപ്പക്ഷിയെ നോക്കി ചിരിച്ചു. എന്നിട്ട് പറഞ്ഞു. ''അത് ആഫ്രിക്കയിലെ കാര്യമാവും. ഇവിടെ അത്ഭുതകരമായ വലുപ്പമുള്ള പക്ഷികളൊക്കെ ജീവിക്കുന്നുണ്ട്. ഒട്ടകപക്ഷി വരുന്ന വഴിയിലെങ്ങാനും ആനപ്പക്ഷിയെ കണ്ടിരുന്നോ?''

''ആനപക്ഷിയോ?'' ഒട്ടകപക്ഷി ചോദിച്ചു.

''താങ്കൾ ഒട്ടകമാണെങ്കിൽ അത് ആനതന്നെയാണ്.'' കളിയാക്കുന്നമട്ടിൽ കരോളിനത്തത്ത പറഞ്ഞു.

തത്തക്കൂട്ടത്തിന്റെ ചിറകടികൊണ്ടും ചിലയ്ക്കൽകൊണ്ടും ആ കാടാകെ ഇളകിയിട്ടുണ്ടായിരുന്നു.

''കരോളിനത്തത്തയെ മുമ്പൊരിക്കലും ഞാൻ കണ്ടിട്ടില്ലാല്ലോ?'' ഒട്ടകപ്പക്ഷി എന്തോ ഓർത്തുകൊണ്ടെന്ന പോലെ ചോദിച്ചു.

അതുകേട്ട് ചെറുചിരിയോടെ കരോളിനത്തത്ത പറഞ്ഞു. ''ഒട്ടകപ്പക്ഷി മാത്രമല്ല. മറ്റൊരു ജീവിയും ഇപ്പോൾ ഞങ്ങളെ താഴ്‌വാരത്ത് കണ്ടിട്ടുണ്ടാവില്ല. ഞങ്ങളൊക്കെ എന്നേ വംശം മറ്റുപോയ പക്ഷികളാണ്. പിന്നെങ്ങനെയാണ് ഞങ്ങളെ താഴ്‌വാരങ്ങളിൽ കാണുക?''

''വംശമറ്റുപോയ പക്ഷികളോ?'' ഒട്ടകപ്പക്ഷി ആശ്ചര്യത്തോടെ ചോദിച്ചു.

''ഈ മലമുകളിൽ ഇങ്ങനെ പല അത്ഭുതങ്ങളും ഒട്ടകപ്പക്ഷിയെ കാത്തിരിപ്പുണ്ട്.''

''എവിടെയായിരുന്നു നിങ്ങളുടെ സ്വദേശം?'' ധൃതിപ്പെട്ട് പറക്കാനാവാത്ത കരോളിനത്തത്തയോട് ഒട്ടകപ്പക്ഷി ചോദിച്ചു.

''അമേരിക്കയുടെ വടക്കും കിഴക്കും പ്രദേശങ്ങളായിരുന്നു''

''നിങ്ങൾക്ക് എന്തു സംഭവിച്ചു.'' ആകാംക്ഷയോടെ ഒട്ടകപ്പക്ഷി ചോദിച്ചു.

''പറയാനാണെങ്കിൽ ഒരുപാട് പറയാനുണ്ട്. അതിനൊന്നും പറ്റിയ സമയമല്ലിത്. മനുഷ്യരെന്ന ഇരുകാലിമൃഗത്തെ നിങ്ങളും സൂക്ഷിച്ചു കൊള്ളുക. അതുമാത്രമേ എനിക്കിപ്പോൾ പറയാനാകൂ.'' എന്നു പറഞ്ഞ് കരോളിനത്തത്ത മറ്റു തത്തകൾക്കൊപ്പം ചേർന്നു പറന്നു.

ആനപ്പക്ഷി

ആകാശമിപ്പോൾ പച്ചപ്പട്ട് വിരിച്ചതുപോലെയുണ്ട്. പച്ചക്കമ്പളം ഒന്നൊന്നായി വാനിലുയന്ന് പറന്നകലുന്ന അത്ഭുതത്തോടെ ഒട്ടകപ്പക്ഷി നോക്കിനിന്നു. സുവർണ്ണനൂലുകൾ അരികുതുന്നിയ പച്ചപ്പട്ടിന്റെ ഒഴുക്ക് നിലച്ചപ്പോൾ ഹരിതവാനിലെ ചെവിതുളയ്ക്കുന്ന കോലാഹലവും നിന്നു. ഇപ്പോൾ മാനം വെള്ളിത്തിളക്കത്തിലാണ്. ഒട്ടകപ്പക്ഷി ആലോചിച്ചു. വംശം മറ്റുപോയ പക്ഷികൾ എങ്ങനെ ഇവിടെ ജീവനോടെ കഴിയുന്നു. പണ്ടെങ്ങോ ഭൂമിയിൽ ജീവിച്ചിരുന്നവയാണ് കരോളിനത്തത്തകൾ.

"ഇതൊരു പ്രേതലോകമാണോ?" ഒട്ടകപ്പക്ഷിയുടെ മനസ്സിൽ ഭയം നുരച്ചു പൊന്തി. അതൊരു പാറപ്പുറത്തേക്ക് കയറിനിന്ന് തിരിഞ്ഞു നോക്കി. പർവ്വതങ്ങൾ അടുക്കടുക്കായി അങ്ങനെ കിടക്കുകയാണ്. ആകാശം മഞ്ഞുമലകളാൽ മൂടപ്പെട്ടിരിക്കുന്നു. മൂടൽമഞ്ഞ് ഇടയ്ക്കിടെ കാടിനെയാകെ മാച്ചുകളയുന്നുണ്ട്. വന്നവഴിയൊക്കെ എങ്ങനെയാണിനി തിരിച്ചുപോവുക? ഒരു തിട്ടവുമില്ലല്ലോ. കാട്ടിനുള്ളിൽ ഏതൊക്കെയോ ജീവികൾ അനങ്ങുന്നുണ്ട്. ഒരു കൂറ്റൻ മൃഗം പാറയിടുക്കുകൾക്കിടയിലൂടെ നീങ്ങുന്നു. കണ്ടിട്ടു ഭയം തോന്നുന്നു. മാനുകളെപ്പോലെ തലയിൽ കവരമുള്ള കൊമ്പുകളുണ്ട്. എന്നാൽ വിചിത്രരൂപിയായ ഇത്തരം മാനുകളെ ഒട്ടകപ്പക്ഷി മുമ്പൊരിക്കലും കണ്ടിട്ടുണ്ടായിരുന്നില്ല. ജിറാഫുകൾക്കുള്ളതുപോലെ കണ്ണുകൾക്ക് മുകളിലായി ചെറിയ ത്രികോണാകാരമുള്ള കൊമ്പുകൾ കാണാം. അവ പുല്ലുകൾക്കിടയിലൂടെ അയവെട്ടി നടന്നു നീങ്ങുന്നത് നെഞ്ചിടിപ്പോടെ ഒട്ടകപ്പക്ഷി നോക്കി നിന്നു.

ഏതെങ്കിലും ഒരു പക്ഷിയെ കണ്ടിരുന്നുവെങ്കിൽ തിരികെ വിശുദ്ധ തടാകക്കരയിൽ എത്തുവാനുള്ള വഴി ചോദിച്ചു മനസ്സിലാക്കാമായിരുന്നു. പക്ഷിശബ്ദങ്ങളും മറ്റേതൊക്കെയോ ജീവികളുടെ കരച്ചിലും അവ്യക്തമായി കേൾക്കുന്നുണ്ട്. എന്നാൽ സമീപപ്രദേശത്തൊന്നും ഒരു പക്ഷിയേയും കാണാൻ കഴിയുന്നുമില്ല. സമീപമുള്ള ഒരു ഗുഹാ

മുഖത്തുനിന്ന് കുറെ തവളകൾ ചാടിച്ചാടി പോകുന്നത് ഒട്ടകപ്പക്ഷി കണ്ടു. സ്വർണ്ണനിറത്തിലുള്ള തവളകൾ. ചെറിയ തവളകളാണ്. ചില തവളകൾക്ക് ഇരുണ്ട ഒലീവ് നിറമായിരുന്നു. ദേഹം മുഴുവൻ മഞ്ഞ നിറത്തിൽ ചുറ്റപ്പെട്ട കടുംചുവപ്പ് പുള്ളിയും കാണാമായിരുന്നു. ഇത്തരത്തിലെ തവളകളെ മുമ്പ് ഒരിക്കൽപോലും ഒട്ടകപ്പക്ഷി കണ്ടിട്ടേയുണ്ടായിരുന്നില്ല. ഇതൊരു വിചിത്ര ലോകം തന്നെ. അപ്പോഴാണവിടെ നിൽക്കുന്ന വൃക്ഷങ്ങളും പുല്ലുകളും വള്ളിപ്പടർപ്പുകളുമൊക്കെ തനിക്കു അപരിചിതമാണല്ലോയെന്ന് ഒട്ടകപ്പക്ഷിയോർത്തത്.

മരുഭൂമിയിൽ നിന്ന് വരുന്നതാണെങ്കിലും താഴ്‌വാരത്തെ മരങ്ങളും വള്ളിപ്പടർപ്പുകളും ജീവികളുമൊക്കെ ഒട്ടകപക്ഷിയത്ര കണ്ട് അപരിചിതമായിരുന്നില്ല. വിശുദ്ധപർവ്വതത്തിലേക്കുള്ള യാത്രകളിൽ കണ്ടുമട്ടാത്ത ജീവിവർഗ്ഗങ്ങളും അപൂർവ്വമാണ്. എന്നാൽ ഈ കുന്ന് ഏതോ പുരാതനകാലത്തെ തിരുശേഷിപ്പുപോലെ ഒട്ടകപ്പക്ഷിക്ക് തോന്നി. ആ കുന്നിൻചരുവിൽനിന്ന് എത്രവേഗം രക്ഷപ്പെട്ടാൽ മതിയെന്ന് ഒട്ടകപ്പക്ഷി മോഹിച്ചു. ഇതൊരു വിചിത്രലോകമാണ്. ഇതുവരെ കണ്ടിട്ടും കേട്ടിട്ടുമില്ലാത്ത ജീവിവർഗ്ഗങ്ങളുടെ ആവാസഭൂമിയാണിത്. തന്നെപ്പോലെയൊരു പക്ഷി ഇവിടെ അധികപ്പറ്റാണ്. അതോ തന്നെയും ഇവിടേക്ക് കണ്ണിചേർക്കപ്പെട്ടതാണോ? ഇനിയൊരു മടക്കമില്ലേ? ഒട്ടകപ്പക്ഷിയുടെ ഹൃദയമിടിപ്പ് പെരുകാൻ തുടങ്ങി. എങ്ങനെയാണിനി മടങ്ങുക. ദിക്കുപോലും അറിയാനാവുന്നില്ലല്ലോയെന്ന് ഒട്ടകപ്പക്ഷി സ്വയം പരിതപിച്ചു തരിച്ചു നിന്നു.

കൂറ്റൻമലകൾ തന്നെ വളഞ്ഞിരിക്കുകയാണ്. ഒരർത്ഥത്തിൽ താനിപ്പോൾ ഈ മലകളുടെ തടവറയിലാണ്. ഇവിടെ നിന്നെങ്ങനെയാണ് രക്ഷപ്പെടുക. ഒട്ടകപ്പക്ഷി സർവ്വശക്തനെ ഉള്ളുരുകി പ്രാർത്ഥിച്ചു. ഏതു വാതിൽ അടഞ്ഞാലും ഈശ്വരന്റെ വാതിൽ അടയില്ല. കാരുണ്യത്തിന്റെ മഹാസാഗരമാണത്. കാടുകാണാൻ തോന്നിയ നിമിഷങ്ങളെ ഒട്ടകപ്പക്ഷി ശപിച്ചു. ഇപ്പോൾ മറ്റ് ഒട്ടകപ്പക്ഷികൾ തന്നെയവിടെ തിരയുകയാവും. അവയൊക്കെ വിഷമിക്കുന്നുണ്ടാകും. തനിക്ക് ഒരു വാക്കുപോലും ആരോടും പുറപ്പെടും മുമ്പ് പറയാൻ കഴിഞ്ഞില്ലല്ലോ? താനപ്പോൾ ഏതോ ഉന്മാദലഹരിയിലായിരുന്നുവോ?

മലഞ്ചെരിവിലൂടെ ഒരു വലിയ പക്ഷി നടന്നുവരുന്നത് ഒട്ടകപ്പക്ഷിയുടെ ശ്രദ്ധയിൽപെട്ടു. കണ്ണുകൾ സൂക്ഷ്മമായി അവിടേക്ക് പായിച്ചു. പഞ്ചേന്ദ്രിയങ്ങളും ധ്യാനാത്മകമായി. അതൊരു ഒട്ടകപ്പക്ഷി തന്നെ? ഇത്രയധികം വലുപ്പം ഒട്ടകപ്പക്ഷികൾക്കു മാത്രമേയുണ്ടാവുകയുള്ളൂ. ഒട്ടകപ്പക്ഷി കഴിയുന്നത്ര ഉച്ചത്തിൽ സഹായമഭ്യർത്ഥിച്ചുകൊണ്ടൊരു

ശബ്ദം പുറപ്പെടുവിച്ചു. മലഞ്ചരിവിലൂടെ നടന്നുവരുന്ന പക്ഷിയതു കേട്ടിട്ടുണ്ടാകണം. ചിലമ്പിച്ചതും എന്നാൽ ഉഗ്രവുമായൊരു ശബ്ദം മറുപടിയായി കേട്ടു. ഒട്ടകപ്പക്ഷി വീണ്ടും ഒച്ചയിട്ടു. മലമടക്കുകൾ വീണ്ടും ഉച്ചത്തിൽ കുരവയിട്ടു. പ്രാചീനമായ ആ ശബ്ദഗരിമയിൽ ഒട്ടകപ്പക്ഷി ഭയവിഹ്വലതയോടെ കാതോർത്തു നിന്നു. കാട്ടിലൂടെ അതിവേഗം ആ കൂറ്റൻപക്ഷി ഓടിവരുന്നത് ഒട്ടകപ്പക്ഷി കാണുണ്ടായിരുന്നു. അത് അടുത്തടുത്ത് വരുന്തോറും ഒട്ടകപ്പക്ഷിയുടെ നെഞ്ചിടിപ്പു വർദ്ധിച്ചു. അതൊരു മൃഗമാണോ പക്ഷിയാണോയെന്ന് ഒട്ടകപ്പക്ഷി സംശയിച്ചു. തൂവലുകളുണ്ട്. പക്ഷിതന്നെ. എന്നാൽ അതൊരു ഒട്ടകപ്പക്ഷിയല്ല. രണ്ടോ മൂന്നോ ഒട്ടകപ്പക്ഷിയുടെ വലുപ്പമുണ്ട്. ഒരു പക്ഷേ ഇതാവും കരോളിനത്തത്ത പറഞ്ഞ ആനപ്പക്ഷി? ആനപ്പക്ഷി തന്നെ ആക്രമിക്കുമോയെന്ന ഭയം ഒട്ടകപ്പക്ഷിയെ വിറളി പിടിപ്പിച്ചു.

തടിച്ചതും ബലിഷ്ഠങ്ങളുമായ അതിന്റെ കാലുകൾ അതിവേഗത്തിൽ ചലിച്ചുകൊണ്ടിരിക്കുന്നു. അതിന്റെ കൊക്ക് തടിച്ചു കുറുകിയതാണ്. ഓടുന്നതല്ലാതെ അതൊരിക്കലും പറന്നിരുന്നില്ല. തങ്ങളെപ്പോലെ പറക്കാൻ കഴിവില്ലാത്തവയാണ് ആനപ്പക്ഷികളെന്ന് വ്യക്തമാണ്.

''അതിന്റെ വരവ് കണ്ട് ഭയം തോന്നുന്നു.'' ഒട്ടകപ്പക്ഷി ആരോടെന്നില്ലാതെ പറഞ്ഞു. ഭയം സർവ്വമാന ജീവികളുടെയും കൂടപ്പിറപ്പാണ്. ജീവഭയമില്ലാത്തതായി ഏതു ജീവിയാണുള്ളത്. ശത്രുക്കളില്ലാത്തതായി ഒരു ജീവിയും ഭൂമുഖത്തില്ല. ഒരർത്ഥത്തിൽ ശത്രുക്കളാണ് ജീവികളെ ജാഗ്രതയുള്ളവരും കരുത്തരായും നിലനിർത്തുന്നതു തന്നെ. സമഗ്രബോധത്തിലേക്ക് സർവ്വമാന ജീവികളെയും ഉയർത്തുന്നതു ശത്രുക്കൾതന്നെ. അങ്ങനെ നോക്കുമ്പോൾ ഏറ്റവും വലിയ മിത്രങ്ങൾ ശത്രുക്കളാണ്. ആനപ്പക്ഷി ഏതാണ്ട് അടുത്തെത്തിക്കഴിഞ്ഞു. ഒട്ടകപ്പക്ഷി താനൊരു ശത്രുവല്ലെന്ന് ബോധ്യപ്പെടുത്താനായി നിലത്തമർന്ന് കിടന്നു.

ആനപ്പക്ഷിയെ മാനിക്കുന്നുവെന്ന പക്ഷികളുടെ ഇടയിലെ ഉപചാരത്തിന്റെ ഭാഗം കൂടിയായിരുന്നു ആ കിടപ്പ്. ആനപ്പക്ഷി ഒട്ടകപ്പക്ഷിയുടെ അരികത്ത് വന്ന് തല ഉയർത്തി നിന്നു. എന്നിട്ട് കൗതുകപൂർവ്വം ഒട്ടകപ്പക്ഷിയെ നോക്കി. പൂർവ്വകാലത്തെപ്പോഴോ കൂട്ടം പിരിഞ്ഞുപോയ തന്റെ ഒരു ബന്ധുപ്പക്ഷിയെപോലെയുണ്ട്. ആനപ്പക്ഷിക്ക് ഒട്ടകപ്പക്ഷിയുടെ സാമീപ്യം ഏറെ സന്തോഷം നൽകി. ആനപ്പക്ഷി തന്റെ തടിച്ചുരുണ്ട കൊക്ക് താഴ്ത്തി ഒട്ടകപ്പക്ഷിയുടെ കൊക്കുകൾ ഉരസി ആചാരപരമായതിനെ വരവേറ്റു. സാഹോദര്യത്തിന്റെ ജീവസ്പർശം കവിളിൽനിന്ന് കരളിലേക്കലിഞ്ഞിറങ്ങിയപ്പോൾ ഉന്മേഷത്തോടെ ഒട്ടകപ്പക്ഷി എണീറ്റു. തന്റെ തലയ്ക്കു

മുകളിൽ ഭീമാകാരമായി നിൽക്കുന്ന ആനപ്പക്ഷിയോട് സ്നേഹത്തോടെ മുട്ടി ഉരുമ്മി നിന്നുകൊണ്ട് ഒട്ടകപ്പക്ഷി ചോദിച്ചു.

''ആനപ്പക്ഷിയാണോ?''

അതിശയത്തോടെ ആനപ്പക്ഷി തിരിച്ചുചോദിച്ചു. '' എങ്ങനെ എന്നെ മനസ്സിലായി? താഴ്വാരത്തൊരുപക്ഷിയും ഞങ്ങളിലാരെയും കണ്ടിരിക്കാനിടയില്ലല്ലോ?''

''കരോളിനത്തത്തകളുടെ ഒരു കൂട്ടത്തെ ഞാനിവിടെ കണ്ടിരുന്നു. അതിലൊരു തത്തയാണെന്നോട് ആനപ്പക്ഷിയെന്നൊരു പക്ഷി ഈ കാട്ടിലുണ്ടെന്ന് പറഞ്ഞത്. വലുപ്പം രൂപവും കണ്ട് ഞാനൂഹിച്ചതാണ്.''

''ഒട്ടകപ്പക്ഷികളെ എനിക്കറിയാം. ഭൂമിയിൽ പക്ഷികൾ ആധിപത്യം പുലർത്തിയിരുന്ന കാലത്ത് ഉറ്റചങ്ങാതിമാരായാണ് ആനപ്പക്ഷികളും ഒട്ടപ്പക്ഷികളും ജീവിച്ചിരുന്നത്. ചെങ്കോലു നഷ്ടപ്പെട്ട രാജാവിനെപ്പോലെയാണ് ഇപ്പോൾ ഭൂമിയിൽ പക്ഷികളുടെ സ്ഥിതി. എല്ലാവരാലും നിന്ദിക്കപ്പെട്ടും ആക്രമിക്കപ്പെട്ടും കഴിയാൻ വിധിക്കപ്പെട്ടിരിക്കുന്നു. എന്നാൽ പക്ഷികൾ ഭൂമി ഭരിച്ചിരുന്ന കാലത്ത് സർവ്വമാന ജീവികളോടും സമഭാവനയോടും മര്യാദയോടുമേ പക്ഷികൾ പെരുമാറിയിട്ടുള്ളൂ. എന്നാൽ പക്ഷിചരിത്രത്തെ മനുഷ്യരിന്ന് വളച്ചൊടിക്കുകയാണ്. സത്യത്തിനുമേൽ കെട്ടുകഥകളുടെ മാലിന്യം നിക്ഷേപിച്ച് മൂടുകയാണ്. കള്ളക്കഥകൾ പ്രചരിപ്പിച്ചു കൃത്രിമരേഖകൾ ചമച്ചു പക്ഷികളുടെ ഭരണകാലത്തെ വികൃതമായി ചിത്രീകരിക്കുന്നു. പക്ഷികളെയവർ ശത്രുക്കളായി പ്രഖ്യാപിച്ചിരിക്കുന്നു. തരം കിട്ടുമ്പോഴൊക്കെ അവർ പക്ഷികളെ ആക്രമിക്കുന്നു. കൊന്നൊടുക്കുന്നു. മനുഷ്യരിൽ നിന്നകന്ന് സ്വസ്ഥമായി കഴിയുന്ന പക്ഷികളുടെ വലിയ സങ്കേതങ്ങളിലേക്കവർ അതിക്രമിച്ചു കയറി കലാപം നടത്തുന്നു. പക്ഷിവർഗ്ഗങ്ങളെ ഒന്നൊന്നായി കശാപ്പു ചെയ്യുകയാണ്. ഓരോ ജീവിക്കും വളർച്ചയുടെയും ഉയർച്ചയുടെയും തകർച്ചയുടെയും കാലങ്ങളുണ്ട്. സമുദായങ്ങൾക്കുമിതുണ്ട്. ജീവി വർഗ്ഗങ്ങൾക്കുണ്ട്.

ഒരുകാലത്ത് ഈ ഭൂമിയിലെ ജീവിവർഗ്ഗങ്ങൾക്കാകെ വഴികാട്ടികളായും ഭരണപരമായ നേതൃത്വം നൽകിയും പക്ഷിവർഗ്ഗം നാടുവാണിരുന്നു. പക്ഷികളുടെ സുവർണ്ണകാലമായിരുന്നത്. പക്ഷികളുടെ മാത്രമല്ല. സർവ്വമാന ജീവികളുടെയും സുവർണ്ണകാലഘട്ടം. എന്നാൽ ഇപ്പോൾ മനുഷ്യരെന്ന ഒരു പുതിയ വർഗ്ഗം ഭൂമിയിൽ ആധിപത്യം സ്ഥാപിച്ചിരിക്കുകയാണ്. മനുഷ്യരെന്ന പേരെയുള്ളൂ. മനുഷ്യത്വത്തിന്റെ കണിക പോലുമില്ല. അതോ മനുഷ്യത്വമെന്നത് ക്രൂരതയുടെ മറ്റൊരു പര്യായമാണോ?

ഒരു കാര്യം എനിക്കുറപ്പിച്ചു പറയാനാവും. പക്ഷികൾ ഭൂമിയെ നിയന്ത്രിച്ചിരുന്ന കാലത്ത് സർവ്വമാന ജീവിവർഗ്ഗങ്ങൾക്കും സ്വസ്ഥത യുണ്ടായിരുന്നു. പക്ഷികൾ ഈ ഭൂമിയെ ഒരിക്കലും മുറിപ്പെടുത്തി യിരുന്നില്ല. ഭൂമിയെ മാരകവിഷം ചുരത്തി രോഗിയാക്കിയില്ല. ശ്വാസ വായുവും ജീവജലവും മലിനമാക്കിയില്ല. ജീവിവർഗ്ഗങ്ങൾക്കിടയിൽ തുല്യനീതി നടപ്പാക്കി. എന്തിനേറെപ്പറയുന്നു ഈ ഭൂമിയൊന്നാകെ നശിപ്പിക്കാനുള്ള മാരകമായ ആയുധശേഖരം പക്ഷികൾ നിർമ്മി ച്ചില്ല. ഇന്നോ ലോകത്തെ നശിപ്പിക്കാനുള്ള ആയുധങ്ങൾ മനുഷ്യ രുടെ കൈകളിലുണ്ട്. ഇരിക്കുന്ന കമ്പ് മുറിച്ചുകൊണ്ടിരിക്കുന്ന പമ്പര വിഡ്ഢികളാണ് ഭൂമിയുടെ അധിപരായി വാഴുന്നത്. മനുഷ്യർ മനു ഷ്യരെതന്നെ ഭിന്നിപ്പിക്കുകയും പരസ്പരം ആക്രമിച്ചു നശിപ്പിച്ചു കൊണ്ടിരിക്കുന്നു. ഇക്കൂട്ടർ പക്ഷികളെ വെറുതെ വിട്ടിലാല്ലേ അത്ഭുത മുള്ളൂ. ഭൂമി അതിന്റെ പ്രാകൃതാവസ്ഥയിലേക്ക് മടങ്ങിപ്പൊയ്ക്കൊണ്ടിരി ക്കുകയാണ്. മനുഷ്യരുടെ ദുഷ്ടചെയ്തികൾ മൂലം എത്രയെത്ര ജീവിവർഗ്ഗങ്ങൾക്ക് വംശനാശം സംഭവിച്ചിരിക്കുന്നു. എത്രയെത്ര ജീവികൾ വംശനാശത്തിന്റെ വക്കിൽ കഴിയുന്നു. മറ്റ് ജീവിവർഗ്ഗ ങ്ങളുടെ തിരോധാനമൊന്നും മനുഷ്യരെ തെല്ലും അലട്ടുന്നതേയില്ല. സർവ്വജീവിവർഗ്ഗങ്ങളും തമ്മിൽ കെട്ടുപിണഞ്ഞാണ് സൃഷ്ടിക്കപ്പെട്ടിരി ക്കുന്നതെന്ന സത്യം മനുഷ്യർ ഓർക്കുന്നതേയില്ല. ആനപ്പക്ഷികളെ അവർ നശിപ്പിച്ചപ്പോൾ മനുഷ്യർ നാശത്തിലേക്ക് കൂടുതൽ അടു ക്കുകയാണെന്ന് അവരറിയുന്നില്ല.''

ആനപ്പക്ഷിയുടെ സംസാരം സാകൂതം വീക്ഷിച്ചുകൊണ്ട് നിന്ന തല്ലാതെ ഒട്ടകപ്പക്ഷി ഒരക്ഷരം മിണ്ടിയില്ല. അതു ശ്രദ്ധിച്ചുകൊണ്ട് ആനപ്പക്ഷി ചോദിച്ചു.

''ഒട്ടകപ്പക്ഷിക്ക് ഒന്നും പറയാനില്ലേ?''

''മനുഷ്യരുടെ അതിക്രമംകൊണ്ട് പക്ഷികൾക്ക് ഭൂമിയിൽ ജീവി ക്കാനാവാത്ത സാഹചര്യത്തിലാണ് വിശുദ്ധ തടാകക്കരയിൽ ഞങ്ങൾ ഒത്തുചേർന്നിരിക്കുന്നത്. പക്ഷിസമുദായം ഇന്ന് മഹാരഥന്മാരായ പക്ഷിനേതാക്കളുടെ അഭാവത്തിൽ വീർപ്പുമുട്ടുകയാണ്. അവരെ നയിക്കാൻ ശക്തനും ധീരനും ജ്ഞാനിയുമായൊരു രാജകീയ പക്ഷി ഉയർന്നു വരുന്നില്ല. അങ്ങനെയൊരു പക്ഷിയെ കണ്ടെത്താൻ വേണ്ടി യാണ് പക്ഷികൾ ഇവിടെ ഒത്തുചേർന്നിരിക്കുന്നത്.''

''ഞാനെല്ലാം അറിയുന്നുണ്ട്.''

''പക്ഷിവർഗ്ഗം അതിന്റെ ഔന്നത്യമുള്ള നേതാക്കളെ മുമ്പ് ലോക ത്തിന് സംഭാവന ചെയ്തിട്ടുണ്ട്. ദീർഘകാലം ലോകത്തെ നയിച്ച്

പക്ഷിസമൂഹം വിശ്രമത്തിലേക്കും ഉറക്കത്തിലേക്കും വഴുതിവീണിരിക്കുകയാണ്. മനുഷ്യവർഗ്ഗം ഇപ്പോൾ കരുത്താർജ്ജിച്ചിരിക്കുന്നു. അവരും ദീർഘകാലം നിലനിൽക്കുമെന്നു കരുതേണ്ടതില്ല. മനുഷ്യവർഗ്ഗവും അധഃപതിക്കും. പുതിയ അവകാശികൾ ഉയർന്നുവരും. എത്രയോ യുഗങ്ങളായി ഭൂമിയിൽ ഇത് സംഭവിച്ചുകൊണ്ടേയിരിക്കുന്നു. അധികാരവും ശക്തിയും ആർജ്ജിക്കുന്ന വർഗ്ഗങ്ങൾ മറ്റു വർഗ്ഗങ്ങളെ അടിച്ചമർത്തുന്നു. പക്ഷികളുടെ ഇന്നത്തെ ഗതി മനുഷ്യർക്കു നാളെ സംഭവിക്കും.''

''പക്ഷികൾക്ക് ഒരു പൊതുവായ നേതാവിനെ കണ്ടെത്താനാവില്ലെന്നാണോ ആനപ്പക്ഷി പറയുന്നത്?'' ഒട്ടകപ്പക്ഷി ചോദിച്ചു.

''മനുഷ്യരുടെ പീഡനം മറ്റൊരു തരത്തിൽ പക്ഷികൾക്ക് ഗുണമായി ഭവിക്കും.''

''അതെങ്ങനെ?'' ഒട്ടകപ്പക്ഷി ചോദിച്ചു.

''മനുഷ്യരുടെ കൊടുംക്രൂരതകൾ പക്ഷിലോകത്തെ ഉണർത്തിയിട്ടുണ്ടെന്നതുതന്നെ വലിയ കാര്യം. ഉണർന്നെണീറ്റാൽ പിന്നെ പ്രവർത്തിച്ചുകൊള്ളും. മനുഷ്യർ പക്ഷികളെ ശക്തിപ്പെടുത്തിക്കൊണ്ടിരിക്കുകയാണ്. ഈ ഘട്ടത്തിൽ കുറെയൊക്കെ കഷ്ടനഷ്ടങ്ങൾ പക്ഷികൾ സംഭവിക്കുക സ്വഭാവികമാണ്. എന്നാൽ അതൊക്കെ പക്ഷികൾക്കൊരു പാഠശാലയായി മാറും. പക്ഷിവർഗ്ഗം ഒരുകാലത്ത് ഭൂമിയുടെ അധികാരികളായിരുന്നുവെന്നത് മറക്കണ്ട. പക്ഷികളിൽ രാജകീയരക്തം തുടിക്കുന്നുണ്ട്. വേണ്ട സമയത്ത് പക്ഷികൾ ഉയർന്നു പറക്കുകതന്നെ ചെയ്യും. അവരെ നയിക്കാൻ അനുയോജ്യനായ നേതാവ് ഉയർന്നുവരുകതന്നെ ചെയ്യും. ഞാൻ പഴയകാലം ഓർത്തു പോവുകയാണ്. എത്ര സുന്ദരമായ ജീവിതമായിരുന്നു ഞങ്ങളുടേത്. ആനപ്പക്ഷികളുടെ ഒരു പറുദീസയായിരുന്നു. 'ആഫ്രിക്കയിലെ മഡഗാസ്കർ'.''

''ആഫ്രിക്കയോ?'' ഒട്ടകപ്പക്ഷി അത്ഭുതത്തോടെ ചോദിച്ചു.

''അതെ. ഞങ്ങളും ഒട്ടകപ്പക്ഷിയുടെ നാട്ടുകാർ തന്നെ.'' ഒരു നിമിഷം ആലോചനയിലാണ്ടുകൊണ്ട് ആനപ്പക്ഷി പറഞ്ഞു. ''മഡഗാസ്കർ മനുഷ്യരിട്ട പേരാണ്. അതൊക്കെ നമ്മൾ ഉപേക്ഷിക്കണം. പക്ഷികളെ മനുഷ്യർ വിവിധ ഗോത്രങ്ങളായും ജാതികളായും ഉപജാതികളായുമൊക്കെ തിരിച്ചിരിക്കുന്നതുതന്നെ അവരുടെ താൽപര്യ സംരക്ഷണാർത്ഥമാണ്. പക്ഷികൾ സ്വന്തം കാലിൽ നിൽക്കണം. പക്ഷിഭാഷകൾ കൂടുതൽ കരുത്താർജ്ജിക്കണം.''

''എന്താണ് ആനപ്പക്ഷികൾക്ക് സംഭവിച്ചത്?'' ഒട്ടകപ്പക്ഷി ഇടയ്ക്ക് കയറി ചോദിച്ചു.

മനുഷ്യർ വരുന്നതുവരെ അവിടം സ്വർഗ്ഗലോകമായിരുന്നു. എത്ര സുന്ദരമായ പ്രദേശം. മരങ്ങൾ ഇടതിങ്ങി വളരുന്ന കാടുകൾ. വിശാലമായ വെളിപ്രദേശങ്ങൾ. പൊയ്കകൾ. വള്ളിപടർപ്പുകൾ. നദികൾ. ഇഷ്ടംപോലെ പഴങ്ങളും കായ്കനികളും. എന്നാൽ മനുഷ്യർ അവിടെ കാലുകുത്തിയതോടെ എല്ലാ നശിച്ചു. ആനപ്പക്ഷികളും ഇല്ലാതായി. കണ്ണിൽകണ്ട ആനപ്പക്ഷികളെയൊക്കെ അവർ കുന്തമെറിഞ്ഞ് കൊന്നു. ഒപ്പം ഞങ്ങളുടെ മുട്ടകളും അവർ തട്ടിയെടുത്തു. ഭൂമിയിലെ ഏറ്റവും വലിയ മുട്ട ഞങ്ങളുടേതായിരുന്നു. ദിനോസറിന്റെ മുട്ടയേക്കാൾ വലുപ്പമുണ്ടായിരുന്നു. മനുഷ്യർ അതൊക്കെ തിന്നു നശിപ്പിച്ചു. ഒപ്പം അവർ ഞങ്ങൾക്ക് പഴങ്ങളും കായ്കളും തന്നിരുന്ന മരങ്ങളും നശിപ്പിച്ചു. അതോടെ ഒരു തരത്തിലും ആനപ്പക്ഷികൾക്ക് ഭൂമിയിൽ ജീവിക്കാവാത്ത സ്ഥിതി വന്നു. ഒടുക്കം വിശുദ്ധ പർവ്വതം അവശേഷിച്ച ആനപ്പക്ഷികളെ ആവാഹിച്ചു വരുത്തി.''

ആനപ്പക്ഷികളുടെ കഥപറച്ചിൽ കേട്ട് ഒട്ടകപ്പക്ഷി വേദനയോടെ മുഖം കുനിച്ചിരുന്നു.

''ഇന്നലെ ഞങ്ങൾക്ക് സംഭവിച്ചത് നാളെ ഒട്ടകപ്പക്ഷികൾക്കും സംഭവിക്കാം.'' ഒട്ടകപ്പക്ഷിയെ നോക്കി ആനപ്പക്ഷി പറഞ്ഞു.

''ഞാനൊരബദ്ധം കാണിച്ചു.'' ഒട്ടകപ്പക്ഷി പറഞ്ഞു

''എന്താണ്?''

''വിശുദ്ധ തടാകക്കരയിൽ ഒത്തുചേർന്ന പക്ഷികൾ കൂട്ടത്തിനിടയിൽനിന്ന് ഞാൻ കാടുകാണാനിറങ്ങിയതാണ്. ആരോടും അക്കാര്യമൊന്നു പറയാൻ കഴിഞ്ഞില്ല. അവരൊക്കെ എന്നെ തിരയുന്നുണ്ടാകും. എനിക്കാണങ്കിൽ മടങ്ങിപ്പോകാനുള്ള വഴിയും തിട്ടമില്ല.''

എന്നിട്ട് ദയാപൂർവ്വം ഒട്ടകപ്പക്ഷി ആനപ്പക്ഷിയെ നോക്കി. ഒട്ടകപ്പക്ഷിയുടെ ഹൃദയം ആനപ്പക്ഷിക്ക് നന്നായി മനസ്സിലാകുന്നുണ്ടായിരുന്നു.

''ഭയപ്പെടേണ്ടതില്ല, ഞാൻ സഹായിക്കാം.'' ആനപ്പക്ഷി പറഞ്ഞു.

ഒട്ടകപ്പക്ഷി ആശ്വാസത്തോടെ ഒന്നു ദീർഘമായി ശ്വസിച്ചു.

''ഈ കൂടിക്കാഴ്ച യാദൃച്ഛികമാണോ. അതോ പൂർവ്വനിശ്ചിതമാണോയെന്നൊന്നും ഞാൻ പറയുന്നില്ല. നമ്മൾ തമ്മിൽ കണ്ടുമുട്ടേണ്ടവരായിരുന്നുവെന്നതിൽ ഒരു സംശയവുമില്ല. എല്ലാം വിശുദ്ധ പർവ്വതം അറിയുന്നുണ്ട്. നമ്മുടെ ഈ സംഗമം പോലും വിശുദ്ധ പർവ്വതത്തിന്റെ ആഗ്രഹാനുസരണമാവാം.'' ആനപ്പക്ഷി പറഞ്ഞു.

ഒട്ടകപ്പക്ഷിയോർത്തു. ''ഞാനൊരിക്കലും ഇങ്ങനെയൊരു യാത്ര പുറപ്പെടണമെന്ന് മുമ്പേ കൂട്ടി തീരുമാനിച്ചിരുന്നതേയില്ല. പെട്ടെന്ന്

അങ്ങനെയൊരു ചിന്ത ഉള്ളിലുണ്ടായത്. പിന്നെ പിടിച്ചു നിൽക്കാനാവില്ല. ഇറങ്ങി പുറപ്പെടുകയായിരുന്നു. വിശുദ്ധ പർവ്വതത്തിനു പക്ഷിമനസ്സുകളെ സ്വാധീനിക്കാനുള്ള കഴിവുണ്ടന്നുറപ്പാണ്. മനസ്സിലെ ചിന്തകളെ അത് മുൻകൂട്ടിയറിയുന്നു. മനസ്സിൽ ചിന്തകളുടെ കൊടുങ്കാറ്റഴിച്ചു വിടുന്നു.''

എന്തായാലും ഈ യാത്ര വ്യഥാവിലായില്ല. അത്ഭുതകരമായ അനുഭവങ്ങളിലൂടെയാണ് കടന്നുപോയിരിക്കുന്നത്. ഒരുപക്ഷേ മുന്നോട്ടു പോയാൽ ഇതിലും വലിയ അത്ഭുതങ്ങൾ കാത്തിരിപ്പുണ്ടാകാം. എന്നാൽ ആ അത്ഭുതങ്ങളെയൊക്കെ തങ്ങാനുള്ള ശേഷി തന്റെ ഈ ദുർബലഹൃദയത്തിന് കഴിയുമോ? ബോധവും അബോധവും എപ്പോൾ വേണമെങ്കിലും കൂടിക്കുഴയാം. സ്വപ്നവും യാഥാർത്ഥ്യവും തമ്മിലുള്ള അതിർവരമ്പ് മാഞ്ഞുപോകാം. ഈ പർവ്വതനിരകളിൽ സ്വപ്നമേത് യഥാർത്ഥ്യമേതെന്ന് വിവേചിച്ചറിയുക തന്നെ ബുദ്ധിമുട്ടാണ്. അങ്ങനെ ഉള്ളിടത്ത് എവിടെവരെയാവാം യാത്രയെന്ന് മുൻകൂട്ടി തീരുമാനിച്ചുറയ്ക്കുന്നതാണ് നല്ലത്. തനിക്കിവിടെ വരെ മാത്രമേ പ്രവേശനമുള്ളൂ. അതിനപ്പുറത്തേക്ക് സഞ്ചരിക്കാൻ യോഗ്യതയുള്ളവർ അവിടേക്ക് പൊയ്ക്കൊള്ളട്ടെ. ഓരോരോത്തർക്കും എടുക്കാവുന്ന ഭാരമല്ലേ അവരവർക്കെടുക്കാൻ പറ്റുകയുള്ളൂ.

ഒട്ടകപ്പക്ഷി ആലോചനയിൽ നിന്നുണർന്നുകൊണ്ടു പറഞ്ഞു. ''ആനപ്പക്ഷീ, എനിക്ക് വഴി കാട്ടണം.''

''അതിനെന്താ. ഞാൻ സഹായിക്കാം.'' സന്തോഷത്തോടെ ആനപ്പക്ഷി പറഞ്ഞു. ''നിഗൂഢതകളുടെ അത്ഭുതലോകമാണിത്. ഭൂമിയിൽ ജീവൻ അങ്കുരിച്ചതു മുതലുള്ള എല്ലാ ജീവിവർഗ്ഗങ്ങളും ഇവിടെ സംരക്ഷിക്കപ്പെടുന്നുണ്ട്. ഭൂമിയിൽ ഇക്കണ്ട ജീവിവർഗ്ഗങ്ങളെയൊക്കെ വിതാനിക്കുകയും പിന്നെയെപ്പോഴോ അവയെയൊക്കെ കൂട്ടമായി നശിപ്പിക്കുകയും ചെയ്യുന്നു. ചില ജീവികളെക്കൊണ്ട് മറ്റു ചില ജീവികളെ നശിപ്പിക്കുന്നു. പുരോഗതി നേടിയവരെ പ്രാകൃതരെക്കൊണ്ട് നശിപ്പിക്കുന്നു. പരിണാമശ്രേണിയിൽ മുമ്പിൽ നിൽക്കുന്നവരെ ഏറ്റവും പിമ്പിലുള്ളവരെക്കൊണ്ട് നശിപ്പിക്കുന്നു. ആകാശത്തുനിന്ന് കൂറ്റൻ പാറകൾ വർഷിപ്പിച്ചു കൂട്ടവംശനാശം വരുത്തുന്നു. മാരകരോഗാണുക്കളെ ഇറക്കി ജീവിവർഗ്ഗങ്ങളെ ഉന്മൂലനം ചെയ്യുന്നു. ഇതൊക്കെ എന്തിനു വേണ്ടിയെന്ന് സൃഷ്ടികർത്താവിന് മാത്രമേ അറിയുകയുള്ളൂ. ഭൂമിയൊരു പരീക്ഷണശാലയാണ്. സർവ്വമാന ജീവികളും സൃഷ്ടികർത്താവിന്റെ ഇച്ഛയ്ക്കനുസരിച്ച് പ്രവർത്തിച്ചുകൊണ്ടേയിരിക്കുന്നു. അങ്ങനെ നോക്കുമ്പോൾ മനുഷ്യരുടെ പക്ഷികളുടെ

നേർക്കുള്ള ഈ അതിക്രമത്തിനും ഒരു കാരണം ഉണ്ടാകാതിരിക്കില്ല. മനുഷ്യർ പോലും പ്രകൃതിയുടെ വെറും ഉപകരണം മാത്രമാണ്. എന്റെ പിന്നാലെ വരുക. പല വിചിത്രജീവികളും നമ്മുടെ വഴിത്താരയിലൂടെ വരാതിരിക്കില്ല. ഒട്ടകപക്ഷിക്കതൊക്കെ ഒരത്ഭുതമായി തോന്നാം.''

ആനപ്പക്ഷി നടന്നു. ഒട്ടകപ്പക്ഷി പിന്നാലെ നടന്നു. അവർ കാട്ടുമരങ്ങൾക്കിടയിലൂടെ നടക്കുമ്പോൾ ആകാശത്തുകൂടി ഒരു കൂറ്റൻ ജീവി പറന്നുപോകുന്നതു കണ്ടു. ഒട്ടകപ്പക്ഷി ആ കാഴ്ച കണ്ട് സ്തംഭിച്ചു നിന്നപ്പോൾ ആനപ്പക്ഷി പറഞ്ഞു, ''അതൊരു പറക്കുന്ന ദിദോസറാണ്. ഭീമൻപല്ലി.''

അവയുടെ മറ്റ് ചില ജാതികൾ കാട്ടിനുള്ളിലുണ്ട്. സസ്യഭോജിയും മാംസഭോജിയും. മാംസഭോജികൾക്കും സസ്യഭോജിയായി മാത്രമേ അവിടെ കഴിയാൻ അവകാശമുള്ളൂ. ഇവിടെ ഒരു ജീവിയും ആക്രമിക്കപ്പെടുന്നില്ല. അതുകൊണ്ട് വിശുദ്ധപർവ്വതത്തിന്റെ രക്ഷാവലയത്തിനുള്ളിൽകൂടിയാണ് നമ്മുടെ സഞ്ചാരം. ഒട്ടകപ്പക്ഷി യാതൊന്നും ഭയപ്പെടേണ്ടതില്ല.''

ആനപ്പക്ഷിയുടെ വാക്കുകൾ കേട്ട് ഒട്ടകപ്പക്ഷി ആശ്വാസത്തോടെ അതിന്റെ പിന്നാലെ നടന്നു. ഒരു നീർച്ചാലിനരികിലൂടെ ഒരു കൂറ്റൻ കരയാമ ഇഴഞ്ഞുനീങ്ങുന്നുണ്ടായിരുന്നു. ഒട്ടകപ്പക്ഷിയതിനെ വീക്ഷിക്കുന്നത് ശ്രദ്ധിച്ചുകൊണ്ട് ആനപ്പക്ഷി പറഞ്ഞു.

''പിന്റാ കരയാമയാണത്. ഒരുപക്ഷേ ഏറ്റവും അവസാനമായി ഇവിടെയെത്തിയ ജീവിയതാവാം.''

പിന്റാ കരയാമ തന്റെ നീണ്ട കഴുത്തുയർത്തി ഒട്ടകപ്പക്ഷിയെ നിർവ്വികാരതയോടെ നോക്കി. ആനപ്പക്ഷി അപ്പോഴേക്കും കുറെ മുന്നോട്ട് നടന്നിരുന്നു. ഒട്ടകപ്പക്ഷിക്ക് പലതും പിന്റാ കരയാമയോടു ചോദിക്കണമെന്നുണ്ടായിരുന്നു. പിന്റാ കരയാമ എന്തോ പറയാനായി ആഞ്ഞതുമാണ്. ഒട്ടകപ്പക്ഷി വേഗത്തിൽ ആനപ്പക്ഷിക്ക് അരികിലേക്ക് ഓടി. കാട്ടുമരങ്ങളും പാറകളും കടന്ന് ചതുപ്പും പുൽമേടും കടന്ന് അവർ പൊയ്ക്കൊണ്ടിരുന്നു. കാട്ടിൽ നിന്ന് ഒരലർച്ച മുഴങ്ങി. ഒട്ടകപ്പക്ഷിയൊന്നു നിന്നു.

''ജാവ കടുവയുടെ അലർച്ചയാണ്. ഇന്തോനേഷ്യയിൽ നിന്നാണ് അവയുടെ വരവ്.'' ആനപ്പക്ഷി പറഞ്ഞു.

ജീവികളെ നോക്കി നിൽക്കാൻ നേരമില്ല. അവർ ഓടിക്കൊണ്ടേയിരുന്നു. പർവ്വതങ്ങൾ പലതും താണ്ടി ഒരു കുന്നിൻചെരുവിൽ അവർ നിന്നു. ദൂരെ പർവ്വതത്തിന്റെ നീലക്കണ്ണുകൾപോലെ വിശുദ്ധതടാകം അവരുടെ ദൃശ്യപഥത്തിലേക്ക് നീന്തി വന്നു.

‘‘എനിക്കിവിടെ വരാൻ മാത്രമേ അനുമതിയുള്ളൂ.’’ ആനപ്പക്ഷി പറഞ്ഞു.

‘‘ഇത്തരം ഒരായിരം വേലിക്കെട്ടുകളിലാണ് പ്രകൃതി ഇങ്ങനെ നിലനിൽക്കുന്നത്. വേലികെട്ടി നമ്മൾ അകത്താക്കുന്നതെന്താണ്. വേലികെട്ടി നമ്മൾ പുറത്താകണതെന്താണ്. യഥാർത്ഥത്തിൽ വേലി എന്തിനെയെങ്കിലും അകത്താക്കുകയും പുറത്താകുകയും ചെയ്യുന്നുണ്ടോ? അതോ എല്ലാം ഒരു തോന്നൽ മാത്രമാണോ. ഈ പ്രപഞ്ചം പോലും’’

ഒട്ടകപ്പക്ഷി തന്റെ തല പരമാവധി ഉയർത്തി വിദൂരതയിലേക്ക് നോക്കി. അതിന്റെ മനസ്സിൽ ആഹ്ലാദരേണുക്കൾ തുള്ളിക്കളിക്കാൻ തുടങ്ങി. സന്തോഷവും സന്താപവും പരസ്പരം ബന്ധപ്പെട്ടു കിടക്കുന്നു. ഒന്ന് മറ്റൊന്നിനു മിഴിവേകുന്നു. സന്തോഷമില്ലാതെ സന്താപമില്ല. സന്താപമില്ലാതെ സന്തോഷവും ഇരട്ടപെറ്റ കുട്ടികളെപ്പോലെയാണവർ. അല്ലെങ്കിൽ രാത്രിയും പകലും പോലെയാണത്. പരസ്പരം ഊന്നുവടികളായി നിലകൊള്ളുന്നു. സന്തോഷത്തിനും സന്താപത്തിനും ഇടയിലുള്ള ഒരു സുവർണ്ണ മധ്യബിന്ദുവിലാണ് ജ്ഞാനികളുടെ മനസ്സുള്ളത്.

ഒട്ടകപ്പക്ഷി നന്ദിപൂർവ്വം ആനപ്പക്ഷിയെ നോക്കി. ആനപ്പക്ഷി ഒന്നു കണ്ണിറുക്കി കാണിച്ചു. അതിന്റെയൊന്നും ആവശ്യമില്ല. അടുത്ത ബന്ധുകൾ തമ്മിൽ എന്തിനു നന്ദി പറയണം. നന്ദി അപരിചിതർക്ക് വേണ്ടി മാത്രമുള്ളതാണല്ലോ. യാത്ര പറയാൻ നിൽക്കാതെ ഒട്ടകപ്പക്ഷി ഉഗ്രമായൊരു ശബ്ദം പുറപ്പെടുവിച്ചുകൊണ്ട് വിശുദ്ധ തടാകക്കര ലക്ഷ്യം വച്ചോടി. ഓരോ യാത്രയും വിസ്മയമാണ്. യാത്ര പുറപ്പെടും മുമ്പുള്ളയാളേയായിരിക്കില്ല യാത്ര കഴിഞ്ഞ് മടങ്ങിയെത്തുന്നതെന്ന് പറയുന്നത് എത്ര ശരിയാണ്. തന്റെ അനുഭവങ്ങൾ പറഞ്ഞാൽ ഒരു പക്ഷിയും വിശ്വസിക്കണമെന്നില്ല. അല്ലെങ്കിൽ എന്തിനവരോട് പറയണം. സ്വന്തം ബോധ്യങ്ങളാണ് പരമപ്രധാനമായുള്ളത്.

വിശുദ്ധപക്ഷി

ഒട്ടകപ്പക്ഷി തിരിഞ്ഞു നോക്കാതെ മുന്നോട്ടു നടന്നു. അതിന്റെ കണ്ണിൽ വിശുദ്ധ തടാകം മാത്രമേയുണ്ടായിരുന്നുള്ളൂ. ഒട്ടകപ്പക്ഷി യുടെ കാലിന്റെ വേഗത കൂടിക്കൂടി വന്നു. അങ്ങനെ മുന്നോട്ട് ഓടിപ്പൊയ്ക്കൊണ്ടിരിക്കുമ്പോൾ ഒരു വിചിത്ര കാഴ്ച അതിന്റെ കണ്ണിലുടക്കി. കുതിരപോലൊരു ജീവിയുടെ മുകളിൽ മുമ്പൊരി ക്കലും കണ്ടിട്ടില്ലാത്ത എന്നാൽ രൂപത്തിൽ ഏതാണ്ട് താറാവിനെ പ്പോലെയൊരു പക്ഷിയിരുന്നു സവാരി ചെയ്യുന്നു. ഒട്ടകപ്പക്ഷി തന്റെ വേഗതയൊന്നു കുറച്ചു. അതെന്തുതരം കുതിരയാണെന്ന് കൗതുക പൂർവ്വം നോക്കി. കുതിരകളുടെ നാട്ടിൽനിന്നു വരുന്ന ഒട്ടകപ്പക്ഷിക്ക് ഇത്തരത്തിലൊരു കുതിരയെ മുമ്പൊരിക്കലും കണ്ടതായി ഓർക്കാനേ കഴിഞ്ഞില്ല. ആരുടെയും മനസ്സിന് സന്തോഷം നൽകുന്നത്ര സുന്ദര രൂപിയായൊരു കുതിരയാണത്. അതിന്റെ മുഖവും മുൻകാലുവരെ യുള്ള ഭാഗവും കണ്ടാൽ വരയൻ കുതിരയാണെന്നേ തോന്നൂ. ശരീര ത്തിന്റെ മുൻപകുതിയിൽ വീതിയുള്ള വെളുപ്പും തവിട്ടും വരകൾ നിറഞ്ഞിരിക്കുന്നു. തലയിലും കഴുത്തിലുമുള്ള വരകൾക്ക് നല്ല തിളക്കമുണ്ട്. എന്നാൽ ശരീരത്തിന്റെ പിന്നാമ്പുറത്തേക്ക് പോകും തോറും വരകൾ നിറം മങ്ങിമങ്ങി മാഞ്ഞു പോയിരിക്കുകയാണ്. ഈ വിചിത്രജീവിയുടെ ശരീരത്തിന്റെ പിൻഭാഗം മാത്രം കണ്ടാൽ ആരും കുതിരയാണെന്നേ പറയൂ.

തവിട്ടു നിറത്തിലുള്ള ഒരു പടക്കുതിരയുടെ കരുത്തും മേനി യഴകും അതിനുണ്ടായിരുന്നു. ശരീരത്തിന്റെ അടിവശവും കാലും തൂവെള്ളനിറമാണ്. വളരെ നീളമുള്ള വെളുവെളുത്ത രോമങ്ങൾ നിറഞ്ഞ വാല് ആരേയും ആകർഷിക്കുന്നതായിരുന്നു. ഇതെന്തൊരു ജീവിയാണ്. ഒട്ടകപ്പക്ഷി ആലോചിച്ചു. അതിലും കൗതുകം, താറാ വാണ് സുന്ദരരൂപിയായ കുതിരപ്പുറത്തിരുന്നതിനെ നിയന്ത്രിക്കുന്ന തെന്നതാണ്. ഇതുപോലൊരു താറാവിനേയും ഒട്ടകപ്പക്ഷി ആദ്യ മായാണ് കാണുന്നത്. തടിച്ചു കുറുകിയതും അറ്റം വളഞ്ഞതുമായ

കൊക്ക് ഒരു പോരാളിയുടെ മുഖസൗന്ദര്യമതിന് നൽകുന്നുണ്ട്. താറാവിനെപ്പോലെ നീണ്ട കഴുത്താണ്. എന്നാൽ വാൽ വളരെ കുറുകിപ്പോയിരിക്കുന്നു. ആകപ്പാടെ ഒരു വലിയ താറാവിന്റെ ശരീര ഘടനയാണതിന്. എന്നാൽ മഞ്ഞനിറമുള്ള ശരീരത്തിൽ വെളുപ്പു കലർന്ന മൃദുരോമങ്ങൾ നിറഞ്ഞു നിൽക്കുന്നുണ്ട്. ചിറകുകളിലും വാലിലും വെളുത്ത രോമത്തൂവലുകൾ ഇഷ്ടംപോലെ എഴുന്നു നിൽക്കുന്നത് പക്ഷിയുടെ സൗന്ദര്യത്തിന് മാറ്റുകൂട്ടുന്നു.

മഞ്ഞ നിറമുള്ള കാലുകളിൽ നാലുവിരലുകളാണുണ്ടായിരുന്നത്. വിരലുകളിൽ മൂന്നെണ്ണം മുന്നിലേക്കും. ഒന്ന് പിന്നിലേക്കുമായിരുന്നു. ഏതോ വിദൂരലക്ഷ്യത്തിൽ കണ്ണുംനട്ടാണവയുടെ ഇരിപ്പ്. വിശുദ്ധതടാകക്കരയുടെ നേർക്കാണ് കുതിരയുടെ നടപ്പെന്ന് ഒട്ടകപ്പക്ഷിക്ക് മനസ്സിലായി. ഒട്ടകപ്പക്ഷി യാതൊന്നും ഉരിയാടാതെ ആ സുന്ദരൻ കുതിരയ്ക്ക് പിന്നാലെ നടന്നു. കുതിരപ്പുറത്തിരിക്കുന്ന ആ പക്ഷിയോട് എന്തെങ്കിലും ഉരിയാടണമെന്ന് ഒട്ടകപ്പക്ഷിക്ക് തോന്നാതിരുന്നില്ല. എന്നാൽ അതിന്റെ ഭാവവും നോട്ടവും കണ്ടാൽ അത് ഈ ലോകത്തിലല്ലെന്നാണ് തോന്നുക. അതിന്റെ ചിന്തയെ അലോസരപ്പെടുത്തേണ്ടതില്ലെന്ന് കരുതി ഒട്ടകപ്പക്ഷി പരമാവധി അതിന്റെ ശ്രദ്ധയിൽനിന്ന് ഒഴിഞ്ഞു നടന്നു.

വിശുദ്ധ തടാകക്കരയുടെ ഏതാണ്ടരികിലെത്താറായപ്പോൾ ക്വാ.... ഹ...ക്വാ....ഹഹ... എന്നൊരു നീണ്ട ശബ്ദം ആ കുതിര മുഴക്കി. സുന്ദരൻ കുതിരയുടെ പുറത്തിരുന്ന താറാവിനെപ്പോലെയിരുന്ന പക്ഷി പ്രാവുകൾ കുറുകുംപോലെയൊരു ശബ്ദം പുറപ്പെടുവിച്ചു. പക്ഷിയെ കണ്ടില്ലായിരുന്നുവെങ്കിൽ ഏതോ ഒരു പ്രാവ് ഉച്ചത്തിൽ കുറുകുകയാണന്നേ തോന്നുമായിരുന്നുള്ളൂ. സാധാരണ പ്രാവ് കുറുകുന്നതിന്റെ ഒരു ഇരുപത്തിയഞ്ചിരട്ടി ഉച്ചത്തിൽ ശബ്ദം മുഴങ്ങിയതോടെ ഭയപ്പെട്ടതുപോലെ ഒട്ടകപ്പക്ഷിയും കരഞ്ഞു. കുതിരപ്പുറത്തിരുന്ന പക്ഷിയപ്പോഴാണ് തങ്ങളെ പിന്തുടർന്നുവരുന്ന ഒട്ടകപ്പക്ഷിയെ കണ്ടത്. ഒട്ടകപ്പക്ഷി ഒരു നിമിഷം ഒന്നറച്ചു നിന്നു. കുതിരപ്പുറത്തിരുന്ന പക്ഷി ഒട്ടകപ്പക്ഷിയെ സാകൂതമൊന്നു നോക്കി. ''നീ എന്തിനാണ് ഞങ്ങളെ പിന്തുടരുന്നത്'' എന്നാവും ആ നോട്ടത്തിന്റെ അർത്ഥമെന്ന് കണ്ട് ഒട്ടകപ്പക്ഷി പറഞ്ഞു, ''വിശുദ്ധ തടാകക്കരയിൽ നിന്ന് ഞാൻ കാടു കാണാനിറങ്ങിയതാണ്. ഇപ്പോൾ അവിടേക്ക് തന്നെ മടങ്ങുന്നു.''

കുതിരയോ അതിന്റെ മുകളിലിരുന്ന പക്ഷിയോ ഒരക്ഷരംപോലും ഒട്ടകപക്ഷിയോട് സംസാരിച്ചില്ല. ഗൗരവത്തിൽ കുതിര നടക്കാൻ തുടങ്ങി. കുതിരപ്പുറത്തിരിക്കുന്ന രാജകുമാരിയെപ്പോലെ ആ പക്ഷി കുലീനഭാവത്തോടെയങ്ങനെയിരുന്നു. അവർ നടന്നു നടന്ന് വിശുദ്ധ

തടാകക്കരയിലെത്തി. അവിടെ കൂടിയിരുന്ന ആയിരക്കണക്കിനുവരുന്ന പക്ഷികൾ വിസ്മയത്തോടെ കുതിരയെപ്പോലെയിരിക്കുന്ന ആ ജീവിയേയും അതിന്റെ യജമാനനെപ്പോലെ വന്ന പക്ഷിയേയും നോക്കി. പക്ഷികുലത്തിന്റെ മുതുമുത്തച്ഛനായ മുങ്ങാങ്കോഴി വെള്ളത്തിൽനിന്ന് തല മുകളിലേക്കുയർത്തി സൂക്ഷിച്ചു നോക്കിക്കൊണ്ടു പറഞ്ഞു. ‘‘ഡോഡോ.’’

കാട്ടുതാറാവുകൾ ചോദിച്ചു. ‘‘ആരാണ് ഡോഡോ?’’

മുങ്ങാങ്കോഴി വീണ്ടും പറഞ്ഞു. ‘‘ഡോഡോ...’’

പക്ഷികൾ പുറുപുറുത്തു. പ്രാവുകൾ ആവേശത്തോടെ ചിറകിട്ടടിച്ചു. ഡോഡോ... ഇങ്ങനെയൊരു പക്ഷി പ്രാവുവർഗ്ഗക്കാരുടെ ഇടയിലുണ്ടായിരുന്നുവെന്ന് മുത്തശ്ശിപ്രാവുകൾ കഥ പറഞ്ഞത് അവയോർത്തു. എന്നാൽ അവരാരും ഡോഡോ പക്ഷികളെ കണ്ടിട്ടുണ്ടായിരുന്നില്ല. ആരാധനപൂർവ്വം പ്രാവുകൾ ഡോഡോ പക്ഷികളെ നോക്കി. സുന്ദരരൂപിയായ ആ കുതിരപ്പുറത്തിരുന്ന് ഡോഡോ അവിടെ കൂടിയിരുന്ന പക്ഷികളെ നോക്കി. വിശാലമായ ആ കുന്നിൻ ചെരുവ് നിറയെ പക്ഷികളാണ്. ഭൂമിയിലെ സർവ്വമാന പക്ഷികളും അവിടെയുണ്ട്. വിശുദ്ധതടാകത്തിൽ നിറയെ നീർപക്ഷികളുടെ വലിയ നിര കാണാം. രാജഹംസങ്ങൾ, തലവരയൻ വാത്തകൾ, പെലിക്കനുകൾ, വർണ്ണക്കൊറ്റികൾ, കാട്ടുതാറാവുകൾ തുടങ്ങിയ പക്ഷികളുടെ വലിയൊരുനിരതന്നെ അവിടെയുണ്ട്. അവിടെ കൂടിയ പക്ഷികളൊക്കെ വിചിത്രരൂപിയായ കുതിരയേയും അതിനു മുകളിലെത്തിയ പക്ഷിയേയും നോക്കിയിരിക്കുകയാണ്.

പക്ഷികളുടെ പിറുപിറുക്കൽ കേട്ടുകൊണ്ട് കുതിരപ്പുറത്തിരുന്ന പക്ഷി തന്റെ വളഞ്ഞ ചുണ്ടുകൾ വിടർത്തി പറഞ്ഞു. ‘‘ഗുർർ... ഗുർർ... ഡോഡോ തന്നെ. നിങ്ങളുടെ ചിന്തകളൊക്കെ സർവ്വമാന പക്ഷിവർഗ്ഗത്തിന്റെയും രാജാധിരാജനായ പക്ഷിത്തമ്പുരാൻ അറിയുന്നുണ്ട്. ഞാൻ ഒരു ദൂതൻ മാത്രം. നിങ്ങൾക്ക് ഒരു സുവിശേഷം അറിയിക്കാനായി ഞാൻ നിയോഗിക്കപ്പെട്ടിരിക്കുന്നു.’’

അതുകേട്ട് അരയന്നം ചോദിച്ചു. ‘‘എന്തെന്തു വിശേഷമാണ് പക്ഷിരാജന് ഞങ്ങളെ അറിയിക്കാനുള്ളത്?’’

‘‘നിങ്ങൾ ഭയപ്പെടാതിരിക്കുക. പക്ഷികുലത്തിന്റെ നിലനിൽപ്പ് അപായപ്പെടുമ്പോഴൊക്കെ നിങ്ങൾക്ക് ശരിയായ മാർഗ്ഗം കാട്ടിത്തരാനായി പക്ഷിരാജന്റെ അവതാരം ഉണ്ടാകും. നിങ്ങൾ കാണുന്നതും നിങ്ങൾക്ക് കാണാൻ കഴിയാത്തതുമായ കാര്യങ്ങളൊക്കെ അറിയുന്നവനാണ് പക്ഷികളെ നയിക്കാനായി എത്തുന്ന രാജാധിരാജൻ. ഈ പ്രപഞ്ചസ്രഷ്ടാവിന്റെ നിയോഗമനുസരിച്ചാണ് അവനെത്തുന്നത്.’’

രാജഹംസങ്ങൾ അതുകേട്ടു പിറുപിറുത്തു. ''എന്തവതാരം? ഏത് രാജാധിരാജൻ? പക്ഷികൾക്ക് അങ്ങനെയൊരു രാജാധിരാജൻ ഉണ്ടായിരുന്നതായി എവിടെയും ആരും പറഞ്ഞ് കേട്ടിട്ടില്ലല്ലോ?''

സുന്ദരരൂപിയായ കുതിര തിരിഞ്ഞു നിന്നു. അതിന്റെ മുകളിലിരുന്ന് ഡോഡോ പക്ഷി പറഞ്ഞു. ''എന്റെ ദൗത്യം അവസാനിച്ചിരിക്കുന്നു. നിങ്ങളെ അറിയിക്കേണ്ടതു ഞാനറിയിച്ചുകഴിഞ്ഞു. നിങ്ങൾ പ്രാർത്ഥനാപൂർവ്വം കാത്തിരുന്നുകൊള്ളുക. സംഭവിക്കേണ്ടത് സംഭവിക്കേണ്ട സമയത്തു സംഭവിച്ചുകൊണ്ടിരിക്കും. പ്രകൃതി നിയമമാണത്.''

കുതിര മുന്നോട്ടു കുതിച്ചു. പക്ഷിക്കൂട്ടം അതിന്റെ കുളമ്പടി അകന്നു പോകുന്നത് ശ്രദ്ധിച്ചുകൊണ്ട് ചിന്തയിലാണ്ടു. തന്റെ നീണ്ട കമ്പിവാലുകൾ കുലുക്കികുലുക്കി ആലോചനയിൽ മുഴുകിയിരുന്ന ആനറാഞ്ചിപ്പക്ഷി ചിന്തയിൽനിന്നുണർന്ന് ചുറ്റുപാടുമൊന്ന് വീക്ഷിച്ചു. അന്തരീക്ഷമാകെ ഒരായിരം ആലോചനയുടെ പുകപടലങ്ങൾ നിറഞ്ഞുനിൽക്കുകയാണ്. ചിന്തകൾ കൂടികുഴഞ്ഞ് അവിടമാകെയൊരു വൈദ്യുത കാന്തികമണ്ഡലം രൂപപ്പെട്ടിരിക്കുന്നു. പക്ഷികളാകെ ശക്തമായൊരു ഊർജ്ജമണ്ഡലത്തിനുള്ളിലാണ്. അവയെ ഉണർത്തുമാറുച്ചത്തിൽ ക്ള് ക്ളർ.... ന്നൊരു നീണ്ട കുഴൽവിളി ശബ്ദം ആനറാഞ്ചിപ്പക്ഷി മുഴക്കി. പ്രാചീനമായൊരു കുഴൽവാദ്യവിളിപോലെ ആ ശബ്ദം അന്തരീക്ഷത്തിലാകെ മുഴങ്ങിയപ്പോൾ സ്വപ്നങ്ങളിൽ നിന്നുണർന്ന് പക്ഷികൾ ആനറാഞ്ചിയുടെ വാക്കുകൾക്ക് കാതോർത്തു.

''നമുക്കാരെയും പ്രതീക്ഷിക്കാനില്ല. രാജപാരമ്പര്യത്തിന്റെ കാലമൊക്കെയെന്നേ കഴിഞ്ഞുപോയിരിക്കുന്നു. അതൊരു സുന്ദര സ്വപ്നമായി കഥകളിൽ മാത്രം അവശേഷിച്ചിട്ടുണ്ടാകും. ഇല്ലാത്ത ഒന്നിനുവേണ്ടി നമുക്ക് കാത്തിരുന്നു സമയം കളയാനാവില്ല. പക്ഷികുലത്തിന്റെ സംരക്ഷണം നമ്മൾ ഓരോ പക്ഷിയുടെയും ചുമലിലാണ്. ധീരതയുള്ള പക്ഷിജീവിതത്തിൽ ഒരിക്കലേ മരിക്കുകയുള്ളൂ. ഭീരുവായ പക്ഷി ഓരോ നിമിഷം മരിച്ചുകൊണ്ടേയിരിക്കും. ഞങ്ങൾ ചെറിയ പക്ഷികളാണ്. എന്നാൽ ഏതു വലിയ ജീവിയോടും ധീരതയോടെ പോരാടാൻ ഞങ്ങൾക്കാവും ആരുടെ മുമ്പിലും തലകുനിക്കില്ല. ഒരുപക്ഷേ ശത്രുക്കൾക്കു ഞങ്ങളെ നശിപ്പിക്കാൻ കഴിഞ്ഞേക്കാം. എന്നാൽ കീഴ്പ്പെടുത്താനാവില്ല. തോൽവി സമ്മതിച്ചാലല്ലേ തോറ്റുവെന്നു പറയാനാവൂ. ഒരിക്കൽ തോൽവി സമ്മതിക്കുന്നവർ ജീവിതത്തിലൊരിക്കലും വിജയം കാണില്ല. അവർ അടിമകൾ തന്നെ. ശരീരത്തിലല്ല കാര്യം. മനസ്സിലാണ്. നിങ്ങൾക്ക് ജീവിക്കണമെന്നുണ്ടങ്കിൽ മരിക്കാൻ തയ്യാറാവണം. നോക്കുക, കടൽപോലെയുള്ള ഈ പക്ഷിസംഘം ഒത്തൊരുമിച്ച് ആ മനുഷ്യരുടെ നേരെ

ചെന്നാൽ അവരെ നിഷ്പ്രയാസം വകവരുത്താമെന്ന് ഞാനുറപ്പ് പറയുന്നു.''

ആനറാഞ്ചിപ്പക്ഷിയുടെ വാക്കുകൾ ചില പക്ഷികളെ ആവേശ ഭരിതരാക്കി. ഒരു കൂട്ടം പക്ഷികൾ പക്ഷികുലത്തിന് വേണ്ടി ചാവേറുകളാകാൻ മുന്നോട്ടു വന്നു. എന്നാൽ ആയുധധാരികളായ മനുഷ്യരെ എതിരിടുകയെന്നത് വിചാരിക്കുംപോലെ അത്ര എളുപ്പമുള്ള കാര്യമല്ലെന്ന് കൊറ്റികൾ ചിന്തിച്ചു. രാജഹംസങ്ങളും ഒരാക്രമണത്തിന് പറ്റിയ സമയമാണോ ഇതെന്ന ശങ്കയിലായിരുന്നു. എന്നാൽ എന്തും വരട്ടെയെന്ന ചിന്താഗതിയുള്ള ഒരുകൂട്ടം പക്ഷികൾ ആനറാഞ്ചിപ്പക്ഷിക്കു ചുറ്റും അപ്പോഴേക്കും അണിനിരന്നു കഴിഞ്ഞു. പടപ്പാട്ടിന്റെ കാഹളധ്വനി വിശുദ്ധ തടാകക്കരയിൽ മുഴങ്ങി.

വിശുദ്ധ പർവ്വതവും ഈ തടാകവും അക്രമത്തിനുള്ളയിടമല്ലെന്ന് അരയന്നങ്ങൾ വിളിച്ചുപറയുന്നുണ്ടായിരുന്നു. എന്നാൽ യുദ്ധസന്നദ്ധരായി കഴിഞ്ഞിരുന്ന പക്ഷികൾ അരയന്നത്തിന്റെ വാക്കുകൾ കേട്ടതായിപോലും ഭാവിച്ചില്ല. സാഹചര്യങ്ങളാണ് സമാധാനവും യുദ്ധവും കൊണ്ടുവരുന്നത്. രണ്ടും കൽപ്പിച്ചുള്ള പോരാട്ടമാണ് വിജയം കൊണ്ടുവരുക. പരുന്തുകൾ യുദ്ധകാഹളം മുഴക്കി. കഴുകൻ ചിറക് കുടഞ്ഞു ക്രൗഞ്ചപ്പക്ഷികൾ ഉജ്ജ്വലമായൊരു പെരുമ്പറ മുഴക്കിയതോടെ പതിനായിരക്കണക്കിന് പക്ഷികൾ ആകാശത്തേക്ക് അലറിക്കൊണ്ട് പറന്നുയർന്നു. റൂഖ് പക്ഷികളുടെ വരവിനെ അനുസരിപ്പിക്കുംപോലെ പക്ഷിക്കൂട്ടം ആകാശത്തെ ഇരുണ്ടതാക്കി മാറ്റി. എന്നിട്ടവ ഊക്കോടെ മനുഷ്യരെ ലക്ഷ്യംവച്ച് ആരവത്തോടെ പറന്നു.

അപ്രതീക്ഷിതമായി ആകാശം ഒരിരമ്പലോടെ ഇരുളന്നത് ശ്രദ്ധിച്ചുകൊണ്ട് എന്തൊക്കെയോ പണിയിൽ മുഴകിയിരുന്ന മനുഷ്യർ സൂത്രക്കുഴൽ എടുത്ത് കണ്ണിനോട് ചേർത്തു വച്ചു. അവരിൽ ഒരാളുടെ മുഖം ഭീതികൊണ്ട് വികസിച്ചു. ഈയാംപാറ്റകൾ ഇളകിവരുന്നതുപോലെ പക്ഷികളുടെ ഒരു വലിയ സംഘം ഇരച്ചുവരുകയാണ്. അയാളുടെ ഭീതിപ്പെടുത്തുന്ന ശബ്ദം കേട്ട് മനുഷ്യർ പണി നിർത്തി ആകാശത്തേക്ക് കണ്ണ് നട്ടു.

''അവ ദേശാടനപ്പക്ഷികളാകും.'' ഒരാൾ വിസ്മയത്തോടെ പറഞ്ഞു.

സൂത്രക്കുഴലിലൂടെ പക്ഷികളെ നിരീക്ഷിച്ചുകൊണ്ടിരുന്നയാൾ പറഞ്ഞു. ''എല്ലാ ജാതി പക്ഷികളും അടങ്ങിയ കൂട്ടമാണ്. ഇങ്ങനെ പക്ഷികളെല്ലാം കൂടി ദേശാടനം നടത്തുന്നത് ഞാനിതുവരെ കണ്ടിട്ടില്ല. അവയുടെ ദിശ നമ്മുടെ നേർക്കാണ്. എന്തോ എനിക്കൊരു ഭയം തോന്നുന്നു''

അതുകേട്ട് നിന്നയാൾ ഒരു പരിഹാസച്ചിരിയോടെ പറഞ്ഞു. ''അവ ആകാശത്തൂടെ സുരക്ഷിത താവളം തേടി പോവുകയാവും. ശ്രമിച്ചാൽ നമുക്ക് കുറെയെണ്ണത്തെ വെടിവച്ചിടാൻ കഴിഞ്ഞേക്കും''

എന്നിട്ട് സൂത്രക്കുഴൽ അയാളിൽ നിന്ന് വാങ്ങി കണ്ണിനോടടുപ്പിച്ചു. സൂത്രക്കുഴലിനുള്ളിൽ അയാളുടെ കണ്ണുകൾ വികസിച്ചു വന്നു. ഇത്രയധികം പക്ഷികളുടെ കൂട്ടത്തെ ജീവിതത്തിൽ ഒരിക്കലും അയാൾ കണ്ടിട്ടിട്ടുണ്ടായിരുന്നില്ല.

''ഒരു മുൻകരുതൽ എടുക്കുന്നത് നന്നായിരിക്കുമെന്ന് തോന്നുന്നു. പക്ഷികൾ അതിശീഘ്രം പാഞ്ഞുവരുകയാണ്.'' അയാൾ വിളിച്ചു പറഞ്ഞു.

ആരൊക്കെയോ തോക്കുകൾ എടുത്ത് ടെന്റുകളിൽനിന്ന് പുറത്തേക്ക് വന്നു. മദ്യക്കുപ്പികളിൽനിന്ന് അവർ ധൃതിപിടിച്ച് കുറച്ചത്താക്കി വന്നു. ഒരു വേട്ടയുടെ ആസുരമായ ഉന്മേഷം അവരിലേക്ക് അരച്ചു പൊന്തി. പ്രാകൃതമായ ആ ലഹരിയിൽ ഉന്മാദിയെപ്പോലെ വിളിച്ചു പറഞ്ഞു. ''ഇതിനെയൊക്കെ നമ്മൾ എങ്ങനെ തിന്നുതീർക്കും?''

തിരകൾ ആവശ്യത്തിനു തോക്കിനരുകിൽ കരുതിവയ്ക്കാൻ അവർ മറന്നില്ല.

''തോക്കുകൾ രാപകൽ ശബ്ദിക്കേണ്ടതാണല്ലോ?'' തിരപ്പെട്ടികൾ എടുത്തുവച്ച് ആരോ ഒരാൾ പക്ഷിക്കൂട്ടത്തിന്റെ വലുപ്പം ശ്രദ്ധിച്ചുകൊണ്ടു പറഞ്ഞു. ''നമ്മുടെ തിരകളൊക്കെ തിർന്നാലും പക്ഷികൾ അവസാനിക്കുമെന്ന് തോന്നുന്നില്ല.''

പക്ഷികളുടെ ആദ്യസംഘം വലിയൊരിരമ്പലോടെ തലയ്ക്കു മുകളിലൂടെ മുന്നോട്ടുപോകുന്നത് അവർ ക്ഷമയോടെ കാത്തുനിന്നു. ഒരായിരം പക്ഷികൾ അവയെയും കടന്ന് മുന്നോട്ടു പോയിട്ടുണ്ടാവണം. ഇനി കാത്തിരിക്കാൻ നേരമില്ല. അവർ തോക്കുകൾ ഉന്നം പിടിച്ചു. പെട്ടെന്ന് മുമ്പേ പറന്ന പക്ഷികൾ അതിവേഗത്തിൽ തിരിഞ്ഞ് പ്രതീക്ഷിക്കാത്ത വഴികളിലൂടെ മനുഷ്യരെ കടന്നാക്രമിക്കാൻ തുടങ്ങി. അപ്രതീക്ഷിതമായ പക്ഷികളുടെ ആക്രമണത്തിൽ ചിലരുടെ കൈകളും കാലും മുഖവും മുറിപ്പെട്ടു. അവരുടെ തോക്കുകൾ ചറപറചറപറാന്ന് നാലുപാടും ഗർജ്ജിച്ചു പക്ഷികൾ വെടിയേറ്റ് നിലംപതിക്കാൻ തുടങ്ങി. എങ്കിലും മനുഷ്യരെ കടന്നാക്രമിക്കാൻ പക്ഷികൾ പരിശ്രമിച്ചുകൊണ്ടിരുന്നു. പവിഴക്കാലിയുടെ കൂർത്ത കൊക്കുകൾ ഒരാളുടെ കണ്ണിൽ കുത്തിയിറങ്ങി ചോര ഒഴുകാൻ തുടങ്ങി.

കഴുകൻ മറ്റൊരാളുടെ തല കൊത്തിപ്പറിച്ചു. പരുന്ത് ഒരു മനുഷ്യന്റെ മുഖത്തേക്ക് തന്റെ കരുത്താർന്ന കാൽനഖങ്ങൾകൊണ്ട് റാഞ്ചി വലിച്ചു. ചോരയൊലിപ്പിച്ച മുഖവുമായിട്ടയാൾ നിലത്തു വീണു. എന്നിട്ടയാൾ ഭ്രാന്തനെപ്പോലെ നിലവിളിച്ചുകൊണ്ട് പരക്കം പാഞ്ഞു. ചിലർ ടെന്റിനുള്ളിൽ ഓടിക്കയറി. ഒരു ഭാഗത്ത് തോക്ക്

പക്ഷികളെ വെടിവച്ചു വീഴ്ത്തി. ചില മനുഷ്യർ കൂറ്റൻ ഇരുമ്പുദണ്ഡ് തലയ്ക്ക് മുകളിൽ കറക്കി പക്ഷികളെ അടിച്ചുവീഴ്ത്തിക്കൊണ്ടിരുന്നു. പക്ഷികളുടെ ആക്രമണത്തിൽ മനുഷ്യർക്ക് മുറിവുകൾ ഏൽക്കുന്നുണ്ടായിരുന്നുവെങ്കിലും അവർ നൂറുകണക്കിന് പക്ഷികളെ ഇതിനോടകം വകവരുത്തിക്കഴിഞ്ഞിരുന്നു.

ആകാശത്തേക്ക് ചീറിപ്പായുന്ന വെടിശബ്ദങ്ങളും പക്ഷികളുടെ ആരവവും ആ പ്രദേശത്താകെ ഭീതിദമായൊരു അന്തരീക്ഷം സൃഷ്ടിച്ചു. മേഘങ്ങൾക്കിടയിലെവിടെയോ ഇണചേർന്നുകൊണ്ടിരുന്ന റൂഖ് പക്ഷികളെ വെടിയുണ്ടകൾ ആലോസരപ്പെടുത്തി. വെട്ടുകിളിക്കൂട്ടങ്ങളെപ്പോലെ ഒഴുകിപ്പരക്കുന്ന പക്ഷിക്കൂട്ടങ്ങൾ റൂഖ് പക്ഷികളുടെ ശ്രദ്ധയിൽപ്പെട്ടു. അവ ചിറക് ആഞ്ഞുവീശിക്കുടഞ്ഞു. അതിന്റെ ശക്തിയിൽ പക്ഷികൾ ദിശതെറ്റി പർവ്വതത്തിന്റെ പല ഭാഗങ്ങളിലേക്ക് കൂപ്പുകുത്തി വീണു. ആകാശത്തെ മേഘാവൃതമാക്കിക്കൊണ്ട് റൂഖ് പക്ഷി അവിടേക്ക് പറന്നടുക്കാൻ തുടങ്ങി. അവ പരസ്പരം കൊത്തിയും കെട്ടിമറിഞ്ഞും കളിച്ചത് അന്തരീക്ഷത്തിൽ വലിയ ചുഴലിക്കാറ്റുകൾ രൂപം കൊള്ളാനിടയാക്കി. സൂത്രക്കുഴലിന്റെ സഹായമില്ലാതെ തന്ന മനുഷ്യർ ആ ഭീകരപക്ഷികളെ കണ്ടു കണ്ണു തള്ളി. ഭയവിഹ്വലരായ മനുഷ്യർ നാലുപാടും ചിന്നിച്ചിതറി.

വിറയാർന്ന കൈകൾകൊണ്ട് അവർ ഭീകരരൂപിയായ റൂഖ് പക്ഷികൾക്ക് നേരെ തോക്ക് ചൂണ്ടി കാഞ്ചിവലിച്ചുകൊണ്ടിരുന്നു. എന്നാൽ റൂഖ് പക്ഷികളെ യാതൊന്നും കാര്യമായി മുറിപ്പെടുത്തിയില്ല. ഒരു പർവ്വതം മറ്റൊരു പർവ്വതത്തെ കെട്ടിപ്പുണരുംപോലെ റൂഖ് പക്ഷികളിലൊന്ന് മനുഷ്യർ തമ്പടിച്ച മലഞ്ചെരുവിൽ പറന്നിറങ്ങി. കൂറ്റൻ പക്ഷിയുടെ ചിറകടിയിൽ അവിടമാകെ മഞ്ഞും മണ്ണും കൂടിക്കലർന്ന് പുകപലടങ്ങൾ സൃഷ്ടിച്ചു. ആകാശത്തുനിന്ന് മറ്റൊരു റൂഖ് പക്ഷി കൂടി അവിടേക്ക് പറന്നിറങ്ങിയതോടെ മലകൾ ഇടിഞ്ഞുതാഴാൻ തുടങ്ങി. മലമുകളിൽനിന്ന് കൂറ്റൻ മഞ്ഞുകട്ടകൾ അടർന്ന് അടർന്ന് വീണുകൊണ്ടിരുന്നു.

പക്ഷികളിൽ പറക്കാൻ ശേഷിയുള്ളതൊക്കെ അപ്പോഴേക്കും അവിടെ നിന്ന് പറന്നുയരാൻ ശ്രമിച്ചുകൊണ്ടിരുന്നു. വലിയൊരലർച്ചയോടെ ആ മലഞ്ചെരിവൊന്നാകെ താഴേക്ക് ഒലിച്ചുപ്പോയി. മഞ്ഞിന്റെയും മണ്ണിന്റെയും കുത്തൊഴുക്ക് ഒരുപർവ്വത ഗർജ്ജനംപോലെ നിലകൊണ്ടു. പിന്നെ അതിന്റെ മാറ്റൊലി അകന്നകന്ന് പൊയ്ക്കൊണ്ടിരുന്നു. റൂഖ് പക്ഷികൾ രണ്ടും കൊക്കുകൾ ആകാശത്തേക്ക് ചൂണ്ടി അതിവിശാലമായ അവയുടെ ചിറകുകൾ വിരിച്ച് അത്യുഗ്രസ്ഫോടനശബ്ദത്തോടെ അലറാൻ തുടങ്ങി. കൂറ്റൻ പാറമല പൊട്ടിത്തകർന്നതിന്റെ ഭീതിദമായ ശബ്ദം പോലെയായിരുന്നു അവയുടെ

കൂട്ടകരച്ചിൽ റൂഖ് പക്ഷികൾ ചിറകുകൾ വിറപ്പിച്ചുകൊണ്ട് ഇങ്ങനെ പലതവണ കരഞ്ഞു. ചെവിക്കല്ലു പൊട്ടിത്തകരുന്ന അതിഭീതമായ ശബ്ദത്തിൽ പക്ഷിക്കൂട്ടം ഒന്നാകെ നിലത്ത് അമർന്ന് കിടന്ന് കിതച്ചു. ഇത് തങ്ങളുടെ അവസാനത്തിന്റെ കാഹളമാണെന്നവ ഉറപ്പിച്ചു.

റൂഖ് പക്ഷികൾ തങ്ങളുടെ ഇരുമ്പുതൂണുകൾപോലെ കരുത്താർന്ന കാലുകളും പാറകൾപോലും മാന്തിപ്പൊളിക്കാൻ ശേഷിയുള്ള വിരലുകളുംകൊണ്ട് ആ പർവ്വതത്തെ മാന്തിപ്പൊളിക്കാൻ തുടങ്ങി. ആകാശത്തേക്ക് മഞ്ഞും മണ്ണും ഒരു പുകക്കുഴലിൽ നിന്നെന്നപോലെ പ്രവഹിച്ചുകൊണ്ടിരുന്നു. ഭ്രാന്തുപിടിച്ച ഒരു കാട്ടാന ഒരു കരിമ്പിൻ തോട്ടത്തിലേക്കിറങ്ങി എല്ലാം ചവിട്ടിമെതിച്ചു നശിപ്പിക്കുംപോലെ ആ കാട്ടുപ്രദേശത്തെയാകെ റൂഖ് പക്ഷികൾ മാന്തിപ്പൊളിച്ചെറിഞ്ഞു കൊണ്ടിരുന്നു. ആകാശത്തേക്ക് കൂറ്റൻ മരങ്ങൾ പിഴുതെറിയപ്പെട്ടു. കൂറ്റൻ കല്ലുകൾ വായുവിൽ അമ്മാനമാടുമ്പോലെ തുള്ളിക്കളിച്ചു കൊണ്ടിരുന്നു.

ഭ്രാന്തുപിടിച്ച റൂഖ് പക്ഷികളുടെ ഭീകരതാണ്ഡവത്തെ വിശുദ്ധ തടാകം കുലീനമായൊരു പുഞ്ചിരിയോടെ നോക്കി നിന്നു. പെട്ടെന്ന് ആകാശത്ത് കാർമേഘങ്ങൾ വന്നു നിരന്നു. കാർമേഘങ്ങൾക്കിടയിലൂടെ പ്രകാശരശ്മികൾ പൂത്തിരിപ്പോലെ വിശുദ്ധ പർവ്വതത്തിനു നേർക്ക് ചിതറി വീഴാൻ തുടങ്ങി. അഭൗമമായൊരു ഗൗരവം ആകാശത്തെയും ഭൂമിയേയും ഒരുപോലെ ചൂഴ്ന്നു നിന്നു. ചീറിയടിച്ചുകൊണ്ടിരുന്ന കാറ്റ് എവിടേക്കോ ഉൾവലിഞ്ഞു. പർവ്വതങ്ങൾ ആരെയോ ധ്യാനിക്കാൻ തുടങ്ങി. ഏഴാകാശങ്ങൾക്കപ്പുറത്തെ ഏതോ നിഗൂഢവും അളവറ്റതുമായ ഊർജ്ജസ്രോതസ്സിൽനിന്നുള്ള തരംഗ ശക്തികൾ വിശുദ്ധപർവ്വതത്തിനെയാകമാനം പൊതിഞ്ഞുകൊണ്ടിരുന്നു. സർവ്വ താണ്ഡവമാടിക്കൊണ്ടിരുന്ന റൂഖ് പക്ഷികളുടെ ആസുര ശക്തിയിൽ അത് ക്ഷതമേൽപ്പിക്കാൻ തുടങ്ങി. അവ കിതയ്ക്കാൻ തുടങ്ങി.

പെട്ടെന്ന് സുവർണ്ണപ്പുല്ലുകൾക്കിടയിൽനിന്ന് ഒരു കിരുകിരുപ്പ് ശബ്ദത്തോടെ ഒരു പക്ഷി ചിറക് കുടഞ്ഞെണീറ്റു. റൂഖ് പക്ഷി അത്ഭുതത്തോടെ അത്ഭുതകരമായ ആ പിറവി നോക്കിനിന്നു. ആരുടെയും ശ്രദ്ധയിൽപെടാതെ കിടക്കുകയായിരുന്ന ഒരു ചെറുകൂന ചാമ്പലിൽനിന്ന് ഒരു പക്ഷി ജന്മമെടുത്തുവരുകയാണ്. ശ്യാമവർണ്ണമാർന്ന പക്ഷിയുടെ തൂവലുകൾക്കിടയിൽനിന്ന് കനൽക്കട്ട ജ്വലിക്കുംപോലെ തിളക്കമുള്ള പ്രകാശം ചുറ്റിലും പരക്കാൻ തുടങ്ങി.

ഞെട്ടിത്തരിച്ചുനിന്ന് പക്ഷിക്കൂട്ടം പിറുപിറുത്തു. ഫീനിക്സ്. സ്വന്തം ചാരത്തിൽനിന്ന് ഉണർന്നെണീറ്റ് അഞ്ഞൂറ് വർഷംവരെ ജീവിക്കുന്ന അത്ഭുതപക്ഷി. ഭൂമിയിൽ ഒരു സമയം ഒരു ഫീനിക്സ്

പക്ഷി മാത്രമേയുണ്ടാവുകയുള്ളൂ. ചുറ്റും പടർന്ന് പൊടിപടലങ്ങളെല്ലാം സുവർണ്ണനിറമുള്ള ചെറുതൂവലുകളായി രൂപം മാറി ഫീനിക്സ് പക്ഷിയെ ഒരുക്കിയെടുത്തു. മണ്ണിൽപൊടിയായി കിടുന്ന ഫീനിക്സ് പക്ഷി ഉണർന്നെണീറ്റിരിക്കുന്നു.

ഭൂമി ധ്യാനത്തിന്റെ മാസ്മരികമായൊരു അനുഭൂതിയിൽ തരിച്ചു നിന്നു. കടലും കരയും ഒരേ തരംഗദൈർഘ്യത്തിൽ കാതോർത്തു. ആകാശത്തുനിന്ന് പൊട്ടിവീഴുന്ന സുവർണ്ണ പ്രകാശരേണുക്കൾക്കിടയിലൂടെ മറ്റൊരു വർണ്ണപ്രപഞ്ചം ഭൂമിയിലേക്ക് നീന്തി വന്നുകൊണ്ടിരിക്കുന്നു. വാക്കുകൾകൊണ്ട് വിവരിക്കാനാവാത്ത ഉജ്ജ്വലമായൊരു അനുഭൂതിമണ്ഡലത്തിന്റെ പൊട്ടിത്തെറിയിൽ ഭൂമിയൊന്നാകെ സ്തംഭിച്ചു നിന്നു. അർദ്ധപ്രാണനായി മഹാപർവ്വതസാനുക്കളിലാകെ ചിതറിക്കിടന്നിരുന്ന പക്ഷികൾ അതീന്ദ്രീയമായൊരു അനുഭൂതിയിൽ സ്വയം ലയിച്ച് കരുത്താർജ്ജിക്കാൻ തുടങ്ങി. ദുർബലരായ പക്ഷികൾ ശക്തിദുർഗ്ഗങ്ങളായി പിടഞ്ഞെണീറ്റു. ആരുടെയും വാക്കുകൾക്ക് കാതോർക്കാതെ ഉള്ളിലെ ജ്ഞാനസ്വരൂപന്റെ ഇച്ഛയ്ക്കനുസരിച്ച് പതിനായിരക്കണക്കിന് പക്ഷികൾ ആ മലനിരകളാകെ നിറഞ്ഞു. റൂഖ് പക്ഷികൾ ആകാശത്തേക്ക് കണ്ണുകൾ പായിച്ചു.

സുവർണ്ണ പ്രകാശരശ്മികളിൽ വലയം ചെയ്യപ്പെട്ട് പക്ഷി സൗന്ദര്യത്തിന്റെ ഉത്തുംഗശൃംഗത്തിൽ വിരാജിക്കുന്ന ഒരത്ഭുതപക്ഷി ഭൂമിയെ വലയം വച്ചു ഒഴുകി വന്നുകൊണ്ടിരുന്നു. റൂഖ് പക്ഷികൾക്ക് ആ അത്ഭുതക്കാഴ്ച ഒന്നേ നോക്കാനായുള്ളൂ. അവയുടെ ഹൃദയം വികാരത്തള്ളിച്ചയിൽ വീർത്തു പൊട്ടുമ്പോലെയായി. അവയുടെ നയനങ്ങൾ ആർദ്രമായി. കൃഷ്ണമണികളിൽ നിന്ന് ധ്യാനാത്മകമായൊരു തരംഗശക്തി പുറത്തേക്ക് പ്രവഹിക്കാൻ തുടങ്ങി. കാറ്റ് പോയ ബലൂൺ പോലെ സർവ്വശക്തിയും ചോർന്ന് റൂഖ് പക്ഷികൾ തങ്ങളുടെ കൊക്ക് നിലത്തേക്ക് നീട്ടിവച്ച് വിശാലമായ ചിറകുകൾ വിരിച്ച് കാലുകൾ മടക്കി നിലത്തമർന്നു കിടന്നു. അവയ്ക്ക് പിറകിലായി എണ്ണിയാലൊടുങ്ങാത്ത പക്ഷിക്കൂട്ടങ്ങളും ആണ്ടു കിടന്നു.

ചാരമായി അഞ്ഞൂറ് വർഷം ഈ പർവ്വതശൃംഗത്തിൽ കിടന്നു ധ്യാനിച്ചതിന് ഫലമുണ്ടായിരിക്കുന്നുവെന്നതിന്റെ ആനന്ദനിർവൃതിയോടെ ഫീനിക്സ് പക്ഷി ചറക് വിടർത്തി മാനത്തേക്ക് നോക്കി കിടന്നു. പ്രകാശരഥത്തിലേറി വന്ന വർണ്ണരേണുകൾ ഭൂമിയോട് അടുത്തുകൊണ്ടിരുന്നു. ഒരായിരം നിറങ്ങളിൽ സുന്ദരമായി അലങ്കരിക്കപ്പെട്ട അത്ഭുതപക്ഷിയുടെ അങ്കവാലുകൾ വായുവിൽ ഇളകുന്ന നയനമനോഹരമായ കാഴ്ചയുടെ പരമാനന്ദത്തിൽ പക്ഷികൾ

ലയിച്ചു നിന്നു. സ്വപ്നത്തിൽപോലും ഒരു നോക്ക് കാണാൻ ഭാഗ്യം സിദ്ധിച്ചിട്ടില്ലാത്ത പക്ഷികളുടെ രാജാധിരാജന്റെ എഴുന്നള്ളത് ഡോഡോ പക്ഷികളുടെ പ്രവചനംപോലെ യഥാർത്ഥ്യമാവുകയാണ്.

പരമമായ സത്യത്തിലേക്കുള്ള പ്രയാണത്തിന് കൂട്ടായിവർത്തിക്കുന്ന സൃഷ്ടി രഹസ്യങ്ങളുടെ പൊരുളറിയുന്ന പക്ഷിരാജന്റെ വരവിനായി പക്ഷികൾ കാത്തുകിടന്നു. ആയിരക്കണക്കിന് വർഷങ്ങളായി പക്ഷികൾ കാത്തുകാത്തിരുന്ന ആ പുണ്യനിമിഷം സമാഗതമാവുകയാണ്. അതിന്റെയൊരു വികാരത്തള്ളിച്ചയിൽ പക്ഷികൾക്ക് ഒന്ന് കൊക്കനക്കാൻപോലും കഴിയുമായിരുന്നില്ല. വഴിതെറ്റിപ്പോയ പക്ഷിവർഗ്ഗത്തിന് നേർവഴികാട്ടാനും അശക്തരും ഭീതിദരും നിരാലംബരുമായ പക്ഷിവർഗ്ഗത്തിനു ശാന്തിയും സമാധാനവും നൽകാനുമായി പക്ഷിരാജൻ മടങ്ങിവരുകയാണ്. ഭൂമിയിൽ വിണ്ടും പക്ഷികളുടെ സുവർണ്ണകാലത്തിന് വഴിയൊരുക്കാനുള്ള വരവാണത്. കള്ളവും ചതിയുമില്ലാതെ സർവ്വർക്കും തുല്യനീതിയും സൗഭാഗ്യങ്ങളും സമ്മാനിച്ച് സമ്പൽസമൃദ്ധമായ കാലത്തെ മടക്കി കൊണ്ടുവരാനുള്ള പുറപ്പാടാണിത്. വിശുദ്ധ പക്ഷിയുടെ തിരിച്ചുവരവ് അറിയിച്ചുകൊണ്ട് ആകാശം മഴവില്ലുകളാൽ അലങ്കരിക്കപ്പെട്ടു കഴിഞ്ഞു. ഭൂമിയിൽ മരങ്ങളൊക്കെ പൂവിട്ടു നിന്നു.

അരുവികൾ ആഹ്ലാദം കൊണ്ട് തുളുമ്പി. ആകാശത്തു നിന്നൊരു പൂ അടർന്ന് ഭൂമിയിലേക്ക് വീഴും പോലെ ശാന്തസ്വരൂപനായി മന്ദം മന്ദം തന്റെ മഴവിൽ ചിറകുകൾ ഇളക്കി ഭൂമിയിലേക്ക് വിശുദ്ധ പക്ഷി വരുന്ന കാഴ്ച പക്ഷികളെയാകെ കോരിത്തരിപ്പിച്ചു. അത്ഭുതകരമായ ധ്യാനശക്തിയും മെയ്ക്കരുത്തും സൗന്ദര്യത്തിന്റെ മകുടവുമായ ആ പക്ഷിയെ വരവേൽക്കാനായി പക്ഷികളുടെ കണ്ഠങ്ങളിൽ നിന്ന് കുരവപോലൊരു മംഗളനാദം ഉയർന്നു. അധികം ഉച്ചത്തിലോ എന്നാൽ തീരെ പതുക്കെയോ ആയിരുന്നില്ല ആ കളകളമംഗളനാദം. പക്ഷികൾ ചുണ്ടുകൾ ആകാശത്തേക്ക് ചൂണ്ടി കുറച്ചുനേരം അങ്ങനെ കളകളഗീതം പൊഴിക്കവേ ഉജ്ജ്വല തേജസ്വിയും നിറസൗന്ദര്യവുമായ പക്ഷിരാജൻ ഭൂമിയിലേക്ക് സാവധാനം പറന്നിറങ്ങി. റുഖ് പക്ഷികൾ തങ്ങളുടെ ഭീമാകാരമായ കൊക്കുകൾ നിലത്തമർത്തി ആ ദിവ്യമായ സാമീപ്യത്തിന് മിഴിവേകി. പക്ഷികളുടെ കണ്ണഞ്ചിപ്പിക്കുന്ന ദിവ്യപ്രകാശം വിശുദ്ധപക്ഷിയിൽ നിന്ന് പ്രസരിച്ചുകൊണ്ടിരുന്നു. ഒരു കാട്ടുകോഴിയേക്കാൾ കുറച്ചുകൂടി മാത്രം വലുപ്പവും തലയിൽ സുവർണ്ണപൂവുകളും മരതകചുണ്ടുമുള്ള വിശുദ്ധപക്ഷിയുടെ ദർശനം പക്ഷികൾ ആദ്യമായി അനുഭവിക്കുകയാണ്.

ഒരു പ്രഭാവലയം! വിശുദ്ധപക്ഷികൾ നിറയെ മനോഹരമായ നിറങ്ങൾ വാരിപ്പൂശിയ തൂവലുകൾകൊണ്ട് അലങ്കരിക്കപ്പെട്ടിരുന്നു.

കണ്ണുകൾക്കു ചുറ്റും പച്ചിച്ചനിറം പൂശിയിരുന്നു. നീലക്കണ്ണുകൾ നക്ഷത്രങ്ങളെപ്പോലെ തിളക്കമുള്ളതായിരുന്നു. അങ്കവാൽ പൂങ്കുല പോലെ നിറഞ്ഞ് വശങ്ങളിലേക്ക് ഒടിഞ്ഞുകിടന്നിരുന്നു. കരുത്തുറ്റ കാലുകളിൽ മനോഹരമായ കാൽവിരലുകൾ ചുവന്നു തുടുത്തതായിരുന്നു. പക്ഷികുലത്തിന്റെ രക്ഷകൻ ഒരിക്കൽ ഭൂമിയിൽ അവതരിക്കുമെന്ന പക്ഷികളുടെ വേദപുസ്തകത്തിലെ വചനങ്ങൾ സത്യമായി ഭവിച്ചിരിക്കുന്നു. നിരാശയുടെ പടുകുഴിയിൽനിന്ന് പ്രത്യാശയുടെ മഹാപർവ്വതശൃംഗത്തിലേക്ക് പക്ഷികളെയൊന്നാകെ ഉയർത്താൻ കഴിവുള്ള രക്ഷകന്റെ വരവ് പക്ഷികളുടെ ഓരോ കോശബിന്ദുവിനെയും കാരിരുമ്പിന്റെ കരുത്തുള്ളതാക്കി മാറ്റി. പക്ഷിമനസ്സുകൾ ആഹ്ലാദത്തിൽ ഇളകിയാടിക്കൊണ്ടിരുന്നു.

ഭൂമിയിൽ പക്ഷികളുടെ സാമ്രാജ്യം വീണ്ടും വരുകയാണ്. പ്രകൃതിയുടെ സൂക്ഷിപ്പുകാരായി പക്ഷികൾ വീണ്ടും ഉയർത്തപ്പെടുകയാണ്. ഉത്കൃഷ്ടജീവികളായി പക്ഷികൾ മാറുകയാണ്. പക്ഷികളെ ഭിന്നഗോത്രങ്ങളായും ജാതികളായും ഭിന്നിച്ച് അടിമത്തവും അസമത്വവും പീഡനവും അടിച്ചേൽപ്പിച്ച ദുരന്തകാലം പെയ്തൊഴിയുകയാണ്. ഭൂമിയിൽ വീണ്ടും പക്ഷികൾ കേന്ദ്രസ്ഥാനത്തേക്ക് മടങ്ങി വരുന്നതിന്റെ തിരുവരങ്ങ് ഒരുങ്ങിക്കഴിഞ്ഞു. പക്ഷികുലത്തെ മുന്നിൽനിന്നു നയിക്കാൻ വിശുദ്ധപക്ഷി ഇതാ ഭൂമിയിലെത്തിക്കഴിഞ്ഞു. ഗാംഭീര്യവും മധുരതരവുമായ ഒരു ശബ്ദം അന്തരീക്ഷത്തെ നിശ്ചലമാക്കി. ഒരില പോലും അനങ്ങുന്നില്ല. പക്ഷിമനസ്സിനെ മൂടിയിരുന്ന എല്ലാ വിഷാദധൂളികളും ഒഴിഞ്ഞുപോയി. ഭൂമിയൊന്നാകെ ധ്യാനാത്മകമായി ചെവിയോർക്കുകയാണ്. വിശുദ്ധപക്ഷിയുടെ തിരുവചനത്തിനായി.

www.ingramcontent.com/pod-product-compliance
Lightning Source LLC
LaVergne TN
LVHW060236051026
849517LV00005B/1633